ஆஷ் அடிச்சுவட்டில்

ஆஷ் அடிச்சுவட்டில்
அறிஞர்கள், ஆளுமைகள்

ஆ. இரா. வேங்கடாசலபதி

இருபதாம் நூற்றாண்டு இந்திய மற்றும் உலக அறிஞர்கள், ஆளுமைகள் சிலரது சித்திரங்கள் இந்நூல். வரலாறு, சமூகம், மொழி சார்ந்து செயல்பட்ட இவர்களுடைய வாழ்க்கையினூடாகச் சமூக அசைவியக்கத்தைப் புலப்படுத்தும் நவீன நடைச்சித்திரங்கள் இவை. முற்றிலும் புதிய செய்திகள், அப்படியே தெரிந்த தகவல்களைச் சுட்ட நேர்ந்தாலும் அவற்றில் புதிய வெளிச்சம் பாய்ச்சுபவை இவை. தீரா ஆய்வின் நுட்பம், வாளினும் கூரிய சொற்கள், மிகையோ வெற்றுச்சொல்லோ பயிலாத் தொடர்கள், இவற்றுக்கும் மேலாக உலகளாவிய பார்வை போன்ற ஆ.இரா. வேங்கடாசலபதியின் தனித்துவங்கள் பல மிளிரும் சித்திரங்கள் இந்நூல்.

இந்த ஆளுமைகளைப் பற்றி முன்பின் அறியாதவர்களை இந்நூல் ஆச்சரியப்படுத்தும்; அறிந்தவர்களை மேலும் ஆச்சரியப்படுத்தும். எது மிகை என்பதில் சுவாரசியமும் புதிய தகவலும் போட்டிப் போட்டுத் தோற்கின்றன.

ஆ. இரா. வேங்கடாசலபதி தமிழ்ச் சமூக வரலாறு தொடர்பாகக் குறிப்பிடத்தகுந்த ஆய்வுகள் செய்துவருபவர். சென்னை வளர்ச்சி ஆராய்ச்சி நிறுவனத்தில் *(Madras Institute of Development Studies)* பேராசிரியராக இருக்கும் இவர், மனோன்மணியம் சுந்தரனார் (திருநெல்வேலி), சென்னை, சிகாகோ, சிங்கப்பூர் பல்கலைக்கழகங்களில் பணியாற்றியிருக்கிறார். கனடா இலக்கியத் தோட்டத்தின் வாழ்நாள் சாதனையாளருக்கான இயல் விருதை 2021ஆம் ஆண்டில் பெற்றுள்ளார்.

ஆசிரியரின் பிற நூல்கள்

எழுதியவை

வ.உ.சி.யும் திருநெல்வேலி எழுச்சியும்
பின்னி ஆலை வேலைநிறுத்தம் (இணையாசிரியர்: ஆ. சிவசுப்பிரமணியன்)
திராவிட இயக்கமும் வேளாளரும்
அந்தக் காலத்தில் காப்பி இல்லை முதலான ஆய்வுக் கட்டுரைகள்
நாவலும் வாசிப்பும்
முல்லை: ஓர் அறிமுகம்
முச்சந்தி இலக்கியம்
பாரதி: கவிஞனும் காப்புரிமையும்
எழுக, நீ புலவன்!: பாரதி பற்றிய கட்டுரைகள்
தமிழ்க் கலைக்களஞ்சியத்தின் கதை
வ.உ.சி.யும் காந்தியும்: 347 ரூபாய் 12 அணா
திருநெல்வேலி எழுச்சியும் வ.உ.சி.யும் 1908

பதிப்பித்தவை

வ. உ. சி. கடிதங்கள்
மறைமலையடிகளார் நாட்குறிப்புகள்
வ. உ. சியும் பாரதியும்
பாரதியின் கருத்துப்படங்கள்: 'இந்தியா' 1906–1910
அன்னை இட்ட தீ: புதுமைப்பித்தன்
வ. உ. சியின் சிவஞான போதவுரை
புதுமைப்பித்தன் கதைகள்: முழுத் தொகுப்பு
புதுமைப்பித்தன் கட்டுரைகள்
அண்ணல் அடிச்சுவட்டில் – ஏ. கே. செட்டியார்
பாரதி: 'விஜயா' கட்டுரைகள்
புதுமைப்பித்தன் மொழிபெயர்ப்புகள்
பாரதி கருவூலம்: 'ஹிந்து' நாளிதழில் பாரதியின் எழுத்துகள்
திலக மகரிஷி – வ.உ.சி.
பாரதியின் சுயசரிதைகள்: கனவு, சின்னச் சங்கரன் கதை
சென்றுபோன நாட்கள்: எஸ்.ஜி. இராமாநுஜலு நாயுடு
புதுமைப்பித்தன் வரலாறு: தொ.மு.சி ரகுநாதன்
உ.வே. சாமிநாதையர் கடிதக் கருவூலம்
சாதிக்குப் பாதி நாளா ? ராஜாஜியின் கல்வித் திட்டம்
வ.உ.சி.: வாராது வந்த மாமணி

தமிழாக்கம்

பாப்லோ நெருடா, துயர்மிகு வரிகளை இன்றிரவு நான் எழுதலாம்
வரலாறும் கருத்தியலும் (Romila Thapar's Past and Prejudice)

In English

(trans), Tranquillity – Bharatidasan
(trans), J.J. Some Jottings – Sundara Ramaswamy
In Those Days There Was No Coffee: Writings in Cultural History
(ed.) A.K. Chettiar, In the Tracks of the Mahatma: The Making of a Documentary
(ed.) Chennai, Not Madras: Perspectives on the City
(ed.) M.L. Thangappa, Love Stands Alone: Selections from Tamil Sangam Poetry
(ed.) M.L. Thangappa, Red Lilies and Frightened Birds: 'Muttollayiram'
The Province of the Book: Scholars, Scribes, and Scribblers in Colonial Tamilnadu
(co-ed.), Beyond Tranquebar: Grappling Across Cultural Borders in South India
Who Owns That Song?: The Battle for Subramania Bharati's Copyright
Tamil Characters: Personalities, Politics, Culture

ஆ. இரா. வேங்கடாசலபதி

ஆஷ் அடிச்சுவட்டில்
அறிஞர்கள், ஆளுமைகள்

காலச்சுவடு பதிப்பகம்

அன்பார்ந்த வாசகருக்கு,

வணக்கம்.

காலச்சுவடு நூலை வாங்கியமைக்கு நன்றி.

நூலின் உள்ளடக்கம், உருவாக்கம், அட்டைப்படம் இன்ன பிற அம்சங்கள் பற்றிய உங்கள் கருத்துகளையும் ஆலோசனைகளையும் காலச்சுவடு வரவேற்கிறது. தகவல், எழுத்து, வாக்கியப் பிழைகள் தென்பட்டால் கட்டாயம் தெரிவித்து உதவுங்கள். நூல் தயாரிப்பில் கடும் குறைபாடு இருப்பின் மாற்றுப் பிரதி உங்களுக்குக் கிடைக்கக் காலச்சுவடு ஏற்பாடு செய்யும்.

மின்னஞ்சல்: **publisher@kalachuvadu.com**

காலச்சுவடு நாகர்கோவில் தலைமையகத்துக்கும் கடிதம் அனுப்பலாம்.

தங்கள்
எஸ்.ஆர். சுந்தரம் (கண்ணன்)
பதிப்பாளர் – நிர்வாக இயக்குநர்

ஆஷ் அடிச்சுவட்டில்: அறிஞர்கள், ஆளுமைகள் ♦ ஆளுமைச் சித்திரங்கள் ♦ ஆசிரியர்: ஆ. இரா. வேங்கடாசலபதி ♦ © ஆ. இரா. வேங்கடாசலபதி ♦ முதல் பதிப்பு: மே 2016, ஐந்தாம் (குறும்) பதிப்பு: அக்டோபர் 2022 ♦ வெளியீடு: காலச்சுவடு பப்ளிகேஷன்ஸ் (பி) லிட்., 669, கே.பி. சாலை, நாகர்கோவில் 629001

aash aticuvattil: arignarkal, aalumaikal ♦Essays on personalities♦ Author: A.R. Venkatachalapathy ♦ © A.R. Venkatachalapathy ♦ Language: Tamil ♦ First Edition: May 2016, Fifth (Short) Edition: October 2022 ♦ Size: Demy 1 x 8 ♦ Paper: 18.6 kg maplitho ♦ Pages: 256 plus eight art pages

Published by Kalachuvadu Publications Pvt. Ltd., 669, K.P. Road, Nagercoil 629001, India ♦ Phone: 91-4652-278525 ♦ mail: publications @kalachuvadu.com ♦ Printed at: Adyar Students xerox Pvt. Ltd., No. 275 Habibullah Road, Triplicane high Road, Opp Triplicane Post Office, Triplicane, Chennai 600005

ISBN: 978-93-5244-048-1

10/2022/S.No.725, kcp 3858, 18.6 (5) uss

கா. அ. மணிக்குமாருக்கு...

பொருளடக்கம்

முன்னுரை 11

ஆர். டபுள்யு. டி'இ. ஆஷ்: ஆஷ் அடிச்சுவட்டில் 15

பிரான்சிஸ் ஒயிட் எல்லிஸ்: எல்லீசன் என்றொரு அறிஞன் 40

ஜி.யு. போப்: தமிழ் மாணவர்! 60

உ.வே. சாமிநாதையர்: உதிராத மலர்கள் 68

ம.வீ. இராமானுஜாசாரியர்: பாரதம் தந்த பகீரதன் 98

டி.வி. சாம்பசிவம் பிள்ளை: மருத்துவ அகராதி தந்த மேதை 117

எஸ்.ஜி. இராமாநுஜலு நாயுடு: 'கதை சொல்வதில் சமர்த்தர்' 128

வ.உ. சிதம்பரம் பிள்ளை: வ.உ.சி.யும் திலகரும் 151

ஏ.கே. செட்டியார்: படம், பயணம், பதிவு 181

ரா.அ. பத்மநாபன்: பாரதிக்குத் தொண்டு செய்வோன் சாவதில்லை 206

ஸி.எஸ். சுப்பிரமணியம்: பொதுவுடைமைப் பதிவாளர் 217

எரிக் ஹாப்ஸ்பாம்: காலக் கிழவன் 233

தே. வீரராகவன்: கண்ணுடையவர் என்பவர் . . . 243

முன்வெளியீட்டுக் குறிப்புகள் 251

முன்னுரை

'அந்தக் காலத்தில் காப்பி இல்லை முதலான ஆய்வுக் கட்டுரைகள்' புத்தாயிரத்தில் வெளிவந்தது. பதினாறு ஆண்டுகள் கழித்துத் தமிழில் எனது அடுத்த கட்டுரைத் தொகுப்பு வருகிறது!

இடைப்பட்ட ஒன்றரைப் பதிற்றாண்டில் பல நூல்களையும் பதிப்புகளையும் தவிர, தமிழில் மட்டுமே முப்பது நாற்பது கட்டுரைகள் எழுதியிருந்தாலும் அவற்றைத் தொகுக்கவில்லை. கதம்ப மாலையாகக் கட்டுரைகளைத் தொடுக்க வேண்டாம் என்று நினைத்தது ஒரு காரணம். அடுத்துஅடுத்து என வெவ்வேறு பணிகள் தம் போக்குக்கு என்னை இழுத்துச் சென்றது மற்றொரு காரணம்.

இனிவரும் ஆண்டில் இன்னும் இரண்டு மூன்று கட்டுரைத் தொகுப்புகளை வெளியிடும் எண்ணம் உண்டு.

இந்த நூலில் ஆளுமைகள், அறிஞர்களின் சித்திரங்களே அடங்கியுள்ளன. விவரமறியாத வயதில் இலக்கிய உலகில் நுழைந்தவன் நான். உருப்படியாக எதையும் செய்ய முடியும் என்ற நம்பிக்கையோ ஆற்றலோ இல்லாத அப்பருவத்தில் ஆளுமைகள் மீதான மலைப்பு என்னை ஆட்கொண்டதில் வியப்பதற்கு என்ன இருக்கிறது?

வரலாறு என்ற அறிவுப் புலத்தின் மாணவன் நான். அதன் முகாமையான போக்கு

தனிநபர்களைவிடச் சமூக அசைவியக்கத்துக்கே அழுத்தம் தருகிறது. சமூகத்தை ஓர் அமைப்பியல் கட்டமைப்பாகக் காணும் மார்க்சியம் இதற்கு உரமிடுகிறது. ஆயினும் ஆளுமைகள் சார்ந்த ஈடுபாடு என்னிலிருந்து நீங்கியபாடில்லை என்பதற்கு இந்நூல் சான்றாகும்.ஆளுமைகளினூடாகச் சமூக அசைவியக்கத்தை இனங்காண்பது சுவையான முறையியலாகும். என் இலக்கிய ஈடுபாடும் பயிற்சியும் மனித வாழ்வின் புதிர்களை இனங்காண உந்தியுள்ளன. இவ்விரண்டின் பின்னலாக இக்கட்டுரைகளைக் காணலாம்.

பல்வேறு ஆவணக்காப்பகங்களிலிருந்து சிறிதும் பெரியதுமான வரலாற்றுச் செய்திகளைச் சேகரித்து உருவாக்கப் பட்ட சித்திரங்கள் இவை. இந்நூலிலுள்ள சில ஆளுமைகள் பற்றிக் கலைக்களஞ்சியங்களில் தேடினால் ஒரு பத்திகூடத் தேறாது. முற்றிலும் அறியப்படாமலும், அல்லது வெறும் பெயரளவில் மேலோட்டமாக மட்டும் அறியப்பட்டவர்களாகவும் இருந்த ஆளுமைகள், நம்பகமான தகவல்களுடன் இந்நூலில் உயிர்பெற்றுள்ளனர் என்று நம்புகிறேன். ஏற்கெனவே நன்கு அறியப்பட்ட உ.வே.சா., வ.உ.சி. ஆகியோரைப் பற்றி முற்றிலும் புதிய செய்திகள் திரட்டப்பட்டுள்ளதை வாசகர்கள் அவதானிக்கலாம்.

இந்நூலிலுள்ள ஒவ்வொரு சித்திரமும் என்னை ஏதோ ஒருவகையில் மலைக்கவைத்த ஆளுமை பற்றியது – ஒன்று நீங்கலாக. அந்த ஆளுமையைத் தேடிச்சென்றதே இந்நூலுக்குத் தலைப்பாக அமைந்துள்ளதை நகைமுரண் என்றே சொல்ல வேண்டும்.

டி.வி. சாம்பசிவம் பிள்ளை பற்றிய கட்டுரையைப் படித்த முகம் தெரியாத ஒரு மருத்துவர் தாம் தொடங்கிய மூலிகைப் பண்ணைக்கு அவர் பெயரைச் சூட்டியிருக்கிறார். இன்றைய தமிழ்ச் சூழலில் ஏ.கே. செட்டியார் பெயர் பரவலாக அடிபட ஆரம்பித்தது எனது 'அண்ணல் அடிச்சுவட்டில்' பதிப்பு வெளிவந்த பிறகுதான். தமிழகத்தில் பொதுவுடைமைக் கட்சியை நிறுவியவர்களில் ஒருவரான ஸி.எஸ். சுப்பிரமணியம் மறைந்த ஓராண்டுக்குப் பிறகு நான் எழுதிய கட்டுரையே அவரைப் பற்றிய இதுவரை வெளியான முதலும் முழுவதுமான சித்திரமாகும். ம.வீ. இராமானுஜாசாரியரின் மகாபாரதத் தமிழ்ப் பதிப்பு பற்றிய முதல் விரிவான வரலாறு இந்நூலில் உள்ளதே. தமிழ்க் கலைக்களஞ்சியத்தில் கால் பத்தியில் அமைந்த எஸ்.ஜி. இராமாநுஜலு நாயுடு பற்றிய கட்டுரை இந்நூலில் இருபது பக்கங்களுக்கு விரிகிறது. அவ்வகையில் இக்கட்டுரைகள் தமிழுக்கு ஒரு பங்களிப்பு எனலாம்.

இதற்கான வெளிப்படையான அறிந்தேற்பு இல்லையெனினும் நான் கிழித்த தீக்குச்சியின் வெளிச்சத்திலேயே இருளில் ஒடுங்கியிருந்த இப்பேராளுமைகளின் உருவம் ஒரு கணமேனும் துலங்கியுள்ளன என்பதில் பெரும் மனநிறைவுகொள்கிறேன். முகமலர்ச்சி, பாராட்டு, பொறாமை, திரிபு, களவு, மூடிமறைப்பு என்று பலவகையிலும் இக்கட்டுரைகள் எதிர்கொள்ளப்பட்டிருக்கின்றன.

அங்க இப்ப என்ன நேரம் என்று உசாவிய மூத்த எழுத்தாளர் ஆஷ் பற்றிய கட்டுரை 'நியூ யார்க்கர்' இதழில் வந்திருக்க வேண்டியது என்றார். சிலருக்கோ அக்கட்டுரையைப் படித்ததும் வாஞ்சியின்மீது அதுவரை இல்லாத வாஞ்சை வந்துவிட்டது. ஆஷ் பற்றி முன்பின் தொடர்ச்சியில்லாத ஒரு நூலை எழுதிய ஒருவர் நான் தேடியெடுத்த ஆஷ் படங்களை அவரே கண்டுபிடித்தது போல் தம் நூலில் சேர்த்துக்கொண்டார். பாவம், அட்டைப்படத்தில் தவறான படத்தைப் போட்டுவிட்டார். (எந்த வெள்ளைக்காரனாக இருந்தால்தான் என்ன!) 1953இல் ஹாலிவுட்டில் வெளியான 'காந்தி' ஆவணப்படத்தின் ஆங்கில வடிவம் ஏ.கே. செட்டியார் எடுத்ததல்ல என்று ஒரு மூத்த சென்னை வரலாற்றாசிரியர் எழுதியபொழுது மகனும் மருமகளின் தாலியும் பற்றிய பழமொழி நினைவுக்கு வந்தது. நல்லாப்பிள்ளை பாரதத்தை மறுஅச்சு செய்த ஒருவர், அதன் முன்னுரையில் ம.வீ. இராமானுஜாசாரியரைப் பற்றி எழுதுங்கால் கவனமாக என் பெயரை மறந்தார். இப்படிச் சொல்லிக்கொண்டு போகலாம்.

வெவ்வேறு காலகட்டங்களில் வெளிவந்தனவாயினும் இக்கட்டுரைகளைப் புதிய செய்திகளோடு இந்நூலுக்காக விரிவாக்கியுள்ளேன். நவீனத் தமிழ்ச் சமூகத்தின் வரலாறு ஆளுமைகளின் வெளிச்சத்தில் சிறிது துலங்கியிருக்கலாம் என்று எண்ணுகிறேன். இக்கட்டுரைகளில் சில ஆங்கிலத்திலும் வெளிவந்துள்ளன. முக்கியமாக ஆஷ் கட்டுரை பலருடைய கவனத்தை ஈர்த்தது.

ஒவ்வொரு கட்டுரையினையும் எழுதுவதற்கு உதவிய ஆவணங்களையும் நண்பர்களையும் அவ்வக் கட்டுரையின்கீழ் வழங்கியுள்ளேன். இருப்பினும் பொதுவாகச் சிலர்க்கு நன்றி சொல்ல வேண்டியுள்ளது.

தமிழ் வாழ்வின் சாரமான பகுதிகளை எனக்கு அறிமுகப்படுத்தியவர்கள் புலவர் த. கோவேந்தனும் 'முகம்' மாமணியும்.

இக்கட்டுரைகளில் ஒன்று நீங்கலாகப் பிற அனைத்தும் காலச்சுவடு இதழிலும், காலச்சுவடு பதிப்பக வெளியீடுகளின்

முன்னுரைகளாகவும் தோற்றம் கண்டன. 1994இல் கண்ணனின் பொறுப்பில் *காலச்சுவடு* மறுபிறப்பெடுத்தபொழுது இத்தனை கட்டுரைகள் எழுதுவேன் என்று நினைத்தும் பார்க்கவில்லை. களம் இருந்ததால் ஆடினேன் என்றும் சொல்லலாம். அவ்வகையில் என் செயல்பாடுகளுக்குக் களமிழைத்தவர் கண்ணன்.

பெரும்பாலான கட்டுரைகளுக்கு முதல் வாசகர்களாக இருந்து, நகுதலும் மேற்சென்று இடித்தலும் இரண்டறக் கலந்த நட்பினராக விளங்கிவருபவர்கள் பழ. அதியமானும் பா. மதிவாணனும். இத்தொகுப்பு வெளிவரும் வேளையில் அதியமானின் கட்டுரைத் தொகுப்பாகிய 'நவீனத் தமிழ் ஆளுமைகள்: அஞ்சலிகள் அறிமுகங்கள்' வெளிவருவது இரட்டிப்பு மகிழ்ச்சியைத் தருகிறது.

அட்டைப் படம் மிகச் சிறப்பாக அமையப் பெருமுயற்சி எடுத்துக்கொண்டவர் என். சீனிவாசன்.

பொறுப்பாக நூலாக்கப் பணியை மேற்கொண்டவர் திருமதி பா. கலா முருகன்.

1995இல் திருநெல்வேலி மனோன்மணியம் சுந்தரனார் பல்கலைக்கழகத்தின் வரலாற்றுத் துறையில் என் முதல் ஆசிரியப் பணியை ஏற்றேன். அறிவுத் தேட்டத்திற்கு எதிரான மனப்போக்கு நிலவிய சூழலில் உற்ற துணைவராக இருந்தவர் உடன் பணியாற்றிய பேராசிரியர் கா.அ. மணிக்குமார். வெவ்வேறு பின்புலம் சார்ந்து நாங்கள் வளர்ந்திருந்தாலும் இருவரையும் இணைக்கும் பல கண்ணிகள் இருக்கின்றன. மணிக்குமாரின் தோழமைக்கு இந்நூலைக் காணிக்கையாக்குவதில் மனநிறைவு கொள்கிறேன்.

சென்னை **சலபதி**
மே 2016

~

இரண்டாம் பதிப்புக்கான குறிப்பு

இந்நூல் முதல் பதிப்பை ஊன்றிப் படித்து அச்சுப் பிழைகளைக் களைய உதவிய நண்பர்கள் களந்தை பீர்முகம்மது, கிருஷ்ண பிரபு ஆகியோருக்கு என் நன்றி உரியது.

சென்னை **சலபதி**
25.1.2017

~ ~

ஆர். டிபுள்யு. டி'இ. ஆஷ் (1872–1911)

ஆஷ் அடிச்சுவட்டில்

அயர்லாந்தின் தலைநகர் டப்ளின் விமான முனையத்தில் நான் தரை இறங்கிய நாள் ப்ளூம்ஸ்டே 2006. ஜேம்ஸ் ஜாய்ஸின் 'யூலிஸஸ்' நாவல் முழுவதும் டப்ளின் நகரைக் களமாகவும் 16 ஜூன் 1904ஐக் காலமாகவும் கொண்டதால் ஒவ்வொரு ஜூன் 16ஐயும் ப்ளூம்ஸ்டே என்று கொண்டாடுகிறார்கள். எனது அயர்லாந்து பயணத்தில் தற்செயல் நிகழ்வுகளுக்குக் குறைவில்லை.

இந்தியக் கடவுச்சீட்டை வைத்துக்கொண்டு இலண்டனிலுள்ள அயர்லாந்து தூதரகத்தில் விசா பெறுவது எளிதாக இல்லை. தூதரக அலுவலருக்குக் 'கலெக்டர்' என்பதற்கு என்ன பொருள் என்று விளக்கி மாய்ந்துபோனேன். டப்ளின் விமான முனைய விராந்தைகள் உலகக் கால்பந்துப் போட்டியின் பரபரப்பில் அலைவுற்றிருந்தன. அல்லற்பட்டு வாங்கிய விசாவைப் பார்க்கத்தானும் குடியேறல் வரிசையில் ஆளில்லை.

வாயிலில் நின்று சுற்றுமுற்றும் விழித்தேன். நான் சந்திக்க வந்தவருக்கு என்னை அடையாளம் காண்பதில் சிரமமிருந்திருக்க முடியாது. அங்கு நான் ஒருவனே இந்தியன். நரைத்த தாடியும் தடித்த கண்ணாடியுமாக உயரமாகவும் பொலிவாகவும் அவர் இருந்தார். சம்பிரதாயமான நல உசாவல்களுக்குப் பின் சொற்களைத் தேடும் தவிப்பு இருவரிடமும் வெளிப்பட்டது. சற்று நிலைகொள்ளாமல் நான்

தடுமாறினேன். இவன் யாரோ என்ற கேள்வி அவர் பார்வையில் நிழலாடியது. இதற்கெல்லாம் காரணமில்லாமல் இல்லை. நான் டப்ளின் வந்ததன் நோக்கம் அவருடைய தாத்தாவைக் கொன்றவரை ஆராய்வதற்காக.

17 ஜூன் 1911இல் திருநெல்வேலி – தூத்துக்குடி இருப்புப் பாதையில் அமைந்த மணியாச்சி சந்திப்பில் திருநெல்வேலி மாவட்ட ஆட்சியர் ஆஷைச் செங்கோட்டையைச் சேர்ந்த ஆர். வாஞ்சிநாதன் சுட்டுக்கொன்றார். அங்கிருந்து ஓடிச்சென்று சிறிது தொலைவில் தம்மையும் சுட்டு மாய்த்துக்கொண்டார் வாஞ்சி.

தென்னிந்தியாவில் தேசிய இயக்கப் போராட்டத்தில் படுகொலை செய்யப்பட்ட முதல் வெள்ளை அதிகாரி ஆஷ். கடைசி நபரும் ஆஷ்தான் என்று பிந்தைய வரலாறு காட்டியது. ஆஷ் கொலையின் விளைவாகப் பல இன்னல்களை அடைந்த பாரதி, ‘சென்னை மாகாணத்தில் பயங்கரவாத இயக்கம் இறந்து பிறந்த குழந்தை’ என்று முன்னுணர்ந்து கூறினான்.[1] ஆஷுக்குப் பிறகு திருநெல்வேலி மாவட்ட ஆட்சிப் பொறுப்பையேற்ற ஜே.சி. மலோனி ‘தென்னிந்தியாவில் நிகழ்த்தப்பட்ட மிகக் கொடிய அரசியல் குற்றம்’ என்று அதை வருணித்தார்.[2] ரௌலட் கமிட்டி அறிக்கையும் ஆஷ் கொலையைக் குறிப்பிடத் தவறவில்லை.[3]

ஆ. சிவசுப்பிரமணியன் எழுதிய ‘ஆஷ் கொலையும் இந்தியப் புரட்சி இயக்கமும்’ (1986) என்ற நூலின் மூன்றாம் இயலின் தலைப்பு, ‘யார் இந்த ஆஷ்?’ தமிழ்நாடு ஆவணக்காப்பகத்திலும் புது தில்லி இந்திய தேசிய ஆவணக்காப்பகத்திலும் இலண்டன் பிரிட்டிஷ் நூலகத்திலும் இருபதாண்டுகள் தேடியும் விடை காண இயலாத கேள்வியாக அது நின்றுகொண்டிருந்தது. இரகசியச் சங்கத்தைச் சேர்ந்த கொலையாளியைப் பற்றி அதிகம் தெரிந்துகொள்ள முடியாததில் வியப்பொன்றுமில்லை. ஆனால் ஆவணங்கள் மூலம் ஆட்சி செய்த அரசாக (Document Raj) விளங்கிய பிரிட்டிஷ் அரசின் ஐ.சி.எஸ். அதிகாரியைப் பற்றி அதைவிடக் குறைந்த தகவல்களே கிடைப்பதை என்னென்பது?

2006 இளவேனில் பருவத்தில் கேம்பிரிட்ஜ் பல்கலைக்கழகத்தின் தெற்காசிய ஆய்வு மையம் என்னை வருகை ஆய்வாளனாக அழைத்திருந்தது. அம்மையத்தின் ஆவணக்காப்பகம் சான்று வளம்மிக்கது. இந்தியாவில் பணியாற்றிய வெள்ளை அதிகாரிகளின் கடிதங்கள், படங்கள் முதலானவற்றின் கோப்புகளைச் சேகரிப்பதில் பேர்பெற்றது. என் கவனம் அதில்தான். அவற்றுள் ஒரு பெட்டி ஆஷ் தொடர்பானது. ஆஷ் கொலையுண்ட பிறகு அவரது மனைவிக்கு வந்த நூற்றுக்கணக்கான இரங்கல் கடிதங்களும் தீர்மானங்களும் செய்தித்தாள் நறுக்குகளுமாக நிரம்பி வழிந்தது

ஆஷ் படங்கள்

CORONATION TENNIS
COURT

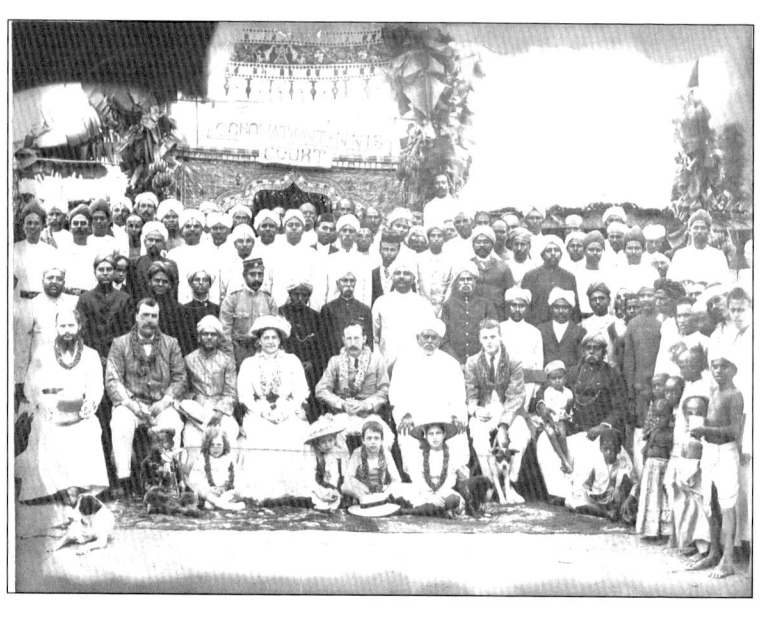

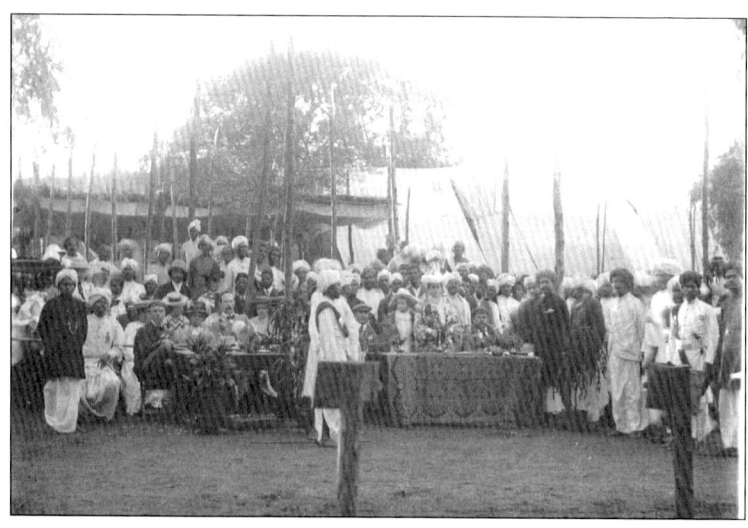

ஆஷ் கல்லறை, பாளையங்கோட்டை (1912)

ஆஷ் கல்லறை
(இன்றைய நிலை)

தூத்துக்குடி ஆஷ் நினைவு மண்டபம், திறப்பு விழா (1913)

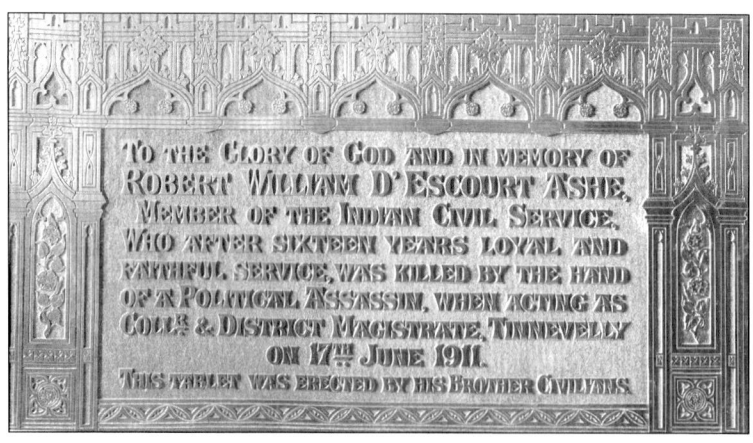

சென்னை ஜார்ஜ் கதீட்ரலில் ஆஷ் நினைவுக் கல்வெட்டு

அப்பெட்டி. நிறைய இருந்தாலும் பெரிதும் சாரமற்றிருந்ததால் கொஞ்சம் ஏமாற்றமடைந்ததை நான் மறைக்க விரும்பவில்லை. ஆனாலும் விடவில்லை. ஆய்வு மைய நிர்வாகி கெவின் கிரீன்பேங்க் உதவியுடன் ஆஷ் கோப்பு எப்படி அங்கு வந்துசேர்ந்தது என்று துப்புத் துலக்கினேன்.

கேம்பிரிட்ஜ் பல்கலைக்கழகத் தொல்லியல் பேராசிரியர் கிளின் டேனியல்சின் மனைவி ரூத் டேனியல்ஸ் கொல்லப்பட்ட ஆஷின் மகன் ஆர்தரின் கொழுந்தியாள் ஆவார். இவர் மூலமாகத் தம் தந்தை தொடர்பான ஆவணங்கள் அனைத்தையும் 1970களின் பிற்பகுதியில் கேம்பிரிட்ஜ் பல்கலைக்கழகத் தெற்காசிய ஆய்வு மையத்திற்குக் கொடையளிக்க ஆர்தர் விரும்பியிருக்கிறார். என்ன காரணத்தினாலோ முதல் தவணைக்குப் பிறகு எந்த மேல்நடவடிக்கையும் இல்லாமல் போய்விட்டது.

இதன் தொடர்பான கடிதப் போக்குவரத்து அடங்கிய கோப்பில் ஆஷ் குடும்ப முகவரி ஒன்று இருந்தது. மயிரைக் கட்டி மலையை இழுப்பதுபோல் ஒரு கடிதத்தை விடுத்து வைத்தேன். சில நாள் கழித்து, ஒரு பின்மாலை நேரம், இரண்டு மொந்தை பியர் குடித்த மிதப்போடு உல்ஃப்சன் கல்லூரியின் கணினி அறைக்கு வந்தேன் மின்னஞ்சலைப் பார்க்க. *'J.R. Ashe'* என்ற பெயர் அஞ்சல்பெட்டியில் ஒளிர்ந்தது. ஒரே நொடியில் அகன்றது போதை. ஜானெட். வயது 87. ஆர்தர் ஆஷின் மனைவி. கொலையுண்ட ஆஷின் மருமகள். தொடர்பு கொண்டதற்கு மிகுந்த மகிழ்ச்சி. அயர்லாந்திற்கு வந்து எங்களைச் சந்திக்க முடியுமா? மகனும் மருமகளும்கூட மிக மகிழ்வார்கள்.

ஒரு மாதம் கழித்து இதோ ஆஷின் பேரன் இராபர்ட்டின் காரில் பயணித்துக்கொண்டிருக்கிறேன். டப்ளின் நகரின் தெற்கே ஐம்பது கல் தொலைவில் ஒரு கிராமத்தில் அவருடைய வீடு. ஐம்பது வயதான இராபர்ட் ஒரு சட்டத் தரணி. இலக்கிய வழி நான் அறிந்த அயர்லாந்து வறுமை சூழ்ந்தது. ஆனால் அதன் சுவடே இப்போது தெரியவில்லை. ஐரோப்பிய ஒன்றியத்தில் இணைந்த பிறகு மிக வேகமாக வளர்ந்துவருகிறது அயர்லாந்து பொருளாதாரம். குறும்பா என்று அறியலாகும் 'லிமரிக்' என்ற நகைச்சுவைக் கவிதை வடிவம் ஒரு நகரத்தின் பெயராகும் என்பதைக் கைகாட்டி மரங்கள் நினைவுபடுத்தின. குவாக்கர் என்ற கிறித்தவப் பிரிவினரின் பாழடைந்த குடியைத் தாண்டி அமைந்திருந்தது இராபர்ட்டின் வீடு. அவர் மனைவி கரோலின் வரவேற்றார். வளமனை. எங்குப் பார்த்தாலும் அடுக்கியும் இறைந்தும் கிடந்தன நான் படித்ததும் படிக்க விரும்பியதும் படிக்க வேண்டியதுமான நூல்கள்.

காலனிய நாட்டில் தன் மூதாதையரைப் பறிகொடுத்திருந்த அக்குடும்பம் தொடர்ந்து காலனிய நாடுகளோடு உறவுகொண்டிருந்தது வியப்பாக இருந்தது. 1947வரை இராபர்ட்டின் தந்தை இந்திய இராணுவத்தில் அதிகாரியாக இருந்திருக்கிறார். ஹாங்காங்கில் பிறந்த கரோலின் தன் இளமைக் காலத்தை ஜிம்பாப்வேயில் கழித்திருக்கிறார். அவருடைய குடும்பம் இன்னமும் அங்குதான் வாழ்கிறது. ஏராளமான பழைய ஆவணங்களைப் பேணிவந்த, புத்தக வாசிப்பில் ஆழ்ந்த ஈடுபாடுகொண்டிருந்த அக்குடும்பம் ஆஷ் கொலையைப் பற்றிச் செவிவழிச் செய்திகளைத் தவிர மேலதிகமாக எதையும் அறிந்திருக்கவில்லை. டேவிட் டேவிடாரின் *The House of Blue Mangoes* நாவலில் வரும் ஒரு பகுதி மூலமாகச் சில செய்திகளை அவர்கள் அறிந்திருந்தனர். பி.ஏ. கிருஷ்ணனின் 'புலிநகக் கொன்றை' நாவலின் ஆங்கில மூலத்தைப் (*The Tiger Claw Tree*) பற்றி நான்தான் அவர்களுக்குத் தகவல் சொன்னேன்.

அடுத்த நாள் விடிந்தது. ஜூன் 17. ஆஷ் கொலையின் 95ஆம் ஆண்டு நிறைவு என்பது நினைவுக்கு வந்தது. இதைச் சுட்டிக்காட்டியபோது நினைவிருக்கிறது என்றார் இராபர்ட். அவர் பாதுகாத்துவைத்திருந்த நூற்றுக்கணக்கான ஆவணங்களை மெல்லப் புரட்டலானேன். ஆஷின் மனைவி மேரி எழுதிக் குவித்திருந்த ஏராளமான கடிதங்கள், அவர் வரப்பெற்ற இரங்கல் கடிதங்கள் ஆகியவற்றுக்கிடையே சில அரிய வரலாற்று மணிகளும் தட்டுப்பட்டன. இவற்றைப் பார்வையிட்டுக்கொண்டே ஆஷ் கொலையின் வரலாற்றுப் பின்னணியை நான் விளக்கவும், குடும்பச் செய்திகளை விவரித்துச் சில இடைவெளிகளை நிரப்பினார் இராபர்ட். இந்தப் பின்னணியில் ஒரு நாவல் எழுதலாம் என்று அவருக்குத் தோன்றுமளவிற்குப் பழைய செய்திகளில் அவர் முழுகிப்போனார். பகல் கழிந்து மாலை மயங்கியபொழுது எங்களுக்கிடையே முந்தைய நாளின் தயக்கம் நீங்கி நட்பு துளிர்விடத் தொடங்கியிருந்தது. வரலாற்றுக் கசப்புகளைக் காலம்தான் எப்படிக் கரைத்துவிடுகிறது! அன்று மாலை ஆஷ் நினைவுக்கு ஒயின் பாட்டிலைத் திறந்தபொழுது வாஞ்சிக்காகவும் தம் கோப்பையை இராபர்ட் உயர்த்தியபொழுது சற்று நெகிழ்ந்துதான்போனேன்.

ஊர் திரும்பியதும் வாஞ்சியின் படத்தை இராபர்ட்டுக்கு அனுப்பினேன். மின்னஞ்சலில் உடன் வந்த விடை : 'எவ்வளவு பொலிவான இளம் முகம்! எங்கள் வாசகர் வட்டத்தில் ஆன் பாட்செட் எழுதிய *பெல் காண்டோ* நாவலைப் படித்து வருகிறேன். அதிலும் இளம் புரட்சியாளர்கள் இவரைப் போலவே இளைஞர்கள்தாம். ஆனால் கடைசியில் இராணுவப் படையினர்

இவர்களைச் சுட்டுக் கொன்றுவிடுகின்றனர். இவரோ தன்னைத் தானே மாய்த்துக்கொண்டார். எதற்காக? தன் தோழர்களைக் காப்பாற்றவா? தியாகி ஆவதற்கா?'

2

ஆஷ் கொலையுண்டதைத் தொடர்ந்து அவர் மனைவிக்குக் கணக்கற்ற இரங்கல் கடிதங்கள் வந்தன. அவற்றுள் ஒன்று சிங்கம்பட்டியில் நாட்டு ஓடு தயாரிக்கும் சூளையில் மேலாளரான எஸ். சுவாமிநாதன் என்பவர் எழுதியது. ஆஷ் வாழ்க்கை வரலாற்றைத் தான் எழுதவிருப்பதாகவும், அதற்காக அவருடைய இளமைக் காலம் பற்றிய செய்திகளை அறிவித்து உதவும்படியும் அவர் கடிதம் விடுத்திருந்தார். திருமதி ஆஷ் அவருக்கு விடையிறுத்ததாகத் தெரியவில்லை. ஆஷின் வரலாறும் வெளி வரவில்லை. காலனிய ஆவணக்காப்பகப் பதிவுகளிலிருந்தும் ஆஷ் குடும்ப ஆவணங்களிலிருந்தும் கிடைக்கலாகும் குறையுடைய தகவல்களைக் கொண்டே ஆஷின் வரலாற்றை மீட்டுருவாக்கம் செய்ய வேண்டியுள்ளது.

அயர்லாந்தின் பாரம்பரியமான ஆங்கிலக் குடிவழியில் வந்தவர் ஆஷ். அவரது குடும்ப வம்சாவளி பதினாறாம் நூற்றாண்டிலிருந்து தொடங்குகிறது. அயர்லாந்து அரசிடமிருந்து திருச்சபை பிரியும் காலம்வரை (1871) ஆஷ் குடும்பத்தினர் சீர்திருத்தச் திருச்சபையில் பாதிரிமாராக இருந்துள்ளனர். டப்ளினின் மிகப் புகழ்பெற்ற டிரினிட்டி கல்லூரியின் புரோவோஸ்டாகப் பதினேழாம் நூற்றாண்டின் பிற்பகுதியில் ஆஷ் மூதாதையர் ஒருவர் இருந்திருக்கிறார். மற்றொருவர் 'கலிவர் பயணங்கள்' எழுதிய ஜொனாதன் ஸ்விஃப்டின் அறிவுலகக் குழுவில் இருந்திருக்கிறார்.

இராபர்ட் வில்லியம் டி'எஸ்கோர் ஆஷ் 23 நவம்பர் 1872இல் பிறந்ததாக அவருடைய பிறப்புச் சான்றிதழ் கூறுகிறது. தந்தை ஐசக் ஆஷ். தாய் சாராள் ஆஷ். பிறந்த ஊர் அயர்லாந்தின் லெட்டர்கென்னியில் ஸ்பிராக்பர்ன். ஆஷின் தந்தை மருத்துவர். டன்டிரன் என்ற ஊரின் மனநல விடுதியில் மருத்துவக் கண் காணிப்பாளர். 1892இல் அவ்விடுதியின் நோயாளி ஒருவர் அவரைத் தாக்கித் தலையில் அடித்ததில் இறந்துபோயிருக்கிறார்.

டப்ளின் உயர்நிலைப் பள்ளியில் ஆஷ் சிறப்பாகப் படித்துத் தேர்ந்ததாகத் தெரிகிறது. 1892இல் டப்ளின் டிரினிட்டி கல்லூரியில் முதல் மாணவராக நுழைவுத் தேர்வில் ஆஷ் வெற்றி பெற்றார். அக்கல்லூரியின் முந்நூறாம் ஆண்டு விழாவை முன்னிட்டு அவர் எழுதிய செய்யுள் துணைவேந்தர் பரிசைப் பெற்றது. 91 செய்யுள் அடங்கிய 18 பக்கம் கொண்ட அதை டிரினிட்டி

கல்லூரியே சிறுநூலாக வெளியிட்டது. 1894இன் ஐ.சி.எஸ். தேர்வில் தேர்ச்சி பெற்ற அறுபத்தொருவரில் நாற்பதாம் இடத்தைப் பெற்றார் ஆஷ். 1895 நவம்பரில் பணியில் சேர்ந்த ஆஷ் டிசம்பர் 4ஆம் நாள் இந்தியாவில் கரையிறங்கினார். மாவட்டப் பொறுப்பேற்பதற்கெனத் தெலுங்கை முதல் மொழியாகவும் தமிழை இரண்டாம் மொழியாகவும் அவர் தேர்ந்தெடுத்துப் பயின்றிருக்கிறார். ஆஷின் ஆட்சிப் பணி வாலாயமான முறையில் சீராக, எந்தச் சிறப்புமின்றி இயல்பான கதியில் சென்றுள்ளது. அவருடைய முதல் பணி அமர்த்தம் அன்றைய சென்னை மாகாணத்தின் வடகிழக்கு மூலையான கஞ்சம் (இன்றைய ஒரிசா மாநிலத்திலுள்ளது) மாவட்டத்தில் அமைந்தது. மூன்றாண்டுக்குப் பிறகு சென்னை நகரில் சிறப்பு அலுவலராக அமர்ந்தார். 1899 ஜனவரியில் வட ஆர்க்காடு மாவட்டத்தில் துணை ஆட்சியரானார். சிறிது காலம் மீண்டும் சென்னைத் தலைமையகத்தில் பணியாற்றிய பின் 1900இல் மாவட்டப் பணிக்குத் திருப்பியனுப்பப்பட்டிருக்கிறார். கிருஷ்ணா, ஓங்கோல், நெல்லூர் என்று 1907 வரை பெரிதும் தெலுங்கு பேசும் பகுதிகளிலேயே ஆஷ் பணியாற்றியிருக்கிறார். நவம்பர் 1905இல் விடுப்பில் தாயகம் திரும்பியிருக்கிறார்.[4]

பதினைந்து மாதங்களுக்குப் பிறகு இந்தியா திரும்பிய ஆஷ் சென்னை மாகாணத்தின் தென்மூலையான திருநெல்வேலியில் அமர்த்தப்பட்டார். ஆனால் சில மாதங்களிலேயே 'தனிப்பட்ட அவசர விடுப்பில்' ஆகஸ்டு 1907 முதல் ஆறு மாதங்களுக்கு அயர்லாந்து சென்றிருக்கிறார். அவருடைய மனைவி மேரியின் உடல்நிலையே இதற்குக் காரணமெனத் தெரிகிறது.

17 பிப்ரவரி 1908இல் மீண்டும் ஆஷ் நெல்லை திரும்பினார். அப்போது அவர் பணியாற்றிய இரண்டு மாதங்கள் ஊழ்வினை உருத்துவந்து ஊட்டிய காலம் எனலாம். சேரன்மாதேவியில் தலைமை உதவிக் கலெக்டராக அமர்த்தப்பட்டிருந்தாலும், தூத்துக்குடிப் பிரிவின் துணைக் கலெக்டராகவும் ஆஷ் கூடுதல் பொறுப்பேற்றிருந்தார். சென்னை மாகாணத்தில் சென்னைக்கு அடுத்துப் பெரிய துறைமுகம் கொண்டது தூத்துக்குடி. அந்நகரில் இருந்த பெரிய நூற்பாலையான கோரல் ஆலை ஏ. எஃப். ஹார்வி என்ற வெள்ளையர் நிறுவனத்தின் நிர்வாகத்திலிருந்தது. தூத்துக்குடி– கொழும்பு கடல் வணிகத்தை ஏகபோகமாகக் கொண்டிருந்த பிரிட்டிஷ் இந்தியா ஸ்டீம் நேவிகேஷன் கம்பெனியின் தூத்துக்குடி முகவராகவும் இதே நிறுவனம் இருந்தது. தூத்துக்குடி ஊழ்வினை சூழ்ந்த படலத்திற்குப் பிறகு ஆஷ் கோதாவரி மாவட்டத்திற்கு இடம் மாற்றப்பட்டார். டிசம்பர் 1908 முதல் திருநெல்வேலியிலும்

சாத்தூர் துணைப் பிரிவிலும் பணியாற்றிய பின் ஆகஸ்டு 1910இல் திருநெல்வேலியின் பொறுப்பு ஆட்சியரானார்.

ஆஷின் பணிப் பதிவேடுகள் சிறப்பான ஓர் அலுவலரைக் காட்டவில்லை என்றால், ஆஷ் குடும்ப ஆவணங்களின்வழி அவருடைய ஆளுமையும் துலக்கம் பெறவில்லை. தொடர்ந்து கரடுமுரடான செய்யுள்களை அவர் எழுதிவந்துள்ளதும் தெரிகிறது. 35 தட்டச்சிட்ட தாள்களில் 26 செய்யுள்கள் அடங்கிய கற்றை ஒன்று ஆஷ் குடும்பக் கோப்புகளில் காணப்படுகிறது. ஆஷ் மறைவுக்குப் பின் அவற்றை வெளியிடுவதற்கென அவருடைய மனைவி எடுத்த முயற்சிகளின் எச்சம் போலும் இது. அவற்றுள் 'சோனட்' (sonnet) வடிவப் பாடல்கள் இரண்டு மன இறுக்கம் பற்றியதாகவும் மரணம் பற்றியதாகவும் எதன் முன்னறிவிப்பாகவோ அமைந்துள்ளன. கோப்புகளில் காணப்படும் இரண்டொரு கடிதங்கள் அவரைக் கறாரான ஆளாகக் காட்டவில்லை. சக அலுவலர்கள் இவரை ஏய்த்துள்ளதாகவும் தெரிகிறது.

3

17 ஜூன் 1911. காலை 9:30. நெல்லைச் சந்திப்பில் ஆஷ் மணியாச்சி மெயிலில் ஏறினார். உடன்வந்த மேரி அதற்குச் சில நாளுக்கு முன்னர் 12ஆம் நாளன்றுதான் அவருடைய நெடுநாள் நோய்க்காக மருத்துவ சிகிச்சையும் ஆலோசனையும் பெற்று அயர்லாந்திலிருந்து இந்தியா திரும்பியிருந்தார். கொழும்புவில் இறங்கிய பின் மற்றொரு நீராவிக் கப்பல் மூலம் தூத்துக்குடி வந்திறங்கிய மேரியை ஆஷ் நேராகச் சென்று அழைத்துவந்திருந்தார்.

அவருடைய இயற்பெயர் மேரி லிலியன் பாட்டர்சன். அவருடைய தந்தை பெஞ்சமின் தாமஸ் பாட்டர்சன் ஒரு பொறியியலாளர். தாய் மேரி சூசன்னா பாட்டர்சன். 7 ஜனவரி 1872இல் பிறந்த மேரி ஆஷைவிட ஏறத்தாழ ஒரு வயது மூத்தவர்.

டப்ளினில் காதலிக்கத் தொடங்கிய ஆஷும் மேரியும் 6 ஏப்ரல் 1898இல் இன்றைய ஒரிசாவிலுள்ள பெர்ஹாம்பூரில் மணம் முடித்தனர். இவர்களின் காதல் வாழ்க்கையில் மேரியே முன்னடி எடுத்திருக்கிறார். ஆஷ் குடும்ப ஆவணங்களில் மேரி எழுதிய நூற்றுக்கணக்கான காதல் கடிதங்கள் உள்ளன. மிக நெருக்கமான உணர்வுகளை இவற்றில் காண முடிகின்றது. தங்கள் காதலை வெளிப்படுத்த சங்கேத மொழியையும் ஆஷ் தம்பதியினர் கையாண்டிருக்கின்றனர்.

ஆஷ் இணையர் கொடைக்கானல் பயணப்பட்டுக் கொண்டிருந்தனர். காரணம் அங்கு வாடகைக்கு எடுத்திருந்த

ஒரு வளமனையில் மொலி என்ற மேரி, ஆர்தர், ஷீலா, ஹெர்பர்ட் ஆகிய, முறையே 13, 10, 8, 6 வயதான குழந்தைகள் மிஸ் மில்லிக்கின் என்ற செவிலியருடன் குடியிருந்தனர்.

10:38க்கு மணியாச்சி சந்திப்பை அடைந்தது தொடர்வண்டி. இன்றுபோல் அன்றும் மணியாச்சி கிராமத்திலிருந்து கொஞ்சம் தொலைவில் கரிசல் காட்டில் அமைந்திருந்தது மணியாச்சி சந்திப்பு. 10:48க்கு போட் மெயில் வர வேண்டும். அதற்காகக் காத்திருந்த ஆஷ் இணையர் முதல் வகுப்புப் பெட்டியில் ஒருவரையொருவர் பார்த்தவாறு எதிரெதிரே அமர்ந்திருந்தனர். குடுமிவைத்து நன்றாக உடையணிந்திருந்த ஓர் இளைஞரும், மலையாளிகளைப் போல் வேட்டி அணிந்திருந்த ஒருவரும் முதல் வகுப்புப் பெட்டியை நெருங்கினர். அதில் ஏறிய இளைஞர் தன் கோட்டிலிருந்து ஒரு பெல்ஜியத் தானியங்கிக் கைத் துப்பாக்கியை எடுத்து ஆஷை நோக்கி நீட்டினார். அவரைத் திசைதிருப்பும்முகமாக ஆஷ் தன் தொப்பியை எடுத்து வீசினார். கைத்துப்பாக்கியிலிருந்து புறப்பட்ட குண்டு ஆஷ் நெஞ்சில் பாய்ந்தது. அவர் நிலைகுலைந்தார். குண்டடிபட்டவர் கலெக்டரானதால் ரயில் வண்டி நெல்லைக்குத் திரும்பியது. ஆனால் கங்கைகொண்டான் நிலையத்தருகே தன் மனைவியின் கைகளில் கடைசி மூச்சைவிட்டார் ஆஷ்.[5]

ஆஷைச் சுட்ட பின்பு நடைமேடையில் ஓடிய இளைஞர் அங்கிருந்த கழிவறைக்குள் புகுந்துகொண்டார். வெட்டவெளியில் வேனிற்காலக் காற்றின் இரைச்சலில் கைத்துப்பாக்கியின் வேட்டொலி எவருக்கும் கேட்கவில்லை. வாயில் துப்பாக்கி வைத்துச் சுட்டுக்கொண்டு இறந்துபோன இளைஞரின் சட்டைப் பையில் கீழ்க்காணும் கடிதம் கிடைத்தது.

> ஆங்கில சத்துருக்கள் நமது தேசத்தைப் பிடுங்கிக் கொண்டு, அழியாத ஸனாதன தர்மத்தைக் காலால் மிதித்துத் துவம்சம் செய்துவருகிறார்கள். ஒவ்வொரு இந்தியனும் தற்காலத்தில் தேசச் சத்துருவாகிய ஆங்கிலேயனைத் துரத்தி, தர்மத்தை யும் சுதந்திரத்தையும் நிலைநாட்ட முயற்சி செய்து வருகிறான். எங்கள் ராமன், சிவாஜி, கிருஷ்ணன், குரு கோவிந்தர், அர்ஜுனன் முதலியவர் இருந்து தர்மம் செழிக்க அரசாட்சி செய்துவந்த தேசத்தில், கேவலம் கோமாமிசம் தின்னக்கூடிய ஒரு மிலேச்சனாகிய ஜார்ஜ் பஞ்சமனை (George V) முடிசூட்ட உத்தேசம் செய்துகொண்டு, பெருமுயற்சி நடந்துவருகிறது. அவன் (George) எங்கள் தேசத்தில் காலை வைத்த உடனேயே அவனைக் கொல்லும்பொருட்டு 3000

மதராசிகள் பிரதிக்கினை செய்துகொண்டிருக்கிறோம். அதைத் தெரிவிக்கும்பொருட்டு அவர்களில் கடையேனாகிய நான் இன்று இச்செய்கை செய்தேன். இதுதான் இந்துஸ்தானத்தில் ஒவ்வொருவனும் செய்யவேண்டிய கடமை.

இப்படிக்கு,
R. வாஞ்சி அய்யர்
R. Vanchi Aiyar of Shencotta

கொலைக்கான காரணம் அரசியல் என்பது வெளிப்பட்டது. கடித வாசகங்கள் பீதியூட்டின. அவ்வாண்டு கடைசியில் புது தில்லியில் நிகழவிருந்த ஐந்தாம் ஜார்ஜ் மன்னனின் முடிசூட்டு விழாவிற்கு எதிர்ப்புத் தெரிவிப்பதற்காகக் கொலை நிகழ்ந்த தருணம் தேர்ந்தெடுக்கப்பட்டிருந்தது. இந்தக் கடிதம் என்ன விளைவுகளை ஏற்படுத்துமோ என்று அஞ்சிய இந்திய அரசின் உள்துறை, தவிர்க்க முடியாத காரணமிருந்தாலேயொழிய நீதிமன்ற விசாரணையின்பொழுதுகூட அதை வெளிப்படுத்தக் கூடாது என்று ஆணையிட்டது.

சென்னை மாகாணம் அதுவரை கண்டிராத ஒரு நரவேட்டை தொடங்கியது. 1886ஆம் ஆண்டளவில் பிறந்த வாஞ்சி, திருவிதாங்கூர் தேவஸ்தானத்தில் மணியக்காரராகப் பணியாற்றி ஓய்வுபெற்றிருந்த ரகுபதி அய்யரின் மகன். மனைவி பொன்னம்மாள். தங்களுடைய கைக்குழந்தையை அண்மையில்தான் அவர்கள் பறிகொடுத்திருந்தனர். வாஞ்சியின் அரசியல் ஈடுபாடுகளும் கமுக்கமான செயல்பாடுகளும் தந்தை மகனுக்கிடையே கடுமையான புகைச்சலை ஏற்படுத்தியிருந்தன. வாஞ்சிக்குக் கடைசிக் கடன்களைச் செய்யவும் மறுத்துவிட்டார் அவருடைய தந்தை. திருவிதாங்கூர் சமத்தானத்தின் புனலூரில் சிறிது காலம் வனக் காவலராகவும் வாஞ்சி வேலை பார்த்திருந்தார். அண்மையில் பரோடா, புதுச்சேரி ஆகிய இடங்களுக்கு இரகசிய நடவடிக்கையாக அவர் சென்றுவந்திருந்ததாகத் தெரிந்தது. செங்கோட்டை, ஓட்டப்பிடாரம், தூத்துக்குடி ஆகிய இடங்களில் கைப்பற்றப்பட்ட கடிதங்கள் இரத்தப் பிரமாணம், காளி பூஜை முதலான அனைத்து அம்சங்களும் கொண்ட இரகசிய சங்கம் ஒன்று இருந்ததைப் புலப்படுத்தின. 'பரங்கி நாசினி அச்சியந்திர சாலை'யில் அச்சிடப்பட்ட, வெள்ளையரைக் கொல்லத் தூண்டும் இரண்டு துண்டறிக்கைகள் – 'ஆரியர்களுக்கோர் ஆப்த வாக்கியம்', 'அபிநவ பாரத சமாஜத்தில் சேர்ந்துகொள்ளப் பிரமாணம்' – கைப்பற்றப்பட்டன.[6] பாரதி எழுதிய நூல்களும் நடத்திய சில இதழ்களும் போலீசார் கையில் அகப்பட்டன.

அதற்கு முந்தைய சில ஆண்டுகளாகப் பல அரசியல் கொலைகளும் குண்டுவெடிப்புகளும் நிகழ்ந்த வங்காளத்தின் இரகசிய சங்கங்களோடு இருந்த தொடர்புகளையும் போலீசார் துப்பறிந்தனர். நெல்லை மாவட்டத்தில் 1908இல் கோலோச்சிய சுதேசி இயக்கத்தோடு ஆஷ் கொலைக்கு நேர்த்தொடர்பு இருந்ததையும் புலனாய்வுகள் காட்டின.

ஆஷைக் கொல்லச் சூழ்ச்சி செய்ததாகப் பதிநான்கு பேர் கைதுசெய்யப்பட்டனர். போலீசுக்கு அஞ்சி தர்மராஜ அய்யர் நஞ்சுண்டும் வெங்கடேசுர அய்யர் கழுத்தை வெட்டிக்கொண்டும் தற்கொலை செய்துகொண்டனர். வ.உ.சி.யின் உற்ற துணை வரும் கொலை நிகழ்ந்த நாளில் வாஞ்சியுடன் இருந்தவர் என நம்பப்பட்டவருமான மாடசாமி பிள்ளை கடைசிவரை சிக்கவில்லை. அவரைப் பற்றி உலவிவரும் கதைகளுக்கு இன்று வரை குறைவில்லை.

காலனியாதிக்க காலத்துச் சதி வழக்குகள் அப்ரூவரின் சான்றை அடிப்படையாகக் கொண்டிருப்பது வழமை. வ.உ.சி.யின் சொந்த ஊரான ஓட்டப்பிடாரத்தைச் சேர்ந்த சோமசுந்தரம் பிள்ளை ஆஷ் கொலைச் சதி வழக்குக்கு அப்ரூவரானார். இந்தியாவை நாசப்படுத்தும் வெள்ளையராட்சியை ஒழிக்க வேண்டுமானால் எல்லா வெள்ளையரையும் கொல்ல வேண்டுமென்றும், 1908இல் நிகழ்ந்த நிகழ்ச்சிகளுக்கும் சுதேசிக் கப்பல் கம்பெனியை நசுக்குவதில் தலைமையேற்ற ஆஷைக் கொல்ல வேண்டுமென்றும் வாஞ்சி கூறியதாக சோமசுந்தரம் பிள்ளை வாக்குமூலம் அளித்தார். அந்நாளில் முக்கியக் காங்கிரஸ் பிரமுகராக இருந்த என்.கே. ராமசாமி அய்யர், பின்னர் ஆந்திர முதல்வரான டி. பிரகாசம் போன்றோர் இவ்வழக்கில் வாதாடினர்.

வழக்கு விசாரணையின்பொழுது சென்னை நீதிமன்றத் தலைமை நீதிபதி சார்ல்ஸ் ஆர்னால்டு ஒயிட், நீதிபதி எயிலிங்கு ஆகியோர் அப்ரூவரின் வாக்குமூலத்தை ஏற்றுக்கொண்டனர். மூன்றாம் நீதிபதி செட்டூர் சங்கரன் நாயர் சுதேசி இயக்கத்துக்கும் ஆஷ் கொலைக்கும் நேர்க் காரண காரியத் தொடர்பைக் கண்டார். நெல்லை மாவட்டத்தில் நிகழ்ந்த சுதேசி இயக்க எழுச்சியையும், அதையொட்டி வ.உ.சி. தொடங்கிய சுதேசிக் கப்பல் கம்பெனி முயற்சியையும், கோரல் ஆலையில் வ.உ.சி. முன்னின்று நடத்திய வேலைநிறுத்தத்தையும், திருநெல்வேலிக் கலகத்தையும் தொடர்ச்சியாக விவரித்த சங்கரன் நாயர், பாரதி எழுதிய ‘கலெக்டர் வின்ச் சிதம்பரம் பிள்ளைக்குச் சொல்லுதல்’, ‘கலெக்டர் வின்ச்சுக்கு ஸ்ரீ சிதம்பரம் பிள்ளை சொல்லிய மறுமொழி’ என்ற பாடலை மேற்கோள் காட்டி, ‘இந்தக் கசப்பான பகையின் நேரடியான விளைவே திரு. ஆஷ் கொலையாகும் . . .

வ.உ.சி., சுப்பிரமணிய சிவா ஆகியோரின் கைது மற்றும் சுதேசிக் கப்பல் கம்பெனி விவகாரம் ஆகியவையே இக்கொலைக்கு முக்கியக் காரணமாகும்' என்று அறுதியிட்டுக் கூறினார்.

ஆஷ் கொலை விசாரணையில் சதி அம்சம் நீதிமன்றத்தில் நிரூபிக்கப்படவில்லை என்றாலும் பதினால்வரில் ஒன்பது பேருக்குத் தண்டனை வழங்கப்பட்டது.

ஆஷ் விவகாரம் இதோடு முடிந்துவிடவில்லை. புதுச்சேரியில் தஞ்சமடைந்திருந்த பாரதி, வ.வே.சு. அய்யர் முதலானோர் இக்கொலையோடு நேரடியாகத் தொடர்புபடுத்தப்பட்டனர். ஒரு பெரும் போலீஸ் படையும் ஒற்றர் படையும் புதுச்சேரியில் நிறுத்தப்பட்டன. தென்னிந்திய வரலாற்றில் மறக்க முடியாத ஒரு நிகழ்வாக ஆஷ் கொலை கடைசிவரை நின்றது.

4

பிப்ரவரி 1908இல் ஆஷ் பணியாற்றவந்த நெல்லை ஒரு சாதாரண மாவட்டமாக இல்லை. 'இராஜ துரோகத்தின் நாற்றங்கால் என்ற அவப்பெயர்' பெற்றிருந்த மாவட்டம் என அதன் கலெக்டர் ஜே.சி. மலோனி ஒருமுறை நினைவு கூர்ந்தது அதன் விடுதலை இயக்க முனைப்புக்குச் சான்றாகும்.[7] வங்காள மாகாணத்தை இரண்டாகத் துண்டாட இராஜ பிரதிநிதி கர்சன் பிரபு முயன்றதையொட்டி, பாரதி குறிப்பிட்டதைப் போல் 'சென்ற சுபகிருது வருஷத்திலே பாரத நாட்டில், ஸர்வ சுபங்களுக்கும் மூலாதாரமாகிய "தேசபக்தி" என்ற நவீன மார்க்கம் தோன்றியது.' தேசிய விடுதலை இயக்கத்தை ஒடுக்கும் முயற்சியாக வங்கப் பிரிவினையைக் கண்ட காங்கிரஸ், டிசம்பர் 1906 கல்கத்தா மாநாட்டில் சுதேசி, அந்நியப் பொருள் புறக்கணிப்பு, தேசியக் கல்வி ஆகிய கூறுகளைக் கொண்ட ஒரு செயல்திட்டத்தை அறிவித்தது. அதுவரை 'பவதி பிக்ஷாம் தேஹி' என்று மன்றாடிக்கொண்டிருந்த காங்கிரஸ் ஒரு வெகுசன இயக்கமாக மாற்றமுறத் தொடங்கியது. வங்காளம், பஞ்சாப், மகாராஷ்டிரம் ஆகிய பகுதிகளில் வலுப்பெற்ற சுதேசி இயக்கம், 'இருண்ட மாகாணம்' என்று பெயர்பெற்றிருந்த சென்னையிலும் காலூன்றலானது.

டிசம்பர் 1906இல் சென்னை அரசு, சுதேசி இயக்கத்தின் நிலை என்ன என்று அறிக்கை அனுப்புமாறு அனைத்து மாவட்டக் கலெக்டர்களையும் பணித்திருந்தது. சுதேசியம் 'பேச்சோடு நிற்கிறது; பொதுமக்களின் ஆதரவு எள்ளளவும் இல்லை' என்று எல்லா மாவட்டங்களும் அறிவிக்க, 'பிரிட்டிஷ் எதிர்ப்புணர்வு நிலவுவதாக ஐயுறும் நிலையிலுள்ளது திருநெல்வேலி மாவட்டம்

மட்டுமே, அதிலும் குறிப்பாகத் தூத்துக்குடி நகரம் மட்டுமே' என்று அதன் கலெக்டர் கூறினார்.[8]

இந்தத் திருநெல்வேலி மாவட்டத்தின் சேரன்மாதேவிக்குத் தான் ஆஷ் சப்–கலெக்டராக வந்துசேர்ந்தார். தூத்துக்குடியின் துணை டிவிஷனல் மாஜிஸ்திரேட்டாகவும் ஜாயிண்ட் மாஜிஸ் திரேட்டாகவும் கூடுதல் பொறுப்பு வகித்ததால் தூத்துக்குடி நகரமே ஆஷின் பணியிடமாக அமைந்தது.

1906இன் தொடக்கத்தில் தூத்துக்குடியில் சுதேசியம் முகிழ்த்தது. இந்தியாவின் பிற பகுதிகளில் சுதேசியம் என்றால் மெழுகுவத்தி செய்தல், வளையல் அறுத்தல் என்றிருக்க, தூத்துக்குடியிலோ சுதேசிக் கப்பல் கம்பெனி என்ற பிரம்மாண்ட முயற்சி மேற்கொள்ளப்பட்டது. இதன் பின்னணியில் இருந்தவர் வ.உ. சிதம்பரம் பிள்ளை. உள்ளூர் நீதிமன்றத்தில் 'பிளீடர்' என்ற எளிய வழக்குரைஞராக இருந்த வ.உ.சி., ஒரு குறுகிய கால அளவில் தம் நெஞ்சுரத்தாலும் விடாமுயற்சியாலும் வினைத்திட்பத்தாலும் ஈகத்தாலும் ஒரு தேசிய நாயகராக ஒளிவிட்டார். திலகர் தலைமையிலான காங்கிரசின் தீவிரப் பிரிவில் அணிவகுத்த வ.உ.சி., தூத்துக்குடி நகர வணிகர்களை அணிசேர்த்து ஒரு கப்பல் கம்பெனியைத் தொடங்கினார். இரண்டு பெரிய நீராவிக் கப்பல்களை விலைக்கு வாங்கினார். பிரிட்டிஷ் இந்தியா ஸ்டீம் நேவிகேஷன் கம்பெனிக்குக் கடும் போட்டியாக விளங்கிய சுதேசிக் கம்பெனி வெள்ளையரின் வணிக நலன்களுக்கு ஒரு தேசிய அறைகூவலாக விளங்கியது.

டிசம்பர் 1907இல் நடந்த சூரத் மாநாட்டில் காங்கிரஸ் பிளவுபட்டதைத் தொடர்ந்து தென்னகத்துத் தீவிரவாதிகளின் தலைவராகத் தூத்துக்குடிக்குத் திரும்பிய வ.உ.சி., தூத்துக்குடிக் கடற்கரையிலும் திருநெல்வேலிப் பொருநைக் கரையிலும் ஏராளமான தேசிய அரசியல் கூட்டங்களை முன்னின்று நடத்தினார். சுப்பிரமணிய சிவாவின் அனல் பறக்கும் உரைகள் இவற்றின் சிறப்பம்சம். பொதுவெளிகளில் தமிழில் அரசியல் சொற்பொழிவுகள் நிகழ்த்தப்பட்டது அதுவே முதல்முறை எனலாம். வெள்ளை ஆட்சியாளர்களுக்குச் சவால்விடும் வண்ணம் சுதந்திரமான, பிரதிநிதித்துவ அரசாங்கம் வேண்டும் என்ற கோரிக்கைகள் எழுப்பப்பட்டன. இப்பேச்சுகள் நடுத்தர வர்க்கத்தினர், வணிகர்கள் மட்டுமல்லாமல், சாதாரண மக்களையும் உழைக்கும் வர்க்கத்தினரையும் அணிதிரட்டியதாகப் போலீஸ், சி.ஐ.டி ஆவணங்கள் தெரிவிக்கின்றன.

27 பிப்ரவரி 1908இல் தூத்துக்குடி கோரல் ஆலைத் தொழிலாளர் ஏறத்தாழ ஓராயிரம் பேர் கூலி உயர்வு, வார

விடுமுறை முதலான கோரிக்கைகளை முன்வைத்து வேலை நிறுத்தம் செய்தனர். இதன் பின்னணியில் சுதேசி இயக்கமும் வ.உ.சியும் இருந்தது வெளிப்படை. போராட்டம் வலுப்பதைக் கண்ட அரசு நிர்வாகம் 144 சட்டப் பிரிவை அமலாக்கியதோடு, சிவகாசியிலிருந்து கூடுதல் போலீஸ் படையையும் வரவழைத்தது. நிலைமையை எதிர்கொள்ளும் பொறுப்பு, தலத்திலிருந்த அதிகாரியான ஆஷுக்கு. ஆஷ்,

ஜாயின்று மேஜிஸ் டிரட்டாக என்னகர்
காயிதம் தந்'தெனைக் காண்க வா' என்றனன்.
உயிரனைய என்நண்பர் ஓட்டத்தில்வந்து 'நின்
உயிரினை நீக்குதற் குபாயம் செய்துளன்;
காண்க நீ போகேல். காலையிற் கேட்டேம்;
வீண் கதை யென்றுநீ விளம்பலொழி'

என்று வ.உ.சி. சுயசரிதை கூறுகிறது.

ஆனால் வ.உ.சி.யோ 'உயிரினை நீக்கும் ஊழ்வலி வந்திடின் நம்மால் தடுக்கவும் நண்ணுமோ? செல்லாது சும்மா இருந்திடின் சுகமோ' என்று துணிவாக ஆஷைக் காணச் சென்றார்.

ஆசுவைக் கண்டதும், 'அழகிய மில்லினை
மோசம் செய்ததென் மொழிகுவாய்' என்றான்.
'கொடியபல செய்து கூலி யாட்களை
மடியும் விதத்தினில் வருத்திவந் ததனால்
வேலையை நிறுத்தினர்; வேண்டுவ கேட்டுளேன்;
நாலு தினத்தினில் நன்மையாம்' என்றேன்.
படையின் செருக்கைப் பகர்ந்தான். எழுந்தேன்
'படையிலா ரிடத்ததைப் பகர்தல் நன்' றென்றே!

தொழிலாளர் ஒற்றுமையும் வ.உ.சியின் தலைமையும் வேலை நிறுத்தத்திற்கு வெற்றி தந்தன. அனைத்துக் கோரிக்கைகளையும் வென்று 7 மார்ச் 1908இல் தொழிலாளர் வேலைக்குத் திரும்பினர். ஆஷ் இதைத் தம் தனிப்பட்ட தோல்வியாகக் கருதியிருந்தால் அது இயல்பே.

வெற்றியைச் சுவைத்த களிப்பில் சுதேசிய அரசியல் கூட்டங்கள் அன்றாடம் மேலும் ஊக்கத்தோடு தொடர்ந்தன. ஆயிரக்கணக்கில் மக்கள் திரண்டனர். தெருவில் செல்லும் வெள்ளையரை நோக்கி 'வந்தே மாதரம்' என்று முழக்கமிட்டு அவர்களுடைய அதிகாரத்திற்கு அறைகூவும் துணிவு பாமரர்க்கும் பிறந்தது. விபின் சந்திர பாலர் என்ற வங்காள சுதேசித் தலைவரின் விடுதலையை 'சுயராஜ்ய நாளாக'க் கொண்டாடுவதென முடிவுசெய்ததும் வெள்ளை அரசங்கம் தன் கைவரிசையைக் காட்ட முற்பட்டது. 12 மார்ச் 1908இல் வ.உ.சி., சுப்பிரமணிய சிவா, பத்மநாப அய்யங்கார் ஆகியோர் கைதுசெய்யப்பட்டனர்.

இதற்கு எதிர்ப்புத் தெரிவிக்கும்முகமாக அடுத்த நாள் திருநெல்வேலி நகர், தூத்துக்குடி, தச்சநல்லூர் ஆகிய ஊர்களில் பெரும் மக்கள் எழுச்சி ஏற்பட்டது.[9] 'திருநெல்வேலி கலகம்' என்று அரசு ஆவணங்களில் அறியப்படும் இவ்வெழுச்சியின்போது திருநெல்வேலி நகரில் அனைத்துக் கடைகளும் அடைக்கப்பட்டன. சி.எம்.எஸ். கல்லூரி தாக்கப்பட்டது. நகர்மன்ற அலுவலகங்கள் சூறையாடப்பட்டன. ஆவணங்கள் எரிந்தன. அஞ்சல் அலுவலகம் தீக்கிரையானது. தந்திக் கம்பிகள் அறுபட்டன. நகர்மன்றத்தின் எண்ணெய்க் கிடங்கு இரண்டு நாளுக்கு நின்று எரிந்தது. காவல் நிலையமும் தப்பவில்லை. பிணைக் கைதிகள் மூவர் விடுவிக்கப்பட்டனர். போலீஸ் சுட்டதில் நால்வர் இறந்தனர்.

தூத்துக்குடியிலும் அனைத்துக் கடைகளும் அடைக்கப்பட்டன. கோரல் ஆலைத் தொழிலாளர் மட்டுமல்லாமல், பெஸ்ட் அன் கோ பணியாளர், நகர்மன்றத் துப்புரவு ஊழியர், கசாப்புக் கடைக்காரர், ஜட்கா ஓட்டுநர், சவரத் தொழிலாளர் என அனைவரும் வேலைநிறுத்தம் செய்தனர். 144 செயலில் இருந்தபொழுதும் அன்று பிற்பகல் வண்டிப்பேட்டையில் ஒரு மாபெரும் கண்டனப் பொதுக்கூட்டம் நிகழ்ந்தது. 'கப்பலோட்டிய தமிழன்' (1961) திரைப்படத்தில் ஆஷாக நடித்த வில்லன் நடிகர் எஸ்.ஏ. அசோகன், போலீஸ் சுடு முன்னர் அணிவகுப்பு மரியாதையை ஏற்பதாக ஒரு காட்சி வரும். கூட்டம் கலைய மறுத்தபொழுது கூட்டத்தைத் தாக்குமாறு குதிரைப் படையினருக்கு ஆணையிட்டார் ஆஷ்.

> ஆசு படையுடன் அணுகி அவரை
> மோசம் செய்திட மூட்டிக் கலகம்
> தடியால் அடிப்பித்தான் சார்ந்தநம் மவரை;
> வெடியால் சுட்டான் வெளிவர விடாது.
> ஆசுவின் குதிரையை அடித்தவர் தள்ளினார்.
> நாசமென் னுயிர்க்கென நவின்றவன் ஓடினான்!

என்கிறது வ.உ.சி. சுயசரிதை. ஆஷைக் கூட்டம் தாக்கியபோது, சுடும் ஆணை வழங்கியதால் சிலர் குண்டடிபட்டனர் என்கிறது திருநெல்வேலி கெசட்டியர். யாரும் இறந்ததாகத் தெரியவில்லை. கைதான முப்பத்தாறு 'கலகக்காரர்க'ளில் நால்வர் மட்டுமே தண்டனையிலிருந்து தப்பினர்.

> வெள்ளையர் சகலரும் மிகமிக நடுங்கி
> கள்ளரைப் போன்றவண் கரந்து மறைந்தனர்.

ஆஷ் மறைந்தபொழுது மேரி பாய்ட்டன் என்ற வெள்ளைப் பெண்மணி தம் இரங்கல் கடிதத்தில் தூத்துக்குடி எழுச்சியின் பொழுது நிகழ்ந்தவற்றைப் பின்வருமாறு நினைவுகூர்ந்தார்:

கலகங்கள் நடந்தபொழுது தூத்துக்குடி விக்டோரியா பெண்கள் பள்ளியின் பொறுப்பாளராக நான் இருந்தேன் என்று சொன்னால் இக்கடிதத்தை எழுது வதன் காரணம் உங்களுக்குப் புரியும். தூத்துக்குடி நகரத்தையும் இந்தியாவையும் ஒரு கொடும் நாசத்திலிருந்து திரு. ஆஷ் (இறைக் கட்டளைப்படி) தம் விவேகமானதும் தீரமானதுமான நடத்தையால் அன்றிரவு காப்பாற்றியதை நான் ஒரு போதும் மறக்கவியலாது. 'கன்னியாகுமரி முதல் கல்கத்தா வரை பரவப்போகும் பெருந்தீயை மூட்ட வல்ல பந்தம் இன்றிரவு ஏற்றப்படவுள்ளது' என்று எங்கள் பள்ளியின் சுதேச ஆசிரியர் ஒருவர் கூறினார். திரு. ஆஷ் அந்தத் தீப்பந்தத்தை அணைத்தார். . . அடுத்த நாள் காலை, முதல் வேலையாகத் தொண்டர் படை மற்றும் ரிசர்வு போலீசுக்குத் தலைமையேற்று வந்த திரு. ஆஷ் நாங்கள் பாதுகாப்பாக உள்ளோமா. . . என்பதைக் காணவந்தார்.

திருநெல்வேலி எழுச்சி நாடு தழுவிய தலைப்புச் செய்தி யாயிற்று. மாவட்ட கலெக்டர் விஞ்சு, இணை மாஜிஸ்திரேட் ஆஷ் பெயர்கள் இச்செய்திகளில் இடம்பெற்றன. கடும் கண்டனத்துக்கும் உள்ளாயின. எழுச்சி ஒடுக்கப்பட்டதும் அதில் கலந்துகொண்டவர்களை விசாரித்துத் தண்டிக்கும் படலம் தொடங்கியது. வ.உ.சி. மற்றும் தோழர்கள்மீது குற்றப் பத்திரிகை தாக்கலானது. வ.உ.சிக்கு ஆதரவான ஆறு வக்கீல்கள் மீது நன்னடத்தை ஜாமீன் கேட்டார் 'நடக்கையென்பதே நண்ணிடா' (இவை வ.உ.சி.யின் சொற்கள்) ஆஷ். எழுச்சியில் பெருமளவு ஈடுபட்ட திருநெல்வேலி, தூத்துக்குடி நகர மக்களை ஒட்டுமொத்தமாகத் தண்டிப்பதற்காகத் தண்டக் காவல்படை அமர்த்தப்பட்டு வரியும் விதிக்கப்பட்டது.

தூத்துக்குடியைவிடத் திருநெல்வேலியில் அதிகச் சேதமும் உயிரிழப்பும் ஏற்பட்டிருக்கையில் எப்படி ஆஷ் தன் உயிரை இழக்க வேண்டியதாயிற்று என்று கேட்டார் இராபர்ட். எழுச்சி ஒடுக்கப்பட்டு சுதேசிகள் நிலைகுலைந்திருந்த சூழலில், அலுவலக நேரம் முடிந்த பிறகு சுதேசிக் கப்பல் கம்பெனியின் அலுவலகத்தில் நுழைந்த ஆஷ், கம்பெனியின் பங்குதாரர் பதிவேட்டைக் காட்டுமாறு அங்கிருந்த கடைநிலை ஊழியரை மிரட்டியதாக வந்த 'இந்து' நாளிதழ்ச் செய்தியை இராபர்ட்டிடம் விவரித்த அதே நொடியில் என் கையில் ஒரு கடிதம் தட்டுப்பட்டது.

தூத்துக்குடி, 23 மார்ச் 1908
பெறல்
ஆர். ஆஷ் அவர்கள்

அன்பார்ந்த ஐயா,

சுதேசி ஸ்டீம் நாவிகேஷன் கம்பெனி லிட் பணித்தபடி அதன் கௌரவ சட்ட ஆலோசகராக இதை எழுதுகிறேன்.

சென்ற சனிக்கிழமை (21ஆம் தேதி) பின்மாலை டாக்டர் வான்லாங்கென்பெரியுடன் (சுதேசிக்) கம்பெனியின் அலுவலகத்திற்குத் தாங்கள் சென்று, கம்பெனிச் சட்டப்படி ஒரு ரூபாய்க் கட்டணத்தைக் கொடுத்துப் பங்குதாரர் பதிவேட்டைக் காட்டுமாறும், அவ்வாறு காட்டாவிட்டால் அபராதம் விதிக்கப்படுமென்றும் கம்பெனி ஊழியரிடம் தாங்கள் கூறியதாக நிர்வாக இயக்குநர்கள் அறிய வருகிறார்கள். தங்கள் நோக்கம் அலுவல் பூர்வமானதா அல்லவா என்பது தெரியவில்லை. இன்றைய சூழ்நிலையில் கம்பெனி ஊழியர்களுக்கு இந்த நிகழ்ச்சி அச்சமளிக்கின்றது. பதிவேட்டைப் பார்வையிட வேண்டுமென்று எழுதித் தெரிவித்திருந்தால் அலுவலக நேரத்தில் எந்தச் சமயத்திலும் மகிழ்ச்சியுடன் கம்பெனி அதிகாரிகள் தங்களை வரவேற்றிருப்பார்கள். சென்ற சனிக்கிழமையன்று, பதிவேட்டுக்குப் பொறுப்பான குமாஸ்தா அலுவலக நேரம் முடிந்துவிட்டதால் தங்கள் வருகைக்கு முன்னரே சென்றுவிட்டதாகத் தெரிவிக்கப்பட்டுள்ளது. பங்குதாரர்களும் பங்குதாரர்களல்லாதவர்களும் அலுவலக நேரத்தில் பதிவேட்டைப் பார்வையிடுவதற்குக் கம்பெனி எப்போதும் தயாராக உள்ளது.

தங்கள் உண்மையுள்ள,
கே.ஆர். குருசாமி அய்யர்,
வக்கீல்

எனவே பொதுப்புத்தியில் சுதேசிக் கப்பல் கம்பெனியின் வீழ்ச்சி ஆஷின் பெயரோடு இணைந்திருந்ததில் எந்த வியப்பு மில்லை. இந்தச் சமயத்தில் கலெக்டர் விஞ்சு ஆஷுக்கு எழுதிய இரண்டு கடிதங்களில் இருவருமே சுதேசி இயக்கத்தையும் வ.உ.சி.யின் கப்பல் கம்பெனியையும் முறிப்பதில் வெள்ளை

அதிகாரிகள் என்ற கடமையையும் மீறிக் காட்டிய தனிப்பட்ட வெறுப்பும் விரைவும் புலப்படுகின்றன.

திருநெல்வேலி, 19 மார்ச் 1908

அன்பார்ந்த ஆஷ்,

இப்பொழுதுதான் அட்கின்சனுக்கு (தலைமைச் செயலர்) எழுதி, நமது மூன்று நண்பர்களின் மீதும் (வ.உ.சி., சிவா, பத்மநாப அய்யங்கார்) இராஜ துரோக நடவடிக்கை எடுக்க அரசாங்க அனுமதிபெற்று அவர்கள் மூவரும் சிறையில் வசதியாக இருக்க வழிசெய்யும்வரையில் கோதாவரி மாவட்டத்தின் கலெக்டராக நீங்கள் அரசிதழில் அறிவிக்கப்பட்டாலும் காட்டன் தம் விடுப்பைத் தள்ளிப் போட முடியுமானால் உங்கள் இடமாற்றத்தை எதிர்க்க எனக்கு எந்தக் காரணமுமில்லை என்று தெரிவித்திருக்கிறேன். . . .

தங்களை என் தனிச் செயலாளராக அமர்த்திக்கொள்ள முடியவில்லை என்பதில் எனக்கு வருத்தம்தான். நம்மிருவருக்கும் கடுமையான வேலைதான். எனக்கு நீங்கள் மிகச் சிறப்பாகத் துணைநின்றதற்கு நான் என்றுமே நன்றி பாராட்டுவேன். . . .

என்றும் உங்கள்,
எல்.எம். விஞ்சு

சென்னை, (நாளிடப்படாத கடிதம்; டிசம்பர் 1908 தொடக்கமாயிருக்கலாம்)

அன்பார்ந்த ஆஷ்,

நீங்கள் சாத்தூர் செல்லும் வழியில் இன்னொரு முறை உங்களைச் சந்திக்க வாய்ப்பில்லாமல் போனதற்கு மிக வருந்துகிறேன். நீங்கள் சாத்தூருக்கு மாற்றப்படவுள்ளீர்கள் என்று மேதகு ஆளுநர் தம் மாவட்ட வருகையை முடித்துவிட்டுச் செல்வதற்கு முந்திய நாள் என்னிடம் கூறினார். இது இவ்வளவு விரைவில் நடந்திருக்குமெனத் தெரிந்திருந்தால் முன்பே தந்தி அனுப்பியிருப்பேன். ஆளுநரின் மாவட்ட வருகை நன்றாக நடந்தேறியது . . . நான் விடைபெற்றபோதே (மாவட்டத்தின்) கௌரவமான பிரமுகர்களோடு சுமுகமான

உறவுகள் மீட்கப்பட்டுவிட்டன. தண்டக் காவல் வரியான ரூ. 60,000த்தில் ரூ. 40,000 திருநெல்வேலி மக்களால் செலுத்தப் பட்டுவிட்டது. தூத்துக்குடியில் இப்பொழுதுதான் வசூல் தொடங்கியுள்ளது.

சுதேசிகளின் வளங்கள் முடியும் தருவாயில் உள்ளது என்று அறிகிறேன். அவர்களுடைய நீராவிக் கப்பல் கொழும்பில் ஜப்தி செய்யப்பட்டுள்ளதென்றும் அறிகிறேன். கம்பெனி திவாலாகும் நாள் அதிகத் தொலைவில் இல்லை....

என்றும் உங்கள்,
எல்.எம். விஞ்சு

ஆஷுக்கு விஞ்சு எழுதிய இரண்டு கடிதங்களும் சுதேசி இயக்கத்தை ஒடுக்குவதில் அவருக்கு ஆஷ் உற்ற கையாளாக இருந்துள்ளதைக் காட்டுகின்றன. வ.உ.சி. முதலான தலைவர்களை ‘நமது மூன்று நண்பர்கள்’ என்று குறிப்பிட்டு, அவர்கள் சிறையில் ‘வசதியாக’ இருக்க வேண்டும் என்று குரூர நகைச்சுவையுடன் விஞ்சு குறிப்பிடுகிறார். மேலும் சுதேசிக் கப்பல் கம்பெனி நொடித்துப்போகவுள்ளதை ஆவலுடன் வரவேற்கத் தயாராக இருந்ததும் தெரிகிறது. வெள்ளை அரசுக்கு அறைகூவலாக அமைந்த சுதேசிய முயற்சியை ஒடுக்குவதில் அதிகாரிகள் என்ற கடமைக்கும் மேலாகத் தனிப்பட்ட, இனவாத வெறுப்புடன் விஞ்சும் ஆஷும் செயல்பட்டனர் என்பது இக்கடிதங்கள் வழி உறுதிப்படுகின்றது.

இந்தியாவிலிருந்து விடைபெறும்பொழுதுகூட விஞ்சு ஆஷுக்குக் கடிதம் எழுதியிருக்கிறார்.

ஆஷின் உடனடி மேலதிகாரி விஞ்சு அவரைப் பாராட்டி யிருந்தபொழுதும், நெல்லை எழுச்சி நிகழ்ந்த ஒரே மாதத்தில் ஆஷ் கோதாவரி மாவட்டத்திற்கு மாற்றப்பட்டார். 1908இன் இறுதியில் சாத்தூருக்கு வந்தார். மார்ச் 1910இலும், பிறகு ஆகஸ்டு 1910இலும் திருநெல்வேலி ஆட்சியராகப் பொறுப்பேற்றார்.

இதற்கிடையில் மாவட்ட நிலைமைகள் மேலும் மோசமாயின. திருநெல்வேலி எழுச்சியின் காரணமாக நூறு பேருக்கு மேல் தண்டிக்கப்பட்டனர். 1908 ஜூலையில் அமர்வு நீதிபதி ஏ.எஃப். பின்ஹே வ.உ.சி.க்கு இரட்டை ஆயுள் தண்டனையும், சிவாவுக்குப் பத்தாண்டுக் கடுங்காவல் தண்டனையும் விதித்தார்.

ஒருவகையில் ஆஷ் புரட்சிகரத் தீவிரவாதிகளின் முதல் இலக்கு அல்ல என்று சொல்லலாம். தூத்துக்குடியைவிடத்

திருநெல்வேலியில்தான் அடக்குமுறையும் சேதமும் உயிர்ப் பலியும் அதிகம். எப்படியும் மாவட்ட கலெக்டர் என்ற முறையில் விஞ்சுதான் அனைத்திற்கும் பொறுப்பு. சமகாலப் பத்திரிகைகளும் விஞ்சையே கடுமையாக விமர்சித்தன. பாரதி தம் *இந்தியா* இதழில் விஞ்சைக் கண்டித்துத்தான் இரண்டு கருத்துப் படங்களை வெளியிட்டான். வ.உ.சி.க்கும் விஞ்சுக்குமான சொற்போராகத்தான் தம் உணர்ச்சிமிகு பாடலை அமைத்தான். 'லிபரல்' பத்திரிகை விஞ்சுக்குப் பகிரங்கக் கடிதமே எழுதியது. 'இந்து'மீது மானநஷ்ட வழக்குத் தொடரலாமா என்று விஞ்சு கருதும் அளவுக்கு அந்த நாளேடு அவரைக் கண்டித்திருந்தது. ஆஷ்மீதும் பத்திரிகை விமரிசனங்கள் எழுந்தாலும், விஞ்சுக்கு அடுத்தே அவர் கண்டிக்கப்பட்டிருந்தார்.

ஆஷ் சுடப்பட்ட பிறகு இரண்டு மாதங்கள் கழித்துத்தான் விஞ்சு அவருடைய மனைவிக்கு இரங்கல் கடிதம் எழுதினார். தான் எதிர்கொள்ள வேண்டிய துப்பாக்கிக் குண்டை ஆஷ் ஏற்றார் என்ற விஞ்சின் அடிமன ஓட்டமே இந்தத் தாமதத்திற்குக் காரணம் போலும்.

> அன்புள்ள திருமதி ஆஷ்,
>
> உங்களுடைய கடுமையான கையறுநிலையில் என் அனுதாபத்தை வழங்கும் எந்த முயற்சியும் எவ்வகையிலும் போதுமானதாக இராது என்ற உணர்வினாலேயே இதற்கு முன் உங்களுக்கு எழுதுவதற்குத் தயங்கினேன்....
>
> இக்கட்டானதொரு நேரத்தில் எப்படி ஒரு வலிய தூணாக எனக்கு ஆஷ் துணைநின்றார் என்பதையும், தம் கடமையை நிறைவேற்றுவதில் எவ்வளவு துணிவுடையவராக விளங்கினார் என்பதையும் என் அளவுக்கு யாருக்கும் தெரிந்திருக்க முடியாது....
>
> ஆழ்ந்த அனுதாபத்துடன்,
> எல்.எம். விஞ்சு

விஞ்சின் செயல்பாடுகளை முழுவதும் ஆதரித்த சென்னை அரசாங்கம் என்ன காரணம் பற்றியோ ஆஷ்மீது அதிருப்தியுற்றிருந்தது. 'தூத்துக்குடியில் ஆஷின் செயல்களால் நமக்கு நன்மை விளையவில்லை' (*'Ashe's performance in Tuticorin had done us no good'*) என்று கவர்னர் ஆர்தர் லாலி எழுதிய குறிப்பை ஆய்வாளர் நா. இராஜேந்திரன் மேற்கோள் காட்டியிருக்கிறார்.[10] ஆஷ் நினைவு மண்டபத் தொடக்கவிழாவில் நெல்லைக் கலெக்டர் மலோனியும் இதே பொருள்படப் பேசினார்.

விஞ்சைப் போலவே பெரிதும் வெறுக்கப்பட்ட மற்றொரு வெள்ளையர், நீதிபதி பின்ஹே. வ.உ.சி.க்கு அவர் விதித்த இரட்டை ஆயுள் தண்டனையை மார்லி பிரபுவால்கூடப் பொறுத்துக்கொள்ள முடியவில்லை என்றால் அதன் கடுமையைப் பற்றிச் சொல்ல வேண்டியதில்லை.

சுதேசி இயக்கத்தின் தலைமையகமாக விளங்கிய தூத்துக்குடி யில் அதிகாரியாகப் பணியாற்றியதாலும், கப்பல் கம்பெனியை அடித்து நொறுக்கியதில் நேரிடையாகத் தொடர்புகொண்டவராகக் கருதப்பட்டதாலுமே ஆஷ் வெறுக்கப்பட்டார் எனலாம். ஊழ்வலிமீது ஆழ்ந்த நம்பிக்கையும், பொறுத்தருளும் பெருங் குணமும் ஒருங்கே பெற்ற சான்றோரான வ.உ.சி.கூடப் பின் வருமாறு தம் சுயசரிதையில் எழுதும் நிலை இதனால் ஏற்பட்டது.

> ஓரிர வினிலே ஆறிரு மணிக்கென்
> அரங்குள் யான்நன் குறங்குங் காலவண்
> செறிந்து மிஸ்டர் சிதம்பரம் பிள்ளையென்
> றறைந்த சத்தமொன் றனேக தடவை
> கேட்டு விழித்துப் பார்த்தேன். அரங்குமுன்
> சிறையின் ஜூனியர் சப்அஸிஸ் டெண்டு
> சர்ஜன் நின்று சௌக்கியம் உசாவி
> 'கலெக்டர் ஆஷுவைத் தெரியுமா?' என்றான்.
> 'நன்றாகத் தெரியும்' என்றேன். 'எப்படி?'
> என்றான். 'யான் இவண் ஏகியதற்கும்
> தூத்துக் குடியில் தோன்றிய 'சுதேசிக்
> கப்பல் கம்பெனி' செத்தொழிந் ததற்கும்
> அவன்கா ரண'மென் றறைந்தேன். 'ஒருவன்
> அவனை நேற்று மணியாச்சி ஜங்ஷனில்
> சுட்டுக் கொன்று தன்னையும் சுட்டுச்
> செத்தான்' என்றான். 'நல்லதோர் செய்தி
> நவின்றாய் நீ நலம் பெறுவாய்' என்றேன்.
> உனக்கிவ் வருஷக் கரோஓ நேஷனில்
> விடுதலை இலையெனப் பகர்ந்தான். 'விடுதலை
> என்றுமில் லெனினும் நன்றே' என்றேன்.

இவ்வளவு இருந்தும் ஆஷ் பலியானதற்குத் தவறான இடத்தில் தவறான நேரத்தில் அவர் இருக்க நேர்ந்தது முக்கியக் காரணம் எனலாம். தமிழ்நாட்டில் புரட்சிகர பயங்கரவாத இயக்கம் முளைவிட்டு விரைவிலேயே நசுக்கப்பட்ட அக்குறுகிய காலகட்டத்தில் இந்தியாவில் விஞ்சும் இல்லை, பின்ஹேவும் இல்லை. விஞ்சு நீண்ட விடுப்பில் தாயகம் திரும்பியிருந்தார். பின்ஹே 1910இலேயே ஓய்வூதியம் பெற்று இளைப்பாறிவிட்டார்![11]

5

ஆஷ் கொலை பேரதிர்ச்சியோடு எதிர்கொள்ளப்பட்டது. அதுவரை மட்டுமல்ல அதன் பின்னரும் தென்னிந்தியா அறியாத ஒரு அரசியல் கொலையாக அது அமைந்தது.

கொலையாளியான வாஞ்சி ஒரு பிராமணர் என்பதைத் தமிழ்நாட்டு நடுத்தர பிராமண வர்க்கம் செரிக்க முடியவில்லை.

திருநெல்வேலி எழுச்சி ஒடுக்கப்பட்டு, வ.உ.சி. இரட்டை ஆயுள் தண்டனை பெற்றது மிதவாதிகளுக்கும், அரசைக் கண்டு அஞ்சிய நடுத்தர வர்க்கத்திற்கும் ஏற்கெனவே காய்ச்சலை ஏற்படுத்தியிருந்தது. ஆஷ் கொலையால் அவர்களுக்கு மேலும் உதறல் ஏற்பட்டது. பாளையங்கோட்டையில் ஆஷ் அடக்கம் செய்யப்பட்டபோது சிங்கம்பட்டி ஜமீன்தாரும் கே.ஆர். குருசாமி அய்யரும் சவப்பெட்டியைத் தோளில் சுமந்தனர்.

திருநெல்வேலி விளையாட்டுச் சங்கம் ஆஷ் பெயரில் ஒரு வெள்ளிக் கோப்பையை நிறுவியது. பாளையங்கோட்டை வாய்பேசாதோர் காது கேளாதோர் பள்ளியில் ஒரு புதுக் கட்டடத்திற்கு ஆஷ் பெயர் சூட்டப்பட்டது.

மூன்று நினைவுச் சின்னங்கள் திட்டமிடப்பட்டு, நிறுவப் பட்டன. ஆஷ் அடக்கம் செய்யப்பட்ட பாளையங்கோட்டையின் இங்கிலீஷ் தேவாலயத்தில் அவருடைய சக அலுவலர்கள் ஒரு கல்லறைக் கல்லை அமைத்தனர்.

SACRED TO THE MEMORY

OF

ROBERT WILLIAM D'ESCOURT ASHE

MEMBER OF THE INDIAN CIVIL SERVICE

WHO AFTER SIXTEEN YEARS

LOYAL & FAITHFUL SERVICE

FELL BY THE HAND OF A POLITICAL ASSASSIN

ON THE 17TH JUNE 1911 WHEN ACTING AS

COLLECTOR & DISTRICT MAGISTRATE, TINNEVELLY

AGED 38 YEARS

THIS MEMORIAL ERECTED BY HIS BROTHER

OFFICERS.

கல்லறையில் அமைந்த பதினொன்றரை அடி உயரமுள்ள கெல்டிக் சிலுவை வெள்ளை சிசிலியப் பளிங்கு கொண்டு டப்ளினில் வடிக்கப்பட்டதாகும். கல்லறைக் கல் கப்பலில் வரும் வழியில் சிதைந்துவிட்டது. காப்பீட்டாளரிடம் வாதாடி, மீண்டும் அதை வடிக்க வேண்டியதாயிற்று. இறந்தபின்னும் ஆஷிடம் விதி தன் விளையாட்டை நிறுத்தவில்லை. மனோன்மணியம் சுந்தரனார் பல்கலைக்கழகத்தில் வரலாற்று விரிவுரையாளராக நான் பணியாற்றத் தொடங்கிய காலத்தில் (1995) இதற்குக்

கூப்பிடு தொலைவில் தூய யோவான் கல்லூரி விடுதி அறையில் ஆஷ் கொலையைப் பாடம் எடுத்தது இன்றும் பசுமையாக நினைவிருக்கிறது.

தூத்துக்குடி நகர்மன்றமும் ஒரு பெரிய நினைவுச் சின்னத்தை அமைக்கத் திட்டமிட்டது. கிரேட் காட்டன் சாலையின் கிழக்கு முனையில் எண்முனை மண்டபம் ஒன்று கட்டப்பட்டது. இதற்கு நன்கொடை அளித்தவர்கள் அனைவரும் (ஒருவர் நீங்கலாக) இந்தியர்களே. 38 நன்கொடையாளர்களில் சிலர் சுதேசிக் கப்பல் கம்பெனியின் பங்குதாரர்கள்; வ.உ.சி.க்கு எதிரான வழக்கில் அவருக்கு ஆதரவாகவும் சாட்சியமளித்தவர்கள்!

2 ஏப்ரல் 1912இல் கால்கோளிடப்பட்ட ஆஷ் நினைவு மண்டபம் 28 ஆகஸ்டு 1913இல் அன்றைய திருநெல்வேலி கலெக்டர் ஜே.சி. மலோனியால் திறந்துவைக்கப்பட்டது.

சென்னை ஜார்ஜ் கதீட்ரலிலும் ஒரு நினைவுக் கல்வெட்டுப் பதிக்கப்பட்டது.

தூத்துக்குடி ஆஷ் மண்டபத்தில் அவருடைய படம் ஒன்றும் திறந்துவைக்கப்பட்டது. 1947இல் அப்படம் அகற்றப்பட்டதாக ஆ. சிவசுப்பிரமணியன் குறிப்பிடுகிறார். இங்கு வெளியிடப்படும் ஆஷ் படங்களே முதன்முறையாக அச்சேறுபவை எனலாம். ஆஷ் தலையில் சைத்தானின் கொம்புகளும் இரத்தம் வடியும் கோரைப்பற்களும் இல்லை. காலனிகளை அடித்து நொறுக்கும் ஏகாதிபத்திய வெள்ளை அரசு எனும் பேரியந்திரத்தின் ஒரு சிறுதிருகாணி ஆஷ்.

6

மேரியும் நான்கு குழந்தைகளும் 1912 ஏப்ரல் அளவில் தாயகம் திரும்பினர். அரசாங்கம் கௌரவமானதொரு ஓய்வூதியத்தை ஆஷ் குடும்பத்திற்கு வழங்கியது.

உடல்நலக் குறைவின் காரணமாக இளமையிலேயே இறந்துவிடுவார் என்று கருதப்பட்ட மேரி, ஆஷ் மறைந்து 43 ஆண்டுகள் கழித்து மே 1954இல்தான் காலமானார். வாழ்க்கையின் எண்ணற்ற புதிர்களில் இதுவும் ஒன்று. மேரி மறுமணம் செய்துகொள்ளவில்லை. தம் கணவரின் பெயரையும் புகழையும் மறையாமல் காக்கும் கடமையில் கடைசிவரை அவர் வழுவவில்லை. இந்தியாவில் பிறந்திருந்தால் பதிவிரதை என்ற பெயர் அவருக்குக் கிடைத்திருக்கும். இராஜப்பிரதிநிதி முதல் ஆஷின் சக அலுவலர்கள், மிஷனரிமார்கள், சுதேசக் கனவான்கள், பிரமுகர்கள், முன்னாள் இரவலர்கள் என இரங்கல் கடிதம் விடுத்த நூற்றுக்கணக்கானவர்களுக்கு அச்சிட்ட நன்றிக்

கடிதத்தை அனுப்பினார் மேரி. ஆஷ் பெயரைப் போற்றும்வகையில் பல தரும காரியங்களிலும் ஈடுபட்டார். ஆஷ் தொடர்பான ஆவணங்களையும் படங்களையும் சேகரித்துப் பேணினார். ஆஷின் இளமைக் காலக் கவிதை முயற்சிகளை ஒழுங்குபடுத்தி, டப்ளின் டிரினிட்டி கல்லூரிப் பேராசிரியரின் முகவுரையோடு நூலாக்கம் செய்ய முயன்றார். மேரியின் கோப்புகளில் ஒரு கையடக்க நாட்குறிப்பேடு உள்ளது. அதில் குறிக்கப்பட்டுள்ள முக்கிய நாட்களெல்லாம் ஆஷ் தொடர்புடையனவாகவே உள்ளன.

ஆஷ் இறந்த செய்தி அவருடைய குழந்தைகளை உலுக்கியது. மூத்த மகள் மொலி எழுதிய நெஞ்சுருக்கும் கடிதங்கள் கோப்பில் உள்ளன. ஆர்தர் இந்திய இராணுவத்தில் சேர்ந்து கர்னல் பதவி பெற்று 1947இல் தாயகம் திரும்பி ஜானெட்டை மணந்தார். தன் தந்தையின் உயிரைப் பலி வாங்கிய நாட்டிலேயே அவர் பணியாற்ற முற்பட்டது ஏன் என்று விளங்கவில்லை. தம் தந்தை இந்தியாவை மிகவும் நேசித்தார் என்று சொல்லும் இராபர்ட், இந்தியப் பிரிவினையின்பொழுது ஏற்பட்ட பெரும் உயிரிழப்புகளுக்கு மவுண்ட்பேட்டனே முழுப்பொறுப்பு என அவர் கூறுவார் என்றும் சொல்கிறார். ஓய்வுபெற்றபின் வட இந்தியாவுக்குக் குடும்பத்தோடு சுற்றுலா சென்ற அவர், திருநெல்வேலிக்கோ மணியாச்சிக்கோ தங்களை ஏனோ அழைத்துச்செல்லவில்லை என்றும் இராபர்ட் கூறுகிறார். கடைசி மகன் ஹெர்பர்ட் இரண்டாம் உலகப் போரில் சமரிட்டு மறைந்திருக்கிறார். ஆஷ் மகள்கள் இருவரின் அழகிய புகைப் படங்கள் குடும்ப ஆல்பத்தில் உள்ளன. இருவருமே திருமணம் செய்துகொள்ளவில்லை. இதற்கு மேரியே காரணம் என மருமகள் ஜானெட் குறிப்பால் உணர்த்தினார். தம் வாழ்வில் ஏற்பட்ட பெரும் துன்பியல் நிகழ்ச்சியை எவரையும் மறக்கவிடாதவர் மேரி என்பது ஜானெட்டின் எண்ணம்.

7

ஆஷ் கொலையும் வாஞ்சிநாதனின் தியாகமும் தமிழ் மனங்களில் ஆழப் பதிந்துவிட்டன. தமிழ்நாட்டில் தேசிய இயக்கத்தில் இது ஒரு மைல்கல் என்பதில் ஐயமில்லை. செங்கோட்டையில் வாஞ்சிக்கு நினைவுச் சின்னங்கள் விடுதலைக்குப் பின்னர் மெல்ல அமைக்கப்பட்டன.

மணியாச்சி சந்திப்புக்கு வாஞ்சி பெயரை இட வேண்டுமென 1980களில் ஓர் இயக்கமே நடந்தது. இதற்கு எதிராக, வாஞ்சியின் இந்து மதவாதச் சார்பை முன்வைத்துத் திராவிடர் கழகம் துண்டறிக்கைகளை வெளியிட்டு, ஆஷைப் பிற்படுத்தப்பட்ட, தாழ்த்தப்பட்ட மக்களின் பாதுகாவலராக முன் வைத்தது.

ஆஷ் கொலையின்பொழுது அயோத்திதாசர் வெளிப்படுத்திய பார்வையை இது பிரதிபலிக்கின்றது எனலாம். இந்தப் பின்னணியில்தான் ஆ. சிவசுப்பிரமணியன் 'ஆஷ் கொலையும் இந்தியப் புரட்சி இயக்கமும்' (1986) நூலை எழுதினார். 1980களின் தொடக்கத்தில் 'தினமணி கதி'ரில் ஆஷ் கொலை பற்றி இரண்டு தொடர்களை ரகமி வெளியிட்டார்.

வெவ்வேறு கருத்தியல் போக்குகள் வாஞ்சியை வேறுவேறாக மதிப்பிட்டாலும், வாஞ்சியின் உயிர்த்தியாகம் மக்கள் மனங்களில் நீங்கா இடம் பெற்றுவிட்டது என்பதில் ஐயமில்லை. தமிழ் வெகுசனப் பண்பாட்டில் பல கதைமாந்தர்கள் வாஞ்சிநாதன் பெயர் சூடி உள்ளனர். 'வாஞ்சிநாதன்' (2001) என்ற பெயரில் விஜயகாந்த் ஒரு படத்திலும் நடித்துள்ளார்.

வரும் ஆண்டு ஆஷ் கொலையின் நூற்றாண்டாகும். அதை யொட்டிப் பல நிகழ்ச்சிகளும் விழாக்களும் நடைபெறும் என எதிர்பார்க்கலாம். நூற்றாண்டின்பொழுது திருநெல்வேலிக்கும் தூத்துக்குடிக்கும் மணியாச்சிக்கும் 'யாத்திரை'யாக வர விரும்புவதாக இராபர்ட் கூறினார். 'என்னையும் சுட்டுவிட மாட்டார்களே!' என்றார் கண்ணைச் சிமிட்டியவாறே. கவலைப் படாதீர்கள். அப்படி ஏதேனும் நடந்தால் கட்டாயம் நினைவு மண்டபம் கட்டுவோம் என்றேன்.

❍

பின்குறிப்பு: திட்டமிட்டபடி ஆஷின் பேரனால் ஆஷ்–வாஞ்சி நினைவு நூற்றாண்டின்போது இந்தியா வர இயலவில்லை. ஆனால், என் வேண்டுகோளை ஏற்றுக் கீழ்க்காணும் ஒரு செய்தியை அவர், தம் குடும்பத்தின் சார்பாக வாஞ்சியின் குடும்பத்தினர்க்கு அனுப்பினார்.

> துயரமும் பெருமிதமும் ஒருங்கே அமைந்த இன்றைய தினத்தில், இராபர்ட் வில்லியம் ஆஷ் அவர்களின் பேரனும், கொள்ளுப் பேரன்பேத்திகளுமாகிய நாங்கள், வாஞ்சி அய்யரின் குடும்பத்திற்கு எங்கள் ஆறுதலையும் நட்பையும் வெளிப்படுத்தும்முகமாக இச்செய்தியை விடுக்கிறோம். இலட்சிய நோக்கம் மிகுந்த அரசியல் செயல்பாட்டாளர் வாஞ்சி. வாஞ்சியின் விடுதலை வேட்கை எங்கள் தாத்தா ஆஷைக் கல்லறைக்கு அனுப்பியது. அரசியல் களத்தில் தீவிரமாகப் பாடுபடுபவர்கள் – அவர்கள் ஆட்சியாளர்களானாலும் சரி, ஒடுக்கப்படுபவர்களானாலும் சரி – பெரும் பிழைகளைச் செய்யும் சூழல்

ஏற்பட்டுவிடுகின்றது. இன்றைக்கு உயிர் வாழும் வாய்ப்பைப் பெற்ற நாம், பழையவற்றை மறந்து, சமாதானமாக உடன்வாழ்தல் இன்றியமையாதது.

அன்புடன்,

இராபர்ட் ஆஷ் குடும்பத்தினர்
அயர்லாந்து
17-6-2011

~

சான்றுக் குறிப்புகள்

1. 'The Political Evolution in the Madras Presidency'. பாரதி எழுதிய முழுமைபெறாத கையெழுத்துப்படி.

2. J. Chartres Molony, *A Book of South India*, Metheun, London, 1926 (AES reprint 2004), p. 123

3. Sedition (Rowlatt) Committee Report, 1918.

4. ஆஷின் அரசு பணி பற்றிய தகவல்கள் *The Madras Quarterly Civil Lists* உரிய ஆண்டு தொகுதிகளிலிருந்து திரட்டியவை.

5. ஆஷ் கொலை பற்றிய செய்திகள் பின்வரும் அரசாணை களிலிருந்து திரட்டியவை: G.O. No. 1112-13, Judicial & Confidential, 8 July 1911, G.O. No. 474-5, Judicial & Confidential, 23 March 1912.

6. இந்தத் துண்டறிக்கைகள் இரண்டும் தடை செய்யப்பட்டன: G.O. No. 1036, Judicial & Confidential, 24 June 1911, G.O. No. 1056, Judicial & Confidential, 27 June 1911.

7. Molony, *A Book of South India*, p. 123.

8. 'Note on Tinnevelly Riots and Tuticorin', Compiled by CID, G.O. No. 1542, Judicial & Confidential, 3 October 1911.

9. இவ்வெழுச்சி பற்றிய விரிவான செய்திகளுக்குக் காண்க: ஆ.இரா. வேங்கடாசலபதி, *வ.உ.சி.யும் திருநெல்வேலி எழுச்சியும் 1908*, மக்கள் வெளியீடு, சென்னை, 1986.

10. N. Rajendran, *The National Movement in Tamil Nadu*, 1905-14, Oxford University Press, Madras, p. 153.

11. *The Madras Quarterly Civil List*, 1911.

~ ~

பிரான்சிஸ் ஒயிட் எல்லிஸ் (1777–1819)

எல்லீசன் என்றொரு அறிஞன்

எல்லீசன் என்று தமிழ் ஒலி மரபுக்கேற்பத் தம்மை அழைத்துக்கொண்ட பிரான்சிஸ் ஒயிட் எல்லிஸ் (Francis Whyte Ellis) என்ற அறிஞரின் பெயர் தமிழுலகம் பரவலாக அறிந்தது. திருக்குறளை ஆங்கிலத்தில் மொழிபெயர்த்த முன்னோடி என்ற அளவிலேயே அவர் பெயர் நிலைபெற்றுள்ளது. புறநானூறு, நாலடியார், சீவக சிந்தாமணி, பாரதம், பிரபுலிங்கலீலை முதலான நூல்களைக் கையாண்டு அவர் குறளுக்கு எழுதிய விளக்கவுரையினையும் தமிழுலகம் அறியும். சென்னை அரசாங்கத்தில் வருவாய் வாரியச் செயலாளர், நிலச்சுங்க அதிகாரி, சென்னை மாவட்ட ஆட்சியர் எனப் பல உயர் பதவிகளை வகித்ததால் எல்லிஸ் துரை என்றும் இவர் அறியப்படுவார். தம் பொறுப்பிலிருந்த அரசாங்கத் தங்கசாலையில் திருவள்ளுவரின் உருவம் பொறித்த இரண்டு வராகன் தங்க நாணயங்களை வார்த்த பெருமைக்குரியவர் எல்லிஸ் என்ற செய்தியைப் பேராசிரியர் ஐராவதம் மகாதேவன் கண்டுசொல்லியிருக்கிறார். தமிழக வரலாற்றில் ஆர்வமுடைய சிலர் 'மிராசு உரிமை' பற்றி எல்லிஸ் எழுதிய ஆய்வுரையினையும், மாடுகளைத் தாக்கும் அம்மை நோயைத் தடுப்பது பற்றிப் புராண வடிவில் எழுதிய படைப்பையும் அறிந்திருப்பர். செய்யுள் இயற்றும் அளவுக்கு இவருக்குத் தமிழில் பயிற்சி

உண்டு. நமசிவாயம் என்ற ஐந்தெழுத்து மந்திரம் பற்றி இவர் ஐந்து பாடல்கள் இயற்றியுள்ளதாக ரா.பி. சேதுப்பிள்ளை குறிப்பிட்டு ஒரு பாடலையும் மேற்கோள் காட்டியிருக்கிறார்.[1] தமக்குத் தமிழ் பயிற்றுவித்த இராமச்சந்திர கவிராயர் மீது

செந்தமிழ்ச் செல்வனும் ஓராயிரம் தலைச்சேடனும் யாழ்
சுந்தரத்தோடு இசைவல்லோனும் யாவரும் தோத்திரம் செய்
கந்தனைச் சொல்லும் கவிராமசந்திரனைக் கண்டுவெட்கி
அந்தரம் வெற்புழி பாதாள லோகத் தடைந்தனரே

என்று இவர் பாடிய செய்யுள் பிறகு தனிப்பாடல் திரட்டிலும் இடம்பெற்றுள்ளது.[2] (இராமச்சந்திர கவிராயரும் 'துரைத்தனங் கேளீர் துரை எல்லீசன்' என்றொரு பாடலை இவர்மீது பாடி அது செவிவழியாகப் பலகாலம் உலவிவந்துள்ளது.)

சென்னை நகரில் நிலவிய குடிநீர்த் தட்டுப்பாட்டினைப் போக்கப் பல கிணறுகளை வெட்டுவித்த எல்லிஸ் அவற்றில் பாடல் வடிவில் கல்வெட்டுகளைப் பதித்திருக்கிறார். இவற்றில் ஒன்று இராயப்பேட்டை பெரிய பாளையத்தம்மன் கோயிலில் வெட்டப்பட்டது. இதன் கைப்பிடிச் சுவரில் எல்லிஸ் 1818ஆம் ஆண்டில் ஒரு நீண்ட கல்வெட்டைப் பதித்தார். (கல்வெட்டின் முழு வடிவமும் மசிப்படியும் இக்கட்டுரையின் இறுதியில் வழங்கப்பட்டுள்ளன.)

சயங்கொண்ட தொண்டிய சாணுறு நாடெனும்
ஆழியி லிழைத்த வழகுறு மாமணி
குணகடன் முதலாக குடகட லளவு
நெடுநிலந் தாழ நிமிர்ந்திடு சென்னப்
பட்டணத் தெல்லீச னென்பவன் யானே
பண்டார காரிய பாரஞ் சுமக்கையிற்
புலவர்கள் பெருமான் மயிலையம் பதியான்
தெய்வப் புலமைத் திருவள் ளுவனார்
திருக்குற டன்னிற் றிருவுளம் பற்றிய
'இருபுலனும் வாய்ந்த மலையும் வருபுனலும்
வல்லரணு நாட்டிற் குறுப்பு'
என்பதின் பொருளை யென்னு ளாய்ந்து . . .

என்று அதில் ஒரு குறளைப் பொருத்தமான மேற்கோளாகக் கையாண்டிருக்கிறார். (இக்கல்வெட்டு இப்பொழுது தமிழ்நாடு தொல்லியல் துறையின் மதுரை திருமலை நாயக்கர் மகால் அருங்காட்சியகத்தில் உள்ளது.) இராமநாதபுரம் கிரைஸ்ட் சர்ச் தேவாலயத்தில் அமைந்த எல்லிஸ் கல்லறைக் கல்வெட்டில்

'எல்லீசன் என்னும் இயற்பெயருடையோன்'
திருவள் ளுவப் பெயர்த் தெய்வஞ் செப்பி
யருள்குற ணூலு ளறப்பாலி னுக்குத்

> தங்கு பலநூலு தாரண கடலைப் பெய்
> திங்கி லீசுதனி லிணங்க மொழிபெயர்த்தோன் ...

என்று பொறிக்கப்பட்டுள்ளது. (தமிழிலும் ஆங்கிலத்திலுமாகச் சலவைக்கல்லில் சமைக்கப்பட்ட இக்கல்வெட்டு இப்பொழுது இராமநாதபுரம் அரண்மனையில் அமைந்துள்ள தமிழ்நாடு தொல்லியல் துறை அருங்காட்சியகத்தில் காட்சிக்கு உள்ளது.) ஆங்கிலக் கல்வெட்டும் அவருடைய பன்மொழிப் புலமையைப் பறைசாற்றுகிறது (காண்க படம்).

○

எல்லிஸ் வெளியிட்ட வள்ளுவர் படம் தாங்கிய நாணயத்தை 1994இல் முதலில் அடையாளங்கண்டு அதைப் பற்றி எழுதிய ஐராவதம் மகாதேவன் அதன் பின்னர் இலண்டனிலுள்ள பிரிட்டிஷ் அருங்காட்சியகத்தில் மேலும் இரண்டு நாணயங்களை இனங்கண்டு அவற்றின் படங்களை வரவழைத்துள்ளார். அவற்றை ஆராய்ந்து சில புதிய முடிவுகளை அவர் எட்டியுள்ளார். அவையாவன: கல்கத்தாவிலும் இலண்டனிலுமுள்ள நாணயங்கள் தனித்தனி வார்ப்புகளாகும். 1616இல் கல்கத்தா வில்லியம் கோட்டை நிறுவப்பட்டதன் இரு நூறாண்டின் நினைவாக 1816இல் இவை வார்க்கப்பட்டிருக்கலாம். (இதை முன்னிட்டு புத்தர் உருவம் பொறித்த அரையணா காசு கல்கத்தாவில் வெளியிடப்பட்டது. ஆனால் வள்ளுவ நாணயம் அன்றைய அதிகபட்ச செலவாணி நாணயமான இரட்டை வராகனாகும். ஒரு வராகன் என்பது அன்றைய மூன்றரை ரூபாய் மதிப்புடையது.) வள்ளுவரின் இடக்கை 'சின்முத்திரை' கொண்டது என்று முதலில் கருதிய பேராசிரியர் மகாதேவன், இடக்கையில் சின்முத்திரை அமைவதில்லை என்றும், அது ஏட்டுச்சுவடியை ஏந்தியிருக்கும் பாவனையே என்றும் இப்பொழுது கருதுகிறார். மேலும், வள்ளுவர் காலடியில் இருப்பது முன்பு கருதியது போல் சிக்குப்பலகையல்ல என்றும், அது தீர்த்த பாத்திரமாகும் என்றும் முடிவு செய்துள்ளார். (இந்த முடிவை எட்டுவதற்கு வந்தவாசியிலுள்ள சமணத் துறவிகளின் உதவியினையும் நாடியிருக்கிறார்.)

எல்லிஸ் கல்லறை கண்டுபிடிக்கப்பட்டது சுவையான கதையாகும். சென்னை மாகாணக் கல்லறைக் கல்வெட்டுகள் என்ற ஆங்கில நூலின் துணையோடு,[3] அதனை இராமநாதபுரம் தென்னிந்தியத் திருச்சபை தேவாலயத்தில் ஒரு பதினைந்தாண்டுகளுக்கு முன்பு அடையாளம் கண்டவர் முனைவர் வெ. வேதாசலம். அப்பொழுது முழுக் கல்லறையும் கல்வெட்டோடு இருந்துள்ளது. ஆனால் சில ஆண்டுகளுக்குப்

பின்னர் அங்குச் சென்றபொழுது கல்லறை காணப்படவில்லை. தேவாலயம் புதுப்பிக்கப்பட்டபொழுது கல்லறை காணாமல் போயிருக்கிறது. கல்வெட்டு மட்டும் புரண்டு படிக்கல்லாய்விட்டது. அதனைக் கண்டுபிடித்து, தமிழ்நாடு தொல்லியல் துறையின் இராமநாதபுரம் அரண்மனை அருங்காட்சியகத்தில் பாதுகாத்த பெருமை வெ. வேதாசலம் அவர்களுக்குரியது.

❍

அயோத்திதாசப் பண்டிதரின் எழுத்துகள் அனைத்தும் அண்மையில் வெளிவந்துள்ள நிலையில் எல்லிஸ் பற்றிய தமிழுலகின் மதிப்பீடு குறித்து மேலும் சில பரிமாணங்கள் வெளிப்பட்டுள்ளன. பத்தொன்பதாம் நூற்றாண்டில் ஏற்பட்ட தமிழ் மறுமலர்ச்சிக்கு 'எலீஸ்' துரையே ஊற்றுக்கண் என்று முதன்முதலில் குறிப்பிடுபவர் அயோத்திதாசரே ஆவார். 'உலகோபகாரிகளாகும் சமண முனிவர்களின் புண்ணியவசத்தால் ஆங்கிலேயர் இவ்விடம் வந்து தோன்றி கனந்தங்கிய எலீசென்னும் துரைமகனால் தமிழ்ச் சங்கமொன்று ஏற்படுத்தி சிதலுண்டு கெட சமீபித்திருந்த ஓலைச்சுவடிகள் யாவையும் தங்களிடங் கிடைத்தவரையில் அச்சிட்டு வெளிக்கொண்டு'வந்தார் என்றும் அவரைப் போற்றுகிறார் அயோத்திதாசர்.[4]

இது மட்டுமல்லாமல் இப்பணியில் எல்லிஸுக்கு அயோத்திதாசரின் பாட்டனார் நேரிடையாகவும் உதவியிருக்கிறார் என்பது முக்கியமான செய்தியாகும். ஜார்ஜ் ஆரிங்டன் என்ற வெள்ளை அதிகாரியிடம் பரிசாரகராகப் (பட்லர்) பணியாற்றிய 'எனது பாட்டனார்... கந்தப்பனென்பவர் ஓலைப்பிரதியிலிருந்து திருக்குறளையும், நாலடி நாநூறையும் ஈஸ்ட் இன்டியா கம்பெனியார் காலத்தில் தமிழ்ச் சங்கங் கூட்டிவைத்த கனம் எலீஸ் துரையவர்களிடம் கொடுத்து அச்சுக்கு வெளிவந்திருக்கிறது' என்றும் குறிப்பிடுகின்றார்.[5] இதன் தொடர்பில் எல்லிஸ் நிறுவிய புனித ஜார்ஜ் கோட்டைக் கல்லூரியில் தமிழ்த் தலைமையாசிரியராகப் பணியாற்றிய முத்துசாமிப் பிள்ளையினையும் பண்டிதர் குறிப்பிடுகிறார்.[6]

ஆனால் இவ்வாறு வெளியான குறள் பதிப்பின் பாடங்கள் அயோத்திதாசருக்கு உவப்பளிக்கவில்லை.

> கனந்தங்கிய எலீஸ் துரையவர்கள் சங்கத்திலேயே முதலாவது அச்சிட்ட குறளில் 'அருங்கேடனென்ப தறிக'வென்பது பிழைப்பட்டுள்ளது கொண்டே உரையெழுதியோர் காலத்தும் பிழைபட்டும் பொருள்கெட்டும் வழங்கி வருகின்றது அதன்

திருத்தமொழியை 'அருங்கலைச் செப்பா'லறிந்துக் கொள்ளலாம். வீடு பேறு 'அருங்கோடர் சங்கமணுகி யறவுரை கேட்டிருமாந் திருப்பதே வீடு'.[7]

எல்லிஸிடம் கொடுத்த குறள், நாலடியார் ஏட்டுப் பிரதிகள் அச்சில் வந்தபொழுது 'ஓலைப்பிரதிக்கு மாறுதலாக சாற்றுக்கவிகளில் சிலது அதிகரித்தும் அறத்துப்பாலிலுள்ள சில செய்யுட்களைப் பொருட்பாலிற் சேர்த்தும், இச்செய்யுளில் ஆரியாரென்று வந்த மொழியைப் பூரியாரென்றும் மற்றும் செய்யுட்களை மாற்றியுள்ளதை கந்தப்பனவர்கள்... எழுதி கேட்டபொழுது மறுமொழி கிடைக்காமல் போய்விட்டது என்பது விவேகிகளறிந்த விடயங்களேயாம்' என்றும் பண்டிதர் குறிப்பிடுகின்றார்.[8] அவர் குறிப்பிடும் குறள் பதிப்பு எதுவெனப் புலப்படவில்லை. 1812இல் 'மரவெழுத்தால்' அச்சான குறளின் முதல் பதிப்புக்கும் எல்லிஸுக்கும் தொடர்பில்லை. வேறு மூலப்பதிப்புகளும் எல்லிஸ் நிறுவிய கல்லூரிவழி அவர் காலத்திலோ பிறகோ வந்ததாகவும் தெரியவில்லை. ஆயினும் பண்டிதர் குறிப்பிடும் செய்திகள் விரிவான ஆய்வை வேண்டி நிற்கின்றன.

எல்லிஸின் பணியைத் தமிழுக்கு வளம் சேர்ப்பதாக மட்டுமன்றிப் பறையர் வரலாற்றை மறுவாசிப்பு செய்வதாகவும் அயோத்திதாசர் முன்வைக்கிறார்.

> திராவிட பௌத்தர்களாம் மேன்மக்களை பறையர்கள் என்றும், தாழ்ந்த சாதியோர் என்றும் கூறிவந்த பெயர்கள் மகமதியர்கள் ஆளுகைவரையில் கேழ்வியில்லாமல் இருந்தது. கருணையும் விவேகமும் மிகுந்த பிரிட்டிஷ் ராஜாங்கம் வந்து தோன்றியபோது இவர்களைத் தாழ்த்தி வரும் விஷயங்கள் சிலது விசாரணைக்கு வந்ததுடன் எலீஸ் துரை அவர்களால் கணித சாஸ்திரிகளாகும் உள்ளவர்கள் நூற்களையும் வித்துவ சாஸ்திரிகளாகும் பாணர்கள் நூற்களையும் அச்சிட்டு வெளிக்குக் கொண்டு வந்துவிட்டார்.[9]

○

இத்தகைய பெருமை உடைய எல்லிஸ் தென்னிந்திய மொழிகளையும் பிற இந்திய நாட்டு மொழிகளையும் ஆங்கிலேய நிர்வாக அதிகாரிகளுக்குப் பயிற்றுவிப்பதற்காகப் புனித ஜார்ஜ் கோட்டைக் கல்லூரியை 1812இல் நிறுவினார். 'சென்னைக் கல்விச் சங்கம்' என்று தமிழில் அறியப்பட்ட இக்கல்லூரியே எல்லிஸின் மொழி ஆய்வுகளுக்குக் களமாக விளங்கியது. 1856இல்

கால்டுவெல் எழுதி வெளியிட்ட 'திராவிட மொழிகளின் ஒப்பிலக்கணம்' என்ற அரிய ஆய்வு நூலுக்கு நாற்பதாண்டுகளுக்கு முன்னரே, 1816இல் 'திராவிட மொழிக் குடும்பம்' என்ற புலமைக் கருத்தாக்கத்தைக் கண்டுணர்ந்து உலகுக்கு வெளிப்படுத்தியவர் எல்லிஸ். பரவலாக அறியப்படாத இவ்வுண்மையை, நெடுங்கால விரிந்த ஆராய்ச்சியின் வழியாக, ஏராளமான புதிய செய்திகளோடு எடுத்துரைக்கும் நூல் தாமஸ் டிரவுட்மனின் *திராவிடச் சான்று*. காலனிய ஆவணங்களில் புதைந்து கிடக்கும் செய்திகளைத் திரட்டியுள்ளதோடு, ஏறத்தாழ இருநூறாண்டுகளாக எவருமே பார்த்திராத எல்லிஸின் கையெழுத்துப்படிகளை இலண்டனிலும் எடின்பரோவிலும் புதையலெனக் கண்டெடுத்துப் பேராசிரியர் தாமஸ் டிரவுட்மன் இந்நூலை எழுதியிருக்கிறார். முற்றிலும் காணாமல் போய்விட்டதாகக் கருதப்பட்ட எல்லிஸ் எழுதிய தமிழ் யாப்பியல் பற்றிய ஆய்வுரைகளை இவர் கண்டெடுத்திருப்பது முக்கியமானதாகும். எல்லிஸின் அடித்தடங்களை இனங்கண்டு அவற்றை அடியொற்றி டிரவுட்மன் நிகழ்த்திய தேடல் ஒரு துப்பறியும் கதையைப் போல் சுவையும் விறுவிறுப்பும் கொண்டது.

பம்பாயிலிருந்து செயல்பட்டுவந்த கீழைத்தேயவியல் அறிஞரும், எல்லிஸின் நண்பருமான வில்லியம் எர்ஸ்கினின் கோப்புகளில் எல்லிஸின் கடிதம் இருப்பதாகத் துப்பறிந்த டிரவுட்மன் அக்கோப்புகளைத் தேடினார். எர்ஸ்கினின் மகன் பிரிட்டிஷ் நூலகம், பிரிட்டிஷ் அருங்காட்சியகம், ஸ்காட்லாந்தின் தேசிய நூலகம் ஆகியவற்றுக்கு அவற்றை வழங்கிவிட்டிருந்தார். அம்மூன்று ஆவணக்காப்பகங்களிலும் எர்ஸ்கினின் கோப்புகளைப் பார்வையிட்ட டிரவுட்மன், அவற்றில் எல்லிஸ் எழுதிய இருபத்திரண்டு நீண்ட கடிதங்கள் இருந்ததைக் கண்டார். இக்கடிதங்களில் தம்முடைய புலமை எழுத்தாக்கங்களின் முன்வரைவுகளை எல்லிஸ் பகிர்ந்துகொண்டிருந்தமை வெளிச்சத்துக்கு வந்தது.

உழும்போது தட்டுப்பட்ட புதையலைப் போல் மேலும் ஒரு ஆவணத் தொகுப்பும் டிரவுட்மன் பார்வைக்கு வந்தது. எல்லிஸின் நண்பரும், சென்னையில் தமிழ் பயின்று பின்பு தென்கிழக்காசியாவில் தம் புலமைத் தேடல்களைத் தொடர்ந்தவருமாகிய ஜான் லெய்டன் என்ற அறிஞரின் உயிலை நிறைவேற்றுபவராக வில்லியம் எர்ஸ்கின் செயல்பட்டிருந்தார். லெய்டனின் கோப்புகளிலும் எல்லிஸின் எழுத்துகள் இருக்கலாம் என்று தேடியதில் அவற்றிலும் சில ஆவணங்கள் கிடைத்தன. அடுத்து, பிரிட்டிஷ் நூலகத்திலுள்ள மெக்கன்சி சேகரத்திலும் எல்லிஸின் எழுத்துகள் சிக்கின.

எல்லிஸின் மறைவுக்குப் பிறகு அவருடைய வெளிவராத எழுத்துகள் சிலவற்றை வெளியிட்ட வால்ட்டர் எலியட், தமிழ் யாப்பிலக்கணம் பற்றிய எல்லிஸ் எழுதிய விரிவான ஆய்வுரையின் கரட்டு வடிவங்கள் இரண்டினைத் தம் கோப்புகளில் பாதுகாத்து வைத்திருந்தார். அவற்றையும் டிரவுட்மன் இனங்கண்டார்.

சென்னைக் கல்விச் சங்கத்தில் வீசியெறியப்பட்டிருந்த காகிதக் குப்பையில் எல்லிஸின் சில அரிய எழுத்துகளை மீட்டெடுத்த எலியட், அவற்றை ஜி.யு. போப்புக்குக் கொடுத்திருந்தார். எல்லிஸ் பற்றிப் போப் எழுதிய வாழ்க்கை வரலாற்றுக் குறிப்பில் இது பூடகமாகச் சுட்டப்பட்டிருந்தது. ஆக்ஸ்போர்டு பல்கலைக்கழகத்தின் போட்லியன் நூலகத்தில் இவற்றை டிரவுட்மன் தேடினார். மைய நூலகத்தின் நூற்பட்டியில் இவற்றைப் பற்றி எந்தக் குறிப்புமில்லை. அதன் ஆறு பிரிவு நூலகங்களில் தேடிய பின்னர், ஏழாவது பிரிவில் அவற்றைக் கண்டெடுத்தார். எல்லிஸ் அகாலமாக மறையாமலிருந்திருந்தால் அவர் எழுதி முடித்திருக்கக்கூடிய முழுமையான தமிழ்மொழி – இலக்கிய வரலாற்றின் கரட்டு வடிவம் இவற்றில் இருந்தது.

இவற்றைத் தவிரக் கிழக்கிந்தியக் கம்பெனியின் ஆவணக் களரியிலும் எல்லிஸின் அலுவல் சார்ந்த எழுத்துகள் பலவற்றை டிரவுட்மன் இனங்கண்டார். அந்த வகையில் துண்டு துக்காணியாக அறியப்பட்டிருந்த எழுத்துகள் போக, பேரளவிலான எல்லிஸ் எழுத்துகளைக் கண்டெடுத்து, எல்லிஸின் பங்களிப்பை விரிவாக ஆராய்வதற்கான பல வாயில்களை டிரவுட்மன் திறந்துவிட்டிருக்கிறார். இவற்றின் அடிப்படையில்தான் எல்லிஸின் புலமைசார் வாழ்க்கை வரலாற்றைத் தாமஸ் டிரவுட்மன் மீட்டுருவாக்கி வழங்கியிருக்கிறார்.

○

நாற்பது வயது நிறையும் முன்னர் நூல்களை எழுதி வெளியிடுவதில்லை என்ற உறுதி பூண்டிருந்த எல்லிஸ் நாற்பத்தோரு வயதில் திடுமென மறைந்த தீயூழை என்னென்பது! 'திராவிட உறவுமுறை' என்ற புகழ்வாய்ந்த நூலை எழுதிய டிரவுட்மன் திராவிடச் சான்று பற்றி எழுதி எல்லிஸிற்குப் புத்துயிரளித்திருக்கிறார் என்று சொல்வது மிகையாகாது.

அமெரிக்காவின் விஸ்கான்சின் மாநிலத்தில் பிறந்து வளர்ந்த டிரவுட்மனுக்கு இந்தியாவைப் பற்றிய அறிமுகமும் ஆர்வமும் காந்தியின் மூலமாக ஏற்பட்டது. பெலாய்ட் கல்லூரியில் மானிடவியலைப் பயின்றபொழுது வெளியான ஏ.எல். பாஷம் எழுதிய The Wonder that was India என்ற புகழ்பெற்ற நூலின்

அமெரிக்கப் பதிப்பைப் படித்ததால் இந்தியா பற்றிய ஆர்வம் அதிகமானது. (இந்நூலின் தமிழாக்கமான 'வியத்தகு இந்தியா' இலங்கை அரசால் வெளியிடப்பட்டிருக்கிறது.) இளங்கலையின் மூன்றாமாண்டை அப்பொழுது புதிதாக எம்.என். ஸ்ரீநிவாஸ் உருவாக்கியிருந்த தில்லிப் பல்கலைக்கழகத்தின் சமூகவியல் துறையில் கழித்தார் டிரவுட்மன். இளங்கலைப் பட்டம் பெற்றபின் இலண்டன் பல்கலைக்கழகக் கீழைத்தேய, ஆப்பிரிக்க ஆய்வுப் பள்ளியில் (*School of Oriental and African Studies - SOAS*) ஏ.எல். பாஷம் மேற்பார்வையில் அர்த்தசாஸ்திரம் பற்றிய ஆய்வை மேற்கொண்டு 1962இல் முனைவர் பட்டம் பெற்றார். இக்காலப்பகுதியில் ரொமிலா தாப்பர் போன்ற இந்திய அறிஞர்களோடு நட்பு கொண்டார். பட்டம் பெற்ற காலத்தில் சில ஆண்டுகள் அதே நிறுவனத்தில் விரிவுரையாளராகப் பணிபுரிந்தார். அங்கே பணியாற்றிவந்த ஜான் மார் வழியாகத் தமிழை அறிமுகப்படுத்திக்கொண்டார். 1968 முதல் மிஷிகன் பல்கலைக்கழகத்தில் பணியாற்றிய டிரவுட்மன் அங்கு வரலாறு மற்றும் மானிடவியல் பேராசிரியராக விளங்கி, 2010இல் ஓய்வுபெற்றார். *Comparative Studies in Society and History* என்ற மதிப்பார்ந்த ஆய்விதழுக்கும் அவர் ஆசிரியராக விளங்கியிருக்கிறார்.

ஆங்கிலத்தோடு சமஸ்கிருதமும் பிரெஞ்சும் பழுதறக் கற்ற டிரவுட்மனுக்குத் தமிழ், பாலி, இலத்தீன், ஜெர்மன் மொழிகளில் பயிற்சி உண்டு. மானிடவியல், வரலாறு, மொழியியல் ஆகிய துறைகளில் நுட்பமான புலமைமிக்க டிரவுட்மனின் ஐம்பதாண்டு இடையறாத ஆய்வின் மூலமாக இந்தியப் பண்பாட்டைப் புரிந்துகொள்வதற்கு இன்றியமையாத நூல்கள் பல வெளிவந்துள்ளன.

டிரவுட்மனின் முதல் நூல் அர்த்தசாஸ்திரம் பற்றியது. அர்த்தசாஸ்திரம் கௌடில்யர் என்ற தனியொருவரின் படைப்பு அன்று; சில நூற்றாண்டுக்கால இடைவெளியில் பலருடைய பங்களிப்பால் உருவான பனுவல் என்பதை மொழியியல், புள்ளியியல் பகுப்பாய்வின் மூலமாக டிரவுட்மன் நிறுவியுள்ளார்.

1981இல் டிரவுட்மன் வெளியிட்ட 'திராவிட உறவுமுறை' (*Dravidian Kinship*) என்ற நூல் புலமையுலகில் அவருக்கு ஒரு தனியிடத்தைப் பெற்றுத் தந்தது. இந்நூலில் அவர் திராவிட உறவுமுறை என்பது ஒரு வரலாற்றுக் கட்டமைவு என்பதை நிறுவும்முகமாக வரலாற்று மொழியியல் அணுகுமுறையைக் கைக்கொண்டு வரலாற்றுமுறையில் மீட்டுருவாக்கம் செய்து காட்டியுள்ளார். திராவிட உறவுமுறையின் சிறப்பியல்பான முறைமணத்தை (*cross-cousin marriage*) விரிவாக ஆராயும்

டிரவுட்மன், முடியாட்சியைப் பேணிக் காப்பதில் அது ஆற்றிய பங்கைப் பல எடுத்துக்காட்டுகளுடன் விளக்குகிறார். உலக உறவுமுறைகளில் திராவிட உறவுமுறை ஒரு தொல்வடிவம் என்பதையும் நிறுவுகிறார். பண்டைக்கால ஆவணங்களையும் சமகால இனவரைவியல் தரவுகளையும் பயன்படுத்தி அவர் செய்துள்ள ஆய்வு மானிடவியல் உறவுமுறை ஆய்வுகளுக்கு மட்டுமல்லாமல் இந்தியவியல் / திராவிடவியல் ஆய்வுகளுக்கும் முக்கியப் பங்களிப்பாகும்.

திராவிட உறவுமுறை பற்றிய ஆய்வின்பொழுது பத்தொன்பதாம் நூற்றாண்டு அமெரிக்க மானிடவியலாளரான லூயிஸ் ஹென்ரி மார்கனின் உறவுமுறை பற்றிய ஆய்வின்மீது டிரவுட்மனின் கவனம் குவிந்தது. எங்கெல்சின் புகழ்பெற்ற 'குடும்பம், தனிச்சொத்து, அரசு ஆகியவற்றின் தோற்றம்' மார்கனின் 'பண்டைச் சமூகம்' என்ற நூலின் அடிப்படையிலேயே எழுதப்பட்டது என்பதை அறிவோம். மார்கன் பற்றியதொரு புலமை வாழ்க்கை வரலாறாகவே டிரவுட்மனின் *Lewis Henry Morgan and the Invention of Kinship* என்ற நூல் அமைந்துள்ளது. மொழியியலின் சொற்களஞ்சியம் சார்ந்த புரிதலையும், மானுடவியலின் பொருண்மை சார்ந்த புரிதலையும் வேறுபடுத்திக் காண்பதன் மூலம் திராவிட உறவுமுறையின் பெரும் இடப் பரவலை உறவுமுறைச் சொற்களின் வேறுபாட்டால் காணத் தவறுவதை மார்கனின் ஆய்வுகளைக் கொண்டே டிரவுட்மன் இனங்காண்கிறார். (மார்கன் பற்றிய ஆய்வார்வத்தின் இன்னொரு முகமாக, மார்கனின் நூலகத்திற்குச் சிறந்ததொரு அடைவையும் டிரவுட்மன் வெளியிட்டிருக்கிறார்.)

டிரவுட்மனின் அடுத்த இரண்டு ஆய்வு நூல்களும் திராவிடம், ஆரியம் என்ற இரு திணைகளை மையமாகக் கொண்டவை. இவற்றின் ஊற்றுக்கண்ணைப் பதினெட்டாம் நூற்றாண்டு ஐரோப்பியச் சிந்தனையில் இனங்காணும் டிரவுட்மன், அக்காலப் பகுதியில் மொழியும் தேசமும் இணையானவையாகப் புரிந்துகொள்ளப்பட்டதை விளக்குகிறார். விவிலியக் கருத்தியலின் பின்புலத்தில் மொழி, தேசம் ஆகியவற்றின் வரலாறுகள் குடிமரபின உறவுகளால் வரையறுக்கப்பட்டதையும், ஒன்றின் (தேசம்) வரலாற்றில் புலப்படாத பகுதிகளை மற்றொன்றின் (மொழி) வரலாற்றைக் கொண்டு நிரப்ப முற்பட்டதையும் காட்டுகிறார். இந்தப் புதிய புலமைக் கருவியின் மூலமாக 'மொழிக் குடும்பம்' என்ற கருத்தாக்கம் உருப்பெற்று, உலக மொழிகள் பல குடும்பங்களாக உறவு கொண்டுள்ளமை இனங்காணப்பட்டது. இந்தோ – ஐரோப்பியம், மலேய – பாலினேசியம், திராவிடம் ஆகிய மொழிக் குடும்பங்கள் இந்தப் புலமைப் பின்புலத்தில்தாம்

வரையறுக்கப்பட்டன என்பதோடு இவ்வரையறை உருவான இரு நூற்றாண்டுகளுக்குப் பிறகும் இவை ஏற்றுக்கொள்ளத் தக்கவையாக உள்ளது அதன் புலமை உண்மையைக் காட்டுகின்றது என டிரவுட்மன் நிறுவுகிறார்.

இந்தோ-ஐரோப்பிய மொழிக் குடும்பம் எவ்வாறு வரையறுக்கப்பட்டது என்பதை Aryans and British India என்ற நூலில் டிரவுட்மன் விரிவாக ஆராய்கிறார். பதினெட்டாம் நூற்றாண்டின் கடைப் பகுதியில் கல்கத்தாவில் நிறுவப்பட்ட ஆசியக் கழகம் (Asiatic Society) வழியாகக் கீழைத்தேயவியல் அறிஞர்கள் (Orientalists) இதில் முக்கியப் பங்காற்றினர். கிரேக்கம், இலத்தீன், பாரசீகம், சமஸ்கிருதம் ஆகிய மொழிகள் குடும்ப உறவுடையன என்பதை ஒப்பீட்டு மொழிநூல்வழி வில்லியம் ஜோன்ஸ் நிறுவினார். (மொழிக்கும் தேசத்திற்குமான உறவு வரையறுக்கப்பட்ட விதத்தில் 'ஆரிய இன மேன்மை' என்ற நச்சுப் போக்கும் துளிர்த்துக் கிளைத்தது. இது வேறு கதை. இதன் பின்புலத்தையும், இது தொடர்பான விவாதங்களையும் டிரவுட்மன் The Aryan Debate என்ற நூலில் தொகுத்துள்ளார்.) இந்தியாவைப் பற்றிய புதிய அறிவு உருவாவதற்கும் கட்டமைப்பதற்கும் இது அடிப்படையாக விளங்கியது. இந்தியாவைப் புரிந்துகொள்ள சமஸ்கிருதம் மையமானது என்ற கருத்தும் உருவானது. இந்திய மொழிகள் அனைத்தும் சமஸ்கிருத மொழியிலிருந்தே கிளைத்தவை என்றும் கல்கத்தா கீழைத்தேயவியலார் கருதினர்.

அடிப்படையிலேயே பிழையான இக்கருத்தாக்கத்தைச் சென்னையை மையமாகக் கொண்டிருந்த எல்லிஸ் தலைமையிலான அறிஞர்கள் புலமை ரீதியாக மறுத்தனர். இளநிலை ஆங்கிலேய அதிகாரிகள் தங்கள் நிர்வாகப் பணிகளை நிறைவேற்றுவதற்கு – தம் ஆளுகைக்குட்பட்ட மக்களை நிர்வகிப்பதற்கு – சுதேச மொழிப் பயிற்சி இன்றியமையாதது என்பதை உணர்ந்த காலனிய பிரிட்டிஷ் அரசு அப்பயிற்சியை வழங்க முன்வந்தது. கல்கத்தா வில்லியம் கோட்டைக் கல்லூரியை முன்மாதிரியாகக் கொண்டு சென்னையில் உருவாக்கப்பட்டதே புனித ஜார்ஜ் கோட்டைக் கல்லூரியாகும். தமிழ், தெலுங்கு, மலையாளம், கன்னடம், பாரசீகம், அரபு, இந்துஸ்தானி, மராட்டி ஆகிய மொழிகள் இங்குப் பயிற்றுவிக்கப்பட்டன. இதற்கென 'வாத்தியார்கள்' அல்லது 'முன்ஷிக்கள்' அமர்த்தப்பட்டனர். முத்துசாமிப் பிள்ளை, 'சென்னைக் கல்விச் சங்கத்துத் தலைமைப் புலமை நடாத்தும்' தாண்டவராய முதலியார், கொட்டையூர் சிவக்கொழுந்து தேசிகர் முதலான தமிழறிஞர்கள் இங்குப் பணியாற்றினர். கல்லூரியில் பணியாற்றிய ஆசிரியர்கள் ஒன்றுக்கு

மேற்பட்ட மொழிகளைக் கற்றறிந்திருந்தனர். தம் பணியின் பகுதியாக – மொழி பயிற்றுவிப்பதற்கென – புதிய இலக்கண நூல்களையும் அகராதிகளையும் உரைநடை நூல்களையும் இவர்கள் உருவாக்க வேண்டியிருந்தது. தாண்டவராய முதலியார் 'இலக்கண வினா விடை' எழுதினார்; பஞ்சதந்திரக் கதைகளை மொழிபெயர்த்தார். வீரமாமுனிவரின் செந்தமிழ், கொடுந்தமிழ் இலக்கணங்களும், சதுரகராதியும் முதன்முறையாக அச்சேறின. ராட்லர் அகராதியும் உருவானது. இதனையொத்த பணிகள் பிற மொழிகளுக்கும் நடைபெற்றன. முக்கியமாகத் தெலுங்கு மொழியில் இலக்கணங்களும் அகராதிகளும் எழுதப்பட்டன. தமிழ் / இந்திய மற்றும் ஐரோப்பிய மொழி ஆய்வு மரபுகளின் சந்திப்பைக் கவனப்படுத்தும் டிரவுட்மன், எட்வர்டு சைதின் 'கீழைத்தேயவிய'த்தைச் செழுமைப்படுத்துகிறார். இக்கல்லூரியின் புலமை வெளிப்பாடுகளைப் பல்வேறு ஆய்வாளர்களைக் கொண்டு ஆராய்ந்து The Madras School of Orientalism என்ற நூலையும் அவர் தொகுத்துப் பதிப்பித்திருக்கிறார். இந்நூலும் தமிழியல் ஆய்வுக்கு முக்கியப் பங்களிப்பாகும்.

விரைவும் பரபரப்புமான இந்தக் கல்லூரியில்தான் எல்லிஸின் 'திராவிட மொழிக் குடும்பம்' என்ற கருத்தாக்கம் நிறுவப்பட்டது. 1814இலேயே தெலுங்கைத் தமிழின் 'சகோதரி மொழி' (sister language) என்று எல்லிஸ் குறிப்பிட்டிருக்கிறார்.[10] வேறிடத்தில் தமிழ் பிற திராவிட மொழிகளின் பெற்றோர் (parent) என்று சுட்டியிருக்கிறார். 1816இல் காம்பெலின் தெலுங்கு இலக்கண நூலுக்கு முகப்பாக எழுதிய விரிவான ஆய்வுரையில் தெலுங்குக்கும் சமஸ்கிருதத்திற்கும் குடி உறவில்லை என்பதையும், தமிழ், தெலுங்கு, கன்னடம், மலையாளம், துளு முதலானவை திராவிட மொழிக் குடும்பம் என்றும், சொற்கள் அளவிலான கொள்வினையே சமஸ்கிருதத்துடன் உண்டு என்பதையும் எல்லிஸ் நிறுவிக்காட்டினார். இதைத்தான் டிரவுட்மன் 'திராவிடச் சான்று' என்று குறிப்பிடுகின்றார்.

எல்லிஸ் முன்மொழிந்த 'திராவிட மொழிக் குடும்பம்' ('திராவிடம்' என்ற சொல்லைப் பயன்படுத்தாமல் 'தென்னிந்தியா' என்ற முன்னொட்டைப் பயன்படுத்தியிருந்தாலும்) என்ற இந்தக் கருத்தாக்கமே கால்டுவெல்லின் நூலில் முழு மலர்ச்சியும் புலமை விரிவும் கொள்கின்றது. எல்லிஸின் முன்னோடிப் பங்களிப்பைக் கால்டுவெல் குறைத்துக் காட்டுகிறார் என்பது முழு நிலவின் களங்கம் போன்றதாகும்.

எல்லிஸின் அகால திடீர் மறைவும், அவருடைய கையெழுத்துப்படிகளும் நூல்களும் சிதைந்தும் அழிந்தும்

சிதறியும் போனதும் அவருடைய பங்களிப்பை அறிவதற்குத் தடையாகிவிட்டன. எல்லிஸ் இறந்த பின் பல மாதங்களுக்கு அவருடைய அரிய நூல் தொகுப்புகள் 'அடுப்பெரிக்கவும் கோழி வறுக்கவும்' பயன்படுத்தப்பட்டதை நினைத்தால் இன்றும் நெஞ்சு பதைக்கிறது.

திராவிட மொழிக் குடும்பம் என்ற கருத்தாக்கம் புலமையுலக நிலைபேற்றோடு அரசியல் முக்கியத்துவமும் பெற்றுவிட்டது. திராவிட இயக்கத்தின் அறிவுலக வேர்கள் இதில் ஊன்றியுள்ளன. 'ஆரியம் போல் உலக வழக்கழிந்து ஒழியா'த் தமிழின் சீரிளமைத் திறத்தை வியந்து மனோன்மணீயத்திற்குத் தமிழ்த் தெய்வ வணக்கம் இயற்றிய பேராசிரியர் பெ. சுந்தரம் பிள்ளை, 'கன்னடமும் களி தெலுங்கும் கவின்மலையாளமும் துளுவும் உன் உதரத்து உதித்தெழுந்தே ஒன்று பல ஆயிடினும்' என்று எழுதுவதில் இப்புலமைக் கருத்தாக்கத்தின் அழகியல்/அரசியல் வெளிப்பாட்டைக் காணலாம்.

திராவிடம் இன்று புலமை உலகில் நிலைபேறடைந்துவிட்டது. ஆயினும் திராவிட இயக்க அரசியலைக் கண்டு முகஞ் சுளிப்பவர்களுக்கு இன்றும் திராவிட ஒவ்வாமை உள்ளது. திராவிட மொழியியல் பள்ளி அரசுடைமையாவதற்குப் புதுச்சேரி மொழியியல் பண்பாட்டு நிறுவனமாகப் பெயர் மாற்றம் பெறவேண்டியிருந்தது. 'அண்ணா திராவிட முன்னேற்றக் கழகம்' என்ற பெயரில் தொடங்கப்பட்ட அரசியல் கட்சிக்குப் பின்னர் 'அனைத்திந்திய' என்ற முன்னொட்டு அமைந்தது. திராவிடப் பல்கலைக்கழகம் போன்ற நிறுவனங்களின் உருவாக்கம் இப்பின்னணியில் நல்ல அறிகுறியாகும்.

மொழியியல் சார்ந்து திராவிடம் என்ற கருத்தாக்கம் உலக அளவில் நிறுவப்பட்டுவிட்டாலும் சமூக அறிவியல் துறைகளில் இந்நிலை ஏற்பட்டுவிடவில்லை. தமிழ்ப் புலமை உலகில் க. கைலாசபதியும் அவரைக் கண்மூடி வழிபடும் சிலரும் திராவிடக் கருத்தியலையும் கால்டுவெல்லையும் பழித்துவந்துள்ளதைக் காண்கிறோம்.

'திராவிட மொழிகள்' என்ற கருத்தாக்கத்தின் வரலாற்றை மறுக்க முடியாத, இதுவரை யாரும் பார்த்தறியாத ஆவணங்களின் அடிப்படையில் டிரவுட்மன் எழுதியுள்ளார். புலமை உலகம் போற்றும் பேராசிரியர் தாமஸ் டிரவுட்மன் அமைதியாகவும் நிதானமாகவும் புலமை நெறிகளிலிருந்து சிறிதும் வழுவாமலும், கோட்பாட்டுத் தெளிவு, விரிந்து பரந்த தரவுகள், மயக்கம் தராத மொழி, பிறழாத வாதமுறை ஆகிய தன்மைகளுடனும் எழுதிய

திராவிடச் சான்று நூல் தமிழுக்கு அவர் வழங்கிய கொடை மட்டுமல்ல, எல்லீசன் என்ற அறிஞனுக்குச் செய்யப்பட்ட அழியாத நினைவுச் சின்னமுமாகும்.

~

சான்றுப் பட்டியல்

ஆ.ந. கபாலமூர்த்திப் பிள்ளை, *ஸ்ரீ தாண்டவராய முதலியார் சரித்திரச் சுருக்கம்*, 1919.

ரா.பி. சேதுப்பிள்ளை, *கிருஸ்தவத் தமிழ்த் தொண்டர்*, எஸ்.ஆர். சுப்பிரமணிய பிள்ளை, திருநெல்வேலி, 1946.

மயிலை சீனி. வேங்கடசாமி, *பத்தொன்பதாம் நூற்றாண்டில் தமிழ் இலக்கியம்*, சென்னை, 1962.

ச. கிருஷ்ணமூர்த்தி (ப—ர்), *திருக்குறள் பழைய உரை*, சென்னை, 1993.

ஐராவதம் மகாதேவன், 'திருவள்ளுவரின் திருவுருவம் பொறித்த தங்கக்காசு,' *தமிழகத் தொல்லியல் சான்றுகள்*, 1994.

ஐராவதம் மகாதேவன், 'திருவள்ளுவரின் திருமேனி தாங்கிய தங்கக்காசு,' *தினமணி சுடர்*, 4 மார்ச் 1995.

ஞான. அலாய்சியஸ், *அயோத்திதாசர் சிந்தனைகள்*, 3 தொகுதிகள், பாளையங்கோட்டை, 1999—2003.

Iravatham Mahadevan, 'A unique gold coin with Thiruvalluvar's portrait,' in Studies in South Indian Coins, vol. 5, 1995.

~ ~

இணைப்பு 1

சென்னைக் கிணற்றுக் கல்வெட்டு

பாரெலா நிழற்று பரியரிக் குடையோன்
வாரியுஞ் சிறுக வருபடைக் கடலோன்
ஆர்கட லதிர வார்த்திடுங் கப்பலோன்
மரக்கல வாழ்வின் மற்றொப் பிலாதோன்
தனிப்பெருங் கடற்குத் தானே நாயகன்
தீவுகள் பலவுந் திதிபெறப் புரப்போன்
தன்னடி நிழலிற் றங்குபல் லுயிர்க்குந்
தாயினு மினியன் தந்தையிற் சிறந்தோன்
நயநெறி நீங்கா நாட்டார் மொழிகேட்
டுயர்செங் கோலும் வழாமை யுள்ளோன்

மெய்மறை யொழுக்கம் வீடுறா தளிப்போன்
பிரிதன்னிய சுகோத்திய விபானிய மென்னு
மும்முடி தரித்து முடிவி லாத
திக்க னைத்துந் தனிச்சக்கர நடாத்தி
யொருவழிப் பட்ட வொருமை யாளன்
வீரசிங் காதனத்து வீற்றிருந் தருளிய
சோர்சென்னு மூன்றா மரசற்கு †—எம் ஆண்டில்
காலமுங் கருவியுங் கருமமுஞ் சூழ்ந்து
வென்றியொடு பொருள்புகழ் மென்மேற் பெற்ற
கும்பினி யார்கீழ்ப் பட்டகனம் பொருந்திய
யூ வெலயத் தென்பவ னாண்டவ னாக
சேர சோழ பாண்டி யாந்திரங்
கலிங்க துளுவ கன்னாட கேரளம்
பணிக்கொடு துரைத்தனம் பண்ணு நாளில்
சயங்கொண்ட தொண்டிய சாணுறு நாடெனும
ஆழியி லிழைத்த வழகுறு மாமணி
குணகடன் முதலாக குடகட லளவு
நெடுநிலந் தாழ நிமிர்ந்திடு சென்னப்
பட்டணத் தெல்லீச னென்பவன் யானே
பண்டார காரிய பாரஞ் சுமக்கையிற்
புலவர்கள் பெருமான் மயிலையம் பதியான்
தெய்வப் புலமைத் திருவள் ளுவனார்
திருக்குற டன்னிற் றிருவுளம் பற்றிய
“இருபுனலும் வாய்ந்த மலையும் வருபுனலும்
வல்லரணு நாட்டிற் குறுப்பு”
என்பதின் பொருளை யென்னுளாய்ந்து
ஸ்வஸ்திஸ்ரீ சாலிவாகன சகாப்த ஸ்ரீ
– ˆ ˜ —... செல்லா நின்ற
இங்கிலிசு ஸ்ரீ –‰ ˜ —‰ம் ஆண்டில்
பிரபவாதிஸ்ரீக்கு மேற் செல்லா நின்ற
பஹுதான்யஸ்ரீத்தில் வார திதி
நக்ஷத்திர யோக கரணம் பார்த்து
சுப திநத்தி லிதனோ டிருபத்தேழு
தூரவு கண்டு புண்யாஹவாசநம்
பண்ணுவித்தேன்.

1818

நன்றி: ச. கிருஷ்ணமூர்த்தி (ப—ர்),
திருக்குறள் பழைய உரை, 1993

~

இணைப்பு 2

கல்லறைக் கல்வெட்டு

மிக்கப் புகழ்மணந்து விரிந்து தழைத்து
திக்க னைத்தும் படர்ந்திடு மிங்கிலீசு
குலப்பூக் கொடிக்கொரு கொழுமல ரொப்போன்
கல்வி யறிவிலாக் காரிரு ளிரியச்
செல்வச் சங்க செழுங்கதிர் விரித்தருள்
எல்லீச னென்னும் மியற்பெய ருடையோன்
இத்தேயத் திலியன் றாபல சொற்களில்
முத்தமி ழாரிய முதற்பல கசடறக்
கற்றறிந்த வற்றுள் கலைபல வுணர்ந்தோன்
புத்தமிழ் தெனத்தமிழ்ப் பொழிதிரு வாக்கினன்
மநுமுத நூல்களில் வழக்குநெறி யனைத்தும்
இனமுறத் தொகுத்திங் கிலீசில் விரித்தோன்
திருவள் ளுவப்பெயர்த் தெய்வஞ் செப்பி
யருள்குற ளூலு ளறப்பா லினுக்குத்
தங்கு பலநூ லுதாரண கடலைப்பெய்
திங்கி லீசுதனி லிணங்கமொழி பெயர்த்தோன்
இந்நிலக் குடிமையு மிறைமை யுமுணரத்
தொன்மை செய்கற் பொறிசொற் செப்பேடு
நன்னராய்ந் தவற்றையு நன்குமொழி பெயர்த்தோன்
புறைசய் வெற்கடம் புக்கவோர் காலத்
தரசுபுரி சென்னையி லாங்கா திருபத்தேழ்
கூவல்க ளோடறக் குளமுந் தொட்டோன்
இளைய பெருங்குண முடையோன்
தென்றிசை யாத்திரைச் செல்வழி முகவையில்
சாலி வாகன சகமாயிரத் தெழுநூற்று
நாற்பத் தொன்றி னுக்குக் கிரிஸ்துவின்
ஆயிரத் தெண்ணூற்றுப் பத்தொன்பதா மாண்டில்
ஏய மார்ச்சி யொன்பதினிற் கடிதியில்
அந்தோ நிலமக ளழுதுதலை விரிக்க
அறமுதல் கடவு ளடிப்பெரு நிழல்பெற்
றுறுமிளைப் பாறிய வகையுற் றனனே.

Revised List of Tombs of Europeans and Americans in the Madura District with Inscriptions Thereon. Madura: Printed at the Madura Collectorate Press, 1895.

Julian James Cotton, List of Inscriptions on Tombs or Monuments in Madras Possessing Historical or Archaeological Interest. Madras: Printed by the Superintendent, Government Press, 1905.

ச. கிருஷ்ணமூர்த்தி (ப–ர்), திருக்குறள் பழைய உரை, 1993 அடிவரையறை செய்து இப்பாடலை வழங்கியுள்ளார்.

~

எல்லிஸ் வெளியிட்ட திருவள்ளுவர் காசு
நன்றி: ஐராவதம் மகாதேவன்

SACRED TO THE MEMORY OF
FRANCIS WHYTE ELLIS ESQ^{RE}
OF THE MADRAS CIVIL SERVICE
WHOSE VALUABLE LIFE WAS SUDDENLY TERMINATED
BY A FATAL ACCIDENT AT THIS PLACE
ON THE 9TH MARCH 1819
IN THE 41ST YEAR OF HIS AGE

UNITING ACTIVITY OF MIND WITH VERSATILITY OF GENIUS HE DISPLAYED THE SAME ARDOUR AND HAPPY SUFFICIENCY OF WHATEVER HIS VARIED TALENTS WERE EMPLOYED. CONVERSANT WITH THE HINDOO LANGUAGES & LITERATURE OF THE PENINSULA HE WAS LOVED & ESTEEMED BY THE NATIVES OF INDIA WITH WHOM HE ASSOCIATED INTIMATELY & HIS KIND & PLAYFUL DISPOSITION ENDEARED HIM TO HIS OWN COUNTRYMEN AMONG WHOM HE WAS DISTINGUISHED NO LESS BY HIS CAPACITY AS A PUBLIC SERVANT THAN BY A MIND FRAUGHT WITH INTELLIGENCE & INFORMATION AND ALIVE TO EVERY OBJECT OF INTEREST OR UTILITY. THE COLLEGE OF FORT ST GEORGE WHICH OWES ITS EXISTENCE TO HIM IS A LASTING MEMORIAL OF HIS REPUTATION AS AN ORIENTAL SCHOLAR AND THIS STONE HAS BEEN ERECTED AS A TRIBUTE OF THE AFFECTIONATE REGARD OF HIS EUROPEAN AND NATIVE FRIENDS.

Revised List of Tombs of Europeans and Americans in the Madura District with Inscriptions Thereon. Madura: Printed at the Madura Collectorate Press, 1895.

Julian James Cotton, List of Inscriptions on Tombs or Monuments in Madras Possessing Historical or Archaeological Interest. Madras: Printed by the Superintendent, Government Press, 1905.

~

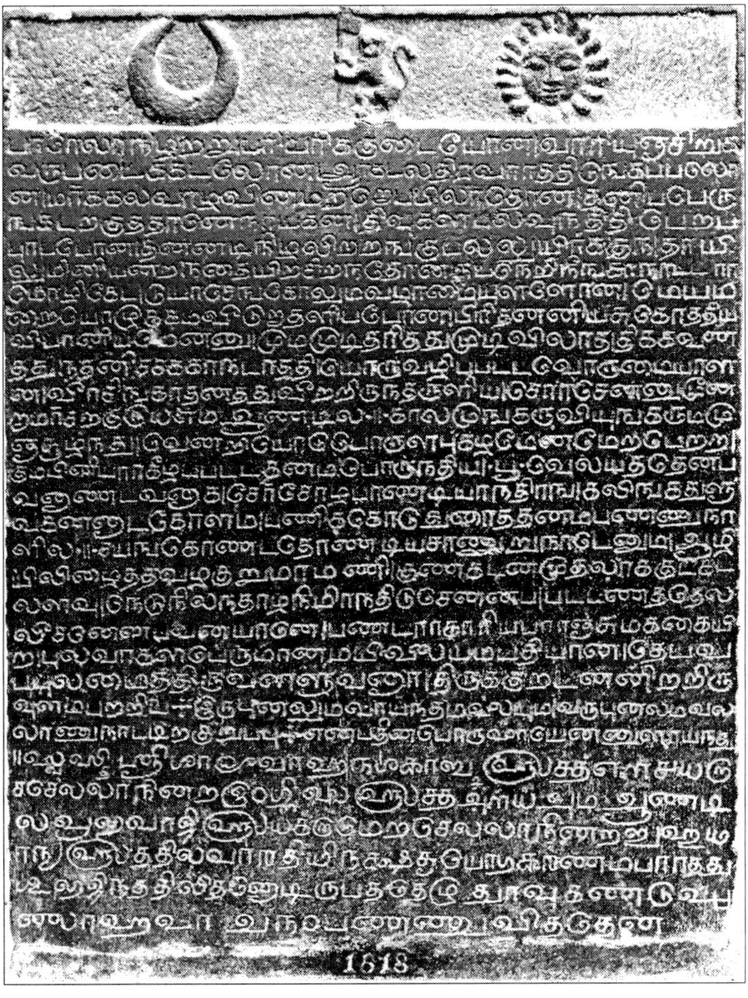

சென்னைக் கிணற்றுக் கல்வெட்டு

~

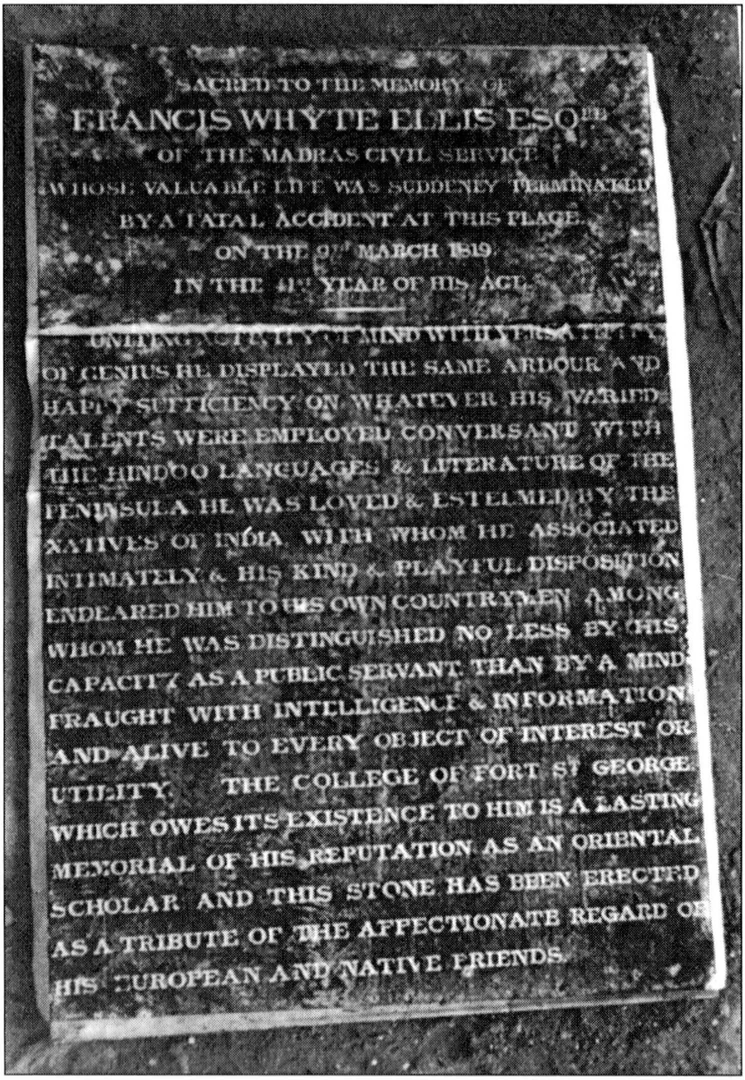

> SACRED TO THE MEMORY OF
> FRANCIS WHYTE ELLIS ESQ.
> OF THE MADRAS CIVIL SERVICE
> WHOSE VALUABLE LIFE WAS SUDDENLY TERMINATED
> BY A FATAL ACCIDENT AT THIS PLACE
> ON THE 9th MARCH 1819
> IN THE 41st YEAR OF HIS AGE
>
> UNITING ACTIVITY OF MIND WITH VERSATILITY
> OF GENIUS HE DISPLAYED THE SAME ARDOUR AND
> HAPPY SUFFICIENCY ON WHATEVER HIS VARIED
> TALENTS WERE EMPLOYED CONVERSANT WITH
> THE HINDOO LANGUAGES & LITERATURE OF THE
> PENINSULA HE WAS LOVED & ESTEEMED BY THE
> NATIVES OF INDIA WITH WHOM HE ASSOCIATED
> INTIMATELY & HIS KIND & PLAYFUL DISPOSITION
> ENDEARED HIM TO HIS OWN COUNTRYMEN AMONG
> WHOM HE WAS DISTINGUISHED NO LESS BY HIS
> CAPACITY AS A PUBLIC SERVANT THAN BY A MIND
> FRAUGHT WITH INTELLIGENCE & INFORMATION
> AND ALIVE TO EVERY OBJECT OF INTEREST OR
> UTILITY. THE COLLEGE OF FORT ST GEORGE
> WHICH OWES ITS EXISTENCE TO HIM IS A LASTING
> MEMORIAL OF HIS REPUTATION AS AN ORIENTAL
> SCHOLAR AND THIS STONE HAS BEEN ERECTED
> AS A TRIBUTE OF THE AFFECTIONATE REGARD OF
> HIS EUROPEAN AND NATIVE FRIENDS.

கல்லறைக் கல்வெட்டு

நன்றி: தமிழகத் தொல்லியல் துறை மற்றும் முனைவர் வெ. வேதாசலம்

~

சான்றுக் குறிப்புகள்

1. ரா.பி. சேதுப் பிள்ளை, *கிறிஸ்தவத் தமிழ்த் தொண்டர்,* எஸ்.ஆர். சுப்பிரமணிய பிள்ளை, திருநெல்வேலி, 1957 (நான்காம் பதிப்பு), ப. 39.

2. நானறிந்தவரை இப்பாடலை முதலில் வெளியிட்டவர், Simon Casie Chitty, The Tamil Plutarch, 1859, II edition 1946 (AES reprint 1982), ப. 93.

3. Revised List of Tombs of Europeans and Americans in the Madura District with Inscriptions Thereon. Madura: Printed at the Madura Collectorate Press, 1895; Julian James Cotton, List of Inscriptions on Tombs or Monuments in Madras Possessing Historical or Archaeological Interest. Madras: Printed by the Superintendent, Government Press, 1905.

4. ஞான. அலாய்சியஸ் (ப—ர்), *அயோத்திதாசர் சிந்தனைகள்,* II, நாட்டார் வழக்காற்றியல் மையம், திருநெல்வேலி, 1999, ப. 548.

5. *அயோத்திதாசர் சிந்தனைகள்,* I, ப. 723.

6. *அயோத்திதாசர் சிந்தனைகள்,* I, ப. 146.

7. *அயோத்திதாசர் சிந்தனைகள்,* II, ப. 676.

8. *அயோத்திதாசர் சிந்தனைகள்,* II, ப. 720.

9. *அயோத்திதாசர் சிந்தனைகள்,* I, ப. 130.

10. Madras Public Consultations, 8 July 1814, p. 3697.

இக்கட்டுரை பலருக்கும் கடமைப்பட்டுள்ளது. எல்லிஸுக்குப் புத்துயிரளித்த பேராசிரியர் டிரவுட்மன் தம் ஆய்வை மிக்கப் பெருந்தன்மையோடு பகிர்ந்துகொண்டார். திருவள்ளுவர் காசு பற்றிய தம் கட்டுரைகளின் படிகளை வழங்கியதோடு, எல்லிஸ் பற்றிய மேலதிகத் தகவல்களையும், எல்லிஸ் பொறித்த வள்ளுவர் நாணயங்களின் ஒளிப்படத்தையும் கொடுத்தவர் பேராசிரியர் ஐராவதம் மகாதேவன். தொல்லியல் அறிஞர்களாகிய முனைவர் வெ. வேதாசலம், முனைவர் சொ. சாந்தலிங்கம், திரு. ச. கிருஷ்ணமூர்த்தி ஆகியோர் பல செய்திகளைப் பகிர்ந்துகொண்டு உதவினர். திருமலை நாயக்கர் மகாலிலிருந்து கல்வெட்டைப் படம் பிடித்து அனுப்பியவர் ஜெ. பாலசுப்பிரமணியம்; படம் பிடித்தவர் தமிழ் முதல்வன்.

~ ~

ஜி.யு. போப் (1820–1908)

தமிழ் மாணவர்!

1996இல் இங்கிலாந்திற்குப் பயணம் செய்தபொழுது அது எனது முதல் வெளிநாட்டுப் பயணம் என்று எனக்குத் தெரியாது – எனது ஒரே வெளிநாட்டுப் பயணமாக இருக்கும் என்றுதான் நினைத்துக்கொண்டிருந்தேன். எனவே, லண்டன் பிரிட்டிஷ் நூலகத்தில் ஆராய்ச்சி செய்யும் முதன்மையான வேலையைத் தவிர வேறு சில திட்டங்களும் கைவசம் இருந்தன. கட்டாயம் பார்க்க வேண்டியவை என்று நினைத்த இடங்கள் இரண்டுமே கல்லறைகள். முதலாவது, லண்டன் செல்லும் எல்லாத் தமிழ் எழுத்தாளர்களும் புனித யாத்திரை மேற்கொண்டு தவறாமல் புகைப்படம் எடுத்துக்கொள்ளும் காரல் மார்க்சினுடைய கல்லறை. மற்றொன்று மேலைநாட்டின் தலைசிறந்த தமிழறிஞருள் ஒருவரான ஜி.யு. போப்பின் கல்லறை.

ஜி.யு. போப் கல்லறையில் 'நான் ஒரு தமிழ் மாணவன்' என்ற வாசகம் பொறிக்கப்பட்டுள்ளது என்பது தமிழ் உலகின் நீண்ட கால நம்பிக்கை. ஐம்பதாண்டுகளுக்கு முன்பே அந்தக் கல்லறையை நேரில் சென்று பார்த்தவர் தமிழ் எழுத்தாளர் மீ.ப. சோமசுந்தரம். அதைப் பற்றி அவர் எழுதிய கட்டுரையில் ஜி.யு. போப் கல்லறை வாசகம் உண்டு. ஆனால் 'தமிழ் மாணவன்' என்ற குறிப்புத்தான் அதிலில்லை. மீ.ப. சோமுவின் கட்டுரை முதலில் 'கல்கி'யில் வெளிவந்து, 'அக்கரைச் சீமை' என்ற பயண நூலில் இடம்பெற்று, சாகித்திய அக்காதெமி

பரிசும் (1962) பெற்றுவிட்டது. உண்மைகளால் ஐதீகங்களை வெல்ல முடியாது போலும்.

19ஆம் நூற்றாண்டின் முப்பெரும் கீழைத்தேயத் *(Orientalists)* தமிழறிஞர்கள் என்று எல்லிஸ், கால்டுவெல், ஜி.யு. போப் ஆகியோரைச் சொல்லலாம். சென்னைக் கல்விச் சங்கம் என்ற புனித ஜார்ஜ் கோட்டைக் கல்லூரியை நிறுவித் தமிழ் மறுமலர்ச்சிக்கு வித்திட்டவர் எல்லிஸ். திராவிட மொழிக் குடும்பம் என்ற கருத்தாக்கத்தை முதன்முதலில் முன்மொழிந்த எல்லிசின் பரந்துபட்ட சாதனைகள் இன்று தாமஸ் டிரவுட்மனின் 'திராவிடச் சான்று' நூல் வழித் தெளிவுபட்டுள்ளன. இக்கருத்தாக்கத்தின் மிகப்பெரும் புலமை விரிவு கால்டுவெல்லின் திராவிட மொழிகளின் ஒப்பிலக்கணம். அவருடைய வரலாற்றையும் பங்களிப்பையும் வின்சென்ட் குமார தாஸ் விரிவாக ஆராய்ந்துள்ளார். ஜி.யு. போப் தன்னுடைய வரலாற்றாசிரியருக்காக இன்னும் காத்திருக்கிறார்.

எல்லிஸும் கால்டுவெல்லும் மொழி, இலக்கணத்திலேயே முதன்மைக் கவனம் செலுத்த, ஜி.யு. போப்பின் சாதனைகள் பெரிதும் இலக்கியம் சார்ந்தவை. இலக்கண வினாவிடை முதலான மொழிப் பயிற்சி நூல்களையும் தமிழ்ப் பயிற்சிக் கையேடுகளையும் எழுதியவராயினும் திருக்குறள், நாலடியார், திருவாசகம், சங்கப் புறப்பாடல்கள் ஆகிய தமிழ்ப் பேரிலக்கியங்களின் ஆங்கில மொழிபெயர்ப்புகளே ஜி.யு.போப்பின் புகழுக்கு அடிப்படையாக விளங்குகின்றன. மணிமேகலை, பழமொழி நானூறு ஆகியவற்றையும் மொழிபெயர்த்து வெளியிட முயன்று, அப்பணியை முடிக்க இயலாமல் போயிருக்கிறது. குறளை *Sacred Kural* (புனிதக் குறள்) என்று மதித்த ஜி.யு. போப் மொழிபெயர்ப்பு இன்றும் அச்சில் உள்ளது. திருவாசக மொழிபெயர்ப்பு தொடர்ந்து அச்சில் இருப்பதோடு இளையராஜாவின் இசையில் இன்றும் தமிழ்ச் செவிகளில் ஒலித்துக்கொண்டிருக்கிறது. ஜி.யு. போப்பின் மொழிபெயர்ப்பு நூல்கள் மொழியாக்கத்தோடு நில்லாமல் விரிவான முன்னுரை, சொல்லடைவு முதலான பிற்சேர்க்கைகளோடு புலமை அறிமுகங்களாகவே அமைந்திருக்கின்றன. தமிழ்ப் பேரகராதி ஒன்றைத் தயாரிக்கும் முயற்சியிலும் அவர் தலைப்பட்டிருந்தார். சென்னைப் பல்கலைக்கழக அகராதிக்கு அதுவே வித்து என்றும் சொல்லலாம். தமிழுக்கு அவருடைய பங்களிப்பின் அளவு மிக விரிந்தது. மேலும் பல செய்ய வேண்டும் என்றும் விரும்பியிருக்கிறார். ஆனால், 'ஒரு பொழுதும் வாழ்வதறியார் கருதுப கோடியும் அல்ல பல!' என்ற குறள் அவர் நினைவில் நின்று நிலவியுள்ளது.

தமிழ்ப் புலவர்களோடு அவருக்கு நல்ல தொடர்பு இருந்திருக்கிறது. இராமாநுசக் கவிராயரிடம் பாடம் பயின்றிருக்கிறார். உ.வே. சாமிநாதையரின் பதிப்புகள்மீது

பெரும் மதிப்பு கொண்டிருந்ததோடு. 1895 முதல் உ.வே. சாமிநாதையருடன் கடிதத் தொடர்பு வைத்திருக்கிறார். பத்துக் கடிதங்களேனும் அவருக்கு எழுதியிருக்கிறார். வாழ்வின் கடைசிக் கால் நூற்றாண்டில் தமிழகம் வர இயலவில்லை என்பதிலும், மரபு வழிப்பட்ட புலவர்களோடு தொடர்பு கொள்ள இயலவில்லையே என்ற ஆற்றாமையும் அவருக்கு இருந்திருக்கின்றன. அந்த அளவில் தம்முடைய நூல்கள் குறையுடையன என்றும் அவர் கருதியிருக்கிறார்.

மூப்படைந்த நிலையில் எடுத்த பணி முடிக்க இயலாது என்றுணர்ந்த நிலையில் புறநானூறு (உ.வே.சா. முதல் பதிப்பு 1894), பழமொழி நானூறு தொடர்பான விரிவான குறிப்புகளையும், கரட்டு வடிவிலான மொழிபெயர்ப்பையும் அக்காலத்தின் முக்கியத் தமிழறிஞரான பச்சையப்பன் கல்லூரி ஆசிரியர் தி. செல்வகேசவராய முதலியாருக்கு அனுப்பிவைத்திருக்கிறார். அவர் ஆராய்ந்த பிற நூல்களையெல்லாம் சாயர்புரத்திற்கு அவருடைய மகன் அனுப்பிவைத்திருக்கிறார். சில கையெழுத்துப் படிகள் (அதில் எல்லிஸினுடைய எழுத்துகளும் அடங்கும்) ஆக்ஸ்போர்டு பல்கலைக்கழகத்துக்கு அனுப்பப்பட்டிருக்கின்றன.

போப்புக்கு மிகப் பிடித்த வரிகள் நாலடியாரில் பயில்வன: 'கல்வி கரையில, கற்பவர் நாள் சில.'

❍

1820இல் பிரின்ஸ் எட்வர்டு தீவில் பிறந்த ஜார்ஜ் உக்ளோ போப் 1837இலேயே தமிழைப் பயிலத் தொடங்கிவிட்டார். 19 வயதில் சென்னைக்குக் கப்பலில் வந்திறங்கிய போப், மேரி என்பவரை 1841இல் மணந்துகொண்டார். அதே ஆண்டில் குருத்துவ திருமுழுக்குப் பெற்று எஸ்.பி.ஜி. என்ற சுவிசேஷ பிரச்சார சங்கத்தில் சேர்ந்து திருநெல்வேலிக்கு வந்தார். 1845இல் முதல் மனைவி மறைந்த நான்காண்டுகளுக்குப் பிறகு ஹென்ரீட்டா பேஜ் என்பாரை மறுமணம் செய்துகொண்டார். இரண்டாண்டுகள் ஆக்ஸ்போர்டில் வாழ்ந்த பிறகு 1851இல் தஞ்சைக்குத் திரும்பினார். அங்குச் சமயப் பணி செய்துகொண்டிருந்தபொழுது அவருக்கும் கிறிஸ்தவப் பக்திப் பாடல்களால் இன்றும் அறியப்படும் அறிஞர் வேதநாயக சாஸ்திரிக்கும் (1774–1864) பிணக்கு ஏற்பட்டது.

சாதியத்தோடு மட்டுமல்லாமல் பிற்போக்கான உள்நாட்டுப் பண்பாட்டு மரபுகளோடும் சமாதான சகவாழ்வு நடத்திக் கொண்டிருந்த திருச்சபையின் நடைமுறைகள் ஜி.யு. போப்புக்கு உவப்பளிக்கவில்லை. சபையிலிருந்து விலகிய போப்,

நெல்லை மாவட்டச் சாயர்புரத்தில் இறையியல் பள்ளியைத் தொடங்கினார். (சாயர்புரத்தில் இப்பொழுது போப் பெயரில் ஒரு கல்லூரி இருக்கிறது.) உதகமண்டலத்தில் ஐரோப்பியச் சிறார்களுக்கான ஒரு பள்ளியை 1859இல் நிறுவினார். 1870இல் பெங்களூருக்கு குடிமாறினார். 1881இல் இங்கிலாந்து சென்ற போப் 1908இல் இறக்கும்வரை இந்தியாவுக்குத் திரும்பவில்லை. இந்தக் காலப்பகுதியில் பல பெருமைகள் அவரைத் தேடி வந்தன. ஆக்ஸ்போர்டு பல்கலைக்கழகம் அவரைத் தமிழ், தெலுங்கு (1884) ஆகிய மொழிகளுக்கு விரிவுரையாளராக அமர்த்தியது; இந்திய ஆட்சிப் பணிக்கு ஏராளமான அதிகாரிகளை அனுப்பி வைத்த ஆக்ஸ்போர்டின் பாலியோல் கல்லூரி அவரைக் கல்லூரிப் பூசாரியாகவும் (*chaplain*), உறுப்பினராகவும் (*fellow*) தேர்ந்தெடுத்தது (1886). சிறந்த கீழைத்தேய அறிஞர்களுக்கு மூன்றாண்டுகளுக்கு ஒரு முறை வழங்கப்பட்ட ஆசிய வேத்தியல் கழகத்தின் (*Royal Asiatic Society*) பொற்பதக்கம் 1906இல் போப்புக்குப் பெருமை சேர்த்தது. 1908இல் போப்பின் மறைவு தமிழ் உலகில் பரவலாக நினைவுகூரப்பட்டது.

○

மீ.ப. சோமு கட்டுரைத் தகவல்களைக் கொண்டு கல்லறையைத் தேடிச் சென்றேன். மார்க்சிய வரலாற்றுப் பேராசிரியர் கிறிஸ்டபர் ஹில்லைச் சந்தித்த அடுத்த நாள், செயிண்ட் செபல்கர் கல்லறைத் தோட்டத்திற்குச் (*St. Sepulchre's Cemetery*) சென்றேன். ஆக்ஸ்போர்டு நகருக்கு வடக்கே இருந்த கல்லறைத் தோட்டம் கொள்ளை நோயால் நிரம்பி வழிந்தபொழுது 1859இல் உருவாக்கப்பட்டது இந்தக் கல்லறைத் தோட்டம். வால்ட்டன் தெருவிலுள்ள ஆக்ஸ்போர்டு பல்கலைக்கழகப் பதிப்பகத்திற்கு அடுத்துள்ள இந்தக் கல்லறைத் தோட்டம் இன்று பயன்பாட்டில் இல்லை. புது தில்லி ஜவாகர்லால் நேரு பல்கலைக்கழகத்தில் ஒருசாலை மாணாக்கராக இருந்து, பிறகு ஆக்ஸ்போர்டில் பிஎச்.டி. ஆய்வு செய்துகொண்டிருந்த பிரஷாந்த் கிடாம்பி (இப்பொழுது லெஸ்ட்டர் பல்கலைக்கழகத்தில் பேராசிரியர்) என்னுடன் கல்லறையைத் தேடினார்.

மீ.ப. சோமுவின் குறிப்பின்படி மிகப் பாழடைந்து, புதர் மண்டி, எங்கோ ஒளிந்திருக்கும் என்று நினைத்துத் தேடிய கல்லறை நுழைவாயிலுக்கு அருகிலேயே மிக நல்ல முறையில் பராமரிக்கப்பட்டு இருந்தது ஆறுதலையும் வியப்பையும் தந்தது.[1] மிகைப்படுத்தி நாடகப் பாங்காக எழுதினால்தானே தமிழ் எழுத்தாளன்!

அங்கிருந்த கல்லறை வாசகம் வருமாறு.

S.M.
GEORGE UGLOW POPE, D.D.
OF S. INDIA, SOMETIME LECTURER IN TAMIL AND TELUGU
IN THE UNIVERSITY, AND CHAPLAIN OF BALLIOL COLLEGE, OXFORD.
BORN 24 APRIL 1820 DIED 11 FEB. 1908
THIS STONE HAS BEEN PLACED HERE BY HIS TAMIL FRIENDS IN S. INDIA, IN LOVING ADMIRATION OF HIS LIFE-LONG LABOURS IN THE CAUSE OF ORIENTAL LEARNING AND PHILOSOPHY.

1911இல் மறைந்த ஜி.யு. போப்பின் மனைவியின் கல்லறையும் அருகிலேயே இருந்தது.

IN LOVING MEMORY
ALSO OF HENRIETTA PAGE POPE, HIS WIFE
BORN DEC. 14, 1830.
DIED AT FOREST HILL, SEP. 19, 1911

இமை மூடிச் சில நொடிகள் கல்லறையின் முன் வணங்கியபொழுது மனத்தில் அமைதி நிரம்பியது.

2007 ஆம் ஆண்டு மீண்டும் அக்கல்லறைத் தோட்டத்திற்குச் சென்றேன். இப்பொழுது அத்தோட்டம் மேலும் தூய்மையாகக் காட்சி தந்தது. உடன்வந்த பேராசிரியர் ஸ்டீவ் ஹ்யூஸ் (தொடக்க காலத் தமிழ் சினிமா பற்றி ஆராய்பவர்), பேராசிரியர் சாரா ஹாட்ஜஸ் (பெண்ணிய வரலாற்றாசிரியர்) அக்கல்லறையை போப் குடும்பத்தினர் ஒருவர் பேணி வருவதாகக் கூறி அவரிடமும் அழைத்துச் சென்றனர். அக்குடும்பத்தின் விரிவான கொடிவழியை அட்டவணையாக்கிக்கொண்டிருந்த அவர், போப்பின் தமிழ்ப் பங்களிப்பு பற்றி ஆர்வமோ அக்கறையோ காட்டவில்லை.

❍

இந்தக் கல்லறைக் கல்வெட்டை அமைப்பதில் தமிழர்களின் பங்கும் இருந்திருக்கிறது. இதனை வெட்டுவதற்குத் தமிழர்கள் நன்கொடை வழங்க வேண்டுமெனத் தி. செல்வகேசவராய முதலியாரும் மற்றும் இருவரும் ‘இந்து’ ஆங்கில நாளிதழ் மூலமாக வேண்டுகோள் விடுத்திருக்கிறார்கள்.[2] தமது கல்லறைக் கல்வெட்டு அமைப்பதற்குத் தமிழர்கள் நன்கொடை வழங்க வேண்டுமெனப் போப் விரும்பியிருக்கிறார். ஆனால் எவ்வளவு பணம் திரட்டப்பட்டது எனத் தெரியவில்லை. ஆனால் அவருடைய தமிழ் நண்பர்களின் கொடையினால்தான் கல்லறை அமைக்கப்பட்டது என்பதை அதன் வாசகங்கள் தெளிவுபடுத்துகின்றன.

IN LOVING MEMORY
ALSO OF HENRIETTA PAGE POPE HIS WIFE
BORN DEC 14 1830
DIED AT FOREST HILL LONDON SEP 19 1911.

ரா.பி. சேதுப் பிள்ளையின் 'கிறிஸ்தவத் தமிழ்த் தொண்டர்' (1946) நூலில்கூட இடம்பெறாத போப் தம் கல்லறைக் கல்வெட்டில் அவர் ஒரு தமிழ் மாணவர் என்பதாகப் பொறித்திருந்தார் என்ற செய்தி எவ்வாறு உருப்பெற்று ஒரு பெரும் ஐதீகமாகக் கிளை பரப்பியது?

ஜி.யு. போப் மறைந்தபொழுது 'சித்தாந்த தீபிகை' என்ற மாத இதழில் அதன் ஆசிரியர் சைவ சித்தாந்தப் பேரறிஞர் ஜே.எம். நல்லசாமிப் பிள்ளை விரிவானதொரு இரங்கலுரை எழுதினார். 'தமிழ் மாணவர்' என்பதின் வித்து அதில்தான் உள்ளது. 20 அக்டோபர் 1900இல் ஜி.யு. போப் எழுதிய கடிதத்தை விரிவாக மேற்கோள் காட்டி எழுதப்பட்ட அந்த அரிய இரங்கலுரையில் '*Whenever I die, "A Student of Tamil" will be inscribed on my monument*' என்ற ஜி.யு. போப்பின் விருப்பம் வெளிப்படுத்தப்பட்டுள்ளது. '*A Student of Tamil*' என்பதையே அந்த இரங்கலுரைக்குத் தலைப்பாகவும் அமைத்தார் ஜே.எம். நல்லசாமிப் பிள்ளை.[3]

இந்தக் கனவுதான் எப்படியோ வெகுசன மனப்பரப்பில் விருப்பம் சார்ந்த உண்மையாக உருப்பெற்றுவிட்டது. இந்தக் கதையை உண்மையென மேடையிலும் எழுத்திலும் திரும்பத்திரும்பக் கூறியிருக்கும் தமிழன்பர்களின் பட்டியல் சங்கடம் தருமளவுக்கு நீண்டது.

போற்றத்தகும் மரணங்களை நடுகல் வைத்து வழிபடும் தொல் மரபும், புதிய மேனாட்டு மோகமும் இணைந்து 'தமிழ் மாணவர் ஜி.யு. போப்' என்ற ஐதீகத்தைத் தமிழரிடையே நிலைநிறுத்திவிட்டது போலும்.

~

சான்றுக் குறிப்புகள்

1. 1984இல் பழ. நெடுமாறன் சென்றபொழுது கல்லறைத் தோட்டம் களையோடித்தான் இருந்திருக்கிறது. 'நெடுமாறன் என்ன செய்கிறார்?', *ஜுனியர் விகடன்*, 5 செப்டம்பர் 1984.
2. *The Hindu,* 19 April 1910. போப் கல்லறை தொடர்பாக மேலும் இரு செய்திகள் 15 மார்ச் 1910, 20 ஏப்ரல் 1910 ஆகிய இதழ்களிலும் வெளிவந்துள்ளன.
3. *The Siddhanta Deepika or the Light of Truth,* Vol. VIII, No. 11, February 1908.

~ ~

உ.வே. சாமிநாதையர் (1855–1942)

உதிராத மலர்கள்

(உ.வே. சாமிநாத) அய்யரவர்கள் தமிழ் இலக்கியத்தின் மெய்க்காப்பாளர் மட்டுமல்ல; பழைய சம்பிரதாயங்கள், பழைய மனப்பான்மைகள் இவற்றின் பிரதிநிதி. அரசியல் நிலைமையாலும் மற்றும் இதர சந்தர்ப்ப விசேஷங்களாலும் வேகத்தை அடிப்படையாகக் கொண்ட நாகரிகப் போக்கின் தன்மை பெற்ற தீவிர மனப்பான்மை கொண்டவர்களுக்குப் பொறுமையும் ஸ்ரீ அய்யரவர்களுக்கு அவகாசமும் இணைவது துர்லபம். ஆனால் இச்சிறு கோவைகளான 'நினைவுச் சாளரங்கள்' இவ்விருவர்களிடையிலும் ஒரு தொடர்பை ஏற்படுத்த ஒரு சிறந்த சாதனமாகும்...

– புதுமைப்பித்தன்[1]

1

1855இல் உ.வே. சாமிநாதையர் பிறந்தபொழுது தமிழகத்தில் இரயில் வண்டிகள் ஓடத் தொடங்கி யிருக்கவில்லை. இருப்புப் பாதையிலேயே பெரிதும் பயணம் செய்து தமிழகமெங்கும் பழந்தமிழ் ஏடுகளைத் தேடிய உ.வே.சா., ஜப்பானிய விமானக் குண்டுத் தாக்குதலுக்கு அஞ்சி, சென்னை நகரைப் பலரும் காலி செய்து சென்றபொழுது,

திருக்கழுக்குன்றத்திற்குக் குடிபெயர்ந்து 1942இல் மறைந்தார். 'முதல் விடுதலைப் போர்' எனப்படும் 1857ஆம் ஆண்டின் எழுச்சி அவர் பிறந்த இரண்டாண்டுகளுக்குப் பிறகே நிகழ்ந்தது. கிழக்கிந்தியக் கம்பெனி ஆட்சியில் பிறந்த உ.வே.சா. காலமானபொழுது இந்தியா விடுதலை பெறுவது முடிவாகிவிட்டிருந்தது. இரயிலறியாத காலம் முதல் விமானத் தாக்குதல் சாதாரணப் போர் நடவடிக்கையாக மாறிவிட்ட காலம் வரை ஒரு நெடுங்காலத்தை உ.வே.சா. நேராகப் பார்த்தறிந்தார். பத்தொன்பது, இருபது என இரண்டு நூற்றாண்டுகளின் செம்பாகமும் அவருடைய வாழ்வோடு ஒட்டி அமைந்திருந்தது.

எல்லிஸ் முதல் புதுமைப்பித்தன் வரை தமிழுக்குத் தொண்டு செய்வோரை விரைவில் கவர்ந்துசென்ற 'அறனில் கூற்ற'த்திட மிருந்து நல்லூழாக உ.வே.சா.வை மட்டும் தமிழன்னை எப்படியோ காத்துவிட்டாள்.

எண்பத்தேழு ஆண்டுகள் நிறைவாழ்வு வாழ்ந்த உ.வே.சா., மகாவித்துவான் மீனாட்சிசுந்தரம் பிள்ளையிடம் பழமுறைப்படி தமிழ்க் கல்வி கற்று, திருவாவடுதுறை மடத்தில் மாணவராகவும் பின்பு ஆசிரியராகவும் அமர்ந்து, மேற்கத்தியக் கல்விமுறையில் அமைந்த கும்பகோணம் மற்றும் சென்னை மாநிலக் கல்லூரிகளில் அரசு பணியாற்றினார். பழந்தமிழ் நூல்களைத் தேடித்தேடிப் பதிப்பிப்பதையே ஒரே நோக்கமாகக் கொண்டு, வேறு திசை திரும்பாமல் முழுமூச்சாகப் பணியாற்றினார். தமிழ்ப் பதிப்பியலின் முன்னோடியான சி.வை.தாமோதரம் பிள்ளை 1901இல் மறைந்து, 1920களின் இறுதியில் ச. வையாபுரிப் பிள்ளை பதிப்பாசிரியராக மலரத் தொடங்கும்வரை இத்துறையில் உ.வே.சா.வுடன் போட்டி யிடுவாரில்லை.

உ.வே.சா.வின் அரும்பணிக்கு உரிய அங்கீகாரம் இயல்பாக வாய்த்தது. வடமொழி அறிஞர்களுக்கு மட்டுமே பெரிதும் வழங்கப்பட்ட 'மகாமகோபாத்யாய' (பெரும்பேராசிரியர்) பட்டத்தைத் 'தமிழ்ச் செவ்வியறியாத' ஆங்கிலேயரிடமிருந்து தமிழ் மட்டுமே அறிந்த உ.வே.சா. பெற்றார். (இப்பட்டம் பெற்ற மற்றொரு தமிழறிஞரான பண்டிதமணி மு. கதிரேசன் செட்டியார் வடமொழியிலும் வல்லவர்.) இதனால் பாரதியின் வாழ்த்தும் கிடைத்தது. (இதன் சிறப்பை உ.வே.சா. உணர்ந்திருந்தாரா என்பது வேறு.)

சென்னைப் பல்கலைக்கழகம் அவருக்கு மதிப்புறு டாக்டர் பட்டத்தை 1932இல் வழங்கியது. சென்னைப் பல்கலைக்கழகத்தில் தமிழில் முதல் பிஎச்.டி. பட்டம் பெற்றவர் பி.சா. சுப்பிரமணிய சாஸ்திரி. தமிழில் இலக்கணக் கோட்பாடுகளின் வரலாறும்

சமஸ்கிருத இலக்கண நூல்களுடனான அவற்றின் தொடர்பும் என்ற பொருளில் எழுதிய ஆய்வேட்டுக்கு 1930இல் இப்பட்டம் அவருக்குக் கிடைத்தது. யாப்பியல் பற்றி ஆய்வேடு எழுதி டாக்டர் பட்டத்தை அ. சிதம்பரநாதன் செட்டியார் அண்ணாமலைப் பல்கலைக்கழகத்தில் பெற்றது 1940ஆம் ஆண்டளவில்தான். இந்த ஆய்வேடுகளெல்லாம் ஆங்கிலத்தில் எழுதப்பட்டவை. (1970கள் வரையும்கூடத் தமிழில் பிஎச்.டி. பட்டம் பெறுவதற்கு ஆங்கிலத்தில்தான் ஆய்வேடு அமைய வேண்டியிருந்தது.) அவ்வகையில் உ.வே. சாமிநாதையருக்கு வழங்கப்பட்ட டாக்டர் பட்டம் தனியொருவருக்குக் கிடைத்த அங்கீகாரமாக அல்லாமல் தமிழுக்கே கிடைத்த அங்கீகாரமாகும்.

அரசாங்கப் பட்டங்கள் ஒருபுறமிருக்க, காஞ்சி மடம் உ.வே.சா.வுக்கு 'தாக்ஷிணாத்ய கலாநிதி' (தென்கலைவாணர்) என்ற பட்டம் வழங்கியது. காந்தியடிகளின் தலைமையில் உரையாற்றிய பெருமையும் இவருக்கு உண்டு. 1919இல் சென்னைக்கு வந்திருந்தபொழுது இரவீந்திரநாத தாகூர் இவரை நேரில் வந்து சந்தித்தார். உ.வே.சா.வின் எண்பதாண்டு நிறைவு தமிழகத்தில் மட்டுமல்லாமல் இந்தியாவின் பிற பகுதிகளிலும், பர்மா, இலங்கை முதலான வெளிநாடுகளிலும்கூடச் சிறப்புறக் கொண்டாடப்பட்டதோடு, ஓர் அரிய மலரும் வெளியிடப்பட்டது. அவர் மறைந்த பிறகு கடலைப் பார்த்தவாறு மாநிலக் கல்லூரி வளாகத்தில் அவருடைய உருவச் சிலையும் அமைக்கப்பட்டது.

நிறைவாழ்வு வாழ்ந்து, தமிழுக்கு அளப்பரிய தொண்டாற்றிய உ.வே.சா.வுக்கு, ஒரு தமிழறிஞர் இன்றளவும் நினைத்தும் பார்க்க முடியாத அனைத்துப் பெருமைகளும் அவர் வாழ்நாளிலேயே அடையும் அரிய பேறு வாய்த்தது. எவரின் ஆற்றலையும் முழு மலர்ச்சி பெறவிடாத தமிழ்ச் சூழலில் உ.வே.சா. என்னும் ஆளுமையின் விகசிப்பு எவ்வளவு அரிதானது என்று சொல்ல வேண்டியதில்லை.

2

அரிய தமிழ் நூல்களைத் தேடியெடுத்துச் செம்மையாகப் பதிப்பித்த உ.வே.சா. எழுதிய 'என் சரித்திரம்' நூலுக்கு நவீனத் தமிழில் ஒரு தனி இடம் உண்டு. மணிமேகலைப் பதிப்பு வெளியான 1898ஆம் ஆண்டுவரையான நிகழ்ச்சிகளோடு இடைநிற்கும் இந்த நிறைவுபெறாத தன்வரலாறு தவிர, இரண்டாயிரம் பக்கங்களுக்கு மேற்பட்ட சுயசரிதைத் தன்மையிலான நூற்றைம்பதுக்கு மேற்பட்ட கட்டுரைகளையும் ஐந்து முழு அளவிலான வாழ்க்கை வரலாறுகளையும் உ.வே.சா.

எழுதினார். நவீனத் தமிழ்ச் சமூகத்தின் உருவாக்கத்தைப் புரிந்துகொள்ள உ.வே.சா.வின் இத்தன்மையிலான எழுத்துகள் மிக முக்கியமான சான்றாதாரங்கள் என்பதில் இரண்டு கருத்துகள் இருக்க முடியாது. கணிசமான அளவுக்கு இந்த வகையான, சுயசரிதைத் தன்மையிலமைந்த கட்டுரைகள் எழுதுவதற்கு உ.வே.சா.வின் நீண்ட வாழ்நாள் அனுபவங்களும் அவருக்குக் கிடைத்த சமகால அங்கீகாரமும் முக்கியக் காரணிகளாகும். இக்கட்டுரைகள் அவர் காலத்திலேயே பெரும்பாலும் தொகுத்தும் வெளியிடப்பட்டன. ஒரு தொகுப்புக்கான கட்டுரைகள் சேர்ந்த உடனேயே அவை நூலாக்கம் பெற்றன. 'நான் கண்டதும் கேட்டதும்', 'புதியதும் பழையதும்', 'நல்லுரைக் கோவை', 'நினைவு மஞ்சரி' என்ற அவற்றின் தலைப்புகளே அவை எந்தப் பொருண்மை அடிப்படையிலும் தொகுக்கப்படவில்லை என்பதைக் காட்டிவிடும். அவர் மறைந்த பிறகும் அவை அப்படியே மறுஅச்சிடப்பட்டுவந்தன.

அவை பொருள் ஒழுங்கில், காலவரிசை பற்றிய ஓர்மையுடன் வகைதொகைப்படுத்தப்பட்டு வெளிவர வேண்டும் என்ற தமிழன்பர்களின் நெடுநாள் கனவு ப. சரவணனின் முயற்சியால் இன்று ஈடேறியிருக்கிறது. இலக்கியம், மொழி, தன்வரலாறு, சுவடி தேடியது, ஊர், சான்றோர், இசைவாணர், வரலாறுகள், தனிப்பாடல், மாந்தர் என்று பொருத்தமான பிரிவுகளில் நூற்றுஎழுபத்தைந்து கட்டுரைகளைச் சரவணன் தொகுத்துள்ளார். உ.வே.சா.வின் கட்டுரைகளைக் காத்திரமாக மதிப்பிடுவதற்கு இதன்மூலம் வழிசமைந்துள்ளது என்பதில் தடையில்லை.

உ.வே.சா.வின் உரைநடை நூல்களில் முதலிடம் பெறுபவை அவர் எழுதிய வாழ்க்கை வரலாறுகளே. 1933-34இல் இரு பகுதி களாக அவர் எழுதி வெளியிட்ட 'ஸ்ரீ மீனாட்சிசுந்தரம் பிள்ளை யவர்கள் சரித்திரம்' பத்தொன்பதாம் நூற்றாண்டின் இலக்கியச் சூழல் பற்றிய மிக விரிவான பதிவாகும். மேலைமுறையிலான கல்வி கால்கொள்வதற்கு முன்பான தமிழ்க் கல்வி, சைவ மடங்களின் நிலை, இலக்கிய உற்பத்திக்கும் புரவலர்களுக்குமான உறவு, மரபுவழிப் புலவர்களின் உருவாக்கமும் செயல்பாடும், இலக்கிய வகைமைகள் முதலானவற்றைப் புரிந்துகொள்வதற்கான அரிய ஆவணம் இது.

புலவர்கள் பற்றிய நம்பகமான வரலாறுகள் இல்லை என்பதை உணர்ந்து, அந்த ஓர்மையோடு தம் ஆசிரியரின் வரலாற்றைப் பயபக்தியுடன் உ.வே.சா. எழுதியிருக்கிறார். நாற்பதாண்டுகளுக்கு மேற்பட்ட தேடலின் விளைவான நூல் இது. 'நான் அறிந்தன போக வேறு செய்திகள் கிடைக்கலாமென

எண்ணிப் பிள்ளையவர்களோடு பழகிய பலர்பாற் சென்று சென்று விசாரித்தேன்; இவருடைய கடிதங்கள், தனிப்பாடல்கள், நூல்கள் முதலியன கிடைக்குமென்று அறிந்த இடங்களுக் கெல்லாம் சென்றுசென்று தேடினேன்...' என்று அவர் கூறியிருப்பதற்கிணங்க, இவ்வரலாற்றில் பல கடிதங்களும் தனிச் செய்யுள்களும் சிறப்புப் பாயிரங்களும் இருப்பதைக் காணலாம். தாம் இத்தகைய வரலாறு ஒன்று எழுத இருப்பதை 1900, 1931 ஆகிய ஆண்டுகளில் இருமுறை *சுதேசமித்திரன்* நாளிதழில் விளம்பரம் செய்து அவர் தகவல்களை வேண்டியிருக்கிறார். கிடைத்ததைப் பதிவுசெய்ததோடு, கிடைக்காததையும் அவர் பதிவுசெய்திருப்பது முக்கியமானது.

> இவர் காலத்தில் படம் எடுக்கும் கருவிகள் இருந்தும் இவரோடு பழகியவர்களுள் ஒருவரேனும் இவருடைய படத்தை எடுத்துவைக்க முயலாதது வருத்தத்தை விளைவிக்கிறது... இக்கவிச் சக்ரவர்த்தியினுடைய பூத உடம்பின் படம் இல்லையே என்னும் வருத்தம் இருந்தாலும் இவருடைய புகழுடம்பின் படமாக நூல்களும் செய்யுட்கள் முதலியனவும் இருக் கின்றன வென்றெண்ணி ஒருவகையாக ஆறுதல் அடைகின்றேன்.[2]

இச்செய்தியை, இவ்வரலாற்றின் இரண்டாம் பாகத்திலும் உ.வே. சா. குறித்திருக்கிறார். (இப்பொழுது உலவும் மீனாட்சிசுந்தரம் பிள்ளையின் படம் எப்படிக் கிடைத்தது என்பது தனியே ஆராய்வதற்குரியது. இதேபோல் தியாகராச செட்டியாரைப் படம் பிடிப்பதற்கும் அவர் முயன்றுள்ளார். அதைப் பற்றிய சுவையான விவரணையைத் தியாகராச செட்டியார் வரலாற்றில் காணலாம்.) நூலாகவே திட்டமிட்டு எழுதிய இச்சரித்திரத் திலும்கூடத் தன்னளவில் முழுமையான கட்டுரைகளாகக் கருதத்தகும் பகுதிகள் உள்ளன. ‘தருக்கடங்கின எழுத்தாளர்’ போன்ற பகுதியை அவர் தனியாகவும் வெளியிட்டிருக்கிறார்.

நூலாகவே எழுதி வெளியிட்ட மீனாட்சிசுந்தரம் பிள்ளை வரலாறு தவிர, உ.வே.சா.வின் மற்றொரு ஆசிரியர் எனத்தக்க தியாகராச செட்டியாரின் வரலாற்றையும், கனம் கிருஷ்ணையர், கோபாலகிருஷ்ண பாரதியார், மகாவைத்தியநாதையர் ஆகிய இசை விற்பன்னர்களின் வரலாற்றையும் *கலைமகளி*ல் தொடராக எழுதிப் பின்பு தனி நூல்களாகவும் வெளியிட்டார். இவ்வாறு தனி வாழ்க்கை வரலாற்று நூல்களாக எழுதியதோடு, தமக்குத் தொடர்புடைய பல பெருமக்களின் வரலாற்றையும் கட்டுரை வடிவில் எழுதினார். பூண்டி அரங்கநாத முதலியார், சேஷையா

சாஸ்திரி, பொன்னம்பலம் இராமநாதன், மணி ஐயர் (எஸ். சுப்பிரமணிய ஐயர்), வி. கிருஷ்ணசாமி ஐயர், வேங்கடராம பாகவதர், அனந்தராம ஐயர், பெரிய வைத்தியநாதையர் ஆகியோர் பற்றிய கட்டுரைகள் இத்தகையவை.

இவர்களில் பலருடைய வரலாற்றை உ.வே.சா. எழுதியிரா விட்டால் அவர்களைப் பற்றி எந்தத் தகவலுமே தெரியாமல் போயிருக்கும் என்பது கவனத்தில் கொள்ள வேண்டிய உண்மை. கோபாலகிருஷ்ண பாரதி, தியாகராச செட்டியார் முதலானோர் பற்றி இவர் எழுதவில்லை என்றால் அவர்களைப் பற்றித் தமிழுலகம் ஒன்றுமே அறியாமல்போயிருக்கும். இக்காரணம் பற்றியே ‘என் சரித்திரம்’ எழுதுவதினும் தியாகராச செட்டியார் வரலாற்றை எழுதுவதில் தம் இறுதிநாளில் உ.வே.சா. முனைப்பு காட்டியிருக்கிறார். சேலம் இராமசாமி முதலியார் பற்றி அவர் எழுதாமல் போனது எவ்வளவு பெரிய இழப்பு என்பதை இன்று உணர முடிகிறது. பூண்டி அரங்கநாத முதலியார், சேஷையா சாஸ்திரி, பொன்னம்பலம் இராமநாதன், வி. கிருஷ்ணசாமி ஐயர், மணி ஐயர் முதலானோர் பற்றி ஆங்கிலத்தில் நூல்கள் உண்டென்றாலும் அவர்களின் தமிழ் சார்ந்த பங்களிப்புகள் பற்றி அவற்றில் அதிகம் இல்லை.

மேலும், குமரகுருபரர், சிவஞான முனிவர், முத்துசாமி தீக்ஷிதர் போன்ற அவர் காலத்துக்கு முந்திய பெருமக்களைப் பற்றிய வழக்காறுகளையும் உ.வே.சா. தொகுத்து எழுதியிருக் கிறார். இன்றைக்கு இரண்டேகால் நூற்றாண்டுக்கும் மேற்பட்டவ ரான சிவஞான முனிவர் இவர் காலத்திற்கு இரண்டு மூன்று தலைமுறைகளே முன்னவர் என்பதைக் கருதும்போது செவிவழிச் செய்திகள் கூடுதல் நம்பகத்தன்மை உடையவை எனக் கொள்ள இடமுண்டு. ‘எங்கள் பாவம் எங்கள் பாவம் எங்கள் பாவம் ஈசனே’ என்னும் பாடல் எழுந்த கதை அக்கால மடங்கள் பற்றிய அரிய, சுவையான பதிவாகும்.

‘இசையில் அதிகப் பழக்கம் வைத்துக்கொண்டால் இலக்கண இலக்கியத்தில் தீவிரமாகப் புத்தி செல்லாது’ என்று மீனாட்சிசுந்தரம் பிள்ளை அறிவுறுத்தியவுடன் கோபால கிருஷ்ண பாரதியிடம் இசை பயின்றுவந்ததை உ.வே.சா. கைவிட்டாரெனினும், அவர் வாழ்நாள் முழுவதும் இசை ஈடுபாடு அவரை விடவில்லை. அவர் எழுத்து நெடுகவும் இசையின் அதிர்வுகளைக் கேட்கலாம். மாணவர்களுக்குப் பயிற்றுவிக்கும்பொழுது செய்யுள்களை இசையுடன் பாடி வகுப்பெடுக்கும் வழக்கம் அவருக்கு இருந்துள்ளது. இசை சார்ந்த உருவகங்கள் அவர் கட்டுரைகளில் இறைந்துகிடக்கின்றன. மொழி அமைதியையும் சுருதி சுத்தத்தையும் இணைத்துக்காட்டும் ‘எது

தமிழ்?' கட்டுரை இங்கு நினைக்கத்தக்கது. கர்நாடக இசையாகக் கட்டமைக்கப்படுவதற்கு முன்பு தமிழகத்தில் சாஸ்திரிய சங்கீதம் பற்றிய விரிவான பதிவுகளை உ.வே. சாமிநாதையரிடம் அன்றி வேறு யாரிடமும் காணவியலும் என்று சொல்ல முடியாது.

பலப்பல தலபுராணங்களைப் பாடியவரிடம் பாடம் பயின்ற உ.வே.சா. பல்வேறு ஊர்களைப் பற்றி எழுதிய கட்டுரைகளும் சுவையானவை. புராணம் சார்ந்த தலச்சிறப்புகளோடு வேறு பல செய்திகளையும் தொகுத்துச் சொல்வது ஊர்கள் பற்றிய உ.வே.சா. கட்டுரைகளின் பாங்காகும். இந்த வகையில் அரியிலூர், உடையார்பாளையம், திருமலைராயன்பட்டினம், கும்பகோணம், பெரும்புலியூர் ஆகியவற்றின் பதிவுகள் அமைந்திருக்கின்றன.

பெர்லினில் தமிழறிஞராக விளங்கிய டாக்டர் ஹ. பைதான் என்பவருக்கு உ.வே.சா.வின் எழுத்தைப் படித்ததும் கும்பகோணம் ஞாபகம் வந்திருக்கிறது.[3] உ.வே.சா.வுக்கு பெர்லினிலிருந்து அவர் எழுதிய கடிதம் (25–8–1939) சுவையானது. (இந்தக் கடிதம் ஜூலியன் வின்சோன் பற்றிய 'கடல் கடந்து வந்த தமிழ்' கட்டுரையோடு ஒத்து எண்ணத்தக்கது.)

> கலைமகள் என்னும் சஞ்சிகையின் ஒரு சந்தாதார் நான். வாசிக்கையில் எப்பொழுதும் நீங்கள் எழுதி யிருக்கிற உரைகளை முதலிலே எதிர்பார்த்திருக் கிறேன். அதினால் எனக்கு அளவிறந்த சந்தோஷம் உண்டாகும். உங்கள் பெயரைப் பார்த்தால் கும்பகோணம் காவேரி பச்சையுள்ள கரை[யி]ன் படம் என் கண்ணுக்கு முன் தோன்றுகிறது. ...ரெயில்வேய் ஸ்டேஷன் அப்புறமிருக்கிற 'கழுதைத் தோப்பு' என்று சொல்லப்பட்ட இடம் எனக்கு 'அஷ்ரமாக' இருந்தது (நான் அந்தக் காலத்தில் கலியாணமில்லாத துறவி). ஜெர்மன் மிஷனில் கிறிஸ்தவ குரு வேலை செய்தவன். காலிட்ஜில் திருவிழா கொண்டாடப்பட்டப்போது நானும் வரவழைக்கப்பட்டுச் சில சமயங்களில் அங்கே போயிருந்தேன்....நீங்கள் கும்பகோணத்தில் இருக்கிற சமணர்களைப் பற்றி எழுதின உரை எனக்கு அதிக சிரிப்பு உண்டாக்கினது. சமணர்களிலும் ஒருவர் எனக்கு முகம் தெரிந்தவர்; அவர் கர்ணம் (surveyor). நான் மகாமகம் குளத்தின் சமீபத்தில் ஒரு பள்ளிக்கூடத்தை ஸ்தாபித்தப்போது அவரோடு பழகினேன்; வெகு யோக்கியன். அந்தக் காலத்தில் நான் கும்பகோணம் என்னும் மொழியின் மர்மமான அர்த்தத்தையும் தெரியவந்தேன். மாயவரம்

பிள்ளை என்னும் ஒரு போக்கிரிப் பிள்ளையும் (பெயர்போனவன்) ஒரு பிராமணக் கிழவனும் எனக்கு இவ்விஷயத்தில் குருவாக விளங்கினார், தக்ஷிணமும் சம்பளமும் இன்றி! பார்ப்பான் எனிடத்தில் 50 ரூ வாங்கிச் செய்ய வேண்டியவைச் செய்யாமல் மறைந்து அருளினார், பலவிதமான வாத்தியங்கள் முழங்காமலும் பூ சொரியாமலும் மறைந்துவிட்டருளினாரே! அப்போது தெரிய வந்துவிட்டது எனக்கு கும்பகோணம் என்னும் மொழியின் அர்த்தம்! ஆயினும் இது ஹாஸ்யமாக மட்டும் சொல்லுகிறேன். *Peccator intra muros et extra!* எந்த ஊரிலும் போல் கும்பகோணத்திலும் நல்லவரும் உண்டு, நல்லவரோடுக் கெட்டவரும் கலந்திருக்கிறார்கள். அது நிற்க!

செவிவழிச் செய்திகளின்மூலம் தம் ஆய்வுகளுக்குத் தகவல்கள் திரட்டியவர் உ.வே.சா. கர்ண பரம்பரையாக (செவிவழியாக) வழங்கிவந்த கதைகளையும் உ.வே.சா. சுவைபட விவரிக்கிறார். 'பொன் காத்த கிழவி', 'அன்னம் படைத்த வயல்', 'மல்லரை வென்ற மாங்குடியார்', 'அம்பலப்புளி' போன்றவை இத்தன்மையானவை. சுவையான கதைப் போக்குடையவையாக இருக்கும் இந்த விவரிப்புகளைப் போலவே தம்முடைய வாழ்வில் நிகழ்ந்தவற்றையும் உ.வே.சா. கட்டுரைப்படுத்தியிருக்கிறார். 'அழைத்த காரணம்', 'அப்படிச் சொல்லலாமா?' முதலான கட்டுரைகள் இதற்கு எடுத்துக்காட்டுகள். 'இருந்தமிழே உன்னால் இருந்தேன்; இமையோர் விருந்தமிழ்தம் என்றாலும் வேண்டேன்' என்ற விழுமிய வரிகளைக் கொண்ட 'தமிழ் விடு தூது' நூலின் ஓலைப்பிரதி எப்படிக் கிடைத்தது என்று உ.வே.சா. விவரிக்கும் 'இன்னும் அறியேன்' கட்டுரை இத்தகைய விவரிப்புக்குச் சிறந்த உதாரணம். முற்காலத்துத் தனிப்பாடல்கள் சில எழுந்த சூழலை விவரிக்கும் முகமாகவும் இருபது கட்டுரைகளுக்கு மேல் அமைந்துள்ளன. 'நெருப்பு வட்டமான நிலா' என்ற ஈற்றடியையுடைய 'பிச்சைப் பாட்'டை யார்தான் மறக்க முடியும். தனிப்பாடல் திரட்டை முதன்முதலில் தொகுத்த சந்திரசேகர கவிராஜ பண்டிதருக்கு இதைவிடச் சிறந்த நினைவுச் சின்னம் இருக்க முடியுமா?

3

இந்தக் கட்டுரைகளெல்லாம் அக்கால வெகுசனப் பத்திரிகைகளிலேயே வெளிவந்திருக்கின்றன. பெரும்புலவரான

உ.வே.சா. 'தமிழ்ப் பொழில்', 'செந்தமிழ்ச் செல்வி' போன்ற புலமை இதழ்களில் எழுதவில்லை என்பது முக்கியமான செய்தி. விதிவிலக்காகச் 'செந்தமி'ழில் மட்டும் இரண்டொரு கட்டுரைகளும் ஒரு மதிப்புரையும் வெளிவந்துள்ளன. 'வியாசம்', 'வசன காவியம்' என்று பலவாறாகச் சுட்டப்பட்டுவந்த ஓர் இலக்கிய வகைமை, 'கட்டுரை' என்னும் வடிவமெடுத்தது 1920க்குப் பிந்திய காலத்திலாகும். தமிழில் சிறுகதை வடிவம் நிலைபெற்ற காலமும் இதுவே. இலக்கியக் கட்டுரை, சிறுகதை ஆகிய வடிவங்களுக்கு நெருக்கமான ஒரு சொல்முறையினை உ.வே.சா. தம் கட்டுரைகளில் கையாண்டுள்ளார். கட்டுரைத் தலைப்புகளே ஓர் ஈர்ப்பைத் தருவனவாக, வாசகரைப் பிரதிக்குள் இழுப்பனவாக அமைந்திருப்பதைக் காண முடிகின்றது. கட்டுரையின் மையமான ஒரு தொடரையே மேற்கோள் குறிக்குள் கட்டுரைத் தலைப்பாகப் பலமுறை அவர் அமைத்திருக்கிறார். இலக்கியச் செழுமையோடு அமையும் தலைப்புகளும் பல உள்ளன. நிலவொளியில் முல்லைப்பாட்டை இனங்கண்டதை விவரிக்கும் 'நிலவில் மலர்ந்த முல்லை' என்னும் முரண்அணி துலங்கும் தலைப்பையும், பூக்களை நிரல்படுத்தும் குறிஞ்சிப் பாட்டின் வரிகளைக் கண்டெடுத்ததைப் பற்றிய 'உதிர்ந்த மலர்கள்' என்னும் தலைப்பையும் மறக்க முடியுமா என்ன? அவை உதிரா மலர்கள் அல்லவா? 'கிர்ர்ர்ரனி', 'டிங்கினானே!' என்னும் விளையாட்டான தலைப்புகளை ஒரு முதுபெரும் அறிஞர் கையாளும்பொழுது வாசகர்கள் உடனே அதில் கவனம் செலுத்தினால் பிழை சொல்ல முடியுமா?

உ.வே.சா.வின் நுவல்முறை நாடகத் தன்மையோடு அமைந்திருப்பதும் அவர் கட்டுரைகளின் வெற்றிக்கு ஒரு காரணம். பொருத்தமும சுவையும் மிக்க கட்டுரைத் தலைப்பு, பெரும்பாலும் ஆவலைத் தூண்டும் செய்தியுடனோ பின்னணிப் பீடிகையுடனோ கூடிய தொடக்கத்திற்கு வாசகரை இட்டுச் செல்கிறது. மெல்லக் கதையின் முடிச்சவிழ்ந்து, முத்தாய்ப்புடன் முடிகின்றது. கட்டுரையை எங்கே முடிக்க வேண்டும் என்று பெரும்பாலும் தெரிந்தவராகவே இருக்கிறார் உ.வே.சா.

தமிழ்ப் புலவர்களுக்கு நகைச்சுவை உணர்வு இல்லை என்பார்கள். உ.வே.சா.வுக்கு அமர்த்தலான நகைச்சுவை கைவரும் என்பதற்குப் 'பங்கா இழுத்த பாவலர்' ஒரு புகழ்பெற்ற உதாரணம்.

கட்டுரைகளின் ஈர்ப்புக்கு மற்றொரு காரணம், அவற்றில் உ.வே.சா. 'தான் கலந்து' இருப்பது. உ.வே.சா.வின் சாதனைகளை மனத்தில் இருத்திப் படிக்கும் வாசகருக்கு, அவருடைய கட்டுரைகள் பல செய்திகளைத் தெளிவுபடுத்துவதோடு, கட்டுரைகளுக்குச்

செறிவையும் ஆழத்தையும் கனத்தையும் நம்பகத்தன்மையையும் தருகின்றன. நூலறிவே புலமை என்று கருதப்படும் மரபில் அதனைக் கடந்து கள ஆய்வைச் செய்தவர் உ.வே.சா. செவிவழிச் செய்திகளைப் புறக்கணிக்காத பாங்கினை மேலே சுட்டினோம். களஆய்வின் பதிவுகள் சுவையான கட்டுரைகளாகியிருக்கின்றன. 'கும்மாயம்', 'செண்டலங்காரர்', 'இடையன் எறிந்த மரம்', 'கள்ளனும் புலியும்' போன்ற கதைக்கட்டுரைகள் உ.வே.சா. என்னும் பெரும் பதிப்பாசிரியர் எழுதியதனாலேயே முழுப் பொருள் பெறுகின்றன.

செவிவழிச் செய்திகளும் கள ஆய்வுச் செய்திகளும் உ.வே.சா. வுக்குத் தற்செயலாக வாய்க்கவில்லை. மிகுந்த ஓர்மையுடனும் தன்னுணர்வுடனுமே இவற்றை அவர் தொகுத்துள்ளார்.

> கும்பகோணத்தில் நான் இருந்த காலத்தில் ஒரு முறை திருவையாற்றில் நடைபெறும் ஸப்தஸ்தான உத்ஸவத்திற்குப் போக வேண்டுமென்ற விருப்பம் எனக்கு உண்டாயிற்று . . . ஸப்தஸ்தானத்திற்கு முதல்நாள் நான் புறப்பட்டேன். ஐயம்பேட்டை என்னும் ரயில்வே ஸ்டேஷனில் இறங்கிக் காவிரிக்கரை மார்க்கமாகச் சென்றேன். இடையிலேயுள்ள ஸ்தலங்களில் சில நேரம் தங்கி அந்தஅந்த ஸ்தல சம்பந்தமான விஷயங்களை விசாரித்து நன்கு தெரிந்துகொண்டேன். எந்த ஊருக்குப் போனாலும் அவ்வூரில் இருந்த புலவர்கள் பிரபுக்கள் முதலியவர்கள் வரலாறுகளையும் சரித்திரம் புராணம் என்பவற்றையும் கர்ண பரம்பரைச் செய்திகளையும் விசாரித்துத் தொகுப்பது வழக்கம். இதனால் பல நாளாகத் தெரியாமலிருந்த அரிய விஷயங்கள் மிக எளிதில் விளங்கியதுண்டு. ('அன்னம் படைத்த வயல்')

உ.வே.சா.வின் கடிதப் போக்குவரத்தைக் கவனிக்கும் பொழுது கடிதங்கள்வாயிலாகவும் அவர் ஏராளமான செய்திகளைத் திரட்டியுள்ளது தெரிகிறது.

4

உ.வே.சா.வின் கட்டுரைகளில் ஏறத்தாழ ஒரு நூற்றாண்டுத் தமிழகச் சமூகமும் அச்சமூகத்தின் மாற்றங்களும் பதிவாகி, முக்கிய வரலாற்று ஆதாரங்களாக விளங்குகின்றன. முதல் பகுதியில் விவரித்ததுபோல் உ.வே.சா.வுக்கு அமைந்த வாழ்வு, வளம், காலம், ஆற்றல் ஆகியவை வேறு எவருக்கும் வாய்க்க

வில்லை. உ.வே.சா. தம் சுயசரிதையை எழுதத் தயங்கியபொழுது டி.கே.சி.யும் கல்கியும், 'தங்களுடைய சுயசரித்திரம் என்றால், அது தமிழ்நாட்டின் எண்பது வருஷத்துச் சரித்திரமாக அல்லவா இருக்கும்?' என்று வற்புறுத்தி, 'ஆனந்த விகட'னில் எழுதவைத்தது இதனால்தான். இவ்வாறு அவர்கள் வலியுறுத்தியதற்குக் காரணமாக அமைந்தது அவர் எழுதிவந்த கட்டுரைகளேயாகும். இந்த நோக்கமே உ.வே.சா.வின் கட்டுரைகளில் ஓர்மையோடும் ஓர்மையில்லாமலும் அடியோட்டமாக அமைந்திருக்கிறது. நவீனத்துவத்தை எதிர்கொண்ட இந்திய / தமிழ் மனம், நாம் எதையோ இழந்துவிட்டோம் / இழந்துவருகிறோம் என்னும் கவலையினையும் அச்சத்தையும் கொண்டது. உ.வே.சா.வின் பதிவுகள் இவ்வுணர்வுகளைப் பொதிந்துவைத்திருப்பதோடு, அவ்வுணர்வுகளுக்குத் தீனியும் போடுகின்றன. (கட்டுரைகளில் இடம்பெறும் அடிக்குறிப்புகள் வழக்கிழந்துபோன சொற்களையும் தொடர்களையும் ஒழுகலாறுகளையும் விளக்குவனவாக இருப்பதும் இதனால்தான்.) இதன் காரணமாகவே அவருடைய எழுத்துகளிலெல்லாம் 'அந்தக் காலம் x இந்தக் காலம்' என்னும் இருமை தொடர்ந்து தொழிற்படுவதைக் காண முடிகின்றது.

> 'பிள்ளைகளுக்கும் பெண்களுக்கும் இளம் பருவத்திலேயே கல்யாணம் செய்துவிடும் வழக்கம் **அக்காலத்தில்** அதிகமாகப் பரவியிருந்தது.'[4] *(என் சரித்திரம், ப. 113)*

> '**அக்காலத்தில்** நந்தன் சரித்திரம் தமிழ்நாடு முழுவதும் பரவியிருந்தது.' *(ப. 116)*

> 'பதினாறு வயசுடைய ஒருவன் விவாகமாகாமல் பிரமசாரியாக இருந்தால் ஏதோ பெரிய குறையுடையவனைப் போல **அக்காலத்தவர்** எண்ணினார்கள்.' *(ப. 121)*

> 'காலையில் காப்பி என்பது **அக்காலத்தினர்** அறியாதது.' *(ப. 125)*

> 'கல்யாணப் பெண்ணைக் கல்யாணத்திற்கு முன்பு பிள்ளை பார்ப்பதென்ற வழக்கம் **அக்காலத்தில்** பெரும்பாலும் இல்லை.' *(ப. 126)*

இப்படிப் பட்டியலை நீட்டிக்கொண்டே போகலாம். 'அக்காலமும் இக்காலமும்' வேறுவேறு என்பதில் உ.வே.சா. வுக்குச் சிறிதும் ஐயமில்லை. அவருடைய சார்பு எதன் பக்கம் என்றும் சொல்ல வேண்டியதில்லை. இழந்தவை பெரியவை; விழுமியவை; சிறந்தவை. அவற்றைப் பதிவாக்கும் முயற்சியே

உ.வே.சா. கட்டுரைகள். இக்காரணம் பற்றியே, தம் மனைவியின் பெயரை (மதுராம்பிகை) ஒரே ஒருமுறை மட்டுமே குறிப்பிடும் (அதனையும் பொருளடைவில் தவிர்த்து விட்டிருக்கிறார்கள் 'என் சரித்திர'த்தை வெளியிட்டவர்கள்!) உ.வே.சா., தம் திருமண நிகழ்ச்சியை, ஓர் இனவரைவியலாளரே தோற்றுவிடும் அளவுக்கு, ஓர் இயல் முழுவதும் விவரிக்கிறார்.

உ.வே.சா.வின் 'அக்காலம்' ஒரு பொற்காலமாகும். தமது பூர்வீக ஊரான உத்தமதானபுரம் பற்றிய அவரது விவரிப்பு வருமாறு:

> உத்தமதானபுரத்தில் தச்சர், கொல்லர், தட்டார், வலைஞர், நாவிதர், வண்ணார் என்பவர்களுக்கும் மான்யங்களுண்டு. அவர்கள் அவற்றை அனுபவித்துக் கொண்டு தத்தம் வேலைகளை ஒழுங்காகப் பார்த்து வந்தார்கள் . . .
>
> மூப்பச் சாதியார் முதலிய குடியானவர்களிற் பலர் அந்தணர்களுடைய நிலங்களைக் கவனித்துக் கொண்டு அவர்களுடைய மனைக் கட்டுகளில் குடியிருந்துவந்தனர். அவர்கள் அந்த நிலங்களைக் கண்ணுங் கருத்துமாகப் பாதுகாத்துவந்தார்கள். தம் யஜமானர் வீடுகளில் அவசியமான வேலைகளையும் குறைவின்றிச் செய்துவந்தனர். இவற்றிற்காக அவர்களுக்கு அந்தணர்கள் எல்லா வசதிகளையும் கொடுத்து ஒரு கவலையும் ஏற்படாமல் பார்த்து வந்தார்கள். அதனால் அவர்கள் அடைந்த திருப்தி பெரிதாக இருந்தது. அவர்கள் வஞ்சமின்றிப் பாடு பட்டனர். நிலத்தின் சொந்தக்காரரைவிட அவர்களுக்கே பூமியில் சிரத்தை அதிகமாக இருந்தது. இரு சாராரும் மனவொற்றுமையும் அன்பும் உடையவர்களாகி ஒருவருக்கொருவர் இன்றியமையாத நிலையில் வாழ்ந்துவந்தனர். ('என் சரித்திரம்', ப. 6, 7)

சமூக முரண்பாடுகள் பற்றிய பாலபாடங்களுக்கு முற்றிலும் மாறான இவ்வகைச் சித்தரிப்புகளே உ.வே.சா.வின் 'அக்காலம்' என்பதைக் கட்டமைக்கின்றன. பெரிதும் சமூகத்தின் மேலடுக்குகளையே சார்ந்த தமிழ் வாசக மனத்திற்கு இது மிக உவப்பானதாக இருந்திருக்கின்றது.

தமிழ்ச் சமூக வரலாற்றுக்கு உ.வே.சா.வின் சித்தரிப்புகளை ஆதாரமாகக் கொள்வது பற்றிச் சில விமரிசனங்கள்

அண்மையில் எழுந்துள்ளன. உ.வே.சா.வின் சித்தரிப்புகளை மெய்ம்மையின் நேர்ப் பிரதிபலிப்பாகக் கொண்டால் சிக்கல்தான். எந்தவோர் ஆதாரத்தையும் அதன் சூழலில் பொருத்தி, அதன் சொல்லாடலின் இலக்கணத்துக்கேற்பவே பயன்படுத்த வேண்டும். உ.வே.சா.வின் நோக்கங்களுக்கு மாறாக, பிரதிலோமமாக (reading against the grain) வாசித்தால் மிக அதிக வரலாற்றுப் பயன் உண்டு.

தம் மனைவியின் பெயரை ஒரே ஒரு முறை மட்டுமே குறிப்பிடும் உ.வே.சா., தம் தந்தையைப் பலப்பல இடங்களில் குறிப்பிடுகிறார். உ.வே.சா.வின் 'சுயம்' எவ்வாறு கட்டமைக்கப்படுகின்றது என்பதை இதன் மூலம் ஆய்வது பயன் தரும். மீனாட்சிசுந்தரம் பிள்ளை சரித்திரத்தில் அவருடைய மனைவியை இருமுறை மட்டுமே குறிப்பிடும் அதே உ.வே.சா.தான் வீட்டைவிட்டு வெளியே வராத ஒரு சமண மூதாட்டியிடம், வாயிலிலிருந்தவாறே 'பவ்ய ஜீவன்' என்னும் சமணக் கருத்தாக்கத்தின் தத்துவ விளக்கத்தைப் பெறுவதையும் பதிவுசெய்கிறார்.

'ஹரதத்தரின் சிவபக்தி' என்னும் கட்டுரையில் ஒரு நிகழ்ச்சியை உ.வே.சா. பதிவுசெய்கிறார். ஒரு நாள் திருவிடைமருதூர் ஆலயத்திற்குள் நுழையும்பொழுது,

> ஒரு பெண்ணின் அழுகுரல் கேட்டது. 'இல்லை; இனிமேல் இல்லை' என்று அவள் சொல்லிச்சொல்லி அழுதாள்... ஆலய வாசலின் ஒரு பக்கத்தில் அந்த ஆலயத்தைச் சேர்ந்த உருத்திர கணிகையர் சிலரை ஆலய மணியகாரர் தண்டித்துக் கொண்டிருந்தார். முதலில் ஒருத்திக்கு அண்ணாந்தாள் பூட்டி அவள் முதுகில் கல்லை ஏற்றிக் கையில் பிரம்புடன் அவளைப் பயமுறுத்திக் கொண்டிருந்தார். கணிகையோ தண்டனையைத் தாங்க முடியாமல் கதறினாள்.

விசாரித்ததில், கோயில் கைங்கர்யங்களில் தவறியதற்காகத் தேவரடியாள்களுக்குத் தண்டனை தரப்படுவதை அறிந்தார். அதைக் கேட்டதும் ஹரதத்தர் விம்மிவிம்மி அழத் தொடங்கிவிட்டார். சுற்றியிருந்தோர், அத்தாசிகள் கடமை தவறியதற்கு ஹரதத்தரே காரணம் என்று நினைத்து, எந்தப் புற்றில் எந்தப் பாம்பு இருக்குமோ என்று உச்சுக்கொட்டுகின்றனர். பிறகுதான் 'பரமேசுவரனது கைங்கரியத்தைச் சரியாகச் செய்யவில்லை என்று நம்மையும் தண்டித்து ஈசுவர கைங்கரியத்திலிருந்து மாறாமல் இருக்கும்படி செய்பவர்கள் இல்லையே என்றுதான் துக்கித்தேன்' என்று அவர் விளக்குகிறார். ஹரதத்தரின் சிவபக்திக்குச் சான்றாக உ.வே.சா. எழுதிய கட்டுரையில் அக்காலத்தில் கோயில் தேவரடியார்கள்

நடத்தப்பட்ட முறையும், சித்ரவதைக் கருவிகளும் தண்டனையும், அதைக் கோயில் பக்தர்கள் அன்றாட வாடிக்கையாகச் சலனமின்றி எடுத்துக்கொண்டதும் வெளிப்படுகின்றன.

இவ்வாறு உ.வே.சா.வின் கட்டுரைகளை மீள நோக்குவது பயன்தரும்.

5

கல்லூரிப் பணியிலிருந்து 1919இல் உ.வே.சா. ஓய்வுபெற்றார். அதற்கடுத்த சில ஆண்டுகளில் அவருடைய பெரும் பதிப்புப்பணிகள் முடிவுற்றன. 1924இல் வெளியான பெருங்கதைக்குப் பிறகு பெரிதும் சிற்றிலக்கிய நூல்களை வெளியிடுவதிலேயே அவருடைய கவனம் சென்றது. இதற்குப் பிறகான காலகட்டத்தில்தான் தமிழகத்தில் பத்திரிகைகள் வெகுசனத் தன்மை அடைந்து, விரிவான சுற்றெண் பெற்றுவரலாயின. பத்தாயிரக்கணக்கில் தமிழ் இதழ்கள் விற்பனையானது சட்டமறுப்பு இயக்கக் காலமான 1920களின் கடைசியிலிருந்துதான். இவ்விரிவாக்கத்தோடு, தொழில்நுட்ப வளர்ச்சியால் 'ஆப்டோன்' அச்சுக்கட்டைகளும் பரவலாகி, மலிவானபொழுது இந்தப் பத்திரிகைகள் தீபாவளி, பொங்கல் மற்றும் ஆண்டு மலர்கள் வெளியிடலாயின. கௌரவமான பிரமுகர்களிடம் கட்டுரை பெற்று வெளியிடுவதும் பெருவழக்கானது. இந்தச் சூழலில்தான் உ.வே.சா. ஏராளமான கட்டுரைகள் எழுதத் தொடங்குகிறார். 1926 வரை அதாவது எழுபது வயதுவரை, நான்கைந்து கட்டுரைகள் மட்டுமே எழுதியிருந்த உ.வே.சா., அதன் பிறகு 160க்கும் மேற்பட்ட கட்டுரைகளை வரைந்திருக்கிறார். 1927க்குப் பிறகு சராசரியாக மாதத்திற்கு ஒரு கட்டுரை எழுதியிருக்கிறார்.

1932இல் தொடங்கப்பட்ட *கலைமகள்* ஒவ்வோர் இதழிலும் உ.வே.சா.வின் எழுத்தையோ பதிப்பையோ தாங்கிவருவதெனக் கங்கணம் கட்டியிருந்ததெனலாம். அவருடைய கட்டுரை இடம்பெறாத சிறப்பு மலர்களே இல்லையென்ற நிலை 1930களில் ஏற்பட்டு விட்டது. *ஆனந்த விகடன்*, *தினமணி*, *சுதேசமித்திரன்*, *ஜெயபாரதி*, *ஹனுமான்*, *தனவணிகன்* முதலான இதழ்களின் மலர்களில் உ.வே.சா.வின் கட்டுரைகள் வெளிவந்தன. 1932 முதல் அவருடைய கட்டுரை இடம்பெறாத *ஆனந்த விகடன்* தீபாவளி மலர் ஒன்று மட்டுமே. உ.வே.சா.வின் மாணவர் எனத்தக்க பா. தாவூத் ஷா தம்முடைய 'தாருல் இஸ்லாம்' மலருக்குக் கட்டுரை பெற்று வெளியிட்டிருக்கிறார். பர்மாவில் *தனவணிகன்* இதழை நடத்திவந்த ஏ.கே. செட்டியார் அவரிடம் விரும்பிக் கேட்டு 'தமிழ்நாட்டு வணிகர்' என்ற கட்டுரையை வெளியிட்டிருக்கிறார்.

டி.கே.சி., கல்கி ஆகிய இருவரும் நேரில் சென்று வற்புறுத்தியதன் பேரிலேயே உ.வே.சா., 1940 முதல் *ஆனந்த விகடனில்* தம் சுயசரிதையை எழுதத் தலைப்பட்டார்.

ஏராளமான இதழ்கள் உ.வே.சா. கட்டுரைகளை விரும்பி வெளியிட விழைந்துள்ளன. எல்லாவற்றுக்கும் கட்டுரை அனுப்பும் சூழலும் நேரமும் அவருக்கு வாய்க்கவில்லை. *கலைவாணி* (1941), *தியாக பூமி* (1938), *மதுர மித்திரன்* (1939), *இந்திரா* (1941) முதலான இதழ்களுக்கு எழுத இயலாமைக்குப் பதில் கடிதம் விடுத்திருக்கிறார்.

சில சமயங்களில் அனுப்பிய கட்டுரை தவறியும் போயிருக்கிறது. 1935இல் பிரதிவாதி பயங்கரம் அண்ணங்கராசாரியரின் இதழுக்கு உ.வே.சா. எழுதி அனுப்பிய கட்டுரை 'தெளர்பாக்கியத்தினால்' கைதவறியிருக்கிறது. அப்படியும் அண்ணங்கராசாரியர் துணிந்து 'இம்மாதத்து சஞ்சிகையில் வெளியிடுவதற்கு உரியதாகவும் சிறிது விரிவாகவும் தாங்கள் ஒரு வியாஸம் அவசியம் அநுக்ரஹிக்க வேணும்' என்று செப்டம்பர் 1936இல் கேட்டிருக்கிறார். அவ்வளவு பெரிய அறிஞருக்கே உ.வே.சா.வால் கட்டுரை எழுதியனுப்ப முடியாமல் போயிருக்கிறது.

6

உ.வே.சா.வின் கட்டுரைகள் வெளிவந்தபோது அவை தமிழ் வாசகர்களிடம் பெரும் வரவேற்பைப் பெற்றிருக்கின்றன. உ.வே.சா.வுக்கு வந்த வாசகர் கடிதங்கள் காணாததைக் கண்ட உணர்வை வெளிப்படுத்துகின்றன. உற்சாகம் கொப்புளிக்கும் கடிதங்கள் சரமாரியாக அவரை வந்து அடைந்திருக்கின்றன.

உ.வே.சா.வின் மாணவரும் மகாபாரதத்தின் முழுத் தமிழாக்கத்தைப் பதிப்பித்தவருமாகிய ம.வீ. இராமாநுஜாசாரியர் அவர்கள் '*கலைமகளிலும் ஆனந்த விகடனிலும்* எழுதிவருகிற விஷயங்கள் தமிழுலகத்திற்கு ஒரு நல் பெருவிருந்தாக இருக்கின்றன. அவை வந்தவுடன், ஸ்ரீமத் ஐயர் அவர்கள எழுதுகிற விஷயங்களைப் படித்துத்தான் கீழே வைக்கிறது. பின் அவை பல இடங்களுக்குப் போய் அவரவர்கள் தாகத்தைத் தீர்த்துவிட்டுத் திரும்பி வருகின்றன' (13–2–1940) என்று எழுதுகிறார்.

கட்டுரைகளின் வாசிப்புச் சுவையைப் பற்றி 'தங்கள் அனுபவ கதாஸரித்ஸாகரத்தில் இன்ப நீராடுகிறேன். கதையுலகிற்கே தாங்கள் ஒரு புதிய வழிகாட்டுகிறீர்கள். தங்கள் சுயசரிதம் வெளிவரும் நாளை ஆவலாக எதிர்பார்க்கிறேன்' என்று பலபடப் பாராட்டுகிறார் சுத்தானந்த பாரதி (19–4–1939). கதாசரித்சாகரம் என்ற ஒப்புமை

பொருள் பொதிந்தது என்பதில் ஐயமில்லை. 'ஆனாலும் *ஆனந்த விகடனில்* 'என் சரித்திரத்தை' வாசிக்கும்போதெல்லாம் தங்களை நேரில் கண்டு உரையாடக் கேட்ட மாதிரியே இருக்கிறது. அப்படியே அனுபவிக்கவும் முடிகிறது' என்று புளகமடைந்த ரசிகமணியாகிய டி.கே. சிதம்பரநாத முதலியார் (23–6–1940), 'தங்கள் புஸ்தகங்களையோ இலகுவாய் தோம்பராக் கட்டிலில் படுத்தவண்ணமாய் அனுபவித்து வாசித்துக்கொண்டே போகலாம்' என்கிறார் (10–8–1936).

வி. கிருஷ்ணஸ்வாமி ஐயரின் மகனும் எழுத்தாளருமாகிய கி. சந்திரசேகரனின் உற்சாக வெளிப்பாடு (7–9–40) தொடரமைப்பு மயக்கத்துடன் பின்வருமாறு அமைந்திருக்கிறது.

> விஷயத்தின் அருமையும், நகைச்சுவை அங்கங்கே பதிந்து கிடப்பதினால் வாசிக்கும்பொழுதே ஓர்வித அபூர்வ உணர்ச்சியும், மற்றும் தமிழ் ஆராய்ச்சியின் பயனும், தாய் பாஷையின் வளமும் தங்கள் நினைவு களில் காணப்படுவது போல் எங்கும் காணப்படாது. அதிலும், தங்கள் சொல்லின் தெளிவும், விஷய பரிசீலனையில் பிழையில்லாப் பேருபகாரமும் எந்நாளும் தமிழ்நாட்டில் மறக்கவொண்ணா அதிசயமென்று சொல்வது மிகையாகாது.

உ.வே.சா.வின் கட்டுரைகள் அதுகாறும் தமிழ் அறிவுலகம் காணாத புதிய பார்வையை வழங்கியதாகப் பலர் கருதினர். உற்சாகப் பெருக்கில் எழுதிய டி.கே.சி.யின் சொற்கள் இவை (10–8–1936).

> கனம் கிருஷ்ண ஐயரைப் பற்றியும் அவருடைய கீர்த்தனங்களைப் பற்றியும் தற்காலத்து சங்கீத ரசிகர்கள் அனுபவிக்கும் விதமாகக் குறிப்புக்கள் எழுதிவிட்டு முகவுரையில் குற்றங்குறைகளை உள்ளதை உள்ளபடி எழுதியிருக்கிறது தமிழுக்குப் புதிது என்றால் குற்றம் இல்லை. ஏனென்றால் தற்காலத்து ஆராய்ச்சியாளர்கள் எந்தப் புலவரைப் பற்றி எழுத நேர்ந்தாலும் சரி 'புலவர் சிகாமணி', 'கடாக்ஷ வித்வான்,' 'தெய்வப் புலவர்', 'புலவர் பெருமான்' என்ற சொற்றொடர்களைச் சரமாரியாய்ப் பெய்து விடவேண்டியது எழுத்து தர்மம் என்று எழுதிவிடுகிறார்கள். உண்மையைச் சொல்ல வேண்டுமேயென்ற அக்கறையேயில்லை. ஆகவே அநேக தமிழ்ச் சொற்கள் பொருளற்றனவாய்ப் போய்விட்டன. இது காரணமாகத்தான் தாங்கள்

எழுதிய குறிப்பு ரொம்பப் பிரயோசனத்தைத் தருமென்று எண்ணுகிறேன்.

நந்தனார் சரித்திரமோ தற்கால சமுதாயக் கிளர்ச்சி சம்பந்தமாக வடஇந்தியாவிலுங்கூடத் தெரிந்ததாய் இருக்கிறது. கீர்த்தனைகளையும், கண்ணிகளையும் நாடகமேடையிலோ, காலக்ஷேபத்திலோ, பிச்சைக்காரனிடத்திலோ எங்கே கேட்டாலும் மனசைக் கவருதாய் இருக்கிறது. அதனாலேயே புஸ்தகத்தைப் பலரும் அனுபவிப்பார்கள். மேல் நாட்டில் இந்த மாதிரி நேர் அனுபவங்கூடிய புஸ்தகம் ஒன்று ஒரு கவி சம்பந்தமாக வந்துவிட்டால் அது ஒரு கொண்டாட்டமாய் இருக்கும். நம்மவர்களுக்கு நம்மைச் சேர்ந்தவர்கள் சம்மந்தமாக ஆர்வமும் உத்ஸாகமும் என்றைக்குத்தான் வரப்போகிறதோ தெரியவில்லை. கோபாலகிருஷ்ண பாரதியின் ஜாதகம் இது. புஸ்தகங்களில் கையாண்டிருக்கிற நடையோ சக்கரவர்த்தி ராஜகோபாலாசாரியர் அவர்கள் சொல்லுகிறது போல் தெளிவாகவும் நேர்முகமாகவும் இருக்கிறது. ஏற்படுகிற காலம் கலங்கிப்போகிறது கிடையாது. தற்காலத்து உயர்ந்த நடையென்றால் வழக்கொழிந்த சொற்களையும் புலமைத் திறத்தையும் ஒன்றாய்ப் பெய்து கலக்கி விஷயம் தெரியவொட்டாதபடி ஒரே மண்டியாய் ஆக்கிவிடுகிறதுதான்.

இழந்துகொண்டிருக்கிற உலகத்தை மீட்டுத்தரும் ஓர் அவதாரமாக அவரைப் பலர் பார்த்திருக்கின்றனர். '*கலைமகளில்* தாங்கள் எழுதிவரும் அனுபவக் கதைகளும், புதிய நூல்களும் இதன் உள்ளத்தைக் கவருகின்றன. தாங்கள் இவ்வாறு வெளியிடா விட்டால் தமிழுலகிற்கு இப்பழைய வரலாறுகளெல்லாம் இழந்த செல்வமே யாகுமன்றோ?' என்று சுத்தானந்த பாரதி (27–3–1938) புதுச்சேரியிலிருந்து எழுதியிருக்கிறார். 'தங்கள் ஜீவ்ய சரித்திரமும் தங்களா லியற்றப்பெற்ற நூல்களும் தமிழுக்காகத் தங்களுடன் கலந்துழைத்தவர்கள் அன்பு பாராட்டியவர்கள் ஆதிய பலவும் எழுதப்பெற வேண்டு மென்பது எனது விருப்பம்' என்று *சிவநேசன்* மாத இதழின் ஆசிரியர் பலவான்குடி இராமசாமி செட்டியார் (6–5–1933) எழுதியிருக்கிறார்.

இதன் தொடர்பில் புதுமைப்பித்தன் எழுதிய மதிப்புரை அவருடைய கூர்மையான பார்வைக்குச் சான்றாகும். உ.வே.சா. என்ற பழமைபாராட்டிக்கும் நவீன நாகரிக மாற்றத்துக்கும்

இடைப்பட்ட வெளியை அவதானித்த புதுமைப்பித்தன், உ.வே.சா.வின் கட்டுரைகள் இரண்டுக்குமான பாலம் என்று மதிப்பிடுகிறார்.

அவருடைய கட்டுரைகளைப் படித்த முன்னாள் மாணவர்கள் பழைய நினைவுகள் மீதூரக் கடிதம் எழுதியிருக்கின்றனர். 'பூண்டி அரங்கநாத முதலியார் சரிதையைக் கலைமகளிற் கண்டு களிப்புற்றேன். படிக்குங்கால் சென்னையில் பி.ஏ. கிளாசில் சிற்சிலகால் ஷ முதலியாரைப் பற்றிச் சொன்னவை நினைவுக்கு வந்து மகிழ்வூட்டின. ஷையார் குமாரர் முருகேச முதலியார் காலேஜில் படித்தனர். "சிந்தாமணி விஷயமாக முதலியார்க்கெழுதியதாகச் சொன்ன நந்தாத வான்பொருளைப் புலவோர்க்கு நயந்தளிக்கும் சிந்தாமணி" என்னும் கவியும் நினைப்புக்கு வந்தது. அந்நாட்கள் இன்பமயமாய் இருந்தன' என்று வே. முத்துஸாமி ஐயர் (31–3–1936) எழுதியிருக்கிறார்.

'மாணாக்கர் விளையாட்டுகள்' என்ற கட்டுரை பலரைக் கவர்ந்துள்ளது. அதைப் படித்த திருச்சி தென்னூரைச் சேர்ந்த மருத்துவர் திரு. வா. சுவாமிநாதன் (1–1–1937), 'உடனே நான் தங்களிடம் படித்ததும், ஒன்றிரண்டு செய்யுட்களுக்கு புதிய அர்த்தங்கள் கொடுத்ததும், ஒரு நாள் வைணவ நாமத்துடன் வகுப்புக்கு வந்ததும் எனது ஞாபகத்திற்கு வந்தது. மகிழ்ச்சியும் அடைந்தேன். தங்களிடம் பாடம் படித்த எந்த மாணவரும் தங்களை மறக்க இயலாது' என்று எழுதியிருக்கிறார்.

ஒய்.எச். பொன்னல் என்பவர் (21–10–1936) எழுதிய கடிதம் பல்வேறு தரப்பு வாசகர்களையும் உ.வே.சா. கட்டுரைகள் ஈர்த்திருப்பதைக் காட்டுகிறது.

> சில நாட்களுக்கு முன் தாங்கள் அனுப்பிய தங்களுடைய பத்துப் புத்தகங்களையும், தங்களுடைய அருமையான கடிதத்தையும் வரப்பெற்று ஆநந்தித்தேன். இன்றுதான் 'நான் கண்டதும் கேட்டதும்' என்ற தங்கள் புஸ்தகத்தை வாசித்து முடித்தேன். அது இனிமையான தமிழில், கடின பதங்களின்றி, சிறுசிறு வாக்கியங்களில், வாசிப்போருக்கு இனிமை பிறக்கத்தக்க விதமாய் எழுதப்பட்டிருக்கிறது. கல்வி விஷயத்தில் தாங்கள் இந்துக்கள் கிறிஸ்தவர்கள் என்கிற பேதம் பார்க்கிறவர்கள் அல்லவென்பது அதில் தாங்கள் சவேரிநாத பிள்ளை, வேதநாயகம் பிள்ளை என்போரைப் பற்றி எழுதியிருப்பதினால் தோன்றுகிறது. மேலும் தாங்கள் செப்டெம்பர்

> மாதம் நாலாம் தேதி சென்னை வாலிபர் சங்கக் கட்டடத்தில் கனம் சற்குணர் நாடார் விஷயத்தில் செய்த உபந்நியாசத்தால் தாங்கள் ஜாதிபேதம் மதபேதம் பார்க்கிறவர்கள் அல்லவென்பதைக் கண்டு கொண்டேன்.

பத்திரிகைகளில் வெளிவரவரக் கட்டுரைகளைப் படித்தவர்கள் அவை புத்தக வடிவம் பெற்றதும் மேலும் ஆர்வத்துடன் அவற்றைப் படித்துள்ளனர். 1936 தொடங்கி அடுத்தடுத்து ஏழு கட்டுரைத் தொகுப்புகள் வந்தன. இப்பின்னணியில் கி. சந்திரசேகரன் பின்வருமாறு எழுதுகிறார் (7–9–1940).

> தங்களுடைய அரிய 'நினைவு மஞ்சரி'யின் தமிழ் மணம் தனிதான் என்று என் மனத்தில் ஓர் எண்ணத்தை அது கிளப்பிவிட்டது. அதிலடங்கிய கட்டுரையில் அநேகவற்றை நான் *கலைமகளில்* கண்டதுண்டானாலும், மறுபடியும் புத்தக ரூபமாய் பார்க்க நேரிட்டதில் கொஞ்சம்கூட முந்தியைவிட மகிழ்ச்சி குறையவில்லை. அதிகமாயிற்றென்றுகூட சொல்லத் தயார். காரணம், தங்களுடை அழகிய எண்ணங்களும், அவைகளுக்கு அநுகுணமான வசனநடையுமென்று நான் புதிதாகச் சொல்ல வேண்டியதில்லை. நண்பர் ஸ்ரீ டி.கே. சிதம்பரநாத முதலியார் அவர்கள் அடிக்கடி சொல்லுவார். அதாவது, பத்திரிகையில் வெளிவரும் நல்ல கட்டுரையை புத்தகத்தில் பார்த்தால்தான் நம் மனதிற்கு அதின் நிஜ ஸ்வரூபம் நன்கு புலப்படும் என்று. பலநாள் வாழக்கூடிய அரிய அபிப்பிராயங்களை அவ்விதம் செய்வதாகப் பயன்படுத்திக்கொள்ள வகைப்படுகிறது.

உ.வே.சா.வின் கட்டுரைகளைப் படித்தவர்கள் சில கூடுதல் செய்திகளைத் தெரிவித்து உதவியுள்ளனர். சிலர் தவறுகளைச் சுட்டிக்காட்டியுள்ளனர். கொற்கைக்கு அருகிலுள்ள பெருங்குளத்திற்குச் சென்ற வ.சு. செங்கல்வராய பிள்ளை அங்குள்ள மூர்த்தி உக்ர பளூதீசுவரர் அல்ல, வழூதீசுரர் என்று சுட்டிக்காட்டியிருக்கிறார் (24–8–1940 கடிதம்). ஆனால் என்ன காரணம் பற்றியோ அதை உ.வே.சா. ஏற்றுக்கொள்ளவில்லை.

இதே போல் வெள்ளகால் ப. சுப்பிரமணிய முதலியார் (20–12–1940) 'கள்ளனும் புலியும்' என்ற கட்டுரையில்

> 'கள்ளராற் புலியை வேறல்' எனத் திருத்தக்கதேவர் பாடியிருப்பாரென்றும், பிரதி செய்வோர் 'வெல்லுதல்' என்ற பொருளுடைய 'வேறல்' என்பதன் பொருளைத் தெரியாமையால் அதை 'வேறு' எனத் தப்பாகத் திருத்தியெழுதியிருக்கலாம் அல்லது 'றல்' என்பது ஒரு பிரதியெழுதுவோரால் திருத்தமாக எழுதப்படாமல், அதனை அவருக்குப் பின் பிரதியெழுதினார் 'று' மயங்கித் தாம் தெளிவாக 'று' என்றே எழுதிவிட, அதன் பின் பிரதியெழுதினவர்களெல்லாம் 'று' என எழுதிவந்திருக்கலாமென்றும் என் மனத்தில் தோன்றியதைத் தெரிவித்துக்கொண்டேன்

என்று எழுதியிருக்கிறார். உ.வே.சா.வின் கட்டுரைகள் அறிஞர்களால் ஊன்றிப் படிக்கப்பட்டதை இக்கடிதங்கள் காட்டுகின்றன.

அறிஞர்கள் மட்டுமல்லாமல் சாதாரண வாசகர்களும் தம் கருத்துகளை எழுதி அனுப்பியிருக்கின்றனர். அஷ்டஸகஸ்ர பிராமண வகுப்பினர் பற்றி ஆனந்த விகடனில் உ.வே.சா. எழுதிய விரிவான பகுதியைப் படித்த ஏ. நாகராஜன் என்ற விழுப்புரம் நகராட்சிப் பள்ளிக்கூடத் தலைமையாசிரியர், 'நந்திவாடி என்ற சிற்றூர் விழுப்புரம் தாலூகாவில் நேர்வடக்கில், செஞ்சி மார்க்கத்தில் சுமார் 12 மைலிலுள்ளது' என்றும், அதற்கு 'இரண்டு மூன்று மைலுக்கப்பால் எண்ணாயிரம் என்ற ஓர் சிற்றூர்... சுமார் ஆயிரம் வருஷத்துக்கு முன் சோழ அரசர்கள் காலத்தில் மிகப் பெரிய நகரமாக சிறப்புற்று விளங்கி'ற்றென்றும், 'இந்த எண்ணாயிரம் என்ற கிராமமே பல ஆயிரக்கணக்கான பிராமணர்கள் வசித்துவந்த இடமாயிருக்க வேண்டும். தற்போதும் இதைச் சுற்றிலுமுள்ள பல அக்கிரஹாரங்களில் அஷ்டஸகஸ்ர பிராமணர்கள் வசித்துவருகிறார்கள் எனவும் தெரியவருகிறது ... இந்த ஊரின் பெயராலேயேதான் இந்த வகுப்பினரது பெயராயிருக்கலாமோ என்று பலர் கருதுகிறார்கள்' என்று எழுதியிருக்கிறார் (19–1–1940).

இதைப் போல் தங்கள் ஊர்ப் பெருமை பேசுப்படுவதைப் பற்றிப் பலருக்குப் பெருமிதம் உண்டாயிருக்கிறது (எ–டு: பிக்ஷாண்டார்கோயில் மிராசுதார் இராஜகோபால பிள்ளை கடிதம், 10–4–40).

சிலருக்கு அவர்கள் குடும்பத்தைப் பற்றி எழுதியது மகிழ்ச்சி தந்தாலும் சில மனக்குறைகளும் இருந்திருக்கின்றன. பம்பாயிலிருந்து எழுதிய (4–7–1940) ராஜாங்க சபேசன் என்பவர்,

‘எனது மூதாதையரான ஸ்ரீ ராஜாங்கம் அண்ணாவையரின் வரலாற்றைப் பற்றின விஷயதானஞ் செய்தமைக்கு என் சார்பாகவும், ராஜாங்கக் குடும்பத்தின் சார்பாகவும் தங்களுக்கு வந்தனத்தை’த் தெரிவித்துக்கொண்டாலும், ‘தாங்கள் அனேக வருஷங்களுக்குமுன் எனது பாட்டனார் ராஜாங்கம் பிரணதார்த்திஹரய்யரவர்கள் மூலமும், வேறு இடங்களிலிருந்தும் கிடைத்த தகவல்களை ஆதாரமாகக்கொண்டு எழுதியுள்ள வரலாறு, சிற்சிலவிடங்களில் மாறாக இருப்பதை’க் குறிப்பிட்டாலும், ‘தங்களது திருக்கரத்தினால் இன்னும் ஒருமுறையாவது எனது குடும்பத்தைப் பற்றி ஏதேனும் ஒன்றை எழுதி அருள ப்ரார்த்திக்கின்றேன். காலங்கடந்த விருந்தாக இருந்த குடும்ப நிலையைத் தங்கள் கட்டுரை கண்ணுக்குமுன் நேராகக் கொண்டுவந்து காட்டுவது போல் இருந்தது’ என்று மகிழ்ந்திருக்கிறார்.

திருவனந்தபுரம் ஆசிரியர் கல்லூரியின் விரிவுரையாளரான எஸ். முத்துக்கிருஷ்ண கரையாளர் (20–7–1940) பின்வருமாறு எழுதியிருக்கிறார்.

> தாங்கள் *கலைமகள்* பத்திரிகையில் வடகரை தானாதிபதி பொன்னம்பலம் பிள்ளை யவர்களைப் பற்றி எழுதிய கட்டுரைகள் அநேகத்தை வாசித்திருக்கிறேன். எனக்கு முன்னமே அவைகள் தெரியுமானாலும் தாங்கள் எழுதும்பொழுது அவைகளுக்கு ஒருவித புதுமை ஏற்படுகிறது. இன்னும் புஸ்தகத்தில் வராத அநேக கதைகள் அவரைப் பற்றிச் சொல்வதுண்டு. தங்களுக்கு அவைகளைப் பற்றிக் கேட்க ஆசை யுண்டெனில் அவைகளைப் பற்றி எழுதுவதற்கு பிரயத்தனம் செய்வேன்.

வெகுசன வாசகர்களின் வரவேற்பு ஒருபுறமிருக்க, பாடநூல்களிலும் உ.வே.சா.வின் கட்டுரைகள் மறுபதிப்பிடப்பட்டு வந்தன. அதற்குக் காரணம் இல்லாமல் இல்லை. உ.வே.சா.வின் கட்டுரைகள் நல்ல தமிழில் பயிற்சி அளிப்பதோடு மரபுவழிப்பட்ட விழுமியங்களையும் இளம்மனங்களில் புகட்டும் என்று பலர் நம்பியுள்ளனர். ‘பள்ளிக்கூடத்தில் மாணாக்கர்களுக்குத் தமிழ்நாட்டைப் பற்றி நன்றாக அறியும்படி புகட்ட இம்மாதிரி *நினைவு மஞ்சரி*யைத் தவிர வேறு சாதனம் வேண்டுமா!’ என்று வியக்கிறார் கி. சந்திரசேகரன் (7–9–1940).

> பள்ளிக்கூடத்தில் வைத்திருக்கிற பாடப் புஸ்தகங் களில் தென்னிந்திய சரித்திரத்தைப் பற்றியும்

> புஸ்தகங்கள் உண்டு. ஆனால் மாணவர்களுக்கோ வாசிக்கிற வேறு யாருக்குமோ சரித்திர உணர்ச்சி ஒன்றும் ஏற்படுகிறதில்லை. வாழ்க்கையோடு ஒட்டிய குறிப்பு ஒன்றும் அவைகளில் இருப்பதில்லை. சிங்கத்தைக் கண்டவனைக் கண்ட அதிசயமாகத்தான் எல்லாமிருக்கும். ஆனால் தாங்கள் எழுதியிருக்கிற குறிப்புகள் எல்லாம் தங்கள் நேர் அனுபவமாகவும் நம்மவர்களுடைய பூர்வமான இயல்பையும் ஆர்வத்தையும், திறமையையும், அறியாமையையுமே அவைகளுக்கு ஒத்த காலங்களில் வைத்து ரஸம்படக் காட்டுகிறதாகவும் இருக்கின்றன. இவைகளில்தான் உண்மையான சரித்திர உணர்ச்சி பிறக்கிறது. . . . *(10–8–1936)*

என்று டி.கே.சி. இவற்றின் கல்விப் பயனை வற்புறுத்தியிருக்கிறார்.

மேற்கண்ட காரணங்களாலும், உ.வே.சா. மதிப்புக்குரிய பிரமுகர் என்பதாலும் பாடப்புத்தகங்களில் அவருடைய கட்டுரைகளைச் சேர்க்க வேண்டும் எனப் பலர் அவரை நச்சரித்துள்ளனர். அக்காலத்தில் பாடநூல் வெளியீட்டுக் குழு என்று தனியே எதுவும் இல்லை. பாடத்திட்டக் குழு வரையறுத்த உள்ளடக்கத்தைக் கொண்டு பள்ளி ஆசிரியர்களும் பதிப்பகங்களும் நூல்களைத் தயாரித்து வெளியிட்டு, பாட நூற் குழுவின் ஒப்புதலைப் பெறுவர். பின்னர் அந்த ஒப்புதல் குறிப்பை நூல் முகப்பில் அச்சிட்டு, பல்வேறு மாவட்ட வாரியப் பள்ளிகளுக்குப் பாடநூலாக்க முனைவர். இவ்வாறு தயாரிக்கப்படும் நூல்களில் உ.வே.சா. கட்டுரைகளைச் சேர்த்தால் ஒப்புதல் பெறுவது எளிது என்றும் பலர் நினைத்திருக்கிறார்கள். பாலக்காடு அரசு விக்டோரியா கல்லூரி, கும்பகோணம் கல்லூரி, திருச்சி புனித ஜோசப் கல்லூரி, புதுக்கோட்டை மகாராஜா கலாசாலை, வி.சூ. சுவாமிநாதன் (பரிதிமாற்கலைஞரின் மகன்), கு. அருணாசலக் கவுண்டர், பாலூர் கண்ணப்ப முதலியார் முதலானோர் இவ்வாறு கட்டுரைகளை வெளியிட்டிருக்கின்றனர்.

பாடநூல்களில் சேர்த்துக்கொள்வதற்கான அனுமதியை முதலில் இலவசமாகவே கொடுத்திருக்கிறார் உ.வே.சா. எவ்வாறு அனுமதி பெறப்பட்டது என்பதைப் புரிந்துகொள்ள உ.வே.சா.வின் மகன் கலியாணசுந்தரையருக்கு அ. கந்தசாமி பிள்ளை என்ற தமிழாசிரியர் எழுதிய கீழ்க்காணும் கடிதம் *(2–11–1936)* ஒரு சான்று.

> *கலைமகளில் ஸ்ரீமத் ஐயா அவர்கள் தந்துள்ள 'எனது நோக்கம்' என்னும் கட்டுரையும் ஷ புத்தகங்களில்*

ஒன்றிற் சேர்க்க அநுமதியளிக்கவும் வேண்டி, அன்று ஸ்ரீ ஐயா அவர்களிடம் கேட்டுக்கொண்டேன். தங்களுக்கு இவ்விஷயம் தெரிவித்துவிட்டுப் பிரசுரிக்கலாம் என்றார்கள்.

இவ்விஷயத்தை மறுபடியும் நேற்றுச் சிதம்பரத்தில் ஞாபகப்படுத்த அவகாசம் கிடைக்கவில்லை எனினும் ஸ்ரீமத் ஜகந்நாதய்யரவர்களிடம் எல்லாம் சொல்லி வந்தேன். தங்கள் அன்பார்ந்த பதில் வேண்டுகிறேன்.

ஆனால், பின்னாளில் பலரின் தொந்திரவு தாங்காமல் உ.வே.சா. கட்டணம் வசூலிக்கத் தொடங்கியிருக்கிறார். கட்டுரைக்குப் பதினைந்து ரூபா என்ற அளவில் கட்டணம் அமைந்திருக்கிறது. இதன் தொடர்பில் அக்காலத்தில் கல்வித் துறை அதிகாரியாக விளங்கிய தமிழறிஞர் ச. சச்சிதானந்தம் பிள்ளைக்கு உ.வே.சா. எழுதிய கடிதம் (11–10–1939) வருமாறு.

தமிழ் ஆலோசனைச் சங்கத்தார் 1941ஆம் வருஷத்து எஸ்.எஸ்.எல்.ஸி. தமிழ்ப் பாடப் புத்தகத்தில் என்னுடைய கட்டுரையாகிய 'இசை இன்பம்' என்பதைச் சேர்த்துக்கொள்ளலாமென்று மேலதிகாரிகளுக்குத் தெரிவித்திருப்பது தெரிந்து சந்தோஷமடைகிறேன்.

பாடப் புத்தக விதிகளில் சில மாறுதல்கள் ஏற்பட்டிருப்பதாகவும் அதனால் புத்தகங்களைப் புதுமாதிரியாகப் பதிப்பிக்க வேண்டியிருப்பதாகவும் சில வாரங்களாகச் சில புத்தக வியாபாரிகளும், ஆசிரியர்களும், என்னுடைய கட்டுரைகளில் இன்னஇன்னவை வேண்டுமென்று எழுதிக்கொண்டிருக்கிறார்கள். வேறு சிலர் நேரிலும் வந்து கேட்கிறார்கள். இதனால் உள்ள தாக்ஷண்யமும் தொந்தரவும் அதிகமாக உள்ளன. இதைக் கருதி, கட்டுரையைப் புத்தகங்களில் உபயோகிப்பதாயிருந்தால், கட்டுரையொன்றுக்கு ரூ. 15 வீதம் கொடுக்க வேண்டுமென்று ஒரு முடிவு செய்து அவர்களுக்குத் தெரிவித்தேன். அதற்குச் சிலர் இசைந்துள்ளார்கள். ஆதலால் தாங்களும் இதை நன்கு யோசித்துத் தக்கபடி செய்தால் அனுகூலமாக இருக்கும். தங்களுக்கு இவ்விதம் எழுதுவதும் முறையன்று. ஆயினும் இப்போதுள்ள நிலைமையைக் கருதி இங்ஙனம் எழுதலானேன். மன்னிக்க வேண்டுகிறேன்.

7

'கற்றார்க்கன்றி மற்றார்க்குக் களியாதே' என்றவாறு எழுதிய உ.வே.சா., தம் வாழ்நாளின் கடைப்பகுதியில் எவ்வாறு இவ்வளவு புதிய தமிழில், பலரும் விரும்பும் நடையில் எழுதி வெற்றியும் பெற முடிந்தது என்ற வியப்புடன்கூடிய கேள்வி எழுகிறது. சமகாலத்தில் சிலருக்கு வியப்புடன் ஐயமும் ஏற்பட்டிருக்கிறது. உ.வே.சா.வின் பிற்கால உரைநடையைப் பற்றிப் பேராசிரியர் வையாபுரிப் பிள்ளை ஐயப்பட்டிருக்கிறார். உ.வே.சா. மறைந்து ஆறாண்டுகளான தறுவாயில் (1948) எழுதிய கட்டுரையில் அதைப் பின்வருமாறு புலப்படுத்தியிருக்கிறார்.

> இப்பிற்காலத்தில் பல வசன நூல்களும் ஐயரவர்களால் வெளியிடப் பெற்றுள்ளன. இவைகள் இவர் நெடுங்காலமாகத் திரட்டிவைத்துள்ள குறிப்புக்களினின்றும் எழுதப்பட்டவை. இவர் எழுதியது என நாம் நன்கறிந்துள்ள உரைநடைக்கும் இவ்வசன நூல்களிலுள்ள உரைநடைக்கும் பெரிதும் வேறுபாடுள்ளது. ஆங்கில மணமும் இளமை எழுச்சியும் கலையுணர்ச்சியும் இவற்றில் பெரிதும் காணப்படுகின்றன. ஆனால் இவற்றிற் காணும் பொருள் அனைத்தும் ஐயர்க்கே உரியன என்பதில் சிறிதும் ஐயப்பாடில்லை.[5]

இந்த ஐயப்பாடு சமகாலத்தில் பரவலாக இருந்திருக்கும் போலும். உ.வே.சா.வின் கட்டுரைகளை வரிசையாக *ஆனந்த விகடன்* தீபாவளி மலர்களில் பத்தாண்டுகளுக்கு வெளியிட்டவரும், 'என் சரித்திரம்' வெளிவருவதற்கான வினையூக்கியாகவும் விளங்கிய கல்கி,

> சாதாரணமாக மனுஷ்யர்களுக்கு வயதாக ஆக, நோக்கம் குறுகிப்போவதையும், புதிய எண்ணங்களைக் கிரஹிக்கும் சக்தி குன்றிவிடுவதையும் பார்க்கிறோம். அதிலும் தமிழ்ப் புலவர்கள் வயது ஆகஆகக் கறடு தட்டிய 'பண்டித' மனப்பான்மையை அடைகிறார்கள். டாக்டர் உ.வே. சாமிநாதய்யரிடம் இதற்கு நேர் விரோதமான இயல்பைக் கண்டோம். வயதாக ஆக, அவருடைய மனம் விசாலமாகி வந்தது. தமிழ் வசனநடையில் ஏற்பட்டுவந்த மாறுதல்களை அவர் பெரிதும் ரஸித்து அநுபவித்தார்! அதைவிட ஆச்சரியம் என்னவென்றால், புதிய எளிய தமிழ் நடையைத் தாமே பின்பற்றி எழுதவும் தொடங்கினார்; அதில் வெற்றியும் அடைந்தார்.

> இலக்கிய உலகில் இது ஒரு பெரிய அற்புதம் என்றே கூறவேண்டும்[6]

என்று எழுதியது இதைப் போன்ற ஐயங்களுக்கு விடையாகத்தான் என்று கொள்ள இடமுண்டு. ஆனாலும் ஐயங்கள் ஓய்ந்தன என்று சொல்ல முடியாது. உ.வே.சா.வின் பிற்கால உரைநடையை அவரது மாணவரான கி.வா. ஜகந்நாதன் செப்பம் செய்தார் என்று செவிவழிச் செய்திகள் தொடர்ந்து நிலவுகின்றன.

இந்தச் சிக்கலின்மீது புது வெளிச்சம் பாய்ச்சும்வகையில் 'அனந்தன்' என்பவர் 1990இல் எழுதி வெளியிட்ட *நாமறிந்த கி.வா.ஜ.* என்ற நூலில்[7] சில செய்திகள் உள்ளன. கி.வா.ஜ.வின் நாட்குறிப்பு, உ.வே. சாமிநாதையர் கி.வா.ஜ.வுக்கு எழுதிய கடிதங்கள், குடும்பத்தினர் வழங்கிய தகவல்கள் முதலானவற்றைக் கொண்டு, '1906 முதல் 1927 வரையில் கி.வா.ஜ.வின் இளமைப் பருவத்தைச் சுருக்கமாகவும், பின்பு 1927 முதல் 1942 வரை 15 ஆண்டுகள் ஸ்ரீமத் உ.வே. சாமிநாதையரிடம் மாணவராக இருந்து ஆற்றிய பணிகளை நூலின் பெரும்பகுதியாகவும் அமைந்த' நூல் என்ற ஓரத்தாள் குறிப்புடன் 475 பக்கங்கள் கொண்ட வாழ்க்கை வரலாறு இது.

உரைநடை எப்படி அமைய வேண்டும் என்ற உ.வே.சா.வின் கருத்தைக் கி.வா.ஜ.வின் நாட்குறிப்பில் உள்ளவாறு நூலாசிரியர் பின்வருமாறு காட்டுகிறார்.

> பிழையின்றி இயன்றவரையில் யாவருக்கும் விளங்கும் சொற்களையே உரைநடையில் எழுதும் பழக்கத்தை மேற்கொள்வதே நல்ல முறையாகும். வழக்கற்ற சொற்களையும் திரிசொற்களையும் உரைநடையில் கூடியவரை விலக்குதல் நன்று. தமிழ்நாட்டினர் தம் கருத்தை எளிதில் அறிந்துகொள்ள வேண்டுமென்பதை எழுதுபவர்கள் தம் மனத்தில் கொண்டு எழுதுவதுதான் பயனை அளிக்கும். பேசினாலும் எழுதினாலும் கருத்தை அறிவிக்கும் நோக்கத்தை முக்கியமாகக் கொள்ள வேண்டுமேயன்றிக் கடின நடையைக் கைக்கொள்ளுதல் கூடாது.

இந்த அறிவுரைப்படி கி.வா.ஜ. தம் நடையை மாற்றியமைத்துக் கொண்டார் என்று கூறும் 'அனந்தன்', அதன் பிறகு சொல்வது முக்கியமானது.

> ஐயரவர்கள் சொல்வதை அப்படியே குறித்துக் கொண்டு, பின்னர்த் தொடர்பு பொருந்த எழுதி, ஆசானிடம் படித்துக் காட்டினார். அவர் செய்யும்

திருத்தங்களுடன், திரும்பவும் நன்றாக எழுதி, அவரது ஒப்புதலுடன் *கலைமகளில்* அச்சிடத் தந்தார். இப்படி வெளியானவையே 'வண்டானம் முத்துசாமி ஐயர்', 'வறுமைப் புலி' முதலான கட்டுரைகளாம். (ப. 297-8)

இதைப் போலவே ஆனந்த விகடனில் ஜனவரி 1940இல் முதல் தொடராக வெளிவந்த உ.வே. சாமிநாதையரின் 'என் சரித்திர'த்தையும் 'ஸ்ரீமத் ஐயரைக் கேட்டுக்கொண்டு இவர் (கி.வா.ஜ.) அவரது சுயசரிதம் முதல் அத்தியாயத்தை எழுதி அண்ணாவிடம் (உ.வே.சா.வின் மகன் எஸ்.கலியாணசுந்தரையர்) கொடுத்தார். அண்ணாவுக்கும் அதைப் படித்துப் பார்த்ததும் திருப்தி உண்டாயிற்று.' அதன் பின் இருவருமாக ஆனந்த விகடன் அலுவலகம் சென்று அதன் ஆசிரியர் கல்கியிடம் அதனை ஒப்படைத்திருக்கின்றனர். (ப. 446)

சுயசரிதைத் தொடர் வெளிவரத் தொடங்கிய சில வாரங்களிலேயே ஐயரின் சிறுநீர்க் குழாயில் புண் ஏற்பட்டு அல்லலுற்றிருக்கிறார். அதைப் பார்வையிட்ட டாக்டர் திரிமூர்த்தி புற்றுநோய் என்று கண்டறிந்து அறுவை சிகிச்சை செய்தார். அவர் மருத்துவமனையில் இருந்த சமயம், கி.வா.ஜ. ஒவ்வொரு நாள் காலையும் மாலையும் மருத்துவமனைக்குச் சென்று அங்கேயே ஐயரிடம் தகவல்களைக் கேட்டுக்கொண்டு, பிறகு அவற்றை ஒழுங்குபடுத்தி எழுதி எடுத்துச் சென்று படித்துக் காட்டுவாராம். ஐயர் கூறும் திருத்தங்களை ஏற்று, திருத்தப்படி எழுதி 'ஆனந்த விகட'னுக்குச் சேர்ப்பித்திருக்கிறார் கி.வா.ஜ. (ப. 446-8).

இதற்கிடையில், என் சரித்திரத்தைவிட வித்துவான் தியாகராச செட்டியார் வரலாற்றை எழுதி முடிக்க வேண்டும் என்ற ஆத்திரம் உ.வே.சா.வைப் பற்றிக்கொண்டுள்ளது. *கலைமகளில்* ஐயரின் சிற்றிலக்கியப் பதிப்புகளை வெளியிடல், ஆனந்த விகடனில் சுயசரிதைத் தொடர், தம் தந்தையாரின் உடல் நலக் குறைவால் அவரை மோகனூரிலிருந்து சென்னைக்கே குடிமாற்றல் எனப் பல இடர்களுக்கிடையில் தம் ஆசிரியரின் விருப்பத்தைப் பூர்த்தி செய்ய வேண்டி தியாகராச செட்டியாரைப் பற்றி ஸ்ரீமத் ஐயர் சொன்ன தகவல்களை வைத்துக்கொண்டு அவரது சரித்திரத்தை கி.வா.ஜ. எழுதினார். ஸ்ரீமத் ஐயரிடம் அவ்வப்போது படித்துக் காட்டித் தியாகராச செட்டியாரின் சரித்திரத்தைக் *கலைமகளில்* மாதந்தோறும் வெளிவரும்படி செய்தார் (ப. 456-8).

ஜப்பானிய குண்டுவீச்சுக்கு அஞ்சி சென்னை காலி செய்யப்பட்டபொழுது உ.வே.சா. திருக்கழுக்குன்றத்திற்குக் குடிமாறினார். கி.வா.ஜ.வும் இடையிடை அங்குச் சென்றதைத்

தொடர்ந்து 'என் சரித்திர'த்தின் சில இயல்கள் இவ்வாறே எழுதப்பட்டிருக்கின்றன. இதற்கிடையில் மோகனூருக்குக் குடிமாறியிருந்த கி.வா.ஜ.வின் தந்தை 25 ஏப்ரல் 1942இல் உடல் நலிவுற்றுக் காலமானார். அதற்கு மூன்று நாள் கழித்து உ.வே. சாமிநாதையரும் காலமானார். கி.வா.ஜ.வுக்கு இரட்டை இடி.

இதற்கிடையில் *ஆனந்த விகடனி*ல் பல மாற்றங்கள். எஸ்.எஸ். வாசனோடு ஏற்பட்ட கருத்து வேறுபாட்டால் கல்கி அதிலிருந்து விலகி, தம் பெயரிலேயே ஒரு பத்திரிகையை ஆகஸ்டு 1941இல் தொடங்கிவிட்டார். காகிதத் தட்டுப்பாடு முதலான காரணங்களால் பக்கத்தைக் குறைத்து வெளியிட முடிவு செய்த *ஆனந்த விகடன்* அடுத்து இரண்டொரு இயல்களை வெளியிடுவதோடு 'என் சரித்திர'த்தை முடித்துக்கொள்ள முடிவு செய்துவிட்டது. அந்தச் சமயத்தில் சொந்த ஊருக்கு ஒரு வாரம் சென்றுவிட்டுத் திரும்பிய கி.வா.ஜ.வுக்கு ஒரு பேரதிர்ச்சி காத்திருந்தது. உ.வே.சா. சுயசரிதை தொடர்பாக அவர் எழுதி வைத்திருந்த அனைத்துக் குறிப்புகளையும் கலியாணசுந்தர ஐயர் வேறு யாரிடமோ கொடுத்து, அவரையே எழுதி முடிக்குமாறு பணித்திருக்கிறார்.

மனத்தாங்கலுக்குக் காரணம் ஒரு சின்ன விஷயம். *கலைமகள்* அவருக்கு அனுப்புவது நிறுத்தப்பட்டிருக்கிறது. திருக்கழுக்குன்றத்திலிருந்து 19 ஜூன் 1942இல் சென்னைக்கு வந்த கலியாணசுந்தரையரைப் பார்க்கச் சென்ற கி.வா.ஜ. விடம் 'நான் என்ன சந்தா அனுப்புகிறேனா, எனக்குக் 'கலைமகள்' அனுப்பிவைக்க!' என்று அவர் கேட்டதோடு, 'வேறொருவரை வைத்துக்கொண்டு நானே பாக்கி வரலாற்றை எழுதி முடிக்கப்போகிறேன். நீர் எழுத வேண்டாம்' என்று சொல்லியிருக்கிறார் (ப. 464–5).

உ.வே.சா. காலமான ஒரு மாதத்தில், 28 மே 1942இல் சென்னையிலிருந்து திருக்கழுக்குன்றத்திலிருந்த கலியாணசுந்தர ஐயருக்குக் கி.வா.ஜ. எழுதிய கடிதமும் இதற்கு அரணாக உள்ளது. 'நான் இன்று காலையில் இங்கே சௌக்கியமாக வந்துசேர்ந்தேன். நேற்று மோகனூரிலிருந்து எழுதிய கடிதமும் அனுப்பிய 'என் சரித்திர'ப் பகுதியும் கிடைத்திருக்குமே. அதைப் பிரதி பண்ணி *ஆனந்த விகடன்* காரியாலயத்தினருக்கு அனுப்பக்கூடுமென்று நம்புகிறேன்.'

உ.வே. சாமிநாதையரின் கட்டுரை எழுத்துகள் எவ்வாறு உருவாயின என்பதை இப்பகுதிகள் தெளிவுபட உரைத்து, ஒரு தீர்வை வழங்கியுள்ளதாகக் கொள்ளலாம். உ.வே.சா. சொன்ன தகவல்கள் கி.வா.ஜ. கையால் எழுதப்பெற்று, பின்னர்

ஐயரின் திருத்தங்கள் கொள்ளப்பட்ட செம்மையான வடிவமே அச்சேறியிருக்கின்றது என்பது உறுதிப்படுகிறது. பதினைந்தாண்டுக் கால இடைவெளியில் எழுதப்பெற்ற நூற்றுக்கு மேற்பட்ட கட்டுரைகள் ஒரே சீராக அமைந்துள்ளது அவற்றை இயக்கிய உ.வே. சாமிநாதையர் என்ற பேராளுமையின் புலமையும் அனுபவமும் என்ற விசையே ஆகும் என்று கொள்ளலாம். 'மீனாட்சிசுந்தரம் பிள்ளை சரித்திரம்' நீங்கலாகப் பிற கட்டுரைகள் எல்லாவற்றின் நீர்மையும் அமைதியும் ஒன்றே என்பதும் வெள்ளிடைமலை. கி.வா.ஜகந்நாதன் அவருடைய நெடிய இலக்கிய வாழ்க்கையில் எத்தனையோ கட்டுரைகளும் கதைகளும் எழுதினார். அவை உ.வே.சா.வினுடைய படைப்புகளுக்கு ஈடாகும் என்று ஒருவரும் கருதியதில்லை.

உ.வே. சாமிநாதையரோடு கி.வா.ஜ. கொண்ட தொடர்பு 1927 தொடங்கி இடையறாமல் அமைந்திருக்கிறது. *கலைமகள்* பணியில் 1932இல் அவர் அமர்ந்த பின்னரும் தினமும் சாமிநாதையரைக் காணத் தவறியதாகத் தெரியவில்லை. கி.வா.ஜ. தொடர்பு ஏற்பட்ட சில ஆண்டுகளுக்குப் பின்னரே உ.வே. சாமிநாதையரின் கட்டுரைகள் ஒன்றன்பின் ஒன்றாக மளமளவென்று வெளிவந்துள்ளன. எனவே கி.வா.ஜ.வின் பங்கையும் குறைத்து மதிப்பிடுவதற்கில்லை.

❍

'கிளாசிக்' என்ற செந்தகுதிக்கு உரிய பல கட்டுரைகளை மிக அநாயாசமாக உ.வே.சா. எழுதியிருக்கிறார் என்று தயங்காமல் சொல்ல முடியும். உ.வே.சா. போற்றுதலுக்குரிய பதிப்பாசிரியர் என்பதோடு தமிழின் சிறப்புமிக்க உரைநடையாசிரியரும் ஆவார் என்பதிலும் தடையில்லை. முழுநிலவின் களங்கம் போல் சி.வை. தாமோதரம் பிள்ளை பற்றிய பழிப்புரைகளும் 'என் சரித்திர'த்திலும் வேறு இரண்டொரு கட்டுரைகளிலும் உண்டு என்பதையும் மறந்துவிடுவதற்கில்லை. ஆயினும் தமிழ்ப் பயிற்சியும் வரலாற்றுணர்வும் மிகுதிப்படுவதற்கு உ.வே.சா.வின் உரைநடை தக்க கருவி என்பதில் இரு கருத்துகளுக்கு இடமில்லை.

~

சான்றுக் குறிப்புகள்

1. உ.வே.சா.வின் 'நல்லுரைக் கோவை' நூல் மதிப்புரை, *தினமணி*, 19 ஜூலை 1937. *அன்னை இட்ட தீ* (பதிப்பு: ஆ. இரா. வேங்கடாசலபதி), காலச்சுவடு பதிப்பகம், 1998, ப. 140.

2. உ.வே. சாமிநாதையர், *ஸ்ரீ மீனாட்சிசுந்தரம் பிள்ளையவர்கள் சரித்திரம்*, சென்னை, 1933, ப. xix.

3. இக்கட்டுரையில் சுட்டப்படும் கடிதங்கள் அனைத்தும் சென்னை உ.வே. சாமிநாதையர் நூல்நிலையத்தில் பேணப்பட்டுவரும் கடிதக் கருவூலத்தில் பார்வையிடப் பட்டவை.

4. இங்கு மேற்கோள் காட்டப்படும் பகுதிகளுக்குப் பயன்படுத்தியுள்ள பதிப்பு, *என் சரித்திரம்*, உ.வே. சாமிநாதையர் நூல்நிலையம், சென்னை, 1990 (மூன்றாம் பதிப்பு).

5. எஸ். வையாபுரிப் பிள்ளை, *தமிழ்ச் சுடர் மணிகள்*, வையாபுரிப் பிள்ளை நினைவு மன்றம், 1995, ப. 188.

6. கல்கி, *பாரதி பிறந்தார்*, தமிழ்ப் பண்ணை, சென்னை, 1946, ப. 160.

7. 'அனந்தன்', *நாமறிந்த கி.வா.ஜ.*, அல்லயன்ஸ் கம்பெனி, சென்னை, 1990.

~ ~

ம.வீ. இராமானுஜாசாரியர் (1866–1940)

பாரதம் தந்த பகீரதன்

பத்தொன்பதாம் நூற்றாண்டின் பிற்பகுதியும் இருபதாம் நூற்றாண்டின் முற்பகுதியும் இந்தியவியல் என்ற அறிவுத்துறை வலுவாக நிறுவப்பட்ட காலமாகும். இந்தியவியலின் பெரும்சாதனைகள் இந்தக் காலப் பகுதியிலேயே பெரிதும் நிகழ்ந்தன. மாக்ஸ் முல்லரின் ரிக் வேதப் பதிப்பு 1849 முதல் 1874வரை வெளிவந்தது. 'கீழைத் தேயப் புனித நூல்கள்' என்ற தொடர் வரிசையில் மாக்ஸ் முல்லர் பதிப்பித்த ஐம்பது நூல்களும் இங்கே சிறப்பாகச் சுட்டத் தக்கவை. 1883 முதல் 1896 வரை பிரதாப் சந்திர ராய் பதிப்பித்த மகாபாரதம், பெரிதும் வடதேசப் பிரதிகளையே அடிப்படையாகக் கொண்டிருந்தது என்றபோதும் ஒரு முக்கியப் பதிப்பு நிகழ்வாகும். விண்டர்னிட்ஸ் என்ற ஜெர்மானிய வடமொழி அறிஞரால் திட்டமிடப்பட்ட மகாபாரதப் பதிப்பு புனாவிலுள்ள பண்டார்க்கர் கீழைத்தேய ஆய்வு நிறுவனம் விஷ்ணு சீதாராம் சுக்தங்கர் என்ற அறிஞரைத் தலைமைப் பதிப்பாசிரியராகக் கொண்டு, 1925 முதல் 1944 வரை வெளிவந்தது. இந்த மகாபாரதப் பதிப்பை அடியொற்றி பரோடா கீழைத்தேய நிறுவனம் 1960 முதல் 1975 வரை வால்மீகி இராமாயணத்திற்கு ஓர் ஆய்வுப் பதிப்பை வெளியிட்டது.

மிக நெடிய வாய்மொழி மரபில் வந்த பாரத, இராமாயண இதிகாசங்களுக்கு ஒரு புலமை மரபும் உண்டெனினும், ஐரோப்பியரின் வருகையோடு,

கீழைத்தேயப் பார்வையில் (*Orientalism*) இப்பதிப்புகள் அமைந்தன என்பது உண்மையே. இந்தியாவின் பாரம்பரியத்தைக் கட்டமைத்த கீழைத்தேய மரபு, இந்தியாவை அடிப்படையில் இந்து நாகரிகமாகக் கண்டதால் இந்த இதிகாசங்கள் முதன்மை பெற்றன. இந்தப் பார்வையை இந்திய அறிஞர்களும் உள்வாங்கிக்கொண்டனர். கீழைத்தேயச் சிந்தனையோடு கொண்ட ஊடாட்டத்தின் வழியே தேசம் – தேசியம் என்ற கட்டமைப்பும் இங்கு முகிழ்த்தது. இக்கட்டமைப்பு அடிப்படையில் இந்து சமயம் சார்ந்ததாகவே இருந்தது. இதற்கான பனுவல் அடிப்படைகளை இந்திய அறிவாளர்கள் பாரத, இராமாயண இதிகாசங்களில் தேடிக் கண்டடைந்தனர். இந்த அரசியலைப் புரிந்துகொள்ளாமல் பாரத, இராமாயணப் பதிப்புகளின் கருத்தியல் பின்புலத்தை அறுதியிட முடியாது. எனினும், இந்த அரசியலே எல்லாவற்றையும் விளக்கிவிடாது.

பெரிதும் வாய்மொழியாக, வெவ்வேறு பகுதிகளில் வெவ்வேறு வடிவங்களில் (வெவ்வேறு மொழிகளிலும்தான்) வழங்கிவந்த இதிகாசங்கள் 'இறுதி'யான எழுத்து வடிவமும், 'ஆதாரபூர்வமான', 'அதிகாரபூர்வமான' அச்சு வடிவமும் பெற்றதன் பின்னணியில் கீழைத்தேயக் கருத்தியலும், தேசியக் கற்பிதமும் இருந்ததை வற்புறுத்தும் அதே வேளையில் இதன் பின்னிருந்த புலமையாற்றலையும் அறிவுழைப்பையும் மறந்துவிடக் கூடாது. பாரத, இராமாயணப் புலமைக்கு இந்திய அறிவுலகில் நெடிய பாரம்பரியம் உண்டு. இதனோடு இணைந்து மேலைச் சிந்தனை வழிப்பட்ட மூலபாட ஆய்வியல், வரலாற்று நிலவியல், சொற்பிறப்பியல், மொழியியல் முதலான புலமைத் துறைகளும் இப்பெரும் பதிப்புகளுக்கு அடிப்படையாக இருந்தன. தம்முடைய மகாபாரதப் பதிப்புக்கு 235 சுவடிகளை அடையாளம் கண்ட சுக்தங்கர், 70 சுவடிகளின் அடிப்படையில் தம் ஆய்வுப் பதிப்பை அமைத்தார் என்பதை நினைவில் கொள்ள வேண்டும். அரசியல் என்ற பெயரில் இப்புலமைப் பங்களிப்புகளை மறப்பதும் புறந்தள்ளுவதும் கண்டுகொள்ளாமலிருத்தலும் அறமல்ல. சமஸ்கிருதமும் ஆங்கிலமும் தெரியாதவர்கள் வேத மொழிபெயர்ப்பைப் ('செவ்விதாக்கி'ப்!) பதிப்பிக்கும் தமிழ்ச் சூழலில் இதனை அழுத்திக் கூற வேண்டியுள்ளது.

தமிழைப் பொறுத்தவரை பாரதக் கதை பற்றிய குறிப்புகள் சங்க இலக்கியத்திலேயே காணப்படுகின்றன. சங்க இலக்கியங்கள் தொகுக்கப்பட்ட காலத்தில் பல நூல்களுக்குப் 'பாரதம் பாடிய பெருந்தேவனார்' பெயரில் சிறப்புப் பாயிரங்களும் அமைந்துள்ளன. பாரத வெண்பா, வில்லிபாரதம், நல்லாப்பிள்ளை பாரதம், மாவிந்தம் என்று மகாபாரதத் தமிழ் வடிவங்கள் உண்டெனினும்,

ஒன்று அவை முழுமையான மொழிபெயர்ப்புகளாக இல்லை; அல்லது நூலே முழு வடிவில் கிடைக்கப்பெறவில்லை. பாரதக் கிளைக்கதைகளும் தனியே விரித்துப் பாடப்பட்டுள்ளன. நளன் கதையை மட்டும் எடுத்துக்கொண்டாலே நைடதம், நளவெண்பா எனத் தனி நூலாகப் பலவாறு பாடப்பட்டுள்ளது. அரிச்சந்திரன் கதையும் இவ்வாறு பாடப்பட்டுள்ளது. பாரதத்திலுள்ள உபாக்கியானங்கள் இதற்கு மிகத் தோதாக அமைந்துள்ளன. எழுத்து மரபு இவ்வாறிருக்க வாய்மொழி மரபு பற்றிச் சொல்ல வேண்டியதில்லை. சடங்கோடு இணைந்த நிகழ்த்துகலையாக வடதமிழகத்தில் திரௌபதியம்மன் கதைப்பாடல் அமைந்துள்ளது. மழை வேண்டிப் பாராயணம் செய்யப்பட்ட விராட பர்வத்தைப் பற்றியோ சொல்ல வேண்டியதில்லை.

இருப்பினும் மகாபாரதக் கதை அதன் 'முழு' வடிவத்தில் தமிழில் இல்லாத குறை தமிழுலகில் பல காலமாகவே இருந்துவந்திருக்கிறது. அதனைப் போக்கும் வகையில் இருபதாம் நூற்றாண்டின் தொடக்கப் பகுதியில் செய்யப்பட்ட வெற்றிகரமான ஒரு பெருமுயற்சியைப் பற்றிய கதை இது.

❍

மகாபாரதம் என்பதில் 'மகா' என்ற முன்னொட்டு, பிற அளவுகோல்களின்படி மட்டுமல்லாமல், அளவைப் பொறுத்த அளவிலும்கூட மிகப் பொருத்தமானது. பதினெட்டுப் பர்வங்களும் நூற்றுக்கணக்கான உபாக்கியானங்களும், ஓர் இலட்சத்துக்கும் மேற்பட்ட சுலோகங்களும் கொண்ட பேரிதிகாசம் மகாபாரதம். வீரர்கள், அரசர்கள், முனிவர்கள், தேவர்கள் என ஆயிரக்கணக்கான பெயர்கள் போதாதென்று, ஒரே பெயர் பலருக்கும் வழங்கும் குழப்பமும் இப்பேரிதிகாசத்தில் உண்டு. இவ்வளவு பெரியதும் நெடியதும் சிக்கலானதுமான பனுவலை முழுமையாகத் தமிழாக்குவித்து, இருபத்தைந்தாண்டுக் காலத்தில், ஒன்றரை இலட்சம் ரூபாய் செலவில், நாற்பத்தைந்து சஞ்சிகைப் பிரிவுகளில், ஒன்பதாயிரம் பக்க அளவில் ஒருவர் வெளியிட்டார். அவர்தாம் மணலூர் வீரவல்லி இராமானுஜாசாரியர் என்ற ம.வீ. இராமானுஜாசாரியர்.

1866 ஏப்ரல் 16ஆம் நாள் தஞ்சாவூர் மாவட்டம் மணலூரில் ஒரு தென்கலை வைணவக் குடும்பத்தில் பிறந்தார் இராமானுஜாசாரியர். இராமானுஜர் பிறந்த திருப்பெரும்புதூரைப் பூர்வீகமாகக் கொண்ட இவருடைய முன்னோர்கள் தஞ்சை நாரசிங்கம்பேட்டைக்குக் குடிபெயர்ந்தனர். இவருடைய தந்தை வீராசாமி ஐயங்கார் மணலூர் வட்டத்தின் கிராம

முன்சீபாக இருந்தார். இராமானுஜாசாரியருக்குப் பதினொரு வயதானபொழுது இவர் தந்தை காலமானதும், கிராம முன்சீப் பொறுப்பை இவருடைய அண்ணன் ஏற்றுக்கொண்டார். கும்பகோணத்தில் ஆங்கிலம் பயின்று மெட்ரிகுலேஷனில் தேறிய இராமானுஜாசாரியர் சொந்த ஊரிலேயே ஆசிரியராகப் பணியாற்றிக்கொண்டு, தமது தாய்மாமன் சாமண்ணா ஐயங்காரிடம் சமஸ்கிருதம் பயின்றார்.

சில காலம் கழித்து, கல்வி நாட்டம் மேலிட்டவராய், வீட்டிற்குச் சொல்லாமல் புனாவுக்கும் பம்பாய்க்கும் சென்றார். கொஞ்ச காலம் பம்பாயில் இரயில்வே அலுவலகத்தில் பணியாற்றினார். தமது கல்விக்கு இவ்வேலை இடையூறாக இருப்பதை உணர்ந்து, காசி மகாராணி கல்லூரிக்கு எழுதி அங்கு வடமொழி பயிலச் சென்றார். அங்கு வடமொழிப் பயிற்சியோடு, திருவாவடுதுறை ஆதீனத்தைச் சேர்ந்த காசி கண்ணப்பசாமி மடத்திலிருந்த பரமசிவத் தம்பிரானிடம் தமிழ் படித்தார். தமிழ் ஆர்வம் மேலிடக் கல்லூரியிலிருந்து அவர் விலக வேண்டியதாயிற்று. ஆயினும் அங்கு பிரம்மதேசம் சாமி சாஸ்திரிகளிடம் வடமொழிக் கல்வியைத் தொடர்ந்தார். பின்னர் ஊருக்குத் திரும்பி, திருவாவடுதுறை ஆதீனத்தின் சின்னப்பட்டம் அம்பலவாண தேசிகரிடம் மாணவரானார்.

1886இல் திருவாவடுதுறை ஆதீனத்தில் பயிலத் தொடங்கியபொழுது இராமானுஜாசாரியருக்கு உ.வே. சாமிநாதையரோடு தொடர்பு ஏற்பட்டது. வாழ்நாள் முழுவதும் அவ்வுறவு தொடர்ந்தது. அப்போது ஸ்ரீரங்கம் உயர்நிலைப் பள்ளியில் தமிழ்ப் பண்டிதர் வேலை காலியாக இருக்க, உ.வே. சா.வின் பரிந்துரையின்பேரில் அங்குச் சில மாதங்கள் வேலைக்குச் சேர்ந்தார் இராமானுஜாசாரியர். பின்னர் கும்பகோணம் பொற்றாமரை உயர்நிலைப் பள்ளியிலும் தமிழ்ப் பண்டிதரானார்.

பின்னர் சில காலம் திருச்சி ரயில்வே ஆடிட்டர் அலுவலகத்திலும், மூன்றாண்டுகள் மணலூரில் கிராம முன்சீபாகவும் பணியாற்றினார். மீண்டும் 1893ஆம் ஆண்டின் தொடக்கத்தில் கும்பகோணம் நேடிவ் உயர்நிலைப் பள்ளியில் சேர்ந்து 18 ஆண்டுகள் பணியாற்றினார். 1911 ஜனவரியில் கும்பகோணம் கல்லூரியில் தலைமைத் தமிழ்ப் பண்டிதராகச் சேர்ந்து, 1921இல் ஓய்வு பெற்றார்.

1893 முதல் உ.வே.சா.விடம் தமிழ் பயின்றதோடு அவருடைய பதிப்புப் பணிகளுக்கும் துணை செய்தார் இராமானுஜாசாரியர். புறப்பொருள் வெண்பாமாலை பதிப்புக்கும் (1895) மணிமேகலைப் பதிப்புக்கும் (1898) ‘அவகாசமுள்ள காலங்களிலெல்லாம் வந்து

உடனிருந்து' உ.வே.சா.வுக்கு அவர் உதவியிருக்கிறார். சீவக சிந்தாமணி இரண்டாம் பதிப்புக்கு (1907) முதல் பதிப்பையும் பின்பு கிடைத்த ஏட்டுப் பிரதிகளையும் ஒப்புநோக்கி, பாட வேறுபாடுகளைக் குறித்துக்கொடுத்து உதவினார். மேலும் தருமபுர ஆதீனத்துப் பிரதியினையும் இவரே உ.வே.சா.வுக்குக் கிடைக்கும்படி செய்தார். இதற்காக உ.வே.சா. தம் பதிப்புரையில் நன்றி பாராட்டியிருந்தார். அப்போது இராமானுஜாசாரியர் உணர்ச்சிப் பெருக்குடன் எழுதிய கடிதம் (11–1–1908) அவருக்கு உ.வே.சா. மீதிருந்த அளவுகடந்த மதிப்புக்குச் சான்றாகும்.

> இந்த இரண்டாம் பதிப்பின் அருமைபெருமைகளைப் பாராட்டுதற்கு அடியேன் ஒரு சிறிதும் பற்றாதவன். சில சமயங்களில் மகாவித்வான் [மீனாட்சிசுந்தரம்] பிள்ளையவர்கள், [தியாகராச] செட்டியாரவர்கள் முதலானவர்கள் இல்லையே என்றும், இருந்திருந்தால் நிரம்பத் திருப்தியடைவார்களென்றும் தேவரீர்கள் பிரஸ்தாபிக்கக் கேட்டிருக்கிறேன். இந்தப் பதிப்பைப் பார்த்தவுடன் தமிழகத்துப் பரமோபகாரியாகிய நச்சினார்க்கினியரில்லையே, சிந்தாமணியின் உண்மைப் பொருள் காண வேண்டி மிக்க பாடுபட்டவராகிய அவரன்றோ இப்பதிப்பைப் பார்த்துச் சந்தோஷிக்க வேண்டுமென்று அடியேனுக்குத் தோற்றியது.
>
> ஆனால் அதிலொரு குற்றமும் சேர்ந்திருக்கிறது, அதாவது அதில் அடியேனுடைய பெயர் சேர்ந்திருப்பதே. நாயினுங் கடைப்பட்டவனாகிய அடியேனையும் ஒரு பொருளாக நினைத்து தேவரீர்கள் ஆதரிப்பது அடியேனுடைய முன்னோர்கள் செய்த பூஜாபலனே தவிர வேறில்லை.

1893 முதல் 1903 வரை – அதாவது உ.வே.சா. சென்னை மாநிலக் கல்லூரிக்கு மாற்றலாகிச் செல்லும்வரை – அவரோடு மிக நெருங்கிப் பழகியிருக்கிறார். 1904 முதல் 1921 முடிய பதினெட்டு ஆண்டுகள் உ.வே.சா.வின் குடந்தை வீட்டில்தான் அவர் குடியிருந்திருக்கிறார். உ.வே.சா.வின் அக்காலக் கடிதப் போக்குவரத்தில் இராமானுஜாசாரியரின் பெயர் பலமுறை அடிபடுகிறது. திருப்பனந்தாள் ஆதீன பண்டாரசந்நிதி, வி.கோ. சூரியநாராயண சாஸ்திரி (பரிதிமாற்கலைஞர்), வெ.ப. சுப்பிரமணிய முதலியார், பின்னத்தூர் நாராயணசாமி ஐயர், வை.மு. சடகோபராமானுஜாசாரியர் முதலானோர் உ.வே.சா. வுக்கு எழுதிய கடிதங்களில் இவர் குறிக்கப்பட்டுள்ளார்.

1940இல் இராமானுஜாசாரியர் காலமாகும்வரை இத்தொடர்பு நீடித்துள்ளது. உ.வே.சா.வின் மகன் கலியாணசுந்தரையரும் இவருக்கு நண்பராக இருந்து, சென்னையிலிருந்தவாறு இவருக்கு உதவியிருக்கிறார்.

கும்பகோணத்தில் தமிழ்ப் பண்டிதராக ம.வீ. இராமானுஜா சாரியர் வேலை பார்த்துவந்த காலத்தில் அன்றாடம் உ.வே. சாமிநாதையரைக் கண்டு அளவளாவும் வழக்கத்தைக் கொண்டிருந்தார். அப்பொழுதெல்லாம் மகாபாரதம் பற்றிப் பலமுறை பேச்சு எழுந்துள்ளது. உ.வே.சா.வைக் கொண்டே மகாபாரதத் தமிழ் மொழிபெயர்ப்பை வெளியிட வேண்டிக் கும்பகோணம் கல்லூரிக் கணிதப் பேராசிரியர் ஆர். சக்கரவர்த்தி ஐயங்கார் முயன்றிருக்கிறார். சங்க இலக்கியப் பதிப்பாக்கங்களில் மூழ்கியிருந்த உ.வே.சா.வுக்கு இதில் ஈடுபடும் முனைப்பு ஏற்படவில்லை. 1903இல் சென்னை மாநிலக் கல்லூரிக்கு அவர் மாற்றலாகிச் சென்றதும் இம்முயற்சி கருத்தளவிலேயே நின்றுவிட்டது. ஆயினும், இராமானுஜாசாரியரின் மனத்தில் இதன் வித்து ஊன்றிவிட்டது.

இப்பெரும் வினைப்பாட்டில் மனம் வைத்துவிட்ட இராமானுஜாசாரியர், சென்னையிலிருந்த உ.வே.சா.வுக்குத் தம் கருத்தை எழுதினார். இவரை ஊக்கப்படுத்தியதோடு, முப்பது ரூபாய் பணவிடை அனுப்பவும் செய்தார் உ.வே.சா. பேராசிரியர் கே. சுந்தரராமையர் என்ற வேதாந்த அறிஞரும் (பாரதியோடு 'மெட்ராஸ் ஸ்டாண்டர்டு' நாளிதழில் ஒரு புகழ்பெற்ற விவாதத்தில் ஈடுபட்டவர்) இருநூறு ரூபாய் கொடுத்ததோடு, ஒவ்வொரு சஞ் சிகை வெளியாகும்பொழுதும் பத்து ரூபாய் கொடுத்து வந்தார்.

மே 1907இல் மகாபாரதத் தமிழ்ப் பதிப்புப் பணி தொடங்கியது.

இவ்வாறு துணிந்தபின்தான் மொழிபெயர்ப்பை எப்படிச் செய்வது என்பதைப் பற்றி இராமானுஜாசாரியர் எண்ணலானார். மகாபாரதத்தை ஒருமுறை படித்துப் பார்க்கவே பல காலம் ஆகும் என்னும்போது அதை முழுவதுமாக மொழிபெயர்ப்பது எப்படி? முடிவில் கா.பெ. ராமச்சந்திராசார்யர் என்ற புராணப் பிரசங்கியை அணுகவும், அவர் நளன் கதையை மட்டும் சோதனை முயற்சியாக மொழிபெயர்த்துத் தந்தார். தம் புராண உபந்நியாசங்களிடையே கிடைத்த ஒழிவு நேரத்தில் மட்டும் அவர் மொழிபெயர்த்து வந்ததால் ஒரு நாளுக்கு ஏழெட்டு செய்யுள்களே தமிழாயின. வேலை சுணங்குவது கண்டு, கோபால விலாஸ் புஸ்தகசாலைத் தலைவரான அ. வேங்கடேசாசார்யரிடம் வேலை ஒப்படைக்கப்பட்டது. அவருக்கு உதவியாக ஒரு முழுநேர குமாஸ்தாவையும் இராமானுஜாசாரியர் அமர்த்திக்கொடுத்தார்.

மொழிபெயர்ப்புக்கு அதுவரை வெளிவந்த அச்சுப் பதிப்புகளோடு வேண்டுமிடங்களில் ஏட்டுச் சுவடிகளும் பயன்படுத்தப்பட்டன. கிடைக்கும் வடிவங்களில் சிறந்ததை மொழிபெயர்ப்பதாகவே திட்டமிடப்பட்டது. இந்தச் சமயத்தில், தாது வருஷப் பஞ்சத்தின்போது செங்கல்பட்டு மாவட்டம் கரிச்சங்கால் என்ற ஊரில் ஒரு செல்வர் பல வடமொழிப் புலவர்களைக் கொண்டு மகாபாரதத்தைத் தமிழில் மொழிபெயர்த்திருந்தார் என்பதைக் கேள்விப்பட்ட இராமானுஜாசாரியர், அதன் ஆதி பர்வத்தை மட்டும் ஏட்டுப்படியாக வரவழைத்துப் பார்த்தார். பொருத்தமாயிருக்குமென்றால் அதனையே திருத்தி அச்சிடும் எண்ணமும் அவருக்கு இருந்திருக்கிறது. ஆனால் அது 'தக்க பண்டிதர்களால் ஸ்ரமப்பட்டுச் செய்யப்பட்டதாயினும் நாங்கள் செய்ய உத்தேசித்திருந்த முறைப்படி இல்லாமையால்' கொடுத்தவர்களிடமே அதைத் திருப்பி அனுப்பிவிட்டார்.

இந்த வேளையில் ஒரு புதிய பூதம் கிளம்பியது. தம் முயற்சியைப் பற்றி இராமானுஜாசாரியர் செய்தித்தாள்களில் விளம்பரம் செய்யவும், அவரது மொழி பெயர்ப்பு எப்பதிப்பைத் தழுவியது என்ற கேள்வி பல வட்டாரங்களிலிருந்தும் எழுந்தது. 'இப்பொழுது வெளிவந்துள்ள வடமொழி மஹாபாரதங்களெல்லாம் ஒன்றுக்கொன்று பல வேறுபாடுகள் உடையனவாயிருக்கின்றன. எல்லாவற்றையும் கலந்து நீங்கள் மொழிபெயர்ப்பீர்களானால் அது ஒரு மூல புஸ்தகத்துக்கும் ஒத்ததாயிராதே ... மஹாபாரத கதையை ஒருவாறு தெரிவித்ததாகுமேயன்றி, ஒன்றன் நேரான மொழிபெயர்ப்பு ஆகாது' என்ற கருத்துத் தெளிவானதும் இராமானுஜாசாரியர் கலங்கினார். கடைசியில் பலரைக் கலந்துகொண்டு கும்பகோணம் மத்வ விலாஸ புஸ்தகசாலை தலைவர் டி. ஆர். கிருஷ்ணாசார்யருடைய பதிப்பு, 'தென்தேசத்துப் பாடத்தையும் தழுவியிருத்தலால் அதனையே மூலக்ரந்தமாக வைத்துக்கொண்டு மொழிபெயர்ப்பதென்பது நிச்சயமாயிற்று'. இதற்கு உரிய அனுமதியையும் இராமானுஜாசாரியர் பெற்றுக்கொண்டார்.

இம்முடிவை எடுப்பதற்கு முன்பே விராட பர்வமும், உத்யோக பர்வமும், ஆதி பர்வத்தின் பெரும்பாகமும் முந்தைய முறைப்படி மொழிபெயர்க்கப்பட்டாகிவிட்ட நிலையில் அவை விழலுக்கிறைத்த நீராயின. மத்வ விலாஸப் பதிப்பைக் கொண்டு அவற்றை மீண்டும் மொழிபெயர்க்க வேண்டியதாயிற்று.

இதற்கிடையில் இம்முயற்சியைப் பற்றித் தகவல்கள் பரவவும் பலர் இதற்குத் தடை சொல்லலானார்கள். ஆர். ரகுநாத ராயர் என்ற கனவான், 'இந்தக் காரியம்

ஸாதாரணமானதன்று; பெரிய ஸாஹஸமானது. இது ஒரு ராஜகரத்தில் மேற்கொண்டு' நடத்தவேண்டுமென்று கூறினார். தமிழ்ப் பாடப் புத்தகங்களை ஏராளமாக வெளியிட்டு வந்தவராகிய வை.மு. சடகோபராமானுஜாசாரியரும் நண்பர் என்ற முறையில், 'இது நம்மைப் போன்றவர்கள் செய்யக் கூடிய காரியமன்று; பல பண்டிதர்கள் சேர்ந்து பல வருஷங்களில் செய்யக்கூடிய பெருங்கார்யம். நாம் நமது கல்வியறிவையும் பரிஸ்ரமத்தையும் கொண்டு செய்யக்கூடிய காரியத்தை மாத்திரம் செய்யலாமேயன்றி இப்படிப்பட்ட பெருங் கார்யத்தை மேற்கொள்ளவே கூடாது' என்று ஒரு முறையல்ல, மூன்று முறை தடை கூறினார். இராமானுஜாசாரியர் நண்பர்களின் ஆலோசனையை ஏற்றுக்கொள்ளாததைக் கண்ட ஒருவர், அவருடைய மரியாதைக்குரிய தமக்கையிடம் சொல்லி, அவர் மூலமாகவும் இம்முயற்சியை நிறுத்தப் பார்த்திருக்கிறார்!

இவர்களெல்லாம் சொல்லச்சொல்ல 'இதனை எப்படியாவது செய்துவிட வேண்டும்' என்ற கருத்தே இராமானுஜாசாரியருக்கு வலுப்பட்டது. 'காரியம் உத்தமோத்தமமானதென்று எல்லாரும் சொல்லுகிறார்கள். யாராவது ஒருவர் ஸ்ரமமெடுத்துக்கொண்டால்தானே நல்ல காரியம் நிறைவேற வேண்டும்' என்பது அவருடைய தர்க்க நியாயமாக இருந்தது. மகாபாரதத்தின் விரிவு கருதி, வெவ்வேறு பண்டிதர்களைக் கொண்டு பாரதத்தினைப் பகுதிபகுதியாக – பர்வம்பர்வமாக – மொழிபெயர்த்துவந்தால் அதனதன் அளவில் முழுமையான பகுதிகளைத் தனித்தனியே சஞ்சிகைகளாக வெளியிட இயலுமென்று இராமானுஜாசாரியர் முடிவுசெய்தார். முதல் சஞ்சிகை 1908 ஆகஸ்டில் வெளிவந்தது. தொடர்ந்து ஆதி பர்வத்தில் சில சஞ்சிகைகள் வெளிவந்தன. ஒவ்வொரு சஞ்சிகையும் டெமி 1 x 8 அளவில் 200 பக்கங்களில் அமைந்திருந்தது.

இவ்வேளையில், 'இது முற்றுப் பெறாத காரியம்; சாந்தி பர்வமும் அனுசாஸன பர்வமும் வரும்பொழுதுதான் இதனுடைய ஸ்ரமம் தெரியும்; அங்கே வந்தவுடன் நின்றுபோகும்' என்றும் சிலர் ஆரூடம் கூறி ஊக்கக் குறைவை ஏற்படுத்தினார்கள். இதைவிடப் பேரிடியாகத் தமிழ்ப் புரவலர் பாண்டித்துரைத் தேவரிடமிருந்து ஒரு செய்தி வந்தது. பிரதாப் சந்திர ராயின் ஆங்கிலப் பதிப்பை முதனூலாகக் கொண்டு, மதுரைத் தமிழ்ச் சங்கம் வழியாக மகாபாரதத்திற்கு ஒரு தமிழ் மொழிபெயர்ப்பு வெளியிடத் திட்டமிடப் பட்டுள்ளதென்றும், எனவே இராமானுஜாசாரியர் வேறு ஏதேனும் நல்ல வேலையை எடுத்துக்கொண்டு செய்யலாமென்றும் மு. ராகவையங்கார் மூலமாக அவர் தகவல் அனுப்பினார். 'அபிதான சிந்தாமணி'

உள்ளிட்ட எத்தனையோ பெருமுயற்சிகளுக்கு ஆதரவளித்துத் தமிழ்ப் புரவலர்களின் தலைமகனாக விளங்கிய பாண்டித்துரைத் தேவரிடமிருந்து உதவி கிடைக்காததுமன்றி இடர்ப்பாடும் நேர்வது கண்டு இராமானுஜாசாரியர் கலங்கித்தான்போனார். இருப்பினும் ஒரு நூலுக்குப் பல பதிப்புகள் வெளிவருவது புதிதல்லவென்றும், வங்க மொழியில் மகாபாரதத்திற்கு மூன்று மொழிபெயர்ப்புகள் உள்ள நிலையில் தமிழுக்கு இரண்டு அதிகமில்லை என்றும் அவர் பாண்டித்துரைத் தேவருக்கு விடையளித்தார்.

இவ்வாறு பலர் தடை சொல்லிக்கொண்டுவந்த நிலையில் மனச் சஞ்சலமுற்ற இராமானுஜாசாரியர் வலங்கைமான் ஜோஸ்யம் கோவிந்த செட்டியாரிடம் இது பற்றி ஆரூடம் கேட்பதென முடிவுசெய்தார். எழுதிக்கொடுத்த ஆரூடம் தென்பு தருவதாக இல்லை. இது வெளியே தெரிந்தால், ஏற்கெனவே தடை கூறிவந்த நண்பர்களும் உறவினர்களும் வேலையை நிறுத்திவைத்து விடுவார்களோ என்று அஞ்சிய இராமானுஜாசாரியர், அதனை ஓர் உறையில் போட்டு, அரக்கு முத்திரையிட்டு, 'இதனை ஸ்ரீ மஹாபாரதம் பூர்த்தியான பிறகுதான் திறந்து பார்க்க வேண்டும்' என்று எழுதித் தனியே வைத்துவிட்டார். இருபத்திரண்டாண்டுகளுக்கு யாரிடமும் சொல்லாமல் பாரத மொழிபெயர்ப்பு முற்றுப்பெற்ற பின்னரே தம் நண்பர்கள் சூழ, அதனைப் பிரித்துப் படித்தார்: 'பாரதம் தமிழ் செய்யக் கேட்கிறது. வருஷம் மூணு செல்லும். இதில் கவலை அதிகம். முடிவாகிற முன்னிட்டு விஷ்ணு தெரிசனம் கிடைத்து ... அதிலிருந்து சிறிது பாக்கி நின்றுவிடும். அநேக பிரபுக்கள் ஒத்தாசை நேசம் கிடைக்கும் ...' என்று எழுதியிருந்தது. 'கார்யம் நிறைவேறாதென்று நினைத்துக்கொண்டே செயற்கரிய இந்தப் பெருங்கார்யம் பூர்த்தியானது ஓர் ஆச்சர்யமன்றோ?' என்று அவர் பின்னாளில் வியப்புற்றார்.

முதலில் ஆதி பர்வமும் ஸபா பர்வமும்தாம் முற்றுப்பெற்றன. அதற்கான பணம் மற்றும் நேரச் செலவைக் கணக்கிட்ட இராமானுஜாசாரியர், சாந்தி பர்வத்தையும் அனுசாஸன பர்வத்தையும் வெளியிட்டுவிட்டு முடியுமானால் பிறவற்றைப் பின்பு வெளியிடலாமென முடிவுசெய்தார்.

தமிழுலகம் அல்லவா? இதற்கிடையில் போட்டியும் தொடங்கிவிட்டது. இராமானுஜாசாரியர் முடிவுசெய்து வைத்திருந்த மொழிபெயர்ப்பாளர் ஒருவர், வேறு சிலரின் தூண்டுதலின்பேரில் அதனைத் தாமே வெளியிடலானார். பின்பு அதுவும் நின்று போயிற்று. இதனால் அம்மொழிபெயர்ப்பை இராமானுஜாசாரியர் பயன்படுத்திக்கொள்ள முடியாமல் போனதே விளைந்த பலனாயிற்று.

பகுதிபகுதியாக, தொடர்ச்சியின்றி வெளியிட்டு வருவதன் சிக்கல்களை இவ்வேளையில் இராமானுஜாசாரியர் உணரலானார். ஒரு பர்வத்தின் மொழிபெயர்ப்பு முற்றுப்பெறும் முன்னர் சஞ்சிகையை அச்சிடுவது தொல்லை தந்தது. யுத்த பஞ்சகத்தைத் தொடங்க எண்ணியபோது துரோண பர்வம் மொழிபெயர்த்து முடியாமல் பீஷ்ம பர்வம் மட்டுமே முற்றுப்பெற்றிருந்தது. இந்த நிலையில் சில காலம் எந்தச் சஞ்சிகையினையும் அவரால் வெளியிட முடியவில்லை. வேங்கடேசாசாரியர், டி.வி. ஸ்ரீநிவாஸாசாரியர், கருங்குளம் கிருஷ்ண சாஸ்திரி, நீலமேக சாஸ்திரி என்று பலர் மொழிபெயர்ப்பு வேலையில் ஈடுபட்டுவந்தனர். இவர்களின் உதவிக்கு எழுத்தர்களை அமர்த்திக் கொடுத்தார் இராமானுஜாசாரியர். காலம் அதிகமாகிக்கொண்டிருந்ததில் இரண்டொரு மொழிபெயர்ப்பாளர்கள் வீடுபேறும் அடைந்துவிட்டனர்!

மொழிபெயர்ப்புப் பணி மெல்ல நடந்துவந்ததற்குக் காரணமில்லாமல் இல்லை. ஒவ்வொரு பர்வத்தின் மொழிபெயர்ப்பையும் ஒவ்வொரு பண்டிதரிடம் கொடுத்த இராமானுஜாசாரியர், அவர்களையே ஒரு முறை மூலத்தோடு ஒப்பிட்டுப்பார்த்துச் செப்பம் செய்துதரச் செய்தார்: பின்பு இந்த மொழிபெயர்ப்புப் படியை வேறு இரு பண்டிதர்களிடம் கொடுத்து, அவர்கள் மூலத்தோடு ஒப்பிட்டுக் குறித்துக் கொடுத்த ஐயப்பாடுகளை மொழிபெயர்த்தவர்களே மறுபடியும் களைவதுமாகப் பணி நடந்தது. இதன் பிறகும் வேறொரு பண்டிதரிடம் கொடுத்து மூல சுலோகத்தின் கருத்து சிதையாமல் உள்ளதா என்பதையும் இராமானுஜாசாரியர் உறுதிப்படுத்திக்கொண்டிருக்கிறார். இவ்வாறு மொழிபெயர்க்கப்பட்ட பகுதிகள் அந்தந்த மொழிபெயர்ப்பாளர் பெயரிலேயே வெளியிடப்பட்டன.

1915 ஜூன் கடைசியில் சாந்தி பர்வம் மோக்ஷ தர்மம் அச்சிடப்பட்டு முடிந்த நிலையில் 3,000 பக்கம் அளவுக்குப் பாரத மொழிபெயர்ப்பு வளர்ந்திருந்தது.

ஆதி பர்வம்	942 பக்கங்கள்
சபா பர்வம்	356 பக்கங்கள்
விராட பர்வம்	334 பக்கங்கள்
சாந்தி பர்வம்	
முதல் பாகம்	603 பக்கங்கள்
இரண்டாம் பாகம்	815 பக்கங்கள்

இதே போக்கில் சென்றால் 200 பக்கங்கள் கொண்ட 40 முதல் 45 சஞ்சிகைகள் வரை அமையும் என்று இராமானுஜாசாரியர் எதிர்பார்த்தார். ஒவ்வொரு பர்வம் முடிவுற்றதும் அதனைத்

தனி நூலாகக் கட்டடம் செய்தும் விற்றுவந்தார். மொத்தமாகக் கட்டடச் செலவுக்கு மட்டும் (மகாபாரதம் முழுமையான ஒரு பிரதிக்கு) ரூ. 12 ஆகும் என்று கணக்கிட்டார். இந்நிலையில் நூலின் விலை மொத்தம் ரூ. 40 முதல் 45 வரை ஆகுமெனவும் அனுமானித்தார்.

இந்நிலையில் இந்தப் பணி முழுமைக்கும் 55,000 ரூபாய் ஆகுமே என்ற மலைப்பும் ஏற்பட்டது. (கடைசியில் அதைவிட மும்மடங்கு செலவானது வேறு செய்தி.) 3,000 ரூபாய் நன்கொடையாகக் கிடைத்தது போக 800 சந்தாக்கள் சேர்ந்திருந்தன. 1915 வரை 29,000 ரூபாய் செலவாகியிருந்தது. ஆனால் வரவோ 15,000 ரூபாய் அளவுக்குத்தான் இருந்தது. இதற்குப் பிறகும் 25,000 ரூபாய்க்கு மேல் செலவாகுமெனவும் தெரிந்தது. வட்டியும் விற்பனைக் கழிவும் போக எஞ்சியது மிகக் குறைவு.

இந்த இக்கட்டான நிலையில் இராமானுஜாசாரியர் அரசாங்கத்தின் உதவியை நாடினார். 1915ஆம் ஆண்டின் இறுதியில் சென்னை மாகாண ஆளுநர் பெண்ட்லண்டு பிரபு குடந்தைக் கல்லூரிக்கு வருகை தந்தபோது அவரைக் கண்டார். மகாபாரத மொழிபெயர்ப்புத் திட்டத்திற்கு அரசாங்க உதவி கிடைத்ததற்கு இந்தச் சந்திப்பே காரணமாகும். அரசாங்கம் 40 தொகுதிகள் வாங்க ஆணை பிறப்பித்தது. இதனால் ஏமாற்றமுற்ற இராமானுஜாசாரியர் மேலும் ஒரு விரிவான விண்ணப்பதைக் கையளித்தார். இதற்காகச் செலவு அட்டவணை ஒற்றையும் தயாரித்து இணைத்தார். இந்த அட்டவணை பல தகவல்களைத் தருகிறது (காண்க: அட்டவணை). இதற்கும் அரசாங்கம் மசியவில்லை. மேலும் 35 தொகுதிகளுக்கான ஆணையைப் பிறப்பித்ததோடு அமைந்தது. (அரசின் வேண்டுகை ஆணையால் பயனைவிடப் பிரச்சினையே விளைந்தது. முற்றுப்பெற்ற ஐந்து தொகுதிகளை அரசு ஆணைக்கு இணங்கக் கையளிக்க வேண்டும் என்ற நிலையில் தொகுதிகள் வெளியாவது தாமதப்பட்டபோது வேண்டுகையை நிறைவேற்றுவதில் சிக்கல் உண்டானது.) அரசாங்கம் கைவிரித்த பிறகு, சென்னைப் பல்கலைக்கழகத்திடம் முட்டிமோதியதில் ஓராயிரம் ரூபாய் நன்கொடை கிடைத்தது.

போதாத காலமாக, இச்சமயத்தில் முதல் உலகப் போர் வெடித்தது. அச்சுச் சாதனங்களின் விலை தாறுமாறாக ஏறத் தொடங்கியது. 'இரண்டரை அணாவுக்கு வாங்கின காகிதம் ஒரு ரூபாய்க்கதிகம் கொடுத்து வாங்க நேர்ந்தது' என்று இராமானுஜாசாரியர் நொந்துகொண்டார். துரதிருஷ்டவசமாகப் போர் முடிந்த பின்னும் தாள் விலை குறைந்தபாடில்லை. இதனால் சோர்வே மிகுந்தது. இத்தகைய வேளைகளில் பாரத

மகாபாரத மொழிபெயர்ப்புச் செலவினங்கள் (மே 1907 முதல் ஏப்ரல் 1915 வரை)		ஏப்ரல் 1915 வரை	அடுத்த 4 ஆண்டுகளுக்குத் திட்டமிடப் பட்ட செலவு
1.	மொழிபெயர்ப்புக்காகப் பண்டிதர்களுக்கு ஊதியம்	4000	–
2.	4 எழுத்தர்களுக்கு மாதம் ரூ. 40 மேனிக்கு 7 ஆண்டுகளுக்கான ஊதியம்	3360	–
3.	ஒரு மெய்ப்புத் திருத்துநர்: ரூ. 20 மாதச் சம்பளத்தில் 7 ஆண்டுகளுக்கு	1680	960
4.	2 குமாஸ்தாக்கள்: ரூ. 35, மாதச் சம்பளம், 6 ஆண்டுகளுக்கு	2520	1680
5.	1 ஏஜெண்ட்: ரூ. 40 மாதச் சம்பளத்தில் 6 ஆண்டுகளுக்கு	2,880	1,920
6.	20 சஞ்சிகைகளுக்கு: தாள், அச்சுக் கூலி	10,500	10,000
7.	ஒப்புநோக்கித் திருத்த ஒரு பண்டிதர்: ரூ. 25 மாதச் சம்பளத்தில்	2,100	1,500
8.	அலுவலக வாடகை, இதர செலவுகள்: மாதம் ரூ. 15. 7 ஆண்டுகளுக்கு	1,260	800
9.	விளம்பரச் செலவு	1,600	4,000
		29,900	20,860
	முழுத் தொகுதிகளுக்காகச் சஞ்சிகைகளை மறுபதிப்பிட	--	5,000
		29,900	25,860
ஆதாரம்: G.O. No. 835, Education, 3 August 1915, Government of Madras.			

மொழிபெயர்ப்பைப் புரட்டுகையில் அரிய செய்திகளும் நுட்பங்களும் கண்ணில்பட, ஊக்கம் பெற்று மேலும் வினையாற்றினார் இராமானுஜாசாரியர்.

1921இல் கும்பகோணம் கல்லூரியிலிருந்து அவர் ஓய்வு பெற்றபொழுது 27 சஞ்சிகைகள் வெளிவந்திருந்தன. சென்னை நகரம் மாகாணத் தலைநகராதலால் அங்கே சென்றால் புரவலர் உதவி கிடைக்க வாய்ப்புண்டென்றும், அச்சு வேலைகள் வேகமாகவும் திருத்தமாகவும் நடைபெறுமென்றும் நம்பிய இராமானுஜாசாரியர் 1921 அக்டோபரில் குடும்பத்தோடு அங்குச்

சென்று குடியேறினார். அடுத்த சில மாதங்களில் 28ஆம் சஞ் சிகை வெளியாயிற்று. ஆனால் சர் பொன்னம்பலம் இராமநாதன், வி.வி. ஸ்ரீநிவாச அய்யங்கார் ஆகிய இருவர் தவிர வேறு எவரின் ஆதரவும் கிடைக்கவில்லை. போதாததற்குச் செலவுகள் மட்டும் கூடின. வேலையிலும் சுணக்கம் ஏற்பட்டது. விற்பனையைக் கணக்கில் கொண்டு பழைய சஞ்சிகைகள் சிலவற்றை மறு அச்சிட வேண்டியதாயிற்று. வேலையும் நடக்காமல் அதிகச் செலவுள்ள சென்னை நகரத்தில் இருப்பதைக் காட்டிலும் சொந்த ஊருக்கே சென்றுவிடலாம் என்று மணலூருக்குக் குடிபெயர்ந்தார் இராமானுஜாசாரியர். சென்னையில் இருந்த ஒன்றரை ஆண்டுகளில் 28 முதல் 31 வரையான நான்கு சஞ் சிகைகளே வெளிவந்து நின்றுவிட்டிருந்தது.

இதனிடையில் விஜயநகர சமஸ்தானத்தில் திவானாகப் பணியாற்றி ஓய்வுபெற்றிருந்த வி.டி.கிருஷ்ணமாச்சாரியர் என்பவர், 'ஸஞ்சிகைகள் காலதாமதாக வருவதில் படிப்பவர்களுக்கு ஆவல் குறைவுபடுகிறதென்றும்', 'பெரும் பாகம் நடந்துவிட்டது. இனி நடக்க வேண்டிய பாகம் கொஞ்சமே. இனி நடக்க தாங்கள் நிறுத்திவிட்டால், நின்றுபோனதே ஆகும். வேறு ஒருவரும் மேற்போட்டுக்கொண்டு செய்யமாட்டார்கள்' என்று கூறியதோடு தம் நண்பர்களின் மூலம் தொடர்ச்சியான உதவிகளைச் செய்தார். மேலும், வங்கியில் கடன் வாங்குவதற்கும் மேலொப்பம் போட்டார். இவ்வேளையில் இராஜா சர் முத்தையா செட்டியார், ஏ.எம்.எம். முருகப்ப செட்டியார் ஆகியோரும் பணம் திரட்டிக் கொடுத்து உதவினார்கள்.

ஆனால் இந்த உதவிகளெல்லாம் ஆனைப் பசிக்குச் சோளப் பொரியாகவே அமைந்தன. ஏற்கெனவே வெளிவந்த பர்வங்கள் பலவற்றில் இரண்டொரு சஞ்சிகைகள் குறைவுபட்டதால் கேட்பவர்களுக்கு அந்தந்தப் பர்வங்களைக் கொடுக்கக் கூடவில்லை. இதனால் விற்பனையும், அதன் விளைவாகப் பணவரத்தும் பாதிக்கப்பட்டன. எனவே, புதிய சஞ்சிகைகளைத் தயாரிப்பதோடு குறைவுபட்ட பழைய சஞ்சிகைகளையும் அச்சிட வேண்டிய கட்டாயம் ஏற்பட்டது. இதனாலும் பணத் தட்டுப்பாடு ஏற்பட்டதோடு, புதிய சஞ்சிகைகளின் வெளியீடும் தாமதப்பட்டது.

1923 முதல் மணலூரில் வசித்த ஐந்தாண்டுகளில் 32 முதல் 36 வரையான ஐந்து சஞ்சிகைகளே வெளிப்பட்டன. 1928 மார்ச் முதல் 1929 செப்டம்பர் வரை மீண்டும் சென்னைக்குக் குடிபெயர்ந்து மயிலாப்பூரில் வசித்தார் இராமானுஜாசாரியர். இக்குறுகிய காலத்தில் 37 முதல் 40 வரையான நான்கு

சஞ்சிகைகள் அடுத்தடுத்து வெளிவந்தன. இந்த வேளையில், சென்னையின் மதிப்புவாய்ந்த பிரமுகர்கள் சிலர் சேர்ந்து, இராமானுஜாசாரியரின் மகாபாரதத் திட்டத்திற்கு உதவி கேட்டு ஒரு விளம்பர விண்ணப்பத்தை வெளியிட்டனர். இதற்கு இருவர் மட்டுமே பதில் விடுத்தனர்!

சென்னையிலிருந்த காலத்தில் (1928) ம.வீ. இராமானுஜாசாரியர் ‘பேராயிரங் கொண்டதோர் பீடுடையா’னாகிய திருமாலின் சஹஸ்ரநாமத்தை உரையுடன் தமிழில் பெயர்த்து வெளியிட்டார். இதனால் பாரத வேலை சிறிது தாமதமானது. ஆயினும் விஷ்ணுவின் ஆயிரம் பெயர்களை ஜபிப்பது ‘சரீர நோய்களுக்கும் மனோவியாதிகளுக்கும் கிரக தோஷங்களுக்கும் பரிகாரமா’தலால் இதனை அவர் இடையில் வெளியிட்டார் என்று கொள்ளலாம். பாரத மொழிபெயர்ப்புச் செய்த தி.சி. ஸ்ரீநிவாஸாசாரியர், கடலங்குடி நடேச சாஸ்திரி முதலானோர் இப்பணியிலும் துணை நிற்கின்றனர்.

சென்னை ‘ஊர்வாஸம் எனக்கும் என் வீட்டிலுள்ளவர் களுக்கும் சரீரத்திற்கு ஒத்துக்கொள்ளாமையாலும் வேறு சில காரணங்களாலும்’ இராமானுஜாசாரியர் 1929 செப்டம்பரில் சொந்த ஊருக்கே மீண்டும் திரும்பினார். முன்பொரு காலத்தில் மணலூர் கற்றவர்கள் நிறைந்த இடமாயிருந்திருக்கிறது. ஆனால் இப்பொழுதோ ‘அவ்வூர் வாஸத்திற்கு நன்றாயிருந்தாலும் . . . ஸகவாஸத்திற்கு நன்றாயில்லை’. எனவே ‘பல பண்டிதர்களும் தக்கோர்களும் நிரம்பியதுமான’ கும்பகோணத்திற்கே வந்துவிட்டார். மகாபாரத மொழிபெயர்ப்புத் தொடங்கப்பட்ட கும்பகோணத்திலேயே அது நிறைவும் பெறவேண்டுமென்பது ‘எம்பெருமானுடைய திருவுள்ளம் போலும்’ என்றும் இராமானுஜாசாரியர் எண்ணிக்கொண்டார்.

1907இல் தொடங்கிய பெரும்பணி, இருபத்தைந்தாண்டுகளுக்குப் பிறகு, 1932இல் முடிவுபெற்றது. வரிசைக் கிரமமாக வெளியிடாமல், முடிவுபெற்ற பகுதிகளை அவ்வப்பொழுது வெளியிட்டுவந்ததில் வனபர்வம் இரண்டாம் பாகமே கடைசியாக வெளிவந்தது. அச்சாக்கம் முடிந்தவுடன் ‘உண்டான களிப்பின் மிகுதிக்கு ஓர் எல்லையில்லை. அசோகவனத்தில் துயரக் கடலில் மூழ்கியிருந்த பிராட்டிக்குப் பெருமாளுடைய மோதிரம் கண்டபோது உண்டான மகிழ்ச்சி இதற்கு ஒருவாறு ஒப்பாகலாம்’ என்று உவகை மேலிட இராமானுஜாசாரியர் எழுதினார். ‘எல்லாம் வல்ல கடவுள் 25 வருஷ காலமாக என்னை அளவில்லாத துன்பத்திற்கு ஆளாக்கினானாயினும், இந்தப் பெருங் கார்யத்தை என்னைக் கொண்டே நடத்தி நிறைவேற்றியது அவனுடைய அவ்யாஜமான

பெருங்கருணையே' என்றும் நிறைவுகொண்டார். இந்த உணர் வெழுச்சியினூடேதான் கடைசியாக வெளியான வனபர்வத்தின் இரண்டாம் பாகத்திற்கு 55 பக்க அளவில் ஒரு முன்னுரையினை எழுதினார். தமிழ்ப் பதிப்பு வரலாற்றில் ஒளிவிளக்காக இது திகழ்கிறது என்று சொல்வது பொருத்தமானது. (இக்கட்டுரை, அரசாங்க ஆவணங்கள் மற்றும் வேறு சில பதிவுகளோடு பெரிதும் மேற்படி முன்னுரையையே ஆதாரமாகக் கொண்டு எழுதப்பட்டுள்ளதென்பதை இங்கே சுட்ட வேண்டும்.)

மொழிபெயர்ப்புக் கூலி, ஒப்புநோக்கும் செலவு, உதவிக்கமர்த்திய எழுத்தர்களின் சம்பளம், அலுவலகச் செலவுகள், தாள் விலை, அச்சுக்கூலி, கட்டடச் செலவு, விளம்பரம், வெளியூர்களுக்குச் சென்று கையொப்பம் திரட்டும் செலவு என மொத்தமாகக் கணக்குப் பார்த்ததில் ஏறத்தாழ 1,35,000 ரூபாய் செலவாகியிருந்தது. வங்கிகளில் கடன் வாங்கியும்கூடக் கணிசமான வட்டி கட்ட வேண்டியிருந்தது. மொத்தம் 15,000 ரூபாய்க்கு மேல் இராமானுஜாசாரியர் கைப்பொருள் இழந்திருந்தார்.

ஒரு காலத்தில் 800 கையொப்பங்களுக்குமேல் இருந்த நிலை மாறிப் படிப்படியாக 250க்குக் கீழ் குறைந்துவிட்டது. இருபத்தைந்தாண்டுக் காலமாக 43 சஞ்சிகைகளைத் தவறாமல் வி.பி.பி.யில் வரவழைத்தவர்கள் ஈற்றயல் சஞ்சிகையான 44ஆவதைப் பெற்றுக்கொள்ளாமல் ஏன் திருப்பியனுப்பினார்கள் என்பது இராமானுஜாசாரியருக்கு விளங்காத புதிராக இருந்தது. கடைசி சஞ்சிகையை எத்தனை பேர் திருப்பியனுப்பி இழப்பை ஏற்படுத்தப்போகிறார்களோ என்றும் அவர் கலங்கினார்.

இந்தப் பெரும்பணியில் இராமானுஜாசாரியரின் குடும்பம் உறுதுணையாக நின்றது. 'என் மனைவி, பெரும்பாலும் பெண் பாலார்க்கு இயற்கையாகச் சொல்லுகிறபடி, விலையுயர்ந்த ஆடையணிகள் வேண்டுமென்று எனக்கு ஸ்ரமம் கொடுத்ததில்லை. தன் தந்தையாரால் கிடைத்த நிலத்தின் வரும்படியை இவ்வளவென்று தெரிந்துகொள்ளுதற்கும் விரும்பினதில்லை.' 'லாங்மன் கிரீன்' கம்பெனியில் நல்ல வேலையிலிருந்த அவர் மகன் ம.ரா. ராஜகோபாலன், தம் தந்தையாரின் உடல் தளர்ச்சியைக் கண்டு, அவர் மணலூருக்குக் குடிபெயர்ந்தபொழுது தன் வேலையைத் துறந்தோடு அவருடைய பதிப்புப் பணியிலும் முழுமையாகத் தம்மை ஈடுபடுத்திக்கொண்டார்.

மகாபாரதம் போன்றதொரு பெரும் நூலுக்குப் பெயரடைவு, பொருளடைவு, விளக்கக் குறிப்புகள் முதலானவை இன்றியமையாதவை. அகராதி வடிவில் அமைய

வேண்டிய இந்தத் துணைக் கருவிகளை நூல் முற்றுப்பெற்ற பின்பே தயாரிக்க முடியும். இதற்கு இரண்டாண்டுகளும் மேலும் பணச் செலவும் ஏற்படும். பொருளுதவியில்லாமல் இது நிகழ முடியாது. 'நான் இந்த மஹாபாரதப் பதிப்பை மேற்கொண்டு பலவகை ஸ்ரமங்களை அடைந்ததோடு பொருள் நஷ்டத்தையும் அடைந்துவிட்டமையால், இந்த வேலையை மேற்கொள்ள அசக்தனாக இருக்கிறேன்' என்ற விவேகம் இராமானுஜாசாரியருக்குப் பிறப்பதற்கு இருபத்தைந்தாண்டுகள் ஆகிவிட்டன. 'நமது கவர்ன்மெண்டாரோ ஸர்வகலா சங்கத்தாரோ அல்லது தேசாபிமானமும் பாஷாபிமானமும் வாய்ந்த கொடையாளிகளான செல்வவான்களோ அதற்கு வேண்டிய பொருளுதவி செய்து ஆதரிக்க முன்வருவார்களானால் அதே வேலையாக இருந்து விரைவில் நிறைவேற்ற ஸித்தனாக இருக்கிறேன்.' இராமானுஜாசாரியர் இவ்வாறு எழுதி எண்பத்தைந்தாண்டுகள் ஆகிவிட்டன. இப்பணி இன்னும் முடிவு பெறவில்லை.

பாரதப் பணி முற்றுப்பெற்றுவந்த நிலையில், சென்னைப் பல்கலைக்கழகம் அவரை 'மகாபாரதமும் திராவிட பாஷைகளும்' என்னும் பொருளில் உரையாற்ற அழைத்தது. 1930 பிப்ரவரி கடைசியில் பச்சையப்பன் கல்லூரியில் தாம் நிகழ்த்திய மூன்று சொற்பொழிவுகளை நூலாக்க முயன்றிருக்கிறார். (அந்நூல் இந்நூலாசிரியர் பார்வைக்குக் கிடைக்கவில்லை.)

இராமானுஜாசாரியர் மகாபாரத மொழிபெயர்ப்பை வெளியிடும் முயற்சியில் ஈடுபட்ட காலகட்டம் தமிழ்ப் பதிப்புச் சூழலில் முக்கியமான மாற்றங்கள் நிகழ்ந்துவந்த கட்டமாகும். மரபுவழிப் புரவலர்களை நம்பி இலக்கிய உற்பத்தியும் புத்தக வெளியீடும் நிகழ்ந்த காலத்திற்கும், சந்தையினையும் மக்களையும் நாடிப் பதிப்புலகம் செல்ல வேண்டிய காலத்திற்கும் இடைப்பட்ட ஒரு காலப் பகுதியில் இராமானுஜாசாரியரின் செயல்பாடுகள் அமைந்திருந்தன. இந்த ஈரொட்டான நிலை மகாபாரத மொழிபெயர்ப்பு போன்ற பெரிய வினைப்பாடுகளுக்குத் தக்க பொருண்மை அடிப்படையைத் தரவில்லை. இந்தச் சூழல் இரண்டாம் உலகப் போரையொட்டிய காலகட்டத்தில் ஓரளவு மாறத் தொடங்கிவிட்டது. தமிழ்ப் புத்தகச் சந்தையும் விரிவுபெறத் தொடங்கிவிட்டது. இரண்டாம் உலகப் போரின்பொழுது கறுப்புச் சந்தையிலும் தாள் வாங்கி இராமானுஜாசாரியரின் மகன் ம.ரா. ராஜகோபாலன் மகாபாரதத்தை வெளியிடக்கூடிய

சூழல் ஏற்பட்டுவிட்டது. 1950களில் மகாபாரதம் ஒரு முறை முழுமையாக மறு பதிப்பாகிவிட்டமை இதனை உறுதிப்படுத்தும்.

மகாபாரத வெளியீட்டுப் பணியை முடித்த பின்பு இராமானுஜாசாரியர் எட்டாண்டுகள் வாழ்ந்தார். சமஸ்கிருத அக்காதெமி அவருக்கு 'பாஷா பாரத துரந்தரர்' என்ற விருதை 1932இல் வழங்கியது. அரசாங்கத்திடமிருந்து 'மகாமகோபாத்யாய' பட்டம் பெற்றார். 1940 ஏப்ரலில் அவர் மறைந்தபொழுது, 'ஆனந்த விகடன்' அவரைப் பகீரதர் என்று பொருத்தமாகச் சுட்டி, விரிவான இரங்கலுரை எழுதியது. ஆயினும் பிற்காலத்தில் அவருக்குரிய பெயரை அவர் பெற்றதாகச் சொல்ல முடியாது.

இவர் விஷ்ணு சஹஸ்ரநாமத்தையும் தமிழில் முழுமையாக மொழிபெயர்த்து வெளியிட்டார்.

சங்க இலக்கியத்தின் மீள் கண்டுபிடிப்போடு தமிழ் இலக்கியக் கருவூலம் பெரிதும் சமயம் சாராத வகையிலேயே கட்டமைக்கப்பட்டது. திராவிட இயக்கத்தின் எழுச்சியும் தமிழ்ச் சமூகத்தை மதநீக்கம் சார்ந்த போக்கில் மடைமாற்றிவிட்டது. இராமாயணம் அளவிற்கு மகாபாரதம் திராவிட இயக்கத்தின் விமரிசனத்திற்கு உள்ளாகவில்லை என்றாலும்கூட, பொதுவாகவே இவ்விரு இதிகாசங்களும் இந்து சமயத்தோடு இனங்காணப்பட்டு, தமிழ் இலக்கிய உலகில் பெருமளவு கவனம் பெறாமல் போய்விட்டன. இந்தப் பின்புலத்தில் இராமானுஜாசாரியரின் பேருழைப்பும் பெருமுயற்சியும் பொதுப் பார்வையிலிருந்து பின்னுக்குப் போய்விட்டமை புரிந்துகொள்ளக் கூடியதே. தமிழ் நூல் ஆர்வலர்களாலும், சில புராண இதிகாச அன்பர்களாலும் மட்டுமே நினைவுகூரப்படுகின்றவராக இராமனுஜாசாரியர் அமைந்துவிட்டார். மகாபாரத வன பர்வ முன்னுரையைப் படித்தவர்கள் மட்டும் அவரை எளிதில் மறந்துவிட முடியாதிருந்திருப்பது தெரிகிறது.

ம.வீ. இராமாநுஜாசாரியரின் மகாபாரதத் தமிழாக்கப் பதிப்பு வெளியாகி ஒரு நூற்றாண்டாகப் போகிறது. இந்தக் காலப் பகுதியில் பொதுத் தமிழ் நடை பெரிதும் மாறிவிட்டது. வடமொழிச் சொற்களுக்கும், வடமொழிச் சாயலோடு தற்பவமாக அமையாத சொற்களுக்கும் இன்றைய தமிழ் உரைநடையில் பெருமளவு இடமில்லை. இப்போதும் இந்த நூல் தொடர்ந்து அச்சில் இருந்தாலும், இதன் காரணமாகவும் இராமாநுஜாசாரியர் பதிப்பு தமிழ் வாசகருக்கு அயன்மைப்பட்டு நிற்கிறது. மகாபாரதத்திற்குப் புதியதொரு, முழுமையான மொழிபெயர்ப்பு வாய்ப்பது மிகமிக அரிது. நவீன பதிப்பியல் அடிப்படையிலேயே அது அமைய

வேண்டியிருக்கும் என்பது இதனை மேலும் சிக்கலாக்குகிறது. இந்நிலையில், இராமானுஜாசாரியரின் மகாபாரதப் பதிப்பைத் தற்காலத் தமிழில் 'மொழிபெயர்த்து' வெளியிடும் தேவை உள்ளது.

~

சான்றுக் குறிப்புகள்

1. *ஸ்ரீ மஹாபாரதம்* (ம.வீ. இராமநுஜாசாரியார் பதிப்பு)
2. *G.O. No. 543, Education, 12 May 1914*
3. *G.O. No. 393, Education, 14 April 1915*
4. *G.O. No. 835, Education, 3 August 1915*
5. *G.O. No. 978, Home (Education), 9 August 1919*
6. 'பகீரதர் மறைந்தார்', *ஆனந்த விகடன்*, 28 ஏப்ரல் 1940
7. *Who's Who in Madras, 1934*
8. 'தென்னிந்தியப் பிரமுகர்கள்' வரிசையில் கே.எஸ்.ஆர். என்ற பெயரில் கே. சுந்தரராகவன் எழுதிய கட்டுரை (*சுதேசமித்திரன்* வாரப் பதிப்பு, 8 செப்டம்பர் 1935) அவருடைய விரிவான வாழ்க்கைக் குறிப்பை வழங்குகிறது. இவ்வரிசையில் வெளிவந்த கட்டுரைகளின் தொகுப்பு அண்மையில் நூலாக்கம் பெற்றுள்ளது (கே. சுந்தரராகவன், *தென்னிந்தியப் பிரமுகர்கள்*, அல்லயன்ஸ் வெளியீடு, சென்னை, 2007). ஆனால் இந்தக் கட்டுரை இந்நூலில் இடம்பெறவில்லை!

~~

டி.வி. சாம்பசிவம் பிள்ளை (1880–1953)

மருத்துவ அகராதி தந்த மேதை

4,000 பக்கங்களும் ஒரு லட்சத்திற்கும் மேற்பட்ட தலைச்சொற்களும் கொண்டு, இன்றளவும் பயன்படத்தக்க சிறந்ததொரு கருவி நூலாக விளங்குவது சென்னைப் பல்கலைக்கழகத் தமிழ் அகராதி. தமிழ் அகராதியியலில் பெருஞ் சாதனையாகத் திகழும் இந்த அகராதி உருவான (1912 – 1936) அதே காலகட்டத்தில் மற்றொரு சிறந்த அகராதியும் உருவாகியிருக்கிறது. பல்கலைக்கழக அகராதி ஒரு பெரும் கல்வி நிறுவனத்தால், பல லட்சம் பணச் செலவில், ச. வையாபுரிப் பிள்ளை என்ற பேரறிஞரின் தலைமையில், மு. ராகவையங்கார், ஜி.யு. போப், அனவரதவிநாயகம் பிள்ளை, பி.சா. சுப்பிரமணிய சாஸ்திரி முதலான பல அறிஞர்களின் பங்களிப்போடு தயாரானதென்றால், இந்த அகராதி ஒரு தனிமனிதரின் முயற்சியில், அவர் ஒருவரின் பொருட்செலவில் மட்டுமே உருவானது. பெப்ரிசியஸ், வின்சுலோ போன்ற முன்னோடிகள் சென்னைப் பல்கலைக்கழக அகராதிக்குக் கைகாட்டியாக விளங்கினரென்றால் ஒரு சிறப்பகராதி என்ற முறையில் இவ்வகராதிக்கு முன்னோடியே இல்லை. தஞ்சாவூர் வில்வையா மன்னையார் சாம்பசிவம் பிள்ளை என்ற டி.வி. சாம்பசிவம் பிள்ளை உருவாக்கிய மருத்துவ அகராதியான *A Tamil - English Dictionary of Medicine, Chemistry, Botany and Allied Sciences* என்ற அரிய சாதனையே இங்குச் சுட்டப்படுகிறது.

ஐந்து பெருந்தொகுதிகளும் 4,000 பக்கங்களும் 80,000 தலைச்சொற்களும் கொண்ட இவ்வகராதி இன்றைக்கும் மலைப்பை ஏற்படுத்துவது. தமிழ்ச் சித்த மருத்துவத் துறையில் இன்றும் நினைவில் கொள்ளப்படுவதோடு நடைமுறைப் பயனும் கொண்டதாக இந்த அகராதி இருக்கிறது. பாவாணரின் செந்தமிழ்ச் சொற்பிறப்பியல் அகரமுதலியில் சாம்பசிவம் பிள்ளையின் அகராதியிலிருந்து 'சா. அக.' என்ற குறுக்கத்தோடு எடுத்தாளப்பட்ட ஏராளமான தலைச்சொற்களுக்கான சொற்பிறப்பும், விளக்கமும், ஆங்கில இணைச் சொல்லும் அமைந்திருப்பதைப் பரக்கக் காணலாம். சொல்லப்போனால் 'சென்னைப் பல்கலைக்கழக அகராதிக்கு அடுத்தபடியாகப் பயன்படுவது, சாம்பசிவம் பிள்ளை தமிழ் – ஆங்கில அகரமுதலியாகும். மருத்துவத் துறையில் அது நல்கும் அறிவு மதிப்பிடுந் தரமன்று' என்றே பாவாணரின் அகரமுதலி முன்னுரை சுட்டுகின்றது.

இருப்பினும் இந்த அகரமுதலி பற்றியும் இதனை உருவாக்கிய மேதையினையும் தமிழுலகம் போதுமான அளவு அறியவோ, போற்றவோ இல்லை. பெருமுயற்சியால் திருவினையாக்கிய டி.வி. சாம்பசிவம் பிள்ளை தம் வாழ்நாளில் இந்த அகராதியை அச்சு வடிவில் முழுமையாகக் காணவும் கொடுத்துவைக்கவில்லை. பண்டை நூல்களை மட்டுமே 'நுண்பல் சிதலைகள்' தாக்கி அழிக்கும் என்ற நினைப்புக்கு மாறாக, இருபதாம் நூற்றாண்டிலும் கரையானும் ஈசலும் சிலந்தியும் தமிழோடு சமரிட்டிருக்கின்றன. இந்தத் துன்பியல் நாடகத்தை மீட்டுமொரு முறை உரைக்க இக்கட்டுரை தலைப்படுகிறது.

2

சாம்பசிவம் பிள்ளை அகராதியின் சிறப்புகளை அத்துறை வல்லாரே முழுவதுமாக மதிப்பிட முடியும். உடற்கூறு, நோய்கள், மருந்துகள், மருத்துவ முறைகள், மூலிகைகள், தாவரங்கள், ரசாயனங்கள், ரசவாதம், கானியம், யோகம், மந்திரம், தந்திரம், தத்துவம் முதலான பலவற்றையும் உள்ளடக்கியதாக இந்த அகராதி விளங்குகிறது. இது அடிப்படையில் மருத்துவ அகராதியே ஆயினும் தமிழின் வளத்தையும் செழுமையினையும் காட்டக்கூடிய ஒரு கருவி நூலாகும். அகராதி அமைப்பைக் கொண்டதாயினும், பொருள் விளக்கங்கள் முதலானவை கலைக்களஞ்சியம் எனத்தக்க அளவில் விரிவாக அமைந்துள்ளன (எ–டு: 'அவுரி'; 'காடி'). 'ஔஷத வகுப்பு' போன்ற தலைச்சொற்களுக்கான விளக்கத்தை ஒரு தனிக் கட்டுரையாகவே சாம்பசிவம் பிள்ளை எழுதியுள்ளார். பல தலைச்சொற்களுக்கு விரிவான அடிக்குறிப்புகளும் எழுதியுள்ளார். மூலிகைகளுக்கான விளக்கங்கள் பதார்த்தகுண சிந்தாமணி

என்று சொல்லுமளவுக்கு, Materia Medica போல் மிக விரிவாக அமைந்துள்ளன.

சாம்பசிவம் பிள்ளை வகைதொகையாக ஏராளமான தலைச்சொற்களை வழங்கியுள்ளார். 'அத்தி'க்கு 14 வகை, 'சங்கு'க்கு 23 வகை என ஏராளமான செய்திகள் உள்ளன. 'பேய்' என்ற முன்னொட்டோடு அமைந்துள்ள பதின்கணக்கான தலைச்சொற்கள் பல செய்திகளை உணர்த்துகின்றன. இதேபோல் தீவிர நாடி, துள்ளு நாடி, வன்னாடி, அபல நாடி, நெருங்கிய நாடி, நிறை நாடி, கதி நாடி, தடங்கு நாடி, இடை விடு நாடி, தளம்பு நாடி, ஒழுங்கு நாடி, சுடர் நாடி, மென்னாடி, நுன்னாடி, கம்பி நாடி, மரண நாடி, விகற்ப நாடி, சன்னி நாடி, பூத்த மங்கை நாடி, ஒடுங்கு நாடி, துடி நாடி, உதர நாடி, இரட்டை நாடி, குதிரையோட்ட நாடி, தெறிக்கு நாடி எனப் பட்டியலிட்டிருப்பது தமிழ் மருத்துவத்தின் நோயறி திறனை வியப்புறக் காட்டுகிறது. இதேபோல் தாவர வகைகளையும் மூலிகை வகைகளையும் இவ்வகராதி அடக்கியுள்ளது.

விரிவாக அமைந்த தமிழ் விளக்கங்களோடு ஆங்கிலத்திலும் விளக்கங்கள் உள்ளன. மிகச் செறிவானதும் துல்லியமானதுமான ஆங்கிலத்தில் இவ்விளக்கங்கள் அமைந்துள்ளன. எடுத்துக்காட்டாக, 'திகைப்பூண்டு மிதித்தால்' ஏற்படும் மருட்சியைச் சென்னைப் பல்கலைக்கழக அகராதி 'bewilderment' என்னும். சாம்பசிவம் பிள்ளையோ 'stupefaction' என்பார். சாம்பசிவனாரின் பொருட்சுட்டலே நுட்பமும் பொருத்தமும் உடையது. 'மயிர் நீப்பின் உயிர்வாழாக்' கவரிமான் என்ற விலங்கினை Tibetian yak என்று இவர் மா. கிருஷ்ணனுக்கு முன்பே இனங்கண்டுள்ளார். தாவர, மூலிகைப் பெயர்களுக்கு அவர் கூடுமானவரை இலத்தீனில் அமைந்த அறிவியல் பெயர்களையும் வழங்கியுள்ளார். தாம் அறியாதவற்றை 'unknown', 'unidentified' என்று அவர் குறித்திருக்கும் அறிவு நேர்மை இன்றைய ஆய்வாளர்களுக்கும் ஒரு பாடமாகும்.

இத்துணை வளமும் செழுமையும் கொண்ட கலைக் களஞ்சியத்தை டி.வி. சாம்பசிவம் பிள்ளை உருவாக்கி, பாதி வெளியிட்டு, அவர் காலமான பின் நிறைவுற்றதை இனிக் காண்போம்.

3

மருத்துவ அகராதி என்ற கலைக்களஞ்சியத்தைத் தனியொருவராக உருவாக்கிக் காட்டிய டி.வி. சாம்பசிவம் பிள்ளையின் வாழ்க்கை வரலாற்றை முழுமையாக அறியக்கூடவில்லை. இன்று கிடைக்கப்பெறும் குறைந்த அளவு தகவல்களுக்கும் நாம் அவருடைய தம்பி மகனாகிய திரு. அ. ராஜபூஷணம் மன்னையார் அவர்களுக்குக் கடமைப்பட்டுள்ளோம்.

டி.வி. சாம்பசிவம் பிள்ளையின் சொந்த ஊர் தஞ்சை மாவட்டம் பாபநாசம் வட்டத்திலுள்ள கம்மந்தங்குடி ஆகும். ஆயினும் இவர் பிறந்தது பெங்களூரில் (1880இல்). இவருடைய தாயார் மனோன்மணி அம்மாள்; தந்தையார் வில்வையா மன்னையார். இவர் படித்ததும் பெங்களூரில். பள்ளி இறுதிக்கு மேல் இவர் படிப்புச் செல்லவில்லை. 1899இல் பெங்களூரில் ஏற்பட்ட பிளேக் கொள்ளை நோயால் வெளியேறித் தஞ்சைக்கே (அம்மாப்பேட்டை) இவருடைய குடும்பம் குடியேறியது. சென்னை நகரக் காவல் துறை ஆணையாளர் அலுவலகத்தில் எழுத்தராகப் பணிக்கமர்ந்த சாம்பசிவம் பிள்ளை, 1907இல் துணை ஆய்வாளராக்கப்பட்டார். 1903இல் துரைக்கண்ணு அம்மையாரை மணந்தார். துரைக்கண்ணு அம்மையாரின் தாய்மாமன் சென்னை நகரப் போலீஸ் துணை ஆணையாளராக விளங்கிய முதல் இந்தியரும் தமிழ் அறிஞருமான ச. பவானந்தம் பிள்ளை ஆவார். (பாரதியின் 'இந்தியா' பத்திரிகைக்கு எதிரான வழக்கையும் விசாரணையையும் நடத்தியவர் இவர்.) 1914இல் முதல் மனைவி இறந்த பிறகு, 1916இல் அம்மணி அம்மாளைத் திருமணம் செய்துகொண்டார். அவரும் தலைப்பிரசவத்தில் அடுத்த ஆண்டே காலமானார். இதன் பிறகு டி.வி. சாம்பசிவம் பிள்ளை மணம் செய்துகொள்ளவில்லை. நேர் வாரிசும் இல்லை. இது மருத்துவ அகராதியின் பதிப்பு வரலாற்றையும் பாதித்தது. 1935இல் இவர் காவல் துறை ஆய்வாளராகப் பணி ஓய்வு பெற்றார்.

ஒரு பெரும் மருத்துவக் கலைக்களஞ்சியத்தை உருவாக்கக்கூடிய திறனையும் ஆற்றலையும் உழைப்பையும் வெளிக்காட்டாத சராசரியான வாழ்க்கையினையே டி.வி. சாம்பசிவம் பிள்ளையின் வரலாறு காட்டுகிறது. தமது பாட்டனார் எழுதிவைத்திருந்த சில பழம் மருத்துவச் சுவடிகளே தமது அகராதிக்கு வித்தாக இருந்ததென, 1931இல் வெளியிட்ட முதல் சஞ்சிகையின் முன்னுரையில் சாம்பசிவம் பிள்ளை குறித்துள்ளார். தமது குடும்பத்தில் எவருக்கும் முறையான வைத்தியப் பயிற்சி இருந்ததாகத் தெரியவில்லை என்று அ. ராஜபூஷணம் மன்னையார் குறிப்பிடுகிறார். இந்நிலையில் தம்முடைய விரிவான மருத்துவப் பயிற்சியைச் சாம்பசிவம் பிள்ளை எங்கு பெற்றார் என்பதே புலப்படவில்லை. பள்ளி இறுதி வகுப்புவரை மட்டுமே படித்தவரின் ஆங்கில மொழி ஆற்றலும் வியப்பைத் தருகிறது.

கிடைக்கின்ற குறைவான வாழ்க்கை வரலாற்றுத் தகவல்களிலிருந்து சாம்பசிவம் பிள்ளையின் கருத்தியல் பின்புலமும் தெளிவாக வெளிப்படவில்லை. 1931இல் இவர் வெளியிட்ட முதல் சஞ்சிகையில் எழுதிய சுருங்கிய முன்னுரையும்

(1931), முதல் தொகுதிக்கு (உயிரெழுத்துகள்) எழுதிய மிக விரிவான முன்னுரையும் – இரண்டுமே ஆங்கிலத்தில் எழுதப்பட்டவை – சில போக்குகளை உணர்த்துகின்றன. (அனைத்துத் தொகுதிகளும் வெளிவந்த பிறகே முன்னுரை எழுத எண்ணியிருந்ததாகவும், ஆனால் அகராதியைச் சரியாகப் பயன்கொள்ளும் வகையைத் தெளிவுபடுத்த வேண்டியே முதல் தொகுதியிலேயே முன்னுரை எழுத வேண்டியதானதென்றும் அவர் கூறியுள்ளார். அவர் மறைந்த கால் நூற்றாண்டுக்குப் பிறகே நூல் முழுவதும் அச்சாயிற்று என்னும்போது இதை நல்லூழ் என்றே மகிழ வேண்டும்.)

நூறு பக்கங்களுக்கும் மேற்பட்ட சாம்பசிவம் பிள்ளையின் முன்னுரை தமிழ் மறுமலர்ச்சிச் சிந்தனையின் தாக்கத்தைக் காட்டுகின்றது. பத்தொன்பதாம் நூற்றாண்டின் பிற்பகுதியிலிருந்து கண்டெடுக்கப்பட்ட சங்க நூல்களும் அதன்வழிக் கட்டமைக்கப்பட்ட தமிழின் மேன்மை, தனித்தியங்கும் ஆற்றல், வளம் ஆகிய கருத்துகளும் திராவிட மொழிக் குடும்பம் என்ற கருத்தாக்கமும் அவருடைய கருத்துலகை வடிவமைத்துள்ளது என்பது தெரிகிறது. இதன் ஒரு பகுதியாகவே சித்த மருத்துவத்தைத் தமிழ் மரபின் சிறப்பான ஒரு பகுதியாக அவர் காண்கிறார். நாகரிகத்தின் கொடுமுடியைத் தமிழர்கள் தொட்டதன் ஓர் அடையாளமாகத் தமிழ் மருத்துவத்தை அவர் பார்த்திருக்கிறார். வடநாட்டு ஆரியப் பார்ப்பனரோடு ஊடுருவிய ஆயுர்வேதம் சித்த மருத்துவத்தைச் சீரழித்தது என்றும், ஆயுர்வேத நூல்கள் பெரிதும் சித்த மருத்துவத்திலிருந்து களவாடி எழுதப்பட்டவையே என்றும் அவர் கருதியிருக்கிறார். நவீன மேலை மருத்துவத்தோடு ஒப்பிடவும் சித்த மருத்துவம் முழுமையுடையதென அவர் கருதியிருக்கிறார். சித்தர்கள் தம் மருத்துவச் சாதனைகளை நிகழ்த்திய காலத்து ஐரோப்பா அறியாமையிலும் காட்டுமிராண்டித்தனத்திலும் மூழ்கியிருந்ததாக அவர் சொல்கிறார். நவீனக் காலத்திற்கேற்பச் சித்த மருத்துவத்தை மீட்டுப் புத்துயிரளிக்காவிட்டால் அது அழிந்தும் மறந்தும் போகும் எனவும் அவர் அஞ்சியிருக்கிறார். அகராதி இந்த அச்சத்தின் வெளிப்பாடாகும்.

இந்தக் கருத்தியல் ஓர்மையே சாம்பசிவம் பிள்ளையின் பெருமுயற்சியின் பின்னணியில் தொழிற்பட்டிருக்கின்றது. தமிழ்ச் சித்த மருத்துவ நூல்களில் ஆளப்பட்டிருக்கும் ஏராளமான கலைச்சொற்களும் குழூக்குறிகளும் அவற்றின் உண்மையான பொருளை அறியத் தடையாக இருப்பதை உணர்ந்த சாம்பசிவம் பிள்ளை இதனைச் சீர்செய்ய முயன்றார். இந்தப் பணியினை அவர் எப்பொழுது தொடங்கினார் என்பது தெளிவாகத் தெரியவில்லை. 1938 கடைசியில் எழுதிய முன்னுரையில் கால் நூற்றாண்டுக்கும் மேற்பட்ட உழைப்பு எனக் குறித்துள்ளதிலிருந்து,

1910களின் தொடக்கத்தில், அவரது முப்பதாம் அகவையை ஒட்டி, தம் ஆய்வுகளை அவர் தொடங்கியிருக்கலாம் எனக் கணிக்க முடியும்.

தக்க துணை நூல்கள் இல்லாமல் சாம்பசிவம் பிள்ளை தத்தளித்திருக்கிறார். கடுமையான காவல்துறைப் பணிச் சுமைகளுக்கிடையே அவர் ஆய்வு தொடர்ந்திருக்கிறது. இதில் அவருக்கு யாரேனும் துணை நின்றார்களா என்பதும் தெரியவில்லை. கலந்து பேசுவதற்கேனும் எவரேனும் இருந்தனரா எனவும் தெரியவில்லை. அவரைப் பற்றிய இரங்கலுரைகளோ நினைவுக் குறிப்புகளோ கிடைக்காதிருப்பதிலிருந்து அவர் பலரோடும் கலந்துகொள்ளாதவராக, தனித்தே செயல்படக்கூடியவராக இருந்திருக்கலாம் எனத் தோன்றுகிறது.

4

இவ்வாறு டி.வி. சாம்பசிவம் பிள்ளை அரிதின் முயன்று தொகுத்த அகராதியை முதலில் ஒரு சிறு சஞ்சிகையாக, 40 பக்க அளவில் வெள்ளோட்டம் விட்டிருக்கிறார். இது 1931இல் வெளிவந்திருக்கலாம். 'அ' முதல் 'அக்கினினிர்ம மந்தினி' வரை அமைந்த இந்தச் சஞ்சிகையில் நான்கு பக்க ஆங்கிலப் பொருளடைவும் உண்டு. இதனையே பல அறிஞர்களுக்கும் அதிகாரிகளுக்கும் முதலில் அவர் அனுப்பியிருக்கிறார் எனத் தெரிகிறது. இவ்வாறு அனுப்பியது பொருள் ஆதரவு வேண்டியா, கருத்தறிவதற்காகவா, விளம்பரத்திற்காகவா என்று தெரியவில்லை. இச்சஞ்சிகையைப் படித்து பெண்ணோயியல் வல்லுநர் ஆர்க்காடு லட்சுமணசாமி முதலியார், உ.வே. சாமிநாதையர், வையாபுரிப் பிள்ளை, கா.சு. பிள்ளை, அனவரதவிநாயகம் பிள்ளை, டாக்டர் டி.எஸ். திருமூர்த்தி முதலானோர் அளித்த கருத்துரைகளை ஆங்கிலத்தில் *'Opinions'* என்ற தலைப்பில் அச்சிட்டு அதனையும் எட்டுப் பக்க அளவில் இணைத்துள்ளார்.

இதன் பிறகு 1931இல் 'அ' முதல் 'அமுத' வரை தலைச்சொற்கள் கொண்ட 200 பக்க சஞ்சிகையைச் சாம்பசிவம் பிள்ளை வெளியிட்டிருக்கிறார். இவை இரண்டும் *The Research Institute of Siddhar's Science, Madras* என்ற பெயரில் வெளிவந்துள்ளன. இது சாம்பசிவம் பிள்ளையே ஏற்படுத்திக்கொண்ட பெயரளவிலான நிறுவனம் என்பதில் ஐயமில்லை.

இதன் முன்னுரையில் இது ஒரு மாதிரி *(specimen)* என்றே அவர் குறித்திருக்கிறார். மொத்தம் நான்கு தொகுதிகளாக, ஒவ்வொன்றும் 500 பக்க அளவில் அமையும் என்றும் அவர்

எழுதியுள்ளார். ஆனால் அவர் காலமான பின்பே முழுமை பெற்ற இந்த அகராதி அளவு இரட்டித்து 4000 பக்கத்தை எட்டிவிட்டது.

கடைசியில் இந்த அகராதியின் முதல் தொகுதி 1938இல்தான் வந்தது. (ஆனால் பலர் தவறாக 1931 என்றே குறிப்பிடுகின்றனர். இதற்கான காரணம் இந்த அகராதியின் பதிப்பு வரலாற்றில் ஏற்பட்ட குழப்பங்களே ஆகும். அவற்றைப் பின்னர் காண்போம்.)

சாம்பசிவம் பிள்ளை இவ்வகராதி வெளியீட்டுக்காகத் தம் பூர்வீகச் சொத்தான இரண்டு வேலி நிலத்தை விற்றதோடு, ஒய்வூதியத்தையும் முன்னரே பெற்று 12,000 ரூபாவுக்கு மேல் செலவு செய்திருக்கிறார். (வ. சுப்பையா பிள்ளை, அ. ராஜபூஷணம் மன்னையார் ஆகியோர் தரும் தகவல் இது.) முதல் இரண்டு தொகுதிகள் அடுத்தடுத்து 1938ஆம் ஆண்டளவில் வெளிவந்ததாகத் தெரிகிறது.

1949இல் சென்னை மாநில அரசு அவருக்கு ஐயாயிரம் ரூபாய் உதவித்தொகை அளித்ததோடு, சென்னை சிந்தாதிரிப்பேட்டை அருணாசல நாயக்கர் தெருவில் ஒரு வீட்டையும் கொடுத்திருக்கிறது. இதுவும் அ. ராஜபூஷணம் மன்னையார் தரும் தகவல். இந்த உதவியளித்தலுக்குப் பின்னே இருந்தவர்கள் யாரெனத் தெரியவில்லை. ஆனால் இந்த அரசு உதவியே அகராதிக்கு ஆபத்தாக அமைந்துவிட்டது.

மூன்றாம் தொகுதி பாதி அச்சான நிலையில், 1953இல் டி.வி. சாம்பசிவம் பிள்ளை காலமானார். வாரிசில்லாமல் இறந்ததால் சென்னை தாசில்தார் அவர் இருந்த வீட்டைப் பூட்டிவிட்டதோடு, வீட்டிலிருந்த பொருள்கள் அனைத்தையும் எடுத்துச்சென்று சென்னை ஆட்சியர் அலுவலகத்தில் வைத்துப் பூட்டிவிட்டார். இது நடந்து ஒரு பத்தாண்டுகளுக்குப் பிறகு இதைக் கேள்விப்பட்ட சைவ சித்தாந்த நூற்பதிப்புக் கழக நிறுவனர்களில் ஒருவரும், மறைமலையடிகள் நூல்நிலையத்தைத் தோற்றுவித்தவருமான வ. சுப்பையா பிள்ளை (1966இல்) முயற்சி எடுத்து,சென்னை ஆட்சியர் அலுவலகத்தில் தேடியிருக்கிறார். அங்கு ஒரு கள்ளிப்பெட்டி நிறைய மருத்துவ நூல்களும் நிகண்டுகளும் செல்லரிப்புண்ட நிலையில் இருந்திருக்கின்றன. அதன் பக்கத்தில் ஓர் அடுக்கிலே அகராதியின் கையெழுத்துப்படிகளும் அச்சிட்ட படிவங்களும் இருந்திருக்கின்றன. மூன்றாம் பாகத்தின் 2174 பக்க எண்ணோடு முடியும் படிவத்தையும் அவர் கண்ணுற்றிருக்கிறார். (அங்கே இருந்த ஒரு பள்ளியிறுதிச் சான்றிதழிலிருந்து சாம்பசிவம் பிள்ளையின் தம்பி டி.வி. அண்ணாமலைப் பிள்ளையின் முகவரியைப் பெற்று, அவர் வழியாகச் சாம்பசிவம் பிள்ளையின் பணி அடையாள அட்டையிலிருந்த படத்தை வ. சுப்பையா

பிள்ளை பெற்றிருக்கிறார். இன்று கிடைக்கப்பெறும் சாம்பசிவம் பிள்ளையின் ஒரே படம் இதுவேயாகும்.)

வ. சுப்பையா பிள்ளையின் இடையீட்டுக்குப் பிறகு, அகராதியின் கையெழுத்துப்படிகளும் அரைகுறையாக இருந்த அச்சுப்படிகளும் சென்னை அண்ணா நகர் சித்த மருத்துவமனைக்கு எடுத்துச் செல்லப்பட்டதென அவர் 1972இல் குறித்துள்ளார்.

அங்கு அரசின் மானிய உதவியுடன் மூன்றாம் பகுதியின் பிற்பகுதி அச்சிடப் பெற்று பழைய படிவங்களோடு சேர்த்துக் கட்டப்பட்டு, வெளியிடப்பெற்றிருக்கிறது. இதில் அதன் இயக்குநர் டாக்டர் பு.மு. வேணுகோபால் முன்னின்றதாகத் தெரிகிறது. இவ்வெளியீடு 1972–1977க்கு இடைப்பட்ட காலத்தில் நிகழ்ந்திருக்கலாம். இப்பொழுது பார்க்கக் கிடைக்கும் முதல் மூன்று தொகுதிகளின் முதற்பதிப்புகளும் இச்சமயத்தில் கட்டப்பட்டதாகவே தெரிகின்றது.

இவ்வேளையில் கோவையின் விந்தை மனிதர் ஜி.டி. நாயுடுவை இந்த மருத்துவ அகராதி கவர்ந்திருக்கிறது. அரசின் சிவப்பு நாடா நடைமுறைகளைத் தாண்டி எஞ்சிய தொகுதிகளை வெளியிடாவிட்டால் இன்னும் காலத்தாழ்வு ஏற்படலாம் என்ற அச்சத்தின் காரணமாகவே ஜி.டி. நாயுடுவை அணுகினர் எனவும் தெரிகிறது. கடைசியில் அவருடைய புரத்தலோடு அடுத்த இரண்டு பாகங்கள் அச்சிடப்படலாயின. ஆனால் அவை வெளிவரும் முன் அவரும் 1974இல் காலமாகிவிட்டார்! கடைசியில் 1977இலும் 1978இலுமாகச் சாம்பசிவம் பிள்ளையின் பேரகராதியின் நான்காம் ஐந்தாம் தொகுதிகள் வெளியாயின. 1931இல் தொடங்கிய மருத்துவ அகராதியின் அச்சுவாகனப் பயணம் ஏறத்தாழ அரை நூற்றாண்டுக்கும் பிறகு 47 ஆண்டுகளுக்குப் பின்னர் முடிவு பெற்றது.

இவ்வாறு கடைசி மூன்று தொகுதிகளும் அச்சிட்டு, கட்டப்பட்டு முற்றுப்பெற்றபோது சில பதிப்புக் குழப்பங்களும் ஏற்பட்டுவிட்டன. நான் பார்த்த பிரதிகளெல்லாம் பழைய படிவங்களோடு புதிதாக அச்சிட்ட படிவங்களும் சேர்த்துக் கட்டடம் செய்யப்பட்டிருப்பதாகத் தெரிகிறது. தலைப்புப் பக்கமும் புதிதாக அச்சிட்டு ஒட்டப்பட்டுள்ளது தெரிகிறது. (சாம்பசிவம் பிள்ளையின் காலத்தில் முழுவதுமாக அச்சிடப்பட்டு, கட்டப்பட்ட பிரதிகளை நான் கண்ணுற இயலவில்லை.) இந்தப் பிரதிகளில், வெள்ளோட்டமாக அச்சிடப்பட்ட சஞ் சிகையின் முகப்பை மாதிரியாகக் கொண்டு, 1931 எனப் பதிப்பு ஆண்டு அச்சிடப்பட்டுள்ளது. இது பிழை. 1938இல்தான் முதல் இரு தொகுதிகள் அணியமாயின என்பதை முன்னரே

கண்டோம். மேலும் நான் பார்வையிட்ட ஓர் இரண்டாம் தொகுதியில் 930 முதல் 1488 பக்கம் வரை சாம்பசிவம் பிள்ளை காலத்து அச்சுப்படிவங்களும், 1489 முதல் 1752 பக்கம் வரை (ஜி.டி. நாயுடு அறக்கட்டளையால்) நான்காம், ஐந்தாம் தொகுதிகள் அச்சிடப்பட்ட அதே அச்சகத்தில் அதே தாளில் அச்சிடப்பட்டுள்ளது தெரிகிறது. இதிலிருந்து, சாம்பசிவம் பிள்ளை மறைந்தபொழுது பல அச்சுப் படிவங்கள் கட்டப்படாமல் இருந்திருக்கும் என எண்ண இடமுண்டு.

தமிழ்ப் பதிப்பு வரலாற்றில் அரிய பதிப்புகளெல்லாம் பெரும் அலைக்கழிப்புகளுக்குப் பின்னரே வெளிவந்திருக்கின்றன. தீயூழாக, இந்த முயற்சிகள் பற்றிய போதுமான பதிவுகள்கூட இல்லை. இவ்வளவு அரிய அகராதியைப் பற்றிச் 'சொல்பொருள்' என்ற 900 பக்க அளவில் அமைந்த சிறப்பான தமிழ் அகராதி வரலாறுகூட இரண்டு இடங்களில் பெயரளவில் மட்டுமே சுட்டுகிறது. 19ஆம் நூற்றாண்டில் பிரெஞ்சு மொழி அகராதி தயாரிக்கப்பட்ட அனுபவத்தை விளக்கும் சிறு நூலை பிரெஞ்சு மொழியிலிருந்து ஆங்கிலத்தில் மொழிபெயர்த்து ஒரு தமிழ்ப் பதிப்பகம் வெளியிடும் (Emile Littre, How I Made My Dictionary, Cre-A, 1992) சூழ்நிலையில் டி.வி. சாம்பசிவம் பிள்ளை போன்ற அறிஞர்கள் போற்றப்பட வேண்டும் என்று எதிர்பார்க்க முடியாதல்லவா?

○

பின்குறிப்பு

பல்லாண்டுகளாகக் கிடைக்கப்பெறாமல் இருந்த இந்த அகராதியைத் தமிழக அரசு 1990களில் மறுபதிப்பிட்டுள்ளது. எப்படி நூல் வெளியிடக் கூடாது என்பதற்கு இது நல்ல எடுத்துக்காட்டாகும். முதல் பதிப்பின் ஐந்து தொகுதிகளும் ஒரே சீராக ராயல் அளவில் தொடர் பக்க எண்களோடு நேர்த்தியாக அச்சிடப்பட்டவையாகும். புதிய 'பதிப்'போ ஆறு பகுதிகளாக வெவ்வேறு அளவில் அச்சிடப்பட்டுள்ளது. முதல் தொகுதி டெம்மிக்கும் குறைந்த அளவில் 1742 பக்கங்களில் புதிதாகப் பல பிழைகளோடு அச்சுக்கோக்கப்பட்டு ஒரே நூலாகச் செங்கல் போல் அமைந்துள்ளது. இரண்டாம் தொகுதி 'ஆப்செட்' முறையில் பழைய பதிப்பு அப்படியே படம்பிடித்து வெளியிடப்பட்டுள்ளது – நல்லவேளையாக! ஆனால் இது 929ஆம் பக்கத்தில் தொடங்கி 1752ஆம் பக்கத்தில் முடிகிறது! மூன்றாம் தொகுதியும் இதே 'ஆப்செட்' முறையில் 1753ஆம் பக்கம் தொடங்கி 2224ஆம் பக்கத்தில் முடிகிறது.

நான்காம் தொகுதி இரண்டு பாகங்களாகப் புதிதாக அச்சுக்கோத்து அச்சிடப்பட்டுள்ளது. காரணம் விளக்கப்பட வில்லை. இதன் முதல் பாகம் 1ஆம் பக்கமெனப் புதிதாக இலக்கமிடப்பட்டு 1020ஆம் பக்கம்வரை உள்ளது. இரண்டாம் பாகம் இதன் தொடர்ச்சியாக 2000 பக்கம்வரை உள்ளது. ஐந்தாம் தொகுதி மட்டும் ராயல் அளவில் புதிதாக அச்சுக்கோத்து, 1 முதல் 1291 பக்கம் வரை எண்ணிடப்பட்டுள்ளது. அச்சுப் பிழைகள், வடிவமைப்பு, நேர்த்தி முதலானவை பற்றிச் சொல்லாமலிருத்தல் நலம். சாம்பசிவம் அகராதி தொடர்ந்து அச்சில் உள்ளது என்பதைத் தவிர இதில் மகிழ்வதற்கு ஏதுமில்லை.

2015இல் எஸ்.ஆர்.எம். பல்கலைக்கழகத்தின் தமிழ்ப் பேராயம் இவ்வகராதியினை மறுபதிப்பிடத் தொடங்கியுள்ளது. தமிழ் மரபு என்ற பெயரில் சொற்களை இப்பதிப்பு திரித்து வெளியிட்டுள்ளதெனத் தெரிகிறது. உலைவின்றித் தாழாது உஞற்றினாலும் ஊழே வலியது போலும்!

~

சான்றுக் குறிப்புகள்

1. டி.வி. சாம்பசிவம் பிள்ளை மருத்துவ அகராதிப் பதிப்புகள்.
2. டி.வி. சாம்பசிவம் பிள்ளை வெளியிட்ட மருத்துவ அகராதியின் மாதிரி சஞ்சிகைகள்.
3. அ. ராஜபூஷணம் மன்னையார், *சித்த மருத்துவ மேதை டி.வி. சாம்பசிவம் பிள்ளை*, குருவருள் பதிப்பகம், சென்னை, 2002.
4. வ. சுப்பையா, 'படந்தொகுத்தலிற் பட்டறிவு' (2), *செந்தமிழ்ச் செல்வி*, ஜுலை 1972.

தம் பெரியப்பா பற்றி விரிவான பல செய்திகளைப் பகிர்ந்துகொண்ட திரு. அ. ராஜபூஷணம் மன்னையார் அவர்களுக்கும், டி.வி. சாம்பசிவம் பிள்ளையின் சாதனையை எனக்கு முதலில் அறிமுகப்படுத்திய மறைந்த புலவர் த. கோவேந்தன், திரு. இரா. முத்துக்குமாரசாமி ஆகியோர்க்கும் என் நன்றி உரியது.

~~

எஸ்.ஜி. இராமாநுஜலு நாயுடு (1886–1935)

‘கதை சொல்வதில் சமர்த்தர்’

‘கதை சொல்வதில் சமர்த்தர்’ என்று புதுமைப்பித்தனால் பாராட்டப்பட்டவர் எஸ்.ஜி. இராமாநுஜலு நாயுடு. அவர் காலமான பன்னிரண்டு ஆண்டுகளுக்குப் பிறகு, ஒரு நெட்டோட்டமாகத் தமிழ்ச் சிறுகதையின் வரலாற்றை எழுதிச் செல்லும் புதுமைப்பித்தன், ‘வ.வெ.சு. ஐயர் யுகம்’ என்று சுட்டும் செல்வகேசவராய முதலியார் முதல் வ.வெ.சு.ஐயர் வரையான காலகட்டத்தில் (1910 – 1930) அ. மாதவையா, பாரதி என்ற வரிசையில் எஸ்.ஜி. இராமாநுஜலு நாயுடுவை வைக்கிறார். இவருடைய ‘பாத்திரங்கள் உயிர்த் தன்மையுடன் இயங்குபவை’ என்று பாராட்டும் புதுமைப்பித்தன், ‘பெண்களைப் பற்றி அவர் கொண்டிருந்த கருத்துக்கள் விபரீதமானவை. கலையைப் பற்றியும் பெண்மையைப் பற்றியும் டால்ஸ்டாய் விசித்திரமான அபிப்பிராயங் களைத்தான் கொண்டிருந்தார். அதற்காக அவர் சிறந்த கலைஞன் என்பதை நாம் மறந்து விடுகிறோமா?’ என்று ஒருபுடை ஒப்புமையாக டால்ஸ்டாயோடு ஒப்பிட்டு, ‘அம்மாதிரியே ராமாநுஜலு நாயுடுவை நாம் பாவிக்க வேண்டும்’ என்று மதிப்பிடுகிறார்.[1]

தமிழில் கறாரான விமரிசனத்துக்குப் பெயர்போன புதுமைப்பித்தனால் ஒரு முழுப் பத்தியில் சாதகமாக மதிப்பிடப்படும் எஸ்.ஜி. இராமாநுஜலு நாயுடுவை இன்று எத்தனை பேர் அறிவார்கள்?

தமிழ் இதழியல் வரலாற்றை நன்கறிந்த சிலரும், பாரதி ஆய்வாளர்களும் பாரதி பற்றி விரிவான நினைவுக் குறிப்புகளை முதன்முதலில் எழுதியவர் என்ற அளவில் இவரை நினைவுகூர்வார்கள். பாரதி இறந்த நாலைந்து நாளுக்குள் இராமாநுஜலு நாயுடு *சுதேசமித்திரன்* நாளேட்டில் எழுதிய குறிப்புகளே பாரதியின் வாழ்க்கைவரலாற்றுச் செய்திகளை முதன்முதலில் பதிவுசெய்த கட்டுரை ஆகலாம். 1928–29இல், அவர் *ஆநந்த /அமிர்த குணபோதினி*யில் எழுதிய 'சென்றுபோன நாட்கள்' தொடரில் பாரதி பற்றிய நெடும் கட்டுரையை ஒரு 'கிளாசிக்' என்று சொல்வதில் தடையிருக்க முடியாது. துல்லியமான பல புதிய தகவல்கள், தனித்துவமான கண்ணோட்டத்தில், சுவையானதொரு நடையில் அமைந்த கட்டுரை அது.

மறைந்தும் மறந்தும் போன பல பத்திரிகையாளர்களைப் பற்றி நினைவுகூர்ந்து வரலாற்றில் அவர்களைப் பதிவு செய்த எஸ்.ஜி. இராமாநுஜலு நாயுடு பற்றி அதிகச் செய்திகள் தெரியாமற்போனது ஒரு நகைமுரண். பாரதி, ஜி. சுப்பிரமணிய ஐயர், அ. மாதவையா, வ.ரா., ஜே.ஆர். ரங்கராஜு, மணவை ரெ. திருமலைசாமி முதலானவர்களுக்கு நண்பராக இருந்த ஒருவரைப் பற்றிய பதிவுகள் இல்லாமலிருப்பது வியப்பு.

17 ஆகஸ்டு 1935இல் அவர் காலமானபொழுது *சுதேசமித்திரன்* ஒரு தலையங்கக் குறிப்பை எழுதியதோடு, கி. விஜயராகவய்யங்கார், திருச்சி கே.வி.எஸ். வாஸ் ஆகிய இருவரின் நினைவுரைகளையும் வெளியிட்டது *சுதேசமித்திரன்* ஆசிரியர் ஸி.ஆர். ஸ்ரீநிவாஸன் மட்டும் விதிவிலக்காகத் தம் *தராசு* (1942) நூலின் முன்னுரையில் இரண்டு பத்திகள் எழுதியுள்ளார். எனக்குப் பார்வையிடக் கிடைத்த அக்கால இதழ்கள் எதிலும் வேறு பதிவுகள் இல்லை. எஸ்.ஜி. இராமாநுஜலு நாயுடு பங்களித்த இதழ் என்ற முறையில் மணவை ரெ. திருமலைசாமியின் *நகரதூதன்* இதழில் இரங்கலுரை வெளியாகியிருக்கலாம் என்று எதிர்பார்த்துத் தேடியபொழுது நான் பார்த்த இரண்டு வெவ்வேறு தொகுதிகளிலும் அவர் காலமான சமயத்தில் வெளியான இதழ் மட்டும் காணவில்லை! தமிழ்க் கலைக் களஞ்சியத்தின் 10ஆம் (இணைப்புத்) தொகுதியில் ஒரு சிறு பதிவு அவர் படத்துடன் காணப்படுகின்றது. (ஆனால் அவர் காலமான நாள் 1 ஆகஸ்டு 1935 எனவுள்ளது. இது அச்சுப் பிழையாகலாம்.) கலைக் களஞ்சியப் பதிவை எழுதிய எஸ்.ஆர். வேணுகோபாலன் ஒரு பத்தாண்டுகள் கழித்துக் *கலைமகளில்* (ஜுலை 1979) பலபல புதிய தகவல்களை இணைத்துச் சற்று விரிவான கட்டுரையை எழுதியிருக்கிறார்.

மேற்குறித்தவற்றை ஆதாரமாகக் கொண்டும், எஸ்.ஜி. இராமாநுஜலு நாயுடுவே எழுதிய 'சென்றுபோன நாட்கள்', எழுதிய நூல்களின் முன்னுரைகள், *பிரஜாநுகூலன், ஆநந்த/அமிர்த குணபோதினி* முதலான இதழ்கள் ஆகியவற்றில் சிதறிக் கிடக்கும் செய்திகளைக் கொண்டும் அவருடைய வாழ்க்கைக் குறிப்பை இங்கு மீட்டுருவாக்கம் செய்ய முயல்வோம்.

எஸ்.ஜி. இராமாநுஜலு நாயுடு 1886இல் பிறந்தவர். இவருடைய சொந்த ஊர் ஸ்ரீரங்கம். சாதி, பலிஜ நாயுடு. இவருடைய தாய்மொழி தெலுங்கு என்பதும், சமயத்தால் வைணவர் என்பதும் பெறப்படும். கிடைக்கின்ற ஒரே புகைப்படத்தில் (இது 1913ஆம் ஆண்டளவில் எடுக்கப்பட்டிருக்கலாம்). இவர் திருமண் பொலிந்த நாமதாரியாக விளங்குகிறார்.

எஸ்.ஜி. இராமாநுஜலு நாயுடுவின் பாட்டனார் சங்கு இராமசாமி நாயுடு கிழக்கிந்தியக் கம்பெனி காலத்தில் தஞ்சாவூர் மாவட்டத்தில் தாசில்தாராகப் பணியாற்றியிருக்கிறார். எஸ்.ஜி. இராமாநுஜலு நாயுடுவின் தந்தை சங்கு கோவிந்தசாமி நாயுடு பிஷப் ஹீபர் கல்லூரியில் பி.ஏ. படித்து, திருச்சியில் பெரிய வியாபாரியாக இருந்திருக்கிறார். சுண்ணாம்புக்காரத் தெருவில் குடும்பம் வளமாக வாழ்ந்திருக்கிறது.

அன்னையின் பெயர் கோவிந்தம்மாள். தாய்ப் பாசம் மிக்கவர் என்பது *ஆநந்த கதா கல்பகம்* முதல் தொகுதிக்கு (1913) அவர் எழுதிய காணிக்கையுரையிலிருந்து தெரிகின்றது: 'லோகோபகாரமான என்னுடைய ஸர்வ பிரயத்தனங்களிலும் எனக்கு எப்போதுமே உற்ற துணையாயிருந்து தமது அன்பினாலும் அரவணைப்பினாலும் என்னைக் காத்துவருகின்ற என் பிரியமுள்ள தாயார் ஸ்ரீமதி கோவிந்தம்மாள் அவர்களுக்கு.'

இவர் உடன்பிறந்தவர் ஒரே ஒரு தமக்கை. இச்செய்தியையும் ஒரு காணிக்கையுரையின் வழியாகவே அறிய முடிகின்றது. *ஆயிரம் தலைவாங்கிய அதிசய சிந்தாமணி* என்ற இவருடைய நாவலுக்கான (1926) காணிக்கையுரை பின்வருமாறு அமைந்துள்ளது.

> என் ஒரே உடன்பிறப்பாய்த் தோன்றி, நான் எனது மழலைச் சொற்களால் 'எச்சாக்கா' என்றும், 'எத்திராஜக்கா' என்றும் ஆசையோடு அழைக்கவைத்து, எனது சிறுபருவ விளையாடலின் மகிழ்ச்சிகளிலெல்லாம் இன்புறக் கலந்து, அட தம்பி – தம்பி தம்பியென்று ஸதா காலமும் அழைத்து, 'அடா' என்ற ஈனச் சொல்லுக்கு அன்புமயமான உருக்கப் பொருளைக் கற்பித்து, எந்த நாளிலும்

> என் க்ஷேமத்தையே விரும்பி நின்று, என்னைப் போலவே நாவல்களிலும் பத்திரிகைகளிலும் ஆவல் மிகுந்து, நான் எழுதும் நூல்களையெல்லாம் திருத்திக் கொடுத்து, எனது நூலாசிரியத் தொழிலில் எனக்கு வேண்டிய ஊன்றுகோலாய்ப் பரிமளித்து, என்னுடன் உடன் ஒரு தலையணையில் உறங்கி, நான் முன் நீ முன் என்று ஒரு புஸ்தகத்தை இருவருமாக ஒரு பாயில் படுத்தபடியே வாசித்து, எப்போதும் ஒற்றுமையாய், எக்காலத்திலும் பிரியாத 'என் அக்கா'வாகி ஜ்வலித்திட்ட கற்பு லக்ஷண உத்தமியான **எதிராஜவல்லி** எனும் ஆரணங்கே! என் ஆருயிரே! கடவுள் கொடுத்த பெரும் லாபமான 'உடன்பிறப்பு' என்பதன் ஒப்பற்ற ருசிகரத்தை யான் உணரும்படி எனக்கு நன்கு ஊட்டிய என் செல்வமே! உன்னோடு இருந்து பூரித்த நாட்களை என்றும் மறவேன். 'எதிராஜம் – ராமாநுஜம்' என்று நமக்கு நமது அன்னையார் இட்ட பெயர்களில் உள்ள ஒற்றுமை போல், நம்மிருவர் உள்ளமும் எக்காலத்தும் ஒன்றாய் ஒளிவீசி நின்றது! என் அருமையான என் ஒரே ஆசை அக்கா! இந்த *அதிசய சிந்தாமணி* எனும் நூல் உனக்கு மிகவும் பிரியமானதாயிருக்குமாதலின் அதை அன்புடன் நின் ஞாபகார்த்தமாக ஸமர்ப்பிக்கப்படுகிறது. உனக்கு ஆயிரம் பல்லாண்டு.

நூல்களைக் காணிக்கையாக்கும் வழக்கம் பரவலாகாத ஒரு காலத்தில் விரிவாகவும் உணர்வுபூர்வமாகவும் எழுதப்பட்ட காணிக்கையுரை பல செய்திகளை உணர்த்துகிறது.

எஸ்.ஜி. இராமாநுஜலு நாயுடு ஸ்ரீரங்கத்திலேயே வாழ்ந்து மறைந்ததாகத் தெரிகிறது. பணி நிமித்தமாகச் சென்னைக்கும் சேலத்துக்கும் இடையிடைப் பயணித்திருந்தாலும் பெரிதும் சொந்த ஊரிலேயே வாழ்ந்து, உழைத்து, மறைந்திருக்கிறார். இவருடைய எழுத்து வாழ்க்கை முழுவதும் 'ஸ்ரீரங்க நிலையம், 617, மேலடையவளந்தான் தெரு, ஸ்ரீரங்கம்' என்பதாகவே முகவரி குறிக்கப்பட்டுள்ளது.

அரசாங்க மந்தண அறிக்கைகளிலிருந்து இவர் பள்ளிக்கூடத்தில் இரண்டாம் படிவம் மட்டுமே படித்திருந்ததாகத் தெரிகிறது. உடுமலை சரபம் முத்துசாமிக் கவிராயர், ஆர்ய கான சபா சந்தானகிருஷ்ண நாயுடு ஆகியோரிடம் தமிழ் கற்றிருக்கிறார். குறிப்பிடத்தகுந்த சொத்து எதுவும் கொண்டவரல்ல என்பதும்

இதைப் பற்றி அரசு அறிக்கைகளில் குறிப்பு இல்லாததால் அறியலாம்.[2] வளமாக வாழ்ந்த ஒரு குடும்பம் நொடிந்துவிட்டதாகத் தெரிகிறது.

தம் அருமைத் தமக்கை எதிராஜவல்லியின் மகள் கமலவல்லியை இவர் மணந்துகொண்டார். ஆனால் ஒரு பெண் குழந்தையைக் கருவுயிர்த்தபோது மனைவி காலமாகிவிட்டார். இது எஸ்.ஜி. இராமாநுஜலு நாயுடுவுக்குப் பேரிடியாக அமைந்தது. இரண்டாம் மனைவி ருக்மணியோ கல்வி கற்றவரல்லர். இதன் காரணமாகக் குடும்ப வாழ்க்கை சிறக்கவில்லை எனத் தெரிகிறது. மூத்தாள் குடிப் பெருமை பேசி அவர் மேலும் துன்பப்பட்டிருக்கலாம் என உய்த்துணர முடிகின்றது.

எஸ்.ஜி. இராமாநுஜலு நாயுடு காலமானபொழுது நினைவுரை எழுதிய கி. விஜயராகவய்யங்கார், 'தனது ஆறு குழந்தைகள், மனைவி, வயதான தாய் ஆகியோரைத் தவிக்கவிட்டு அவர் காலம் முடிவடைந்தது' என்கிறார். மேலும், 'தனது பெருத்த குடும்பத்தைச் சம்ரக்ஷிக்கும் பொறுப்பினால் அவரது உழைப்பு அளவுக்கு மீறிச் சென்றது அவர் உடலைக் கெடுத்தது. அச்சமயத்திலும் தன் கடமையைச் செய்து முடிவைத் தேடிக்கொண்டார்' என்று குறிப்பிடுகிறார்.[3]

இது மிகையான கூற்று என்று சொல்ல முடியாது. எஸ்.ஜி. இராமாநுஜலு நாயுடு எழுதிக் குவித்தவை மலைப்பை ஏற்படுத்துகின்றன. பதினைந்து பதினாறு வயதிலேயே தம் எழுத்து வாழ்க்கையைத் தொடங்கிவிட்டதாகத் தெரிகிறது. 'சென்ற சில வருஷங்களாக நான் "பாலபாஸ்கரன்" என்ற மறுபெயர் புனைந்து சென்னை இராஜதானியின்கண் தமிழ் பாஷையிற் பிரகடனமுறும் பத்திரிகைகளில் முக்காற் பிரசுரங்கட்கும்' எழுதிவந்துள்ளதாகப் *பரிமளா* (1907) முன்னுரையில் கூறியிருக்கிறார்.

இதையடுத்துத் தம் பதினேழாம் வயதில், 1904இல், *பிரஜாநுகூலன்* என்ற மாத இதழைத் தொடங்கி நடத்தியிருக்கிறார். இதுவே இவருடைய முதன்மை அடையாளமாகவும் அமைந்துவிட்டது. *பிரஜாநுகூலனு*க்குப் பங்களிப்போரில் ஒருவராக இருந்த பண்டித ம. கோபாலகிருஷ்ண ஐயர், அதன் ஆசிரியரைத் தேடித் திருவரங்கத்திற்கு வந்து விசாரிக்க, பதினேழு வயது இளைஞரைக் கண்டு மலைத்திருக்கிறார்.

தமிழின் முதல் நாளேடாகிய *சுதேசமித்திரன்* எஸ்.ஜி. இராமாநுஜலு நாயுடு 'நித்திய பாராயணம்' செய்த பத்திரிகையாகும். '*மித்திரன்* தினசரி, வாரப் பத்திரிகைகளில் அறிவைப் பெருக்கக்கூடிய அனுபவ உண்மைகள் பலவற்றை அவர் அப்பொழுதப்பொழுது எழுதிவந்தார்' என்று *சுதேசமித்திரன்*

இரங்கலுரை பதிவு செய்திருக்கிறது.[4] 'அனுபவ விநோதங்கள்' என்ற பத்தியை அதில் பல ஆண்டுகள் அவர் எழுதியிருக்கிறார். *சுதேசமித்திர*னைத் தோற்றுவித்த ஜி. சுப்பிரமணிய ஐயர்மீது இவருக்குப் பேரபிமானம் இருந்துள்ளதைப் பல குறிப்புகள் காட்டுகின்றன. ஆனால் ஏனோ 'சென்றுபோன நாட்க'ளில் அவரைப் பற்றித் தனியே எழுதவில்லை. *சுதேசமித்திர*னைத் தவிர இவருக்குப் பத்திரிகைத் துறையில் முன்மாதிரியாக அமைந்தவர் *லோகோபகாரி* வி. நடராஜ ஐயராவார். இவரைப் பற்றிய சித்திரமே 'சென்றுபோன நாட்கள்' தொடரின் முதலாவதாக அமைந்தது மிகப் பொருத்தமானது எனலாம்.

பிரஜாநுகூலன் என்ற முன்னொட்டோடே எஸ்.ஜி. இராமாநுஜலு நாயுடு பெரும்பாலும் அறியப்பட்டாலும் ஏராளமான பத்திரிகைகளோடு இவர் தொடர்பு கொண்டவராகவும் நடைமுறை ஆசிரியராகவும் (de facto) இருந்திருக்கிறார்.

பா.அ.அ. இராஜேந்திரம் பிள்ளை நடத்திவந்த *மஹாவிகடதூதன்* பத்திரிகையில், '1907 முதல் தலையங்கமும் வேறு முக்கியக் குறிப்புகளும் எழுதும் பிரதான ஆசிரியராக இருந்துவந்து', அது மாதப் பத்திரிகையாகி நின்றுபோகும்வரையும் அதனோடு தொடர்புகொண்டிருந்திருக்கிறார்.

சேலம் *தக்ஷிண தீபம்* பத்திரிகையின் உதவியாசிரியராக இருந்த டி.ஏ. ஜான் நாடார் அதைவிட்டு விலகி, ஒரு தனி வார இதழைத் தொடங்கியபொழுது, எஸ்.ஜி. இராமாநுஜலு நாயுடுவே அதற்குத் *திராவிடாபிமானி* என்று பெயரிட்டார். 1907 ஜூன் முதல் வெளியான அவ்விதழுக்குப் புதன்கிழமையன்று தலையங்கமும், வியாழனன்று முக்கிய விஷயங்களையும் ஸ்ரீரங்கத்திலிருந்து எழுதியனுப்பியிருக்கிறார். பத்திரிகையில் இவர் பெயர் 'உப பத்திராதிபர்' என்றே குறிப்பிடப்பட்டிருந்தாலும் 'திரை மறைவில்' இவரே ஆசிரியராக இருந்திருக்கிறார். பின்னாளில் தம்மைப் பற்றிய குறிப்பை நூல் முகப்புகளிலும் பிற இடங்களிலும் வெளியிடும்பொழுது '*திராவிடாபிமானி*யின் பூர்வ பத்திராதிபர்' என்றே குறிப்பிட்டுக்கொள்ளலானார். 1916 டிசம்பரில் ஜான் நாடார் காலமான சில மாதங்களில் அவருடைய மனைவி எஸ்.ஜி. இராமாநுஜலு நாயுடுவை ஒரு கடிதத்தின் மூலம் பணியிலிருந்து நீக்கிவிட்டார். அவ்வாறு நீக்கப்பட்டபொழுது அவருக்கு நூறு ரூபாய் சம்பள பாக்கியும் இருந்திருக்கிறது!

இதைத் தவிர, 1907இல் சென்னையிலிருந்து வெளியான *வந்தே மாதரம்* என்ற வார மும்முறைப் பத்திரிகைக்கும் இவர் தலையங்கம் எழுதுவோரில் ஒருவராக இருந்திருக்கிறார்.[5]

1919இல் *தமிழ்நாடு* பத்திரிகையை டாக்டர் பி. வரதராஜுலு நாயுடு தொடங்கி நடத்தியபொழுது, தாம் சேலத்தை விட்டுச் செல்லவிருப்பதால் அதனைப் பொறுப்பாகப் பார்த்துக்கொள்ளும்படியாக இவரை அழைத்ததன்பேரில் இராமாநுஜலு நாயுடு சேலத்திற்குச் சென்று அதற்குச் சில காலம் பொறுப்பேற்றிருக்கிறார். சமகாலத்தில் பத்திரிகையுலகில் இவருக்கிருந்த பெயரும் புகழும் இதிலிருந்து தெரிகிறது.

எஸ்.ஜி. இராமாநுஜலு நாயுடுவுக்குப் பெரும் பேரையும் புகழையும் தந்தது 1926இல் இவர் ஆசிரியராக அமர்ந்த *ஆநந்த குணபோதினி* என்ற மாத இதழே. 'அறிவை விளக்கி, உற்சாகத்தைப் பெருக்கி, ஆநந்தத்தைத் தரவல்லதான அநுபவ விநோத ஞான கலா விலாஸங்கள் நிறைந்திலங்கும் அமிர்தச் சுவையுள்ள மாதப் பத்திரிகை' எனப் பிரகடனப்படுத்திக்கொண்ட இதன் உரிமையாளராக இருந்தவர் தி. இராஜகோபால் முதலியார். இவர் எஸ்.ஜி. இராமாநுஜலு நாயுடுவின் நூல் வெளியீட்டாளரு மாவார். பத்திரிகை சென்னையிலிருந்து நடந்துவந்தாலும் அவர் ஸ்ரீரங்கத்திலேயே இருந்திருக்கிறார்.

அக்காலத்தில் 'போதினி' என்ற பின்னொட்டோடு *ஞானபோதினி, விவேகபோதினி* எனப் பல இதழ்கள் வெளிவந்திருக்கின்றன. இவற்றுள் மிகப் புகழ்பெற்று ஏராளமான வாசகர்களைப் பெற்றது *ஆனந்த போதினி* என்ற மாத இதழ். இதை நடத்தியவர் நாகவேடு முனிசாமி முதலியார். ஆரணி குப்புசாமி முதலியாரின் நாவல்களையும், பஞ்சாங்கங்களையும் வெளியிட்டுச் செல்வ வளத்தொடு விளங்கியது *ஆனந்த போதினி* காரியாலயம். தம் வியாபாரம் பாதிக்கப்பட்டால் நீதிமன்றத்தை நாடவும் தயங்கியவரல்ல முனிசாமி முதலியார். *ஆனந்த போதினி* என்ற பெயருக்கு மிக அணுக்கமான (என்னதான் றன்னகரத்திற்குப் பதிலாகத் தந்நகரத்தைக் கையாண்டாலும்) *ஆநந்த குணபோதினி* மீது வழக்குத் தொடர்ந்தார். இதைத் தொடர்ந்து ஜூலை 1928 முதல் *ஆநந்த குணபோதினி, அமிர்த குணபோதினி* எனப் பெயர் மாற்றம் பெற்றது. இதுவும் *ஆனந்த போதினி*யும் எஸ்.எஸ். வாசனின் *ஆனந்த விகட*னுக்கு முன்னோடி என்பர்.

ஆநந்த /அமிர்த குணபோதினி முற்றும் முழுதும் எஸ்.ஜி. இராமாநுஜலு நாயுடுவின் பத்திரிகையாகவே விளங்கியது. 'பத்திரிகைத் தொழிலில் தாம் பெற்றுள்ள முப்பது வருஷகால அனுபவத்தைத் தமது *அமிர்த குணபோதினி*யில் பூர்த்தியாகச் செலுத்தி பத்திரிகைக்கான விஷயங்களில் முக்காற் பகுதியைத் தாமே எழுதி நிறைவேற்று'வித்திருக்கிறார். ஆரியூர் வ. பதுமநாபப் பிள்ளை போல் இரண்டொருவர் மட்டுமே இவரைத் தவிர இதற்குப்

பங்களித்தவர்கள். பிறவெல்லாம் இவருடைய கைவண்ணம் என்றே சொல்லலாம். இவர் எழுதிய 'விகட பிரதாபன்' என்ற பகுதி 'டிரேட் மார்க்' ஆகவும் பதிவு செய்யப்பட்டிருக்கிறது. பாரதியின் 'தராசு'வைப் பின்பற்றி 'நமது கடை' என்ற ஒரு தொடர் பத்தியையும் எழுதியிருக்கிறார். 1930களில் *சுதேசமித்திரன்* ஸி.ஆர். ஸ்ரீநிவாஸன் ஒரு பத்தியை எழுதத் தொடங்கியபோது, 'பாரதியின் தராசு, ராமாநுஜலுவின் படிக்கல், இவை சஹிதமாக இன்று கடையைத் திறந்து'விட்டதாகக் கூறியுள்ளார்! பழமொழிகளுக்கு விளக்கம் தரும் ஒரு பகுதி இடம்பெற்றிருக்கிறது. 'சென்ற மாதம்' என்ற தலைப்பில் செய்தி விமரிசனமும், 'பிரபஞ்ச தரிசனம்' என்ற பெயரில் தேச/உலகச் செய்திகளும், 'பத்திரிகா சாரம்' என்ற பெயரில் பிற இதழ்களிலிருந்து செய்தித் திரட்டும், சான்றோர் பொன்மொழிகளும், 'மாதர் மனோரஞ்சிதம்' என்ற பகுதியும், சிறார்களுக்கான ஒரு பகுதியும் தவறாது இடம்பெற்றுள்ளன. எழுதியவர் பெயரில்லாமல் அமைந்த இப்பகுதிகள் அனைத்துமே எஸ்.ஜி.இராமாநுஜலு நாயுடுவின் பெயரைப் பறைசாற்றுகின்றன. பத்திரிகையின் நாலாயிரம் சந்தாதாரர்களும் இவருக்காகச் சேர்ந்தவர்களே எனக் கொள்ளலாம்.

1934ஆம் ஆண்டளவில் *அமிர்த குணபோதினியை* அதன் உரிமையாளர் தி. இராஜகோபால முதலியார், புகழ்பெற்ற மதுரைப் புத்தக வியாபாரி இ.மா. கோபால கிருஷ்ண கோனுக்கு விற்றுவிட்டார். அவருக்கும் எஸ்.ஜி. இராமாநுஜலு நாயுடுவுக்கும் ஒத்துப்போகவில்லை. இதனால் மனமுடைந்து பத்திரிகையை விட்டு விலகிய எஸ்.ஜி. இராமாநுஜலு நாயுடுவை விரைவில் மரணம் தழுவியது.

வேறு பத்திரிகைகளில் தொடர்பு கொண்டிருந்தாலும் *பிரஜாநுகூலனை* அவர் நிறுத்தவில்லை. 1904இல் தொடங்கப்பட்ட *பிரஜாநுகூலனுக்கு* என்ன காரணம் பற்றியோ, 21 பிப்ரவரி 1932இல், அதாவது இருபத்தெட்டு ஆண்டுகள் கழித்துச் சென்னையில் வெள்ளிவிழாக் கொண்டாடப்பட்டிருக்கிறது. அன்றைய பத்திரிகையுலக, எழுத்துலக முக்கியப் பிரமுகர்கள் அனைவரும் அதில் கலந்துகொண்டுள்ளனர். கல்கி ரா. கிருஷ்ணமூர்த்தி, பரலி சு. நெல்லையப்ப பிள்ளை, எஸ்.எஸ். வாசன், ஜே.ஆர். ரங்கராஜு, வை.மு. கோதைநாயகியம்மாள், எம்.ஏ. நெல்லையப்ப முதலியார் முதலானோர் விழாவில் பங்குபற்றியுள்ளனர். அவரோடு இருபதாண்டுப் பழக்கம் கொண்ட பரலி நெல்லையப்பர், அவருக்குப் 'பிரியமான நாலாயிர திவ்விய பிரபந்த' நூலைப் பரிசளித்தார். கல்கி பேசும்பொழுது, 'எவர் எதை எழுதிக்கொடுத்தாலும் அதை நல்லதென்று ஊக்கம் கொடுத்து சந்தோஷப்படுத்துவதே ஆசிரியர் இராமாநுஜலு நாயுடுவின் ஸ்வபாவமென்று நகைச்சுவையுடன்' கூறியிருக்கிறார்.[6]

தம் வாழ்க்கையின் கடைசி இரண்டாண்டுகளில் எஸ்.ஜி. இராமாநுஜலு நாயுடுவின் உடல் நலம் மிகக் குன்றியது. தாம் காலமாவதற்கு ஓராண்டுக்கு முன், இலங்கைக்குப் பயணம் சொல்லிக்கொள்ளவந்த ஓர் இளம் நண்பரிடம் 'நீ அடுத்த வருடத்தில் இங்கு திரும்பி வரும்பொழுது என்னை அநேகமாய்ப் பார்க்கமாட்டாய்' என்று உருக்கமாகச் சொல்லியிருக்கிறார்.

ஒரு நாள் காரைக்குடியிலிருந்து சில நண்பர்கள் அவரை ஸ்ரீரங்கத்தில் சந்தித்துத் தாங்கள் ஒரு பத்திரிகையைத் தொடங்கவிருப்பதாகவும், அவர் அதன் ஆசிரியராக விளங்க வேண்டும் என்றும் கேட்டுக்கொண்டனர். இதற்கு இசைந்த எஸ்.ஜி. இராமாநுஜலு நாயுடு பத்திரிகைக்குத் *தமிழின்பம்* என்றும் பெயரிட்டார். அடுத்த வாரம் காரைக்குடி நண்பர்கள் திரும்பிவந்தபோது எஸ்.ஜி. இராமாநுஜலு நாயுடு உயிருடன் இல்லை. இறுதி மூச்சுவரை பத்திரிகையாளராகவே அவர் வாழ்ந்தார் என்று சொல்லும் அளவுக்கு அவருடைய வாழ்க்கை நாடகத்தன்மையோடு முடிந்திருக்கிறது.

○

எஸ்.ஜி. இராமாநுஜலு நாயுடு பல்வேறு நூல்களையும், நாவல் என்ற பெயரில் கதைகளையும், நாடகம் முதலானவற்றையும் எழுதியிருக்கிறார். நான் ஆய்வு செய்த அளவில் *ஆத்ம சக்தி, நகர தூதன்* போன்ற இதழ்களில் கட்டுரை எழுதியிருக்கிறார். பல பத்திரிகைகளுக்கு ஆசிரியராக இருந்துகொண்டே 2½ மாத காலத்தில் ஒரு நாவலை எழுதிமுடித்திருக்கிறார்! ஆலந்தூர் ஒரிஜனல் இந்து நாடகக் கம்பெனியின் மேலாளர் மனமோகன ரஞ்சித அரங்கசாமி நாயுடு கேட்டுக்கொண்டதன்பேரில் *நளாயனி* (1917) என்றொரு நாடகம் இயற்றியபோது, 'இதுகாறும் நாவல்களை இயற்றுவதிலேயே சென்ற நமது மனம் நாடக வழியில் திரும்பி அவ்வகையில் இயற்றப்பட்ட முதல் நாடகம் இதுவே' எனவும் குறிப்பிட்டிருக்கிறார்.

நவீன நுண்ணுணர்வோடு எழுதப்பட்டுவந்த இலக்கியத்திற்கும் தாம் எழுதிவந்தவற்றுக்குமான வேறுபாட்டை எஸ்.ஜி. இராமாநுஜலு நாயுடு நன்கு உணர்ந்திருக்கிறார். 'கதைகள் ஒருவித சுவை, நாவல்கள் ஒருவித சுவையாம்' என்று கருதிய அவர், 'பஞ்சதந்திரக் கதை, மதன காமராஜன் கதை, விக்கிரமாதித்தன் கதை, தக்காணத்துப் பூர்வ கதை, கதாசிந்தாமணி எனும் பழங்காலத்திய கதைகளில் இயற்கையான நிகழ்ச்சிகளுக்கு மாறாயுள்ள பல அதிசயோக்தமான கற்பனைகள்' நிறைந்திருப்பதைப் பற்றிக் குறிப்பிட்டு, அவற்றை அவை எழுதப்பட்ட காலத்தின் வழக்கமாகக் கொண்டு கதைச் சுவையை

மட்டுமே கருதினால் அவை ‘தற்கால நாவல்களினும் மேலான கற்பனா சக்தியுடன்’ இருப்பதைக் காண முடியும் என்று வாதிடுகிறார். இதற்கு மாறாக, ‘நாவல்களோ தற்காலத்தில் நிகழும் சம்பவங்களை அப்படியப்படியே வைத்துக் கற்பனா ஸக்தியால் அவற்றை இனிக்கும்வண்ணமாக உருவகப்படுத்தி ஒரு நூலாக முடிந்ததாம்’ என்கிறார். இந்த இரண்டு போக்குகளில் இராமாநுஜலு நாயுடு தம்மை எந்த மரபுடன் இனங்கண்டுகொண்டார் என்பதைச் சொல்ல வேண்டியதில்லை.

இந்தியக் கதை மரபைப் பற்றி மேல்வருமாறு குறித்த இராமாநுஜலு நாயுடு, மேல்நாட்டு மரபைப் பற்றிச் சித்தரிக்கக் கையாளும் உவமை சுவையானது.

> *நாவல்களை ஆதியில் நிர்மாணித்த மேல்நாட்டாரின் ஸ்வபாவம், ஜலத்திலுள்ள மச்சத்தைக் கரையில் எடுத்தெறிந்து, அதன்மேல் இரண்டு குத்துக் குத்தி, அது துள்ளித் துடித்துப் பதறுவதைக் கண்டு சந்தோஷிக்கும் பான்மையைக் கொண்டதாதலின், துக்கமாய் முடியும் கற்பனா நாவல்களினிடத்தேதான் அன்னோருக்கு விசேஷப் பிரீதி. நம் நாட்டவரோ எக்கதைகளையும் எச்செயல்களையும் மங்களகரமான முடிவில் பூர்த்திபடுத்த வேண்டுமென்பர். ஏனெனில், இந்நாட்டவரின் குணபாவங்கள் கரைக்குத் தவறிவந்து தவிக்கும் மீனை ஜலத்தில் எடுத்துப் போட்டு, அது ஆநந்தமாய் உயிர்ப்பிச்சை பெற்றோமென்று துள்ளிக் குதித்துக்கொண்டு நீரினுள் ஓடும் காட்சியைக் கண்டு குதூகலிக்கும் பான்மையன.*[7]

எஸ்.ஜி. இராமாநுஜலு நாயுடுவின் ஒரு கதை சமகாலத்திலேயே விவாதத்திற்குள்ளாகியுள்ளது. *சுதேசமித்திரன்* 1922ஆம் ஆண்டு வருஷ அனுபந்தத்தில் ‘தேசப் பிரசன்ன பாபு’ என்றொரு கதையை அவர் எழுதியிருக்கிறார். ‘போலி தேசபக்தர்களின் தந்திரங்களை’ நன்கு விளக்கும் ‘வேடிக்கை கதை’ என்று *சுதேசமித்திர*னால் குறிப்பிடப்பட்ட கதையை ஆரணியிலிருந்து வெளியான *சுபோதயம்* என்ற வார இதழ், ‘விஷமத்தன்மை’யோடு, அக்கதை யாரையோ குறிப்பிடுவதாக எழுதியதை *சுதேசமித்திரன்* கண்டித்தது. *சுதேசமித்திரன்* ஆசிரியர் அரங்கசாமி அய்யங்கார் கயா காங்கிரஸ் மாநாட்டுக்குப் போயிருந்தபொழுது அக்கதை வெளியிடப்பட்டது என்று குறிப்பிட்டு மறுப்பு எழுதிய *சுதேசமித்திரன்*, ‘வேடிக்கையாகக் கதைகளை எழுதியதில் நல்ல பெயர் வாங்கியிருக்கிற’ இராமாநுஜலு நாயுடு எழுதிய கதை

'நடைமுறை ராஜீய விஷயங்களைக் குறித்தாவது விவாதித்தாவது எழுதப்படும் என எவரும் எதிர்பார்க்கக் காரணமில்லை' என்று பீடிகையோடு தொடங்கி,

> இக்கதையில் இவ்வித பிரஸ்தாபம் வந்து விட்டது விரும்பத்தக்கதல்ல என்பதை நாம் கூறக் கடமைப்பட்டிருக்கிறோம். மிக்க அனுபவ சாலியான ஸ்ரீமான் நாயுடு வினோதத்தைக் கருதியே இவ்வாறு எழுதியிருக்கின்றாராயினும் நம் நாட்டில் தேச ஊழியம் புரியும் அரிய பக்தர் களின் தியாகத்தையும் பிரயாசையையும் இகழ்ந்து கூற அவர் விரும்பியிருக்க மாட்டாரென்பதையும் நாம் எடுத்துரைக்கத் தேவையில்லை

என்று மறுத்திருந்தது.[8]

❍

சில விசித்திரமான ஈடுபாடுகளும் இராமாநுஜலு நாயுடுவுக்கு இருந்திருக்கிறது. *பதினெட்டாம் பாஷை அல்லது தமிழ் நூதன ரகசிய பரிபாஷை* என்றொரு நூலை அவர் எழுதியிருக்கிறார். ஓரெழுத்தை மற்றொரு எழுத்துக்குப் போலியாக்கி உருவாக்கப்பட்ட ஒரு ரகசிய மொழி இது. 'காதற் கடிதங்கள், நேசக் கடிதங்கள், வர்த்தகக் கடிதங்கள், குடும்ப அந்தரங்க கடிதங்கள், சதிபதிகள் இருவர் தம்முள்' ரகசியமாக எழுதிக்கொள்ளப் பயன்படும் இவ்வரிவடிவம் 18 எழுத்துகளே கொண்டதென்றும், 'இதனை முழுவதும் வாசித்து, எழுதிஎழுதிப் பயின்று, பாஷா பதங்களை முற்றிலும் மனனம் செய்து, இவ்விதமாக ஒரு வாரம் முயன்றால் அதி சுலபத்தில் பாண்டித்யம் பெற்றுவிடலாம்' என்றும் அவர் விளம்பரப்படுத்தியிருக்கிறார். ஓரணா அஞ்சல் தலையுடன் அதற்குரிய விண்ணப்பத்தை நிரப்பி அனுப்பினால் 'பதினெட்டாம் பாஷை சங்க' உறுப்பினராக ஆகும் வாய்ப்புமிருந்திருக்கிறது![9]

பாலிகா கல்பகம் என்று சிறுமியர்க்கான நூறு நற்போதனைகளும் 222 விடுகதைகளும் கொண்ட ஒரு நூலை அவர் தயாரித்து விற்றிருக்கிறார்.[10] எல்லா நூல்களும் 'பிரபஞ்ச விலாஸம்' என்ற வரிசையில் நிரலாக எண்ணிட்டு வெளியிடப்பட்டிருக்கின்றன.

இப்படி பல நூல்களை தொகுத்தும் எழுதியும் இருந்தாலும் எஸ்.ஜி. இராமாநுஜலு நாயுடுவுக்குப் பேரையும் வருவாயினையும் ஈட்டித் தந்தவை *ஆநந்த கதா கல்பகம், கதாமோகன ரஞ்சிதம்* முதலான தொகுப்பு நூல்களே. *பிரஜாநுகூலன்* முதலான தமது பத்திரிகையில் தாமே எழுதியதும், பிறர் எழுதியதுமான

கதைகளையும் குறிப்புகளையும் கட்டுரைகளையும் பாடல்களையும் துணுக்குகளையும் தொகுத்துக் கொடுப்பதே இந்நூல்களின் நோக்கம். தனிப் படைப்புகள் பெரும்பான்மையானவை ஆசிரியர் பெயரில்லாமல் அனைத்தும் முகப்புப் பக்கத்தில் எஸ்.ஜி. இராமாநுஜலு நாயுடுவின் பெயரிலேயே அமைந்திருக்கக் காணலாம். *ஆநந்த கதா கல்பகம்* அவ்வகையில் பதினெட்டுத் தொகுதிகளாக வெளிக்கொண்டுவரத் திட்டமிடப்பட்டு, முதல் தொகுதி 1913இலும், கடைசியும் ஆறாவதுமான தொகுதி 1929இலும் வெளிவந்திருக்கின்றன.

இவ்வாறு இடம்பெற்ற படைப்புகளில் பாரதியின் படைப்புகளும் அடங்கும். *வித்தியா நவநீதம் அல்லது அறிவிற்கு உணவு* என்ற 1911இல் வெளிவந்த நூல் தொகுப்பில், 'தமிழ்ப் பாஷைக்குள்ள குறைகள்' என்ற பாரதியின் கட்டுரை ஆசிரியர் பெயரில்லாமல் வெளியாகியுள்ளது. அதேபோல், 1915இல் திருச்சியிலிருந்து வெளியிட்ட *கதாமோகன ரஞ்சிதம்* நூலில் பாரதியின் 'ஸ்வர்ணகுமாரி' கதையும், 'தமிழ் அபிமானம்' கட்டுரையும், 'பெல்ஜியம் நாட்டிற்கு வாழ்த்து' கவிதையும் வெளியாகியிருக்கின்றன. பெல்ஜிய வாழ்த்துப் பாடலில் மட்டும் பாரதியின் பெயர் உள்ளது. மற்றவற்றில் இல்லை. அதேபோல், *பிரஜாநுகூலன்* டிசம்பர் 1920 இதழில் 'அச்சமில்லை, அச்சமில்லை' என்ற பாடல் 'ஸி. சுப்பிரமணிய பாரதி' என்ற பெயரில் வந்துள்ளது. இன்னும் பிற தொகுதிகளைத் தேடிக் கண்டெடுத்துக் கவனமாகப் பார்த்தால் பாரதியின் வேறு பல எழுத்துகளின் மறுவெளியீட்டை இனங் காணும் வாய்ப்புண்டு. பாரதியின் நண்பராக விளங்கிய எஸ்.ஜி. இராமாநுஜலு நாயுடு தம் பாரதி பற்றை இவ்வாறு வெளிப்படுத்தியதாகக் கொள்ளலாம்.

பல சமயங்களில் *பிரஜாநுகூலன்* பத்திரிகையில் அச்சான பக்கங்கள் அப்படியே இந்தத் தொகுப்பில் இணைத்து நூலாகக் கட்டடம் செய்யப்பட்டுள்ளதைக் காணமுடிகிறது. *வித்தியா நவநீதம் அல்லது அறிவிற்கு உணவு* நூல் முன்னுரையில் அவர் வெளிப்படையாகவே, 'இந்தப் பதிப்பிலே இலக்க பேதங்கள் ஆங்காங்கு தோன்றுமானாலும் பக்க பேதங்கள் கிடையாதென்பதை நமது வாசகர்கள் கவனத்தில் வைக்க வேண்டும்' என்று எழுதியிருக்கிறார்!

இவ்வாறு பல்வேறு நபர்கள் எழுதியதை ஆசிரியர் பெயர் குறிப்பிட்டும் குறிப்பிடாமலும் தொகுத்துத் தம் பெயரில் நூலாக்கியது சமகாலத்தில் விமரிசனத்திற்குள்ளாகியுள்ளது. *ஆனந்த கதா கல்பகம்* நான்காம் பாகத்திற்கு மதிப்புரை எழுதிய அ. மாதவையா, 'பிறர் புஸ்தகங்களிலிருந்து விஷயங்களை

உள்ளபடியே எடுத்துக் கையாளும்பொழுது கடன் வாங்கிய மூலங்களைக் குறிப்பது இலக்கிய மரபு' என்று மென்மையாக, ஆனால் அழுத்தமாகக் குறிப்பிட்டிருக்கிறார்.[11]

○

1988ஆம் ஆண்டின் பிற்பகுதியில் புது தில்லி நேரு நினைவு நூலகம் மற்றும் அருங்காட்சியகத்தில் *சுதேசமித்திரன்* நாளிதழின் நுண்படச் சுருள்களைப் பார்த்துக்கொண்டிருந்தேன். அப்போது 5 மே 1920ஆம் நாளிட்ட இதழின் முதல் பக்கத்தில் கண்ணுற்ற விளம்பரம் இது.

பரிமளா

துப்பறிதலின் புதுச்சுவை ததும்பிய
அற்புதமான இனிய தமிழ் நாவல்.

தமிழ்நாட்டுக்கு வழிகாட்டிய முதல் முதல் பத்து வருஷங்களுக்கு முன் வெளியான துப்பறியும் நாவல் கதை இனிமையாயும், வாசகங்கள் அழகாயும், வார்த்தைகள் அர்த்தபுஷ்டி யுள்ளனவாயு மிருக்கின்றன. தமிழ் மொழியிலே தற்காலக் கதைகளுக்குள்ளே சுவையிலும் சிறப்பிலும் மற்றெதற்கும் பின் வாங்காதது *பரிமளாவே* என்று ஸ்ரீமான் ஸி.சுப்பிரமணிய பாரதியவர்கள் தெரிவித்துள்ளார்

விலை ரூ. 1.   வி.பி.யில் ரூ. 1–2–0.

M.A. நெல்லையப்பர், 160, பிராட்வே, மதராஸ்.

பாரதி பாராட்டிய நாவலாயிற்றே என்று பலகால் பல இடங்களில் *பரிமளாவைத்* தேடினேன். எம்.ஏ. நெல்லையப்பர்

என்ற பெயரில் இப்படி ஒரு நாவலை என்னால் கண்டெடுக்க முடியவில்லை.

கடைசியில், இலண்டனிலுள்ள பிரிட்டிஷ் நூலகத்தில் '*பரிமளா*, பங்கிம் சந்திர சாட்டர்ஜி T.V. கிருஷ்ணசாமி சாஸ்திரியாரவர்கள் மொழிபெயர்த்தது. திரிசிரபுரம் *பிரஜாநுகூலன்* பத்திராதிபர் S.G. இராமாநுஜலு நாயுடு அவர்களால் தமிழிற்கு அவஸியமான சீர்திருத்தங்களுடன் சென்னை நாஷனல் பிரிண்டிங் ஒர்க்ஸில் பதிப்பித்துப் பிரசுரிக்கப்பட்டது. 1907' என்ற முகப்புடன் அந்நூலைக் கண்டெடுத்தேன்.

29–10–1907 நாளிட்ட ஒரு முகவுரையை எஸ்.ஜி. இராமாநுஜலு நாயுடு அதில் வரைந்திருக்கிறார்.

> சென்ற சில வருஷங்களாக நான் 'பாலபாஸ்கரன்' என்ற மறுபெயர் புனைந்து சென்னை இராஜதானி யின்கண் தமிழ் பாஷையிற் பிரகடனமுறும் பத்திரிகைகளில் முக்காற் பிரசுரங்கட்கும், தேசம், மதம், பாஷை ஆகிய பல விஷயங்களைப் பற்றியும், ஸ்திரீ வித்தியாபியாஸம் – அவர்களின் அபிவிர்த்தி முதலியவைகளைப் பற்றியும் எழுதிவருவதிலும், அதற்கநுசரணையான காரியங்களில் பிரவர்த் திப்பதிலும்,இவைகட்கு உதவியாக திரிச்சிராப்பள்ளியி னின்றும் *பிரஜாநுகூலன்* பத்திரிகையை நடத்துவதிலும், இன்னுமிது போன்றுள்ள விஷயங்களில் எனது காலத்தைச் செலவழித்திருப்பதை யநேகர் அறிந்திருப்பர்

என்ற பீடிகையோடு தொடங்கும் முகவுரை, தமது *பிரஜாநுகூலன்* இதழின் உதவியாசிரியரான டி.வி. கிருஷ்ணசாமி சாஸ்திரி செய்த மொழிபெயர்ப்பைத் 'தமிழிற் கவசியமான சில மாறுதல்களுடன் பல விதத்திலும் சீர்திருத்தி' வெளியிட்டதாகச் சொல்கிறார். கன்னட மொழியிலிருந்து மொழிபெயர்க்கப்பட்டது என்றும் அவர் குறிப்பிடுகிறார்.

இவ்வாறு மொழிநடையைச் செப்பம் செய்ததோடு, 'காலதேச வர்த்தமானங்களை யனுசரித்து ஸ்ரீ லாலா லஜபத் ராய், சிவாஜி தன் சைநியத்தாருக்குக் கூறியது போன்ற சிலவற்றையும் சேர்த்து, கதையின் இறுதியில் ஸ்வதேசிய, ஸ்வராஜிய பிரஸ்தாபங்களையும் புரிந்து, இங்ஙனம் அவசியம் வேண்டற்பாலதான சீர்திருத்தங்களோடு முடிவுபடுத்தி' நூலை வெளியிட்டுள்ளதாக இராமாநுஜலு நாயுடு அறிவிக்கிறார்.

அவர் குறிப்பிடும் இரண்டும் பாரதி பாடல்கள் என்பதை உணர்வதில் எந்த சிரமமும் இல்லை. நூலின் 54–56ஆம் பக்கங்களில், 'லஜபத் ராயின் பிரலாபம்' என இருபது கண்ணிகள் கொண்ட பாடலும், 'சிவாஜி தனது சைநியத்தாருக்குக் கூறியது' என்ற பாடலை 'ஜயஜய பவானி' முதல் 'நீரதன் புதல்வர் இந்நினை வகற்றாதீர்' வரையும் (43 வரிகள்) வெளியிட்டதோடு, இவற்றுக்கு உடுக்குறியிட்டு, 'இக்குறி இடப்பட்டவை ஸ்ரீ ஸி. சுப்ரமண்ய பாரதி அவர்கள் இயற்றியது' என்றும் சுட்டியிருக்கிறார். மேலும், சிவாஜி பாடலுக்கு அடிக்குறிப்பாக, 'சுதேசப் பற்று மிகுதிப்படுவதற்கு மேற்கூறிய விதமான செய்யுட்கள் மிகவும் ஆவஸியகரமானவை. இதில் தோன்றும் வீர ரஸமும் கவனிக்கத்தக்கது' என்று அழுத்தமாகக் குறிப்பிடுகிறார்.

பங்கிம் சந்திர சாட்டர்ஜியின் கதையில் பாரதி பாடல்கள் இடையில் செருகப்படுவது விந்தை என்று கருதினால் அடுத்து வரும் செய்திகளை என்னென்பது!

பரிமளா வெளிவந்த இரண்டொரு மாதங்களில், அதாவது 1908 தை மாதத்தில், பங்கிம் சாட்டர்ஜியின் புகழ்பெற்ற *ஆநந்த மடம்* தேசிய நாவலின் முழுத் தமிழாக்கம் வெளியானது. மொழிபெயர்த்தவர் மா. குப்புஸ்வாமி அய்யர் என்ற மஹேசகுமார சர்மா. தமிழ், தெலுங்கு, வங்காளி, இந்தி, சமஸ்கிருதம், ஆங்கிலம் ஆகிய மொழிகளை நன்கறிந்த இவர், பிரம்ம சமாஜம், ஆரிய சமாஜம், இராமகிருஷ்ண மடம், பிரமஞான (தியசாபிகல்) சபை ஆகியவற்றோடு தொடர்புகொண்டவர். சென்னை அரசாங்கத்தில் தெலுங்கு மொழிபெயர்ப்பாளராகப் பணியாற்றியவர். 1914 முதல் சிங்கப்பூர் மாஜிஸ்டிரேட் கோர்ட்டிலும் சுப்ரீம் கோர்ட்டிலும் இந்திய மொழிகளின் மொழிபெயர்ப்பாளராக இருந்து 1929இல் காலமானவர். *இராமகிருஷ்ண விஜயம்*, *விவேகாநந்த விஜயம்*, அஸ்வினி குமார தத்தரின் *பக்தி யோகம்* ஆகியவற்றைத் தமிழாக்கியதோடு, திருக்குறட்பாக்கள் பலவற்றை சமஸ்கிருதத்தில் மொழிபெயர்த்தவர். 1912இல் இவர் பங்கிம் சந்திரரின் *சந்திரசேகரன்* நாவலையும் மொழிபெயர்த்து வெளியிட்டார். எஸ்.ஜி. இராமாநுஜலு நாயுடுவைப் போலவே இவரும் பாரதியின் நண்பர் என்பதும் மனங்கொள்ள வேண்டிய செய்தி. இந்த நூலில் அவர் 'வந்தே மாதரம்' பாடலுக்குப் பாரதியின் முதல் மொழிபெயர்ப்பினை எடுத்தாண்டுள்ளார் ('இனிய நீர்ப் பெருக்கினை, இன்கனி வளத்தினை').

இந்த நூலின் முன்னுரையில் பங்கிம் சந்திரரின் படைப்புகளுக்கு இந்திய மொழிகளில் வந்த பெயர்ப்புகளை, முக்கியமாகத் தமிழாக்கங்களை, ஒரு நெட்டோட்டமாகக் குறிப்பிடுகிறார்

மஹேசகுமார சர்மா. அதில் 'தமிழில் *துர்க்கேச நந்தினி* என்பது ஏற்கெனவே வெளியாகியிருக்கிறது. "ராதாராணி", "ஹிரண்மயி" என்ற சிறுகதைகளிரண்டையும் 4 வருஷங்களுக்கு முன் ஸ்ரீயுத தி.அ. சுவாமிநாதய்ய ரவர்களின் வேண்டுகோளுக்கிணங்கி நானே தமிழில் மொழிபெயர்த்துக் கொடுத்தேன்' என்று குறிப்பிடும் மஹேசகுமார சர்மா, '*பரிமளா* என்ற ஒரு நாவல் பங்கிம் சந்திர சாட்டர்ஜியால் இயற்றப்பட்ட நாவலின் மொழிபெயர்ப்பாகத் தமிழில் பிரசுரிக்கப்பட்டுள்ளதெனத் தெரிகின்றது. ஆனால் பங்கிம் பாபுவின் நாவல் தொகுதியிலே அப்பெயர் கொண்ட நூலொன்றையுங் காணகிலேன். ஒரு வேளை பெயர் மாறியிருக்கிறதோ என்னவோ தெரியாது' என்று முடிக்கிறார்.

> இந்தப் பத்தி இடம்பெறும் அதே பக்கத்தில்தான்,
>
> இதில் வரும் 'வந்தே மாதரம்' பாடலையும் ஜயதேவ கவியின் கீதகோவிந்த கீர்த்தனைகளிற் சிலவற்றையும் நான் கேட்டபொழுதெல்லாம், தமக்குள்ள அவசரமான வேலைகளைக்கூடப் பாராட்டாமல், மனமுவந்து தயைகூர்ந்து இன்சுவை யொழுகும் செந்தமிழ்ப் பாக்களில் மொழிபெயர்த்துபகரித்த தேசபக்த ஆசுகவியும், *இந்தியா* பத்திராசிரியருமான ஸ்ரீயுத சி. சுப்பிரமணிய பாரதியாரிடம் நான் பெரிதும் நன்றிக்கடன் பட்டவனாயுள்ளேன்

என்று பாரதிக்கு நன்றி பாராட்டியிருக்கிறார் மஹேசகுமார சர்மா!

அப்படியெனில் *பரிமளா*வின் ஆசிரியத் தன்மை பற்றி மஹேசகுமார சர்மா எழுப்பிய ஐயப்பாட்டைப் பாரதி அறியாமல் இருந்திருக்க முடியாது.

இந்தப் புதிரில் மேலும் ஒரு முடிச்சாக, 1928இல் எஸ்.ஜி. இராமாநுஜலு நாயுடு எழுதிய 'சென்றுபோன நாட்கள்' தொடரில், *பரிமளா* வெளியீட்டின்போதே பாரதிக்கு அதனோடு தொடர்பிருந்தது என்பதைக் குறிப்பிடுகிறார். 1907ஆம் ஆண்டில் *பரிமளா*வை அச்சிடத் தாம் சென்னை நகருக்குச் சென்றிருந்ததாகவும், அப்பொழுது தாம் கடுமையான முறைக்காய்ச்சலில் (மலேரியா) படுத்த படுக்கையாக இருந்ததினால் பாரதியே அதன் மெய்ப்புப் படிகளில் முக்கால் பகுதியைத் திருத்தியுதவியதாகவும் சொல்கிறார். அதோடு நில்லாமல், *பரிமளா*வைப் பற்றி இந்தியா இதழின் தலையங்கப் பகுதியில் 'ஆறு கலங்கள் வரை' பாரதி மதிப்புரை எழுதியதாகக் கூறும்

நாயுடு, அதிலே மொழிபெயர்ப்பின் இயல்பைப் பற்றியும், தமிழிலே வடசொற்களைக் கலப்பது பற்றியும் விரிவாகக் கருத்துரைத்ததுடன், நூலில் கையாளப்பட்ட 'அங்கனாமணி' என்ற சொல்லைவிடப் 'பெண்மணி' என்ற தமிழ்ச் சொல்லே இனிமையானது என்றும் எழுதியதாக நினைவுகூர்கிறார்.

நாம் அறிந்தவரை *இந்தியா*வில் இப்படிப்பட்ட விரிவான மதிப்புரை வந்ததாகத் தெரியவில்லை. எனினும் *பரிமளா* வெளிவந்த காலப்பகுதியான 1907 இடைப்பகுதியிலிருந்து 1908யின் நடுப்பகுதிவரை வெளியான *இந்தியா* இதழ்களில் இரண்டொன்றே இன்று கிடைக்கின்றன என்பதையும் இங்குக் குறிப்பிட வேண்டும். எனவே எஸ்.ஜி. இராமாநுஜலு நாயுடு தமது நினைவுரையில் குறிப்பிடும் விரிவான மதிப்பீடு தற்போது கிடைக்காத இதழ்களில் வெளியாகியிருக்கும் வாய்ப்பை மறுப்பதற்கில்லை.

ஆனால், 18 செப்டம்பர் 1909 *இந்தியா* இதழில் ஒரு விரிவான விளம்பரம் வெளிவந்துள்ளது.

பரிமளா

பிரஜாநுகூலன் பத்திராதிபரவர்கள் இயற்றியது!

இவ்வற்புதக் கதைப் புத்தகம் நமது தமிழ்நாட்டிற்குப் புதியது. பிரெஞ்சு, கிரீக், கன்னடம் முதலிய பல பாஷைகளிலும் மொழிபெயர்த்திருப்பதும், வெளிவந்த சில வாரங்களுக்குள்ளாக 1500 பிரதிகள் விலையாய்விட்டதுமே இதன் பெருமைக்குப் போதிய சான்றாகும். இதில் தோன்றும் வர்ணனைகளும், டிடெக்டிவ் போலீஸ் வீரர்களின் சாதுர்யங்களும், வஞ்சகர்களின் சூழ்ச்சிகளும், இடையிடையே சேர்ந்திருக்கும் கிளைக்கதைகளும், இனிய சம்பாஷணைகளும் படிப்பதற்கு மிகுந்த உத்ஸாகத்தையும் ஆவலையும் விளைவிக்கும் தேனினுமினிய செந்தமிழ் நடையில் நகைச்சுவையோடுங் கூடியதாய் எழுதப்பட்டிருக்கிறது. தமிழில் இது ஒரு அற்புதமான டிடெக்டிவ் நாவல். வந்தே மாதரம் கீதாசிரியரான ஸ்ரீ பங்கிம் சந்திர சாட்டர்ஜி அவர்கள் இயற்றியது. வங்காளத்திலிருந்தும் மொழிபெயர்த்தது. 42 அத்தியாயங்கள் கொண்ட பெரிய புத்தகம். தேசபக்தியைப் புகட்டும் இனிய கீதங்கள் நிரம்பியது. தமிழ்நாட்டார் இதுகாறும் பார்த்திராதது. சோகரஸம் ததும்பிக் கிடக்கின்றது. நவரசங்களும் செறிந்து

நிற்கின்றன. இதிலுள்ள இன்ப ரசத்தை நம்மால் எழுதி முடியாது. புத்திமான்கள் மதிக்கத்தக்கது. உயர்ந்த கடிதத்தில் புதிய எழுத்துக்களில் பதிப்பிக்கப்பட்டு சொகுசான பயிண்டுடன் பிரகாசிக்கிறது. ஜான் ரஸ்கின், அன்னிய பெஜண்ட், ஆனரபிள் ஜஸ்டிஸ் ரானடே, ஸர் S. சுப்பிரமணிய ஐயர், லாலா லஜபதி ராய், சுரேந்திரநாத் பானர்ஜீ முதலிய பெரியோர்களின் அபிப்பிராயங்களைத் தழுவி எழுதிய அற்புதமான வியாசமொன்றும் இதற்கு முகவுரையாகச் சேர்க்கப்பட்டிருக்கிறது. விலை அணா 10தான்.

உடனே எழுதுங்கள்: மானேஜர், பிரஜாநுகூலன் ஆபீஸ், திரிச்சினாப்பள்ளி.

இதற்கடுத்து நான்கைந்து மாதங்களில் *இந்தியா*, 12.2.1910 இதழில் ஒரு சிறு மதிப்புரையும் வெளியாகி யிருக்கிறது.

பரிமளா

வங்காள தேசத்திய பிரபல கவியான ஸ்ரீயுத பங்கிம் சந்திர சட்டர்ஜீயவர்கள் எழுதிய சிறந்த துப்பறியும் கதை. இதைத் திருச்சிராப்பள்ளி பிரஜானுகூலன் பத்திராதிபர் தமிழில் மொழிபெயர்த்திருக்கிறார். அந்தப் பத்திரிகையின் காரியஸ்தலத்தில் 10 அணாவுக்குக் கிடைக்கும். ஒரு முறை புத்தகத்தைத் தொட்டால் அதை முடித்தால்தான் அதைக் கீழே வைக்க மனம் வரும். முதல் நூல் வழி பிறழாது மொழிபெயர்க்கப்பட்டுள்ளது.

எஸ்.ஜி. இராமாநுஜலு நாயுடு சொல்வது போல் *பரிமளா* வந்தவுடனேயே ஆறு கலம் வரை மதிப்புரை வெளியிட்ட *இந்தியா* இரண்டாண்டுகள் கழித்து அதே முதல் பதிப்புக்கு ‘வரப்பெற்றோம்’ போன்றதொரு சாரமில்லாத சிறு குறிப்பை ஏன் வெளியிட வேண்டும் என்பது புலப்படவில்லை.

பத்தாண்டு கழித்துப் *பரிமளா*வின் இரண்டாம் பதிப்பு, சென்னை கார்டியன் பிரஸில் அச்சிடப்பட்டு, திருச்சி பிரஜாநுகூலன் அலுவலகத்திலிருந்து 1920இல் வெளியிடப் பட்டிருக்கிறது (இப்பதிப்பு எனக்குக் காணக் கிடைக்க வில்லை). இதன் விளம்பரமே *சுதேசமித்திரன்* இதழில் எம்.ஏ. நெல்லையப்ப முதலியாரால் வெளியிடப்பட்டிருக்கிறது. இவர் எஸ்.ஜி. இராமாநுஜலு நாயுடுவின் நண்பர் என்பதையும், *சுதேசமித்திரனில்* பணியாற்றியவர் என்பதையும் இங்கு

மனங்கொள்ள வேண்டும். இந்த விளம்பரம் தொடர்ந்து பல மாதங்களுக்கு விட்டுவிட்டு வந்துள்ளது என்பது மட்டுமல்ல, பாரதி தம் கடைசி காலத்தில் *சுதேசமித்திர*னில் பணியாற்றிக் கொண்டிருந்த சமயத்திலும் வெளிவந்துள்ளது என்பது கவனத்திற்குரியது. எனவே இது பாரதியின் இசைவுடன்தான் வந்தது எனக் கொள்வதில் தடையில்லை. மேலும், தமிழ் நாவல் வரலாற்றை எழுதிய சிட்டி – சிவபாதசுந்தரம், *பரிமளா*வின் 1923ஆம் ஆண்டுப் பதிப்பில் இதனைப் பாரதி பாராட்டியதாக எஸ்.ஜி. இராமாநுஜலு நாயுடு தம் முன்னுரையில் குறிப்பிட்டிருப்பதாகவும் சொல்கின்றனர்.[12]

அப்படியென்றால் மஹேசகுமார சர்மா *பரிமளா*வின் ஆசிரியத்தன்மை பற்றி எழுப்பிய ஆதாரமான கேள்வி பற்றிப் பாரதியின் நிலைப்பாடு என்ன?

*பரிமளா*வை ஒரு துப்பறியும் கதை என்று விளம்பரப் படுத்தியிருந்தார் எஸ்.ஜி. இராமாநுஜலு நாயுடு. உண்மையில் *பரிமளா*வின் வரலாறு எந்தவொரு துப்பறியும் கதையினையும் தோற்கடித்துவிடும் போலிருக்கிறது.

❍

பாரதியைப் பற்றி எஸ்.ஜி. இராமாநுஜலு நாயுடு எழுதிய சித்திரம் ஆய்வுலகத்திலே நன்கறியப்பட்டது. ஏராளமான தகவல்களைக் கொண்டது என்பதற்கப்பால் பாரதியின் ஆளுமைமீது கொண்ட ஈடுபாடும், அவருடைய எழுத்துகளில் உள்ள தோய்வும் மனதை நெகிழ்த்துகின்றன. ரா.அ. பத்மநாபன், சீனி. விசுவநாதன் ஆகியோர் தம் தொகுப்புகளில் இக்கட்டுரையை இணைத்துள்ளனர். ஏ.கே. செட்டியார் *குமரி மல*ரில் (செப்டம்பர் 1977) 'சென்றுபோன நாட்கள்' வரிசையில் வெளியான பல கட்டுரைகளோடு இதையும் வெளியிட்டிருக்கிறார். தொடக்கக் கட்டத்தில், பாரதியின் தொகுக்கப்படாத படைப்புகளைத் தேடுவதற்கும் இனங்காண்பதற்கும் இவருடைய நினைவுக் குறிப்புகள் பெருமளவுக்குப் பயன்பட்டிருக்கின்றன. மா.சு. சம்பந்தன் *தமிழ் இதழியல் சுவடுகள்* (1990) தொகுப்பிலே எழுவரைப் பற்றிய (இயல் 5–9) சித்திரங்களைத் தொகுத்திருக்கிறார்.

'*இந்தியா* பத்திரிகை வரவரக் "கார"மாகிவிட்டது' என்றும், 'பாரதியின் *இந்தியா* பத்திரிகை சட்ட வரம்பை மிகவும் மீறி நெருப்பு மழை பொழியத் தொடங்கிற்று' என்றும் எஸ்.ஜி. இராமாநுஜலு நாயுடு எழுதியதை ரகுநாதன் தம் நூல்களில் பலபட மேற்கோள் காட்டியிருப்பார். ஆனால், வெறும் பெயரளவுக்கு ஆசிரியராக இருந்த எம். ஸ்ரீநிவாசன் அவருக்குப் பதிலாகத் தண்டனை

அனுபவிக்க நேர்ந்ததைப் பற்றி, 'தம்மை நம்பிய ஒருவரை ஆபத்தில் சிக்கவைத்துவிட்டு தாம் தூரப்போய்விட்டமை பாரதியாரின் சரித்திரத்தில் ஒரு பெரிய களங்கமேயாகும்' என்று துணிந்து நடுநிலையுடன் எழுதியதை ரகுநாதன் கண்டுகொண்டதில்லை.

'சென்றுபோன நாட்கள்' என்ற தொடரில் பதினெண்மர் பற்றிய சித்திரங்கள் இடம்பெற்றிருக்கின்றன. இதற்கென *ஆநந்த/அமிர்த குணபோதினி* இதழ்களின் முதல் ஆறு தொகுதிகளை (*1926–32*) முழுவதும் பார்த்துள்ளேன். இதற்கு மேல் வெளிவந்த இதழ்கள் என் பார்வைக்குக் கிடைக்கவில்லை. அதில் 'சென்றுபோன நாட்கள்' தொடர் வந்திருப்பதற்கான வாய்ப்பை மறுப்பதற்கில்லை.

1926இல் *ஆநந்த குணபோதினி* தொடங்கிய இரண்டாம் இதழிலேயே எஸ்.ஜி. இராமாநுஜலு நாயுடு 'சென்றுபோன நாட்கள்' என்ற தொடரை எழுதத் தலைப்பட்டுவிட்டார். 1932 வரை விட்டுவிட்டு இருபத்திரண்டு இதழ்களில் இத்தொடரை எழுதியிருக்கிறார். 1934 *மணிக்கொடி*யில் வ.ரா. பற்றிய 'வ.ரா. என்ற பெரியார்' சித்திரமும் 'சென்றுபோன நாட்கள்' என்ற தலைப்பிலேயே *சுதேசமித்திர*னிலிருந்து மறுபதிப்பாகியிருக்கின்றது.

காசி விசுவநாத முதலியார், வீரேசலிங்கம் பந்துலு, மு. வீரராகவாச்சாரியார் போன்ற இரண்டொருவரை அவர் நேரில் அறிந்திருக்க வாய்ப்பில்லை. மற்றவர்களிடம் அவருக்கு நேர்ப்பழக்கம் இருந்திருந்தாலும் பொதுப்படவே எழுதியிருக்கிறார். தம்மைப் பற்றிப் படர்க்கை நிலையிலேயே பலமுறை எழுதியிருக்கிறார். வேறு எந்த நூலிலும் காணப்படாத புதிய செய்திகள் இத்தொடரில் காணப்படுகின்றன. அவர் குறிப்பிடும் பல பத்திரிகைகளின் ஓரிதழ்கூட இன்று கிடைக்கப்பெறாமல் பெயரை மட்டுமே அறிந்துள்ள நிலையில் இத்தொடரின் முக்கியத்துவத்தை மிகைப்படுத்திக் கூற முடியும் என்று தோன்றவில்லை. வாசிப்பதில் பேரீடுபாடு கொண்ட இவர் பழம் பத்திரிகைகளையும் புத்தகங்களையும் சேகரிப்பதிலும் பேரார்வம் கொண்டவராயிருந்திருக்கிறார். இடைவெளிவிட்டு வெளியான *ஜனானுகூலன்* பத்திரிகையைக் கண்ணுற்றதும் அதற்கு முத்தமிட்டிருக்கிறார்! பழைய ஏடுகளைக் கண்டால் பத்திரப்படுத்துங்கள் என்று வாசகர்களைத் தூண்டியிருக்கிறார். 'சென்றுபோன நாட்'களில் விவரிக்கப்பட்டிருக்கும் செய்திகளின் துல்லியத்தைக் காணுங்கால் பழைய கோப்புகளைப் பயன்படுத்தியே இக்கட்டுரைத் தொடர் எழுதப்பட்டுள்ளது என்பதை உய்க்க முடிகிறது.

எஸ்.ஜி. இராமாநுஜலு நாயுடுவின் எழுத்தில் நம்பகத்தன்மை அழுத்தமாக இழையோடுவதை உணர முடிகின்றது. எழுத்தில் சுவையும் விறுவிறுப்பும் இயைந்துள்ளன. நூலைப் படித்து முடிக்கும் வேளையில் இன்னும் எழுதியிருக்கலாகாதா என்ற எண்ணம் எழுவதைத் தவிர்க்க முடியவில்லை.

தமிழ் இதழியல் வரலாற்றை மேலும் செழுமையாக மீட்டுருவாக்கம் செய்ய இந்நூல் உதவும் என்பதில் சிறிதும் ஐயமில்லை. தமிழ் இதழியல் வரலாறு என்பது ஜி. சுப்பிரமணிய ஐயர் போன்ற ஒரு சிலரைச் சுற்றியே மையங்கொண்டிருக்கிறது. ஐயர், ஐயங்கார் ஆகிய பின்னொட்டோடு அமைந்த பெயர் களுக்குள் தமிழ் இதழியல் வரலாறு ஒடுங்கிவிடவில்லை என்பதைச் 'சென்றுபோன நாட்கள்' வெளிச்சமிட்டுக் காட்டு கின்றது. சுதேசக் கிறித்தவரும், ஆதி திராவிடருமான பா.அ.அ. இராஜேந்திரம் பிள்ளை, டி. வில்ஸன், டி.ஏ. ஜான் நாடார், கே.எஸ். கதிர்வேலு நாடார் ஆகியோர் பற்றிய குறிப்புகள் வேறு எங்கும் காணக் கிடைக்காதவை. பண்டிதை விசாலாக்ஷியம்மாள் பற்றிய குறிப்பும் இவ்வகையினதே.

பதினெண் பத்திரிகையாளர்களின் ஆளுமையைச் சித்தரித்த எஸ்.ஜி. இராமாநுஜலு நாயுடுவைப் பற்றி ஒரேயொரு சித்திரம் காலத்தைத் தாண்டி நின்றிருக்கிறது. அவர் காலமான எட்டாண்டுகளுக்குப் பின்னர் *சுதேசமித்திரன்* ஸி.ஆர். ஸ்ரீநிவாஸன் எழுதியது இது:

> ஆள் வாட்டம் சாட்டமாயிருப்பார். ஆனால் வசீகரமான வடிவம் அல்ல; பேசும்போது உடல் குலுங்கும்; முகம் கோணும். ரஸமாய்ப் பேசுவார்; நகைச்சுவை கவனிப்பாரற்று மிதக்கும். வாய்விட்டுச் சிரித்து நான் கண்டதில்லை. அடக்கிக்கொண்டு பேசும்போது அசடு சொட்டும். போதாக்குறைக்கு நல்ல டமாரச் செவிடு. கடைசி முறை நான் பார்த்தபோது எதிரும் புதிரும் உட்கார்ந்துகொண்டு எழுத்துமூலமாகப் பரஸ்பர யோகக்ஷேமங்களை விசாரித்துக்கொண்டோம். பகவத் சிருஷ்டியிலே எவ்வளவோ விநோதங்களைப் பார்க்கிறோம். ராமாநுஜலு நாயுடு அதற்கு ஒரு பிரத்தியக்ஷப் பிரமாணம்.
>
> தெருவில் சந்தித்தால் அவருக்கு எழுதத் தெரியும் என்று யாரும் சொல்ல மாட்டார்கள். ஆனால் அவர் ஆண்ட எழுதுகோல் அபார சக்தி வாய்ந்தது.

எஸ்.ஜி. இராமாநுஜலு நாயுடு பற்றி மேலும் அறியும் ஆவலை இக்கட்டுரை தூண்டும் என்று நம்புகிறேன். 'பெண்களைப் பற்றி அவர் கொண்டிருந்த கருத்துக்கள் விபரீதமானவை' என்று புதுமைப்பித்தன் குறிப்பிட்டதன் பொருளை இனிவரும் ஆய்வாளர்கள் கண்டறிவார்கள் என்றும் எதிர்பார்க்கிறேன்.

~

சான்றுக் குறிப்புகள்

1. 'சிறுகதை: மறுமலர்ச்சிக் காலம்', *முல்லை* 10, டிசம்பர் 1946, ஆ. இரா. வேங்கடாசலபதி (ப-ர்), *புதுமைப்பித்தன் கட்டுரைகள்*, காலச்சுவடு பதிப்பகம், நாகர்கோவில், 2002, ப. 236–7.
2. (எ – டு) G.O. No. 1461, Judicial, 1.7.1914.
3. *சுதேசமித்திரன்*, 23 ஆகஸ்டு 1935.
4. *சுதேசமித்திரன்*, 19 ஆகஸ்ட் 1935.
5. 'இராஜாம்பாள்' மதிப்புரை, *அமிர்த குணபோதினி*, ஆகஸ்டு 1931.
6. 'பிரஜாநுகூலன் வெள்ளி ஜுபிலி', *அமிர்த குணபோதினி*, ஜனவரி—மார்ச் 1932.
7. *ஆயிரம் தலை வாங்கிய அதிசய சிந்தாமணி* முன்னுரை.
8. *சுதேசமித்திரன்*, 6 ஜனவரி 1923.
9. எஸ்.ஜி. இராமாநுஜலு நாயுடு, *பதினெட்டாம் பாஷை அல்லது தமிழ் நூதன ரகசிய பரிபாஷை*, தி. இராஜகோபால முதலியார், சென்னை 1928.
10. எஸ்.ஜி. இராமாநுஜலு நாயுடு, *பாலிகா கல்பகம்*, 1931.
11. *பஞ்சாமிர்தம்*, புரட்டாசி 1924.
12. சிட்டி – சிவபாதசுந்தரம், *தமிழ் நாவல்: நூறாண்டு வரலாறும் வளர்ச்சியும்*, கிறிஸ்தவ இலக்கியச் சங்கம், சென்னை, 1977, ப. 107.

~~

வ.உ. சிதம்பரம் பிள்ளை (1872–1936)

வ.உ.சி.யும் திலகரும்

சிதம்பரம் பிள்ளை எளிதில் கொள்கையை மாற்றிக்கொள்பவரல்லர். காற்று எப்படி வீசுகிறதோ அப்படித் திரும்பும் நீர்மை பிள்ளையவர்களின் பிறவியில் அமையவில்லை. அவர் இறக்கும்வரையில் திலகர் நேயராகவே இருந்தார்.

– திரு.வி.க., நவசக்தி, 20 நவம்பர் 1936, தலையங்கம்

'தமிழ்த் திலகர்' என்றும், 'தென்னாட்டுத் திலகர்' என்றும் திரு.வி.க. முதலான சான்றோரால் அக்காலத்திலேயே போற்றப்பட்ட வ. உ. சிதம்பரம் பிள்ளைக்கும் பால கங்காதர திலகருக்குமான (1856 – 1920) உறவைப் பற்றியது இக்கட்டுரை.

'லோகமான்ய பால கங்காதர திலகர் என் அரசியல் குரு' என்று தொடங்குகிறது 1927இல் திலகரைப் பற்றி வ.உ.சி. எழுதிய நினைவுக் குறிப்பு. தமது இருபத்தொன்றாம் வயதிலிருந்தே, அதாவது 1893இலிருந்தே, திலகரின் அரசியல் பேச்சுகளையும் எழுத்துகளையும் உன்னிப்பாகக் கவனித்துவந்ததாகவும் வ.உ.சி. குறிப்பிடுகிறார்.[1] மெட்ரிகுலேஷன் தேர்வில் வெற்றிபெற்று இன்னமும் கீழ்நிலை நீதிமன்றங்களில் வழக்காடுவதற்கான இரண்டாம்நிலை ப்ளீடராகக்கூட ஆகாத நிலையிலேயே அவர் திலகரின் அரசியல் கருத்துகளை அறிந்து, அவருடைய சீடராகத் தம்மைக் கருதிக்கொண்டது மனங்கொள்ளத்தக்கது.

'நாமகட்குப் பெருந்தொண்டியற்றிப் பன்னாட்டினோர்தம் கலையிலும் அவ்வவர் தாமகத்து வியப்பப் பயின்றொரு சாத்திரக் கடலென விளங்குவோன்' என்று பாரதி பாடியது போல் அக்காலத்தில் திலகர் ஒரு கல்வியாளராகவும் பத்திரிகையாளராகவுமே பெரிதும் அறியப்பட்டிருந்தார். *கேசரி* என்ற மராட்டி மொழி இதழிலும், *மராட்டா* என்ற ஆங்கில இதழிலும் அவர் தொடர்ந்து அக்காலத்திற்குச் சற்றுத் தீவிரமான கருத்துகளை வெளியிட்டுவந்தார். 1889 முதல் அவர் காங்கிரஸ் ஆண்டு மாநாடுகளிலும் கலந்துகொள்ளத் தொடங்கியிருந்தார். 1897இல் இராஜதுரோகக் குற்றத்திற்காகச் சிறைப்பட்டார்.

1898இல் வ.உ.சி.யின் அரசியல் நுழைவு என்று சொல்லத் தக்க நிகழ்வு நடக்கின்றது. அவ்வாண்டு இறுதியில் சென்னையில் கூடவிருந்த 'காங்கிரஸ் என்னும் மகாஜன சபை'யில் செய்ய வேண்டிய முயற்சிகள் பற்றி வ.உ.சி.யின் சொந்த ஊரான ஒட்டப்பிடாரத்தில் 10–8–1898இல் ஒரு கூட்டம் நடந்தது. அப்பொழுது 'வக்கீல் சிதம்பரம் பிள்ளை', 'நமது காங்கிரஸ் மகாஜன சபை ஏற்படுத்தப்பட்ட நோக்கத்தைப் பற்றியும், அதனால் இந்து தேசத்தவர்களாகிய நாம் நாளதுவரை பெற்றிருக்கிற பெறுதற்கரிய அரும்பேறான நன்மைகளைப் பற்றியும், இனிமேலாக நாம் பெறக்கூடியதாயிருக்கிற அளவற்ற பிரயோசனங்களைப் பற்றியும் விஸ்தாரமாய், தெளிவாகவும் அலங்காரமாகவும் பிரசங்கித்தனர்'.[2] ஆனால், 1898 காங்கிரஸ் மாநாட்டில் வ.உ.சி. கலந்துகொண்டாரா என்பது தெரியவில்லை. திலகர் சென்னை மாநாட்டுக்கு, அதில் முக்கியப் பங்காற்றவில்லை என்றாலும், வந்திருக்கிறார். டிசம்பர் மாதக் கடைசியில் காங்கிரஸ் மாநாடு முடிந்ததும், மதுரைக்கும் இராமேசுவரத்துக்கும் தஞ்சைக்கும் பயணம் மேற்கொண்டு, தூத்துக்குடி வழியாக இலங்கைக்குக் கப்பல் பயணம் செய்தார் திலகர். வ.உ.சி. வசித்துவந்த தூத்துக்குடிக்கே திலகர் வருகை தந்திருக்கிறார். ஆனால் திலகர்–வ.உ.சி. சந்திப்பு நிகழவில்லை. 1907 டிசம்பர் கடைசியில் நடந்த சூரத் காங்கிரஸ் மாநாட்டில்தான் இருவரும் முதலில் சந்தித்தனர்.

இதற்கிடையில் இந்திய அரசியலில் பல மாற்றங்கள் நிகழ்ந்துவிட்டன. 'சென்ற சுபகிருது வருஷத்திலே பாரத நாட்டில், ஸர்வ சுபங்களுக்கும் மூலாதாரமாகிய "தேசபக்தி" என்ற நவீன மார்க்கம் தோன்றியது' என்று பாரதி குறிப்பிட்ட சுதேசி இயக்கம் கர்சன் பிரபு அறிவித்த வங்காளப் பிரிவினையின் பின்விளைவாகத் தோன்றியது. இதன் விளைவாகச் செயல்திட்டத்தின் அடிப்படையில் காங்கிரஸ் அமைப்புக்குள் மிதவாதிகள் என்றும் தீவிரவாதிகள் ('அமிதவாதிகள்', 'புதிய கட்சியினர்', 'தேசியவாதக் கட்சியினர்' என்றும் அவர்கள்

பலவாறாகக் குறிப்பிடப்பட்டனர்) என்றும் இரு பிரிவுகள் தோன்றின. திலகர் தீவிரவாதிகளின் தன்னேரில்லாத் தலைவராக விளங்கினார். 1905இல் காசி நகரில் நிகழ்ந்த காங்கிரஸ் ஆண்டு மாநாட்டில் ஓங்கிய தீவிரவாதிகளின் வலுவைக் குறைப்பதற்காக, கல்கத்தா காங்கிரஸ் (1906) தலைமை தாதாபாய் நௌரோஜிக்கு வழங்கப்பட்டது. இந்திய தேசிய இயக்கத்தின் முதுபெரும் தலைவரான தாதாபாய் நௌரோஜியின் செயல்பாடும் மிதவாதிகளுக்கு உவப்பளிக்கவில்லை. சுயராஜ்யத்தை அடைய சுதேசியம், அந்நியப் பொருள் புறக்கணிப்பு, தேசியக் கல்வி என்ற மூன்று வழிகளை முன்மொழிந்த காங்கிரஸ் தீர்மானங்கள் தீவிரவாத அணியை வலுப்படுத்துவதாகவே அமைந்தன.

'இருண்ட மாகாணம்' (the benighted province), 'தூங்குமூஞ்சிப் பிரதேசம்' (sleepy hollow) என்றெல்லாம் ஏளனமாகக் குறிப்பிடப்பட்ட சென்னை மாகாணத்திலும் சுதேசி இயக்கம் எதிரொலித்தது. சென்னையும் நெல்லையும் இதன் தென்னக மையங்களாக விளங்கின. சி. சுப்பிரமணிய பாரதி என்ற இளைஞர் இவ்வியக்கத்தினூடே தேசியக் கவிஞராக மலர்ந்தார். தமிழகத்தின் தென்கோடியிலிருந்த ஓர் எளிய வழக்குரைஞர் இந்திய தேசமே கண்டிராததோர் தொழில் முனைப்பை முன்னெடுத்தார். சுதேசியம் என்றால் வளையல், பித்தான், மெழுகுவத்தி முதலியன செய்தல் என்பதாக அல்லாமல் பல லட்சம் ரூபாய் முதலீடு வேண்டிய ஒரு கப்பல் கம்பெனியையே (Swadeshi Steam Navigation Company Ltd., Tuticorin) நிறுவி, இரண்டு பெரிய நீராவிக் கப்பல்களையும் வாங்கி ஒரு பெருஞ்சாதனையை நிகழ்த்திக்காட்டினார் வ.உ.சி. (சுதேசிக் கப்பல் கம்பெனி புதிய கப்பல் வாங்கிய செய்தியைத் திலகரின் *மராட்டா* இதழும் (3 பிப்ரவரி 1907) பதிவு செய்தமை குறிப்பிடத்தக்கது.)

திலகர் தலைமையிலான தீவிரவாதப் பிரிவினரின் நிலைப்பாட்டைப் பிரதிபலிப்பதே பாரதி ஆசிரியராக இருந்த *இந்தியா* தமிழ் வார இதழ், *பால பாரதா* ஆங்கில மாத இதழ் ஆகியவற்றின் பணியாக இருந்தது. திலகரைப் போற்றியும், திலகரின் பொழிவுகளைத் தமிழில் பெயர்த்தும் பாரதி தீவிரவாதிகளின் தமிழ்க் குரலாக விளங்கினார். 'சுதேசீய தருமத்துக்கும் பிரதம குருவாக'த் திலகரைக் கருதிய பாரதி, 'வாழ்க திலகன் நாமம்! வீழ்க கொடுங்கோன்மை' என்றும், 'துஞ்சு மட்டும் இப்பாரத நாட்டிற்கே தொண்டிழைக்கத் துணிந்தவர் யாவரும் அஞ்செழுத்தினைச் சைவர் மொழிதல் போல் அன்பொடு ஓதும் பெயருடை ஆரியன்' என்றும் அவரைப் போற்றினார். *இந்தியா* பத்திரிகையில் திலகரைப் பொருளாகக் கொண்டு கருத்துப்படங்கள் வெளியிட்டார். அவருடைய *Tenets of the New*

Party என்ற கட்சிக் கொள்கையை விளக்கும் சொற்பொழிவைப் 'புதிய கட்சியின் கொள்கைகள்' என்று மொழிபெயர்த்தார். இவற்றிலிருந்து தீவிரவாதப் பிரிவினரின் மனங்களில் திலகர் எத்தகைய மதிப்பும் பக்தியும் வாய்ந்த இடத்தைப் பெற்றிருந்தார் என்பதை உணர முடியும்.

இந்தப் பின்னணியில்தான் 1907 டிசம்பர் மாத இறுதியில் இருபத்துமூன்றாம் ஆண்டுக் காங்கிரஸ் மாநாடு சூரத் நகரில் கூடியது. இந்த மாநாட்டில்தான் வ.உ.சி. தம் குருநாதரை முதன்முதலாக நேரில் கண்டார். சுதேசிக் கப்பல் கம்பெனி 'வியாபார சம்பந்தமாக (வ.உ.சி.) அடிக்கடி பம்பாய்க்கு வந்து பழக்கமுடையவர்' என்று பாரதி குறிப்பிடுகிறார்.[3] ஆனால் அந்நகருக்கு அருகிலிருந்த புனாவுக்குச் சென்று அவர் திலகரைச் சந்தித்ததாகத் தெரியவில்லை.

6 டிசம்பர் 1907இல் சென்னைக் கடற்கரையில் நிகழ்ந்த கூட்டத்திலும், 13 டிசம்பர் 1907இல் தூத்துக்குடியில் நிகழ்ந்த கூட்டத்திலும் சூரத் மாநாட்டுக்கான பேராளராக வ.உ.சி. தேர்ந்தெடுக்கப்பட்டார். 'அனேக பிரதிநிதிகளுடன்... சில தினங்களுக்கு முன்னரே சூரத்து நகரம் வந்து சேரவேண்டுமென்று ஸ்ரீ திலகரிடமிருந்து' வ.உ.சி.க்குத் தந்தி வந்தது. 21 டிசம்பர் 1907 சனிக்கிழமை மாலை சென்னை சென்ட்ரல் ரயில் நிலையத்திலிருந்து தீவிரவாதப் பிரிவினரின் பேராளர்கள் முப்பது பேர் சூரத் மாநாட்டில் கலந்துகொள்வதற்காகப் புறப்பட்டனர். வ.உ.சி. தவிர, என்.கே. ராமசாமி ஐயர், பாரதி, வி. சக்கரைச் செட்டியார், யதிராஜ் சுரேந்திரநாத் ஆர்யா முதலியோர் இவர்களுள் அடக்கம்.

23 டிசம்பர் காலையில் பம்பாய் வந்திறங்கிய தீவிரவாதக் குழுவினர், ரயில் நிலையத்திற்கு மிக அருகிலேயே இருந்த 'ஸர்தார் கிருகம்' என்ற விடுதியில் தங்குவதற்கு வ.உ.சி. ஏற்பாடு செய்திருந்தார். அவர்கள் அவ்விடுதியில் தங்கிய இரண்டு நாளுக்கு முன்புதான் திலகரும் லாலா லஜபதி ராயும் அங்கு தங்கியிருந்தனர். திலகர்–வ.உ.சி. சந்திப்பு பம்பாயிலும் நிகழவில்லை.

1907 டிசம்பர் தொடக்கத்தில் காங்கிரஸ் பிரமுகரும் உயர்நீதிமன்ற வக்கீலுமான என்.கே. ராமசாமி ஐயர் *இந்து* நாளிதழில் ஒரு கடிதம் எழுதியிருந்தார். 'நமது புதிய இயக்கம் நமது மாகாணம் உட்பட தேசத்தின் நீள அகலமெங்கும் பரவியுள்ளது' என்று தொடங்கிய அக்கடிதம், அதற்குச் சென்னை மாகாணத்தில் 'மிக அவசியமாக' ('badly want') ஒரு தலைவர் தேவை என்றும், ஜி. சுப்பிரமணிய ஐயர் அத்தலைவரானால் சிறப்பாக இருக்கும் என்றும் குறிப்பிட்டிருந்தார்.[4] சூரத் மாநாடு முடிந்த பின்னர்

சென்னை மாகாணத்தின் தீவிரவாதப் பிரிவினரின் தலைவர் யார் என்பது தீர்மானமாகிவிட்டது! இதற்கான சூழலும் அதற்கு முன்பே உருவாகியிருந்தது. சுதேசிய இயக்கத்தில் கப்பல் கம்பெனியை நிறுவிப் பெருஞ்சாதனை நிகழ்த்தியதோடு, காங்கிரசின் தீவிரவாதப் பிரிவின் அமைப்பிலும் வ.உ.சி. முக்கியப் பங்காற்றத் தொடங்கிவிட்டிருந்தார்.

கல்கத்தா காங்கிரஸ் மாநாட்டில் (1906) தீவிரவாதப் பிரிவினரின் செயல்திட்டம் காலூன்றிவிட்டதை உணர்ந்த கோகலே, பிரோஸ்ஷா மேத்தா ஆகியோர் தலைமையிலான மிதவாதப் பிரிவினர் காங்கிரசைக் கைப்பற்ற முயன்றனர். 1907 காங்கிரஸ் மாநாடு முன்னர் திட்டமிட்டபடி தீவிரவாதப் பிரிவினரின் கோட்டையெனக் கருதப்பட்ட நாகபூரில் கூடினால் காங்கிரஸ் அமைப்பு தங்கள் கைப்பிடியிலிருந்து நழுவிவிடும் என்று அஞ்சிய மிதவாதிகள், பாரதியின் சொற்களில் சொல்வதானால், பிரோஸ்ஷா மேத்தா பிறந்த இடமும் 'தேசபக்தியைக் காட்டிலும் காசுப் பக்தியே பெரிதென்ற எண்ணங் கொண்டவர்களும் ஆகிய குஜராத்தியப் பிரபுக்களின் செல்வாக்கு'[5] மிகுந்ததுமாகிய சூரத் நகருக்கு மாநாட்டைத் தந்திரமாக மாற்றினர்.

இந்தப் பின்னணியில் மாநாட்டுக்கு யாரைத் தலைவராகத் தேர்ந்தெடுப்பது என்ற பிரச்சனையும் எழுந்தது. தீவிரவாதிகள் தம்முள் ஒருவரைத் தலைவர் பதவிக்குக் கொண்டுவருவதென முடிவுசெய்து, அப்பொழுதுதான் நாடுகடத்தப்பட்டுப் பின் விடுதலையாகித் தாயகம் மீண்டிருந்த லஜபதி ராயை முன்மொழியத் தீர்மானித்தனர். லஜபதி ராயைத் தலைவராக்கலாம் என்ற எண்ணத்தை முதலில் வெளியிட்டு, இதற்காகத் திலகரோடும் அரவிந்தரோடும் தந்தி மூலம் தொடர்புகொண்டு அவரை இதற்கு இணங்கவைத்தவர் வ.உ.சி.தான் என்பது திலகரைப் பற்றி அவர் எழுதிய நினைவுரையிலிருந்து புலப்படுகிறது. ஆனால் பாரதி பற்றிய தம் நினைவுரையிலோ, லஜபதி ராயைத் தலைவராக்கும் எண்ணம் பாரதிக்கு உதித்தது என்று வ.உ.சி. குறிப்பிடுகிறார். எப்படியும், இந்த எண்ணம் சென்னை மாகாணத் தீவிரவாதிகளிடமிருந்தே கிளம்பியது என்பது மனங்கொள்ள வேண்டிய செய்தி.

இதற்கிடையில் ராஷ் பிகாரி கோஷைத் தலைவராக்குவ தென மிதவாதிகள் முடிவுசெய்தனர். இவ்வாறாகச் சூரத் மாநாடு கொந்தளிப்பான சூழலில் கூடியது. அதுவரை எப்படியோ ஒரு சமரசத் தீர்வை எட்டிவிடலாமெனத் திலகர் எண்ணியிருந்தார். சூரத்தில் இரண்டு பிரிவினரும் தனித்தனியாக முகாமிட்டிருந்தது, காங்கிரஸ் அமைப்புக்குள் வேர்விட்டிருந்த பிளவுக்கு அறிகுறியாக

இருந்தது. மாநாட்டுக்கு முன் இருநாட்களில் (24, 25 டிசம்பர்), அரவிந்தர் தலைமையில் தீவிரவாதிகள் கூடிப் பேசினர். திலகரும் உரையாற்றினார். திலகரை வ.உ.சி. முதன்முதலாகச் சந்தித்தது இத்தருணத்தில்தான் என அனுமானிக்கலாம்.

26 டிசம்பர் பிற்பகல் காங்கிரஸ் மாநாட்டின் தொடக்க விழா நடைபெற்றது. முந்திய கல்கத்தா மாநாட்டில் நிறை வேற்றப்பட்ட தீர்மானங்களின் சொல்லமைப்பைப் பற்றி உடனே பிரச்சனை எழுந்தது. தீர்மான வாசகங்களைத் தமக்குச் சாதகமாக மிதவாதிகள் திருத்திவிட்டிருந்தனர். இதனால் குழப்பம் ஏற்பட்டு, அமர்வை நிறுத்திவைக்க வேண்டியதாயிற்று. அன்று இரவும் மறுநாள் காலையும் சமரசப் பேச்சுவார்த்தை முயற்சிகள் நடைபெற்றன.

27 டிசம்பர் காலையில் பெரிதும் மிதவாதிகள் அடங்கிய சென்னைப் பிரதிநிதிகள் சபை (Madras Delegates) என். சுப்பராவ் தலைமையில் கூடியது. வி. கிருஷ்ணசாமி ஐயர் இதில் முக்கியப் பங்கு வகித்தார். தொடக்க நாள் நிகழ்ச்சியில் ‘குழப்பம் விளைவித்த’ சென்னைத் தீவிரவாதிகள் கண்டிக்கப்பட்டனர். இக்கூட்டம் பற்றிய அறிவிப்பு தீவிரவாத அணியினர்க்கு வழங்கப்படாததைக் கண்டித்துப் பேசிய வ.உ.சி.யின் இடையீடு புறந்தள்ளப்பட்டது. உடனே சென்னைத் தீவிரவாத அணி என்.கே. ராமசாமி அய்யர் தலைமையில் கூடி, மேற்படி முறையற்ற கூட்டத்தையும், வி. கிருஷ்ணசாமி ஐயரின் கடுமொழிகளையும் கண்டித்ததோடு, வ.உ.சி.யின் ஆட்சேபத்தைத் தள்ளுபடி செய்ததையும் கடிந்தது. சென்னைத் தீவிரவாத முகாமில் முனைப்புடன் செயல்பட்டு, தலைமைக்குரியவராக வ.உ.சி. மாறிவரலானார்.[6]

இதே வேளையில் சமரசப் பேச்சுகளும் நடந்துவந்தன. 27 டிசம்பர் காலை 11 மணிக்கு இரு பிரிவினர்க்குமிடையே மத்தியஸ்தம் பேச முன்வந்திருந்த பேராசிரியர் குஜ்ஜர் என்பாரிடம் திலகர் அழைத்துச்செல்லப்பட்டார். கல்கத்தா தீர்மானங்களை இறுதி செய்வதற்காக ஒவ்வொரு மாகாணத்திலிருந்தும் இரு அணியினரிடமிருந்தும் ஒவ்வொருவரைக் கொண்ட ஒரு குழுவை, இங்கிலாந்தின் காங்கிரஸ் குழுவைச் சேர்ந்த டாக்டர் ருதர்போர்டின் தலைமையில் அமைக்கலாமெனவும், தீர்மானங்களைப் பற்றி இக்குழு எடுக்கும் முடிவுக்கு இரு பிரிவினரும் கட்டுப்பட வேண்டும் என்றும் ஒரு சமரசத் தீர்வைத் திலகர் முன்வைத்தார். இதற்கிணங்கினால், ராஷ் பிகாரி கோஷைத் தலைவராக்கும் தீர்மானத்தை ஒருமனதாக நிறைவேற்றத் தாம் ஒருப்படுவதாகவும், அல்லாவிடின் அதற்கு ஒரு திருத்தத்தை முன்மொழிய வேண்டியிருக்கும் எனவும்

திலகர் கூறினார். இவ்வாறு பரிந்துரைத்த குழுவுக்குச் சென்னை மாகாணத் தீவிரவாதிகளின் பிரதிநிதியாக வ.உ.சி.யின் பெயரையே திலகர் தெரிவுசெய்திருந்தார் என்பது குறிப்பிடத்தக்கது. வ.உ.சி. உட்படப் பிற தீவிரவாத உறுப்பினர்களின் பெயர்கள் அதற்கு முந்திய நாள் (26 டிசம்பர்) கூடிய தேசியவாதிகளின் கூட்டத்தில் தேர்ந்தெடுக்கப்பட்டது என்பதும் கவனத்திற்குரியது.[7] வ.உ.சி. பெற்றுவந்த முதன்மை இடம் இவற்றிலிருந்து வெளிப்படுகின்றது.

திலகரின் சமரசத் திட்டத்தை மிதவாதிகள் ஏற்கவில்லை. தலைவரைத் தேர்ந்தெடுக்கும் தீர்மானம் வழிமொழியப்பட்டதும் தாம் அது பற்றி உரையாற்ற விரும்புவதாக வரவேற்புக் குழுவின் தலைவருக்குத் திலகர் ஒரு கடிதம் எழுதினார்.

மாநாடு பிற்பகல் ஒரு மணிக்குக் கூடியது. ராஷ் பிகாரி கோஷைத் தலைவராகத் தேர்ந்தெடுக்கும் தீர்மானத்தை வழிமொழியும் உரையை முன்தினம் விட்ட இடத்திலிருந்து சுரேந்திரநாத் பானர்ஜி தொடர்ந்தார். வரவேற்புக் குழுத் தலைவருக்குத் தாம் எழுதிய கடிதத்திற்குப் பதில் வராததைக் கண்ட திலகர் இத்தருணத்தில் மேடை ஏறினார். இதற்குள் ராஷ் பிகாரி கோஷ் தம் தலைவருரையை ஆற்றத் தொடங்கிவிட்டிருந்தார். முறையாகத் தலைவராகத் தேர்ந்தெடுக்கப்படும் முன்பே அவர் உரையாற்றத் தொடங்கிவிட்டதைத் திலகர் ஆட்சேபித்தார். உடனே ஆரவாரமும் குழப்பமும் மிகுந்தன. மிதவாதத் தொண்டர் ஒருவர் திலகரைத் தள்ளிவிடப் பார்த்தார். அதற்குள் ஒரு மராட்டியக் காலணி பறந்துவந்தது. திலகரை இலக்காகக் கொண்ட அச் செந்நிறக் காலணி சுரேந்திரநாத் பானர்ஜியின் கன்னத்தில் பட்டது. மாநாட்டுப் பந்தலில் வரைமுறையற்ற கைகலப்பு ஏற்பட்டது. அடி உதை குத்துக்குப் பஞ்சமில்லை. மிதவாதிகள் அடியாள்களை உள்ளே நுழைத்திருந்ததாகப் பின்னர் தீவிரவாதிகள் குற்றஞ் சாட்டினர். போலீசாரும் மாநாட்டுப் பந்தலில் நுழைந்து, தடிகளைச் சுழற்றினர். இக்குழப்பத்துக்கிடையில் தீவிரவாதப் பிரமுகர்களும் தொண்டர்களும் திலகரைச் சூழ்ந்துகொண்டு அவருக்கு ஆபத்து நேராமல் பார்த்துக்கொண்டனர். 'அப்போது அவர்கள் முன்பு திலகர் நின்ற நிலை இன்றும் அன்றுபோல் என் மனக்கண்ணுக்குத் தெரிகின்றது. அன்று அவர் நின்ற நிலையை மதம்பிடித்து கர்ஜித்துக்கொண்டிருந்த பலநூறு யானைகளின் முன் அமெரிக்கையாய் அடங்கி ஒடுங்கி நின்ற ஒரு சிங்கத்தின் நிலைக்கு ஒப்பிடலாம்' என்று வ.உ.சி. அதனைப் பின்னாளில் நினைவுகூர்ந்தார்.

இக்குழப்பத்தில் வ.உ.சி.க்கும் பிற சென்னை அன்பர்களுக்கும் என்னவாயிற்றோ என்று பாரதி பதைபதைத்தார். போலீசார்

அவரைப் பிடித்துச் சென்றிருப்பார்களோ என்று பாரதி கவலையுறும் அளவிற்கு வ.உ.சி.யின் பங்கும் முக்கியத்துவமும் இருந்திருக்கின்றன. வ.உ.சி. பத்திரமாக மாநாட்டுப் பந்தலிலிருந்து வெளியேறிவிட்டார் என்று அறிந்த பின்பே பாரதியின் 'மனம் ஒருவாறு அமைதியடைந்தது'.[8]

கலவரத்தில் காங்கிரஸ் மாநாடு முடிந்த பின்னர் 27 டிசம்பர் மாலையும் மறுநாளும் தீவிரவாதக் குழுவினர் தனியே கூடிப் புதியதாகத் தேசியவாதக் குழுவையும் கட்சியையும் அமைத்தனர். இப்புதிய அமைப்பின் சென்னை மாகாணச் செயலாளராக வ.உ.சி. நியமிக்கப்பட்டார்.

சென்னைக்குத் திரும்பிய தீவிரவாதக் குழுவினரில் ஜி.சுப்பிரமணிய ஐயரும், என்.கே.ராமசாமி ஐயரும் பின்னுக்குத் தள்ளப்பட்டு வ.உ.சி.யே அவர்களின் தலைவர் என்ற நிலையைப் பெற்றுவிட்டார். தலைமையை ஏற்க விழைந்த பலருக்கு இது உவப்பளிக்கவில்லை என்பது வேறு.

சூரத் காங்கிரஸ் சென்று திரும்பியதால் கிடைத்த தோழமை பற்றி வ.உ.சி. சிறையிலிருந்த காலத்தில் (அதாவது சூரத் காங்கிரஸ் நடந்து முடிந்த சில ஆண்டுகளில்) எழுதிய சுயசரிதையில் பின்வருமாறு குறிப்பிடுகிறார்:

> இலகுநம் தேயம் இன்புற வுழைக்குந்
> திலகர், அரவிந்தன், கப்பர்டே, மூஞ்சி,
> சீனிவாசன், பாரதி செப்பரும் பிறசிலர்
> நானிவண் உணர்ச்சியால் நட்ட நண்பினர்.

இவ்வாறு 'உணர்ச்சியோடு ஒன்றிய' நட்பினர் எனத் திருக்குறளின் பொருள்நலம் தோன்றச் சுட்டப்படும் முதல் நால்வரும் சூரத் காங்கிரஸ்வழியேதான் வ.உ.சி.யோடு நெருக்கமாயினர். வ.உ.சி. தம் சுயசரிதையில் சூரத் காங்கிரஸ் பற்றிப் பின்வருமாறு எழுதியுள்ளதையும் இங்குக் குறிப்பிடுதல் பொருந்தும்.

> சூரற்றுச் சென்றதும், தொன்னெறிக் காங்கிரஸ்
> வீரமற் றழிந்ததும், வேறொன் றாயதும்
> திலகர் முதலிய தேசபக்தர்கள்
> பலமுறை என்னொடு பகர்ந்து நின்றதும்
> சென்னைக் கிளையின் செக்கிரட் டெரியா
> மன்னி யிருக்க வரம்எனக் கீந்ததும்...

வ.உ.சி.யின் சுயசரிதைக் குறிப்பு அவர் திலகரோடு 'பலமுறை பகர்ந்ததற்கு', விரிவாகக் கலந்துபேசியதற்கு நற்சான்றாகும். முக்கியமான பல வடமொழி, தெலுங்கு நூல்களை வெளியிட்ட வாவிள்ளா இராமஸ்வாமி சாஸ்த்ருலு அண்டு ஸன்ஸ் பதிப்பகத்தின் வெங்கடேஸ்வர சாஸ்த்ருலுவைத் திலகரே

வ.உ.சி.க்கு அறிமுகப்படுத்தியிருக்கிறார் என்பதிலிருந்து திலகருக்கும் வ.உ.சி.க்குமான தொடர்பு சூரத் சந்திப்புக்குப் பிறகும் தொடர்ந்தது என்பதை உணரலாம்.

சூரத் காங்கிரசுக்கு அடுத்த இரண்டு மாதங்களைத் தமிழகத்தில் விடுதலைப் போராட்டத்தின் உச்சம் எனலாம். சுதேசிக் கப்பல் கம்பெனியின் செயல்பாடுகள் புது வேகம் பெற்றன. தூத்துக்குடியில் வெள்ளையர் நடத்திவந்த கோரல் பஞ்சாலையில் சில ஆயிரம் தொழிலாளரின் வேலைநிறுத் தத்தை வ.உ.சி. முன்னின்று நடத்தினார். வேறு பல சுதேசத் தொழில் முயற்சிகளும் வேகம் பெற்றன. சுப்பிரமணிய சிவாவின் வருகையோடு தூத்துக்குடியிலும் திருநெல்வேலியிலும் அன்றாடம் அரசியல் கூட்டங்கள் நிகழலாயின. அரசியல் மேடையில் முதன்முறையாகத் தமிழ் உரக்க ஒலிக்கத் தொடங்கிப் பரந்துபட்ட மக்களை அரசியல்மயப்படுத்தியது. இந்த நிலையில் ஆங்கில அதிகார வர்க்கம் தன் கைவரிசையைக் காட்டலானது. வ.உ.சி.யும் சுப்பிரமணிய சிவாவும் கைதாயினர். இதைக் கண்டித்து 13 மார்ச் 1908இல் தூத்துக்குடி, திருநெல்வேலி, தச்சநல்லூர் ஆகிய இடங்களில் பெரும் மக்கள் எழுச்சி ஏற்பட்டது. கடைகளும் அரசாங்க அலுவலகங்களும் தாக்கப்பட்டன. தொழிலாளர் வேலை நிறுத்தமும் நிகழ்ந்தது. போலீசின் ஒடுக்குமுறையினாலும் துப்பாக்கிச் சூட்டினாலும் நால்வர் இறந்தனர். எழுச்சி கொண்ட மக்களைக் கூட்டாகத் தண்டிப்பதற்காகத் தண்டக் காவல்படை நிறுத்தப்பட்டு அதற்கெனத் தனி வரியும் விதிக்கப்பட்டது. மேற்கண்ட நிகழ்ச்சிகளும் வ.உ.சி. மீது கொண்டுவரப்பட்ட வழக்கு விசாரணையும் அனைத்திந்தியச் செய்தியாயின.[9] இச்செய்திகளைத் திலகரின் *மராட்டா* ஆங்கில வார இதழ் தொடர்ந்து பதிந்து, தன் கருத்தையும் வெளியிட்டுவந்தது.

இந்தச் சமயத்தில் (29 மே 1908) திலகரை 'குருஜி' என்று விளித்து பாரதி எழுதிய கடிதம் முக்கியமானது. 'நமது தேசியக் கமிட்டி என்ன ஆயிற்று? எங்கள் செயலாளர் ஸ்ரீ சிதம்பரம் இப்போது எங்கே இருக்கிறார் என்பதை நீங்கள் அறிவீர்கள்.' (*What has become of our Nationalist Committee? Our Secretary Mr Chidambaram is just now you know where.*')[10] வ.உ.சி.யைப் போலவே திலகரும் விரைவில் சிறை செல்லவிருந்தார் என்பதோ, சிறைவாசத்திலிருந்து தப்புவதற்கெனப் பாரதி புதுச்சேரியில் புகலிடம் தேடப்போகிறார் என்பதோ இருவருக்கும் அப்போது தெரிந்திருக்க முடியாது!

வ.உ.சி.க்கு எதிரான வழக்கில் 7 ஜூலை 1908இல் தீர்ப்பு வெளியாவதற்கு இரண்டு வாரங்களுக்கு முன்னர், 24 ஜூன்

1908இல், திலகரும் இராஜதுரோகக் குற்றத்திற்காகக் கைது செய்யப்பட்டார். வ.உ.சி.க்கு இரட்டை ஆயுள் தண்டனை விதிக்கப்பட்டது. தீவாந்தர தண்டனையேயானாலும் அவர் நாடு கடத்தப்படவில்லை. மேல்முறையீட்டில் குறைக்கப்பட்ட கடுங்காவல் தண்டனையைக் கோவை, கண்ணூர் சிறைச் சாலைகளில் நாலரை ஆண்டுகள் செக்கிழுத்தும் கல்லுடைத்தும் பல துன்பங்களை அனுபவித்து 1912 டிசம்பரில் வ.உ.சி. விடுவிக்கப்பட்டார். திலகர் தமக்கு விதிக்கப்பட்ட ஆறாண்டு தீவாந்தர தண்டனையை பர்மாவின் மாண்டலே சிறையில் கழித்தார். 6 ஜூன் 1914இல் விடுவிக்கப்பட்ட திலகர் பத்து நாள் கழித்துப் புனா வந்துசேர்ந்தார். குடும்பச் செய்திகளைப் பகிர்ந்துகொள்வதற்காக மாதம் ஒரு கடிதம் மட்டுமே திலகருக்கு அனுமதிக்கப்பட்டிருந்த சூழ்நிலையில் வ.உ.சி.யும் திலகரும் சிறையிலிருந்த காலத்தில் தொடர்புகொண்டிருந்திருக்க வாய்ப்பில்லை.

திலகர் சிறையிலிருந்து புனாவுக்குத் திரும்பிய மூன்றே நாள்களில் (19 ஜூன் 1914) வ.உ.சி. அவருக்கு ஒரு கடிதம் எழுதியிருப்பதிலிருந்து திலகரோடு தொடர்புகொள்வதில் அவருக்கு இருந்த பேரார்வத்தையும் விரைவையும் புரிந்து கொள்ளலாம்.

'அன்பார்ந்த சகோதரரே' என்று விளித்து, சிறையிலிருந்து முழு நலத்துடன் திரும்பியதற்காக முதலில் தம் நல்வாழ்த்தைத் திலகருக்குத் தெரிவித்துக்கொண்டு வ.உ.சி. தம் கடிதத்தைத் தொடங்குகிறார். திலகர் (வ.உ.சி.யும்தான்) சிறையிலிருந்த பொழுது திலகரின் மனைவி சத்தியபாமாபாய் (தாபிபாய்) 6 ஜூன் 1912இல் காலமாகிவிட்டிருந்தார். இதற்காகத் தம் இரங்கலைத் தெரிவித்துக்கொண்டு தேறுதல் வார்த்தைகளையும் வ.உ.சி. உரைத்திருக்கிறார். உடல்நலத்தை நன்கு பேணுமாறு கேட்டுக்கொண்ட வ.உ.சி., அடுத்த இரண்டொரு திங்களில் திலகரை நேரில் காணும் வாய்ப்பு கடவுள் சித்தத்தால் ஏற்படும் என்ற நம்பிக்கையையும் வெளிப்படுத்துகிறார். அடுத்து திலகர் புதிதாக எழுதியுள்ள நூல்களைப் பற்றிய விவரங்களையும் கேட்டு எழுதுகிறார். திலகரின் புனிதப் பாதங்களில் நெடுஞ்சாண்கிடையாக விழுந்து தம் வணக்கத்தைத் தெரிவித்துக்கொள்வதோடு 'தங்கள் பணிதலுள்ள' வ.உ.சி.யின் கடிதம் நிறைவுறுகிறது. வ.உ.சி.யின் குரு பக்தி கடிதம் முழுவதும் ததும்பி நிற்பதைச் சொல்ல வேண்டியதில்லை. தற்கால அரசியல் விவகாரங்கள் பற்றி இருவரும் தொடர்ந்து கடிதப் போக்குவரத்தைக் கொண்டிருந்ததாக வ.உ.சி. தம் நினைவுரையில் குறிப்பிட்டாலும் இக்கடிதம் மட்டுமே இன்று எஞ்சியுள்ளது.

இரண்டொரு மாதங்களில் திலகரைச் சந்திக்க விழைந்த வ.உ.சி., ஏழெட்டு மாதங்களுக்குப் பிறகுதான் புனாவுக்குச் செல்ல முடிந்தது. புனாவுக்கு வருமாறு வ.உ.சி.யைத் திலகர் அழைத்த ஒரே வாரத்தில் அவர் அங்குச் சென்றார். கோகலே காலமான 19 பிப்ரவரி 1915 இரவு புனா அடைந்தார் வ.உ.சி. இங்கு வ.உ.சி.யின் திலகர் பக்திக்கு ஒரு சுவாரசியமான சான்று கிடைக்கிறது. பொது வாழ்க்கையில் நுழைந்த காலம் முதலே திலகருக்கும் கோகலேவுக்கும் இடையில் கடும் போட்டி நிலவியது. (நவீன இந்தியாவின் உருவாக்கத்தில் இருவேறு போக்குகளைப் பிரதிபலித்தவர்கள் என்று இவ்விருவரைப் பற்றி ஒரு நூலே எழுதியிருக்கிறார் அமெரிக்க வரலாற்றாசிரியர் ஸ்டான்லி வோல்பெர்ட்.) இதனைப் பொருட்படுத்தாமல் கோகலேவின் இரங்கலுக்குத் திலகர் புறப்பட்டபொழுது வ.உ.சி.யையும் உடனழைத்தார் திலகர். வ.உ.சி. மறுத்து விட்டார் (‘I said no.’)!

அடுத்த நாள் விடியற்காலை முதலே வ.உ.சி.யும் திலகரும் கலந்தாலோசிக்கத் தொடங்கிவிட்டனர். இவ்வுரையாடலில் ஒரு முக்கிய விடயம் விவாதிக்கப்பட்டது.

> அப்போது நடந்துகொண்டிருந்த ஐரோப்பிய யுத்தம் (முதல் உலகப் போர்) குறித்தும், அப்போது ஜெர்மனியிலிருந்த சில இந்திய தேசாபிமானிகளிடமிருந்து வந்த ஒரு செய்தியைப் பற்றியும் என்னிடம் (திலகர்) பேசினார். யுத்தம் நடக்கும்போக்கில் சில சந்தர்ப்பங்கள் வாய்க்கையில், இந்தியர்கள் இன்னஇன்ன செய்ய வேண்டும் என்ற பொருளில் அந்தச் செய்தி அமைந்திருந்தது. அந்தச் செய்தியின்படி செயல்படுவதன் உசிதம், சாத்தியம், விளையக்கூடிய பயன் ஆகியவற்றைப் பற்றி இரண்டொரு நாள் நாங்கள் விவாதித்தோம். இந்த இடத்தில், அந்தச் செய்தி குறிப்பிட்ட சந்தர்ப்பங்கள், யுத்தத்தால் ஐரோப்பாவில் ஏற்பட்டுள்ள சில பிரச்சனைகள் காரணமாக எழாமல் போகலாம் என்று என் குரு கூறினார்.

இந்திய விடுதலைக்கு முன்பு எழுதி அச்சிடப்பட்ட கட்டுரையாதலால் வ.உ.சி. சற்றுப் பூடகமாகவே செய்தியை உணர்த்தினாலும் அதைப் புரிந்துகொள்வது சிரமமில்லை. உலகப் போரையொட்டிய சர்வதேச நிலைமையில், அயல் நாட்டிலிருந்த இந்தியப் புரட்சியாளர்கள் அதனைப் பயன்படுத்தி, இந்திய தேசியவாதிகளுடன் ஒரு தந்திரோபாயத்தைக் கைக்கொள்வதைப் பற்றியே விவாதிக்கப்பட்டது என்பது

தெளிவாகவே புலப்படுகின்றது. இத்தகைய கமுக்கமானதும் ஆபத்தானதுமான ஒரு விடயத்தைத் திலகர் வ.உ.சி.யோடு பகிர்ந்துகொண்டதிலிருந்து இருவருக்குமான நெருக்கத்தையும் அரசியல் உறவையும் புரிந்துகொள்ளலாம்.

சுதேசி இயக்க காலகட்டத்தில் எடுத்த தீவிரமான நிலைப்பாடுகளிலிருந்து திலகர் சற்று நெகிழ்ந்திருந்ததை அதற்கடுத்த உரையாடல்கள் புலப்படுத்துகின்றன. தேசிய இயக்கத்திலிருந்த வெவ்வேறு போக்குகளைப் பற்றிய வ.உ.சி.யின் வினாவுக்கு, ஒருவரோடு ஒருவர் மோதிக்கொள்ளாமல் அனைவரும் தங்கள் முயற்சிகளை மேற்கொள்ள வேண்டும் என்று திலகர் அறிவுறுத்தியதை வ.உ.சி. பதிவு செய்கிறார். அரசாங்க வேலைகளிலும் சட்டமன்றங்களிலும் தேசப் பற்றுள்ளோர் நுழைய வேண்டும் என்ற திலகர் கருத்தையும் வ.உ.சி. உள்வாங்கிக்கொண்டிருக்கிறார்.

ஏறத்தாழ ஒரு வார காலம் திலகரின் இல்லத்திலேயே வ.உ.சி. தங்கியிருக்கிறார். திலகரின் விருந்தோம்பலையும், அவர் இறுக அணைத்து விடையளித்ததையும் நெகிழ்வுடன் பதிவுசெய்திருக்கிறார் வ.உ.சி.

1916 ஏப்ரலில் திலகர் அனைத்திந்திய சுயஆட்சிச் சங்கத்தைத் *(All India Home Rule League)* தொடங்கினார். இதற்கடுத்துச் சென்னையில் அன்னி பெசண்டும் இதே போன்றதொரு சங்கத்தை நிறுவினார். அயர்லாந்து தேசியவாதிகள் போராடிக் கேட்டுக்கொண்டிருந்ததையொத்த சுயஆட்சியைப் *(Home Rule)* பெறுவதையே இவை நோக்கமாகக் கொண்டிருந்தன.

அன்னி பெசண்டின் எழுச்சி சென்னையின் அரசியல், சமூகச் சூழலில் வேறு தாக்கத்தை ஏற்படுத்திக்கொண்டிருந்தது. பெசண்டின் இயக்கம் பார்ப்பன மேலாண்மைக்கே வழிவகுக்கும் என்று அஞ்சிய பார்ப்பனரல்லாதார், பார்ப்பனரல்லாதார் அறிக்கையை வெளியிட்டு, தென்னிந்திய நல உரிமைச் சங்கம் என்ற நீதிக் கட்சியை நிறுவினர். காங்கிரஸ் அமைப்புக்குள் இருந்த முக்கியப் பார்ப்பனரல்லாத தலைவர்கள் காங்கிரசுக்குள்ளேயே பார்ப்பனரல்லாதார் நலன்களைப் பேணுவதற்கெனச் சென்னை மாகாணச் சங்கம் *(Madras Presidency Association)* அமைத்தனர். இதில் முக்கியப் பங்காற்றிய டாக்டர் வரதராசுலு நாயுடு, 1936இல், வ.உ.சி. மறைந்த சில காலத்திற்குள் பின்வருமாறு நினைவுகூர்ந்தார்.[11]

> ஆகஸ்டு 1916இல், சரியாக இருபதாண்டுகளுக்கு முன்னால், டாக்டர் தி.சே.சௌ. ராஜன், மறைந்த திரு.

வ.உ. சிதம்பரம் பிள்ளை, திரு. ச. இராஜகோபாலா சாரியார் மற்றும் நான் சேலத்தில் இராஜகோபாலா சாரியாரின் இல்லத்தில் சந்தித்தோம். இரவு 9 முதல் 12 வரை மூன்று மணி நேரம் அன்றைய அரசியல் மற்றும் வகுப்பு நிலவரத்தை விவாதித்த பின்னர், நாங்கள் அனைவரும் ஒன்றிணைந்து விடுதலைக்கான தேசியப் போராட்டத்தில் செயல்படுவதென முடிவு செய்தோம். மறைந்த லோகமான்ய பால கங்காதர திலகரைச் சந்தித்து, எங்கள் தேசிய செயல்திட்டத்தை அவருக்கு அறிவித்து அவருடைய ஒத்துழைப்பைப் பெற உடனடியாகத் திரு. சிதம்பரம் பிள்ளையைப் புனாவிற்கு அனுப்பினோம். வரலாற்று முக்கியத்துவம் வாய்ந்த அந்நள்ளிரவுக் கூட்டத்தின் விளைவு 1917இல் நீதிக் கட்சியையும், டாக்டர் அன்னி பெஸண்டையும் எதிர்க்கும் சென்னை மாகாணச் சங்கத்தின் தோற்றமாகும்...

1916இலும் வ.உ.சி. புனா சென்று திலகரைச் சந்தித்தார் என்பதற்கு வரதராசுலுவின் கூற்று சான்றாகும். இது பற்றி வேறு குறிப்புகள் கிடைக்கவில்லை.

திலகரின் மணிவிழா 1916 சென்னை மாகாணத்தின் பல பகுதிகளிலும் கொண்டாடப்பட்டிருக்கிறது. இக்கொண்டாட்டங்களில் வ.உ.சி.யின் பங்குபற்றல் பற்றிய செய்திகள் கிடைக்கவில்லை. 1918 மார்ச்சில் திலகர் சென்னைக்கு வருகை தந்திருக்கிறார். சென்னைக் கடற்கரையிலும் உரையாற்றியிருக்கிறார். இவ்வருகையின்பொழுது வ.உ.சி. அவரைச் சந்தித்ததாக எந்தப் பதிவும் கிடைக்கவில்லை. பதிவின்மை பங்குபெறாமைக்கும் சந்திப்பின்மைக்கு ஆதாரமாகாது.

இதற்கிடையில் சென்னையில் திலகரின் குரலாகவும், திலகரின் புகழ் பரப்புபவராகவும் வ.உ.சி. விளங்கி வந்திருக்கிறார்.

1918 மே மாதத்தில் காஞ்சிபுரத்தில் நடந்த சென்னை மாகாணக் காங்கிரஸ் மாநாட்டில் வ.உ.சி. பின்வருமாறு பேசியிருக்கிறார். 'தில்லி (காங்கிரஸ்) மாநாட்டில் திரு. காந்தி என்ன கூறியிருந்தபோதிலும் 3ஆம் தேதி பம்பாயில் திலகர் ஆற்றிய உரையில், நாட்டின் அரசியல் எதிர்காலத்தைப் பற்றி அரசாங்கம் தெளிவானதோர் அறிவிப்பை வெளியிடாதவரை இந்தியத் தலைவர்களின் ஒத்துழைப்போடு (போருக்கான) ஆள்சேர்ப்புச் சாத்தியமில்லை என்று தெளிவுபடக் கூறியுள்ளார்.'[12] 1918இலேயே திலகருக்கு எதிரான போக்கைக் கொண்டவராக காந்தியை வ.உ.சி. புரிந்துகொண்டிருப்பதை இது காட்டுகிறது.

13 ஜூன் 1918இல் தஞ்சாவூர் கரந்தையில் நிகழ்ந்த புனா ஹோம் ரூல் லீகின் சிவாஜி கொண்டாட்டத்தில் கலந்துகொண்டு சுயஆட்சி பற்றி வ.உ.சி. உரையாற்றியிருக்கிறார்.[13]

23 ஜூலை 1918இல் சென்னைக் கடற்கரையில் ஸ்வராஜ்ய சங்கத்தின் ஆதரவில் திலகர் பிறந்தநாள் விழா கொண்டாடப்பட்டது. சுப்பிரமணிய சிவா முதலானோர் கலந்துகொண்ட இவ்விழாவில் வ.உ.சி. உரையாற்றினார். அதில் திலகர் தமக்கு எழுதிய கடிதத்தை ஆதாரம் காட்டிப் பேசினார். அதன்படி, 'இம்மாகாணத்திலுள்ள விசேஷ நிலைமையைக் குறிப்பிட்டுவிட்டு வித்தியாச அபிப்பிராயத்தை ஒரு காரணமாய்க் கொண்டு காரியத்தைத் தடைசெய்யாமல் இருக்க வேண்டுமென்றும்... (திலகர்) சொல்லியிருக்கிறார்' என்று சுட்டிக்காட்டியதோடு, 'மிதவாதிகளும், சுயராஜ்யக்காரர்களும், சுயராஜ்யம் வேண்டாமென்போர்களும் எல்லோருக்கும் கோட்பாடு ஒன்றே'. இவ்வாறிருக்க, 'நான் தஞ்சாவூர், திருச்சினாப்பள்ளி முதலிய இடங்களுக்கு சென்றிருக்கையில் திராவிட கக்ஷித் தலைவர்களுடன் சம்பாஷித்தேன். அதிலிருந்து அவர்கள் முழு கொழுத்த சுயராஜ்யக்காரர்களென்று அறிந்து கொண்டேன். அவர்கள் கோகலே, தாதாபாய் முதலியவர் களைத்தான் பின்பற்றிவருகிறார்கள்' என்றும் வ.உ.சி. புது விளக்கம் கொடுத்தார்.[14] திலகரின் கருத்துகளைத் தமிழகச் சூழலுக்கு ஏற்ப, தம் குருபக்தியையும் விட்டுவிடாமல், கைவயப்படுத்திக்கொள்ளும் பாங்கை வ.உ.சி.யிடம் காண முடிகின்றது.

தொடக்கம் முதலே அன்னி பெஸண்டை எதிர்த்து வந்தவர் வ.உ.சி. பெஸண்டின் நேர்மையை அடிப்படையிலேயே சந்தேகித்த வ.உ.சி., அவரையும் அவர் இயக்கத்தையும் தொடர்ந்து கண்டித்துவந்தார். சுயஆட்சியைப் பொறுத்து திலகருக்கும் பெசண்ட்டுக்கும் ஏற்பட்டுவந்த இணக்கம் வ.உ.சி.க்குச் சோதனையாக அமைந்தது. குருபக்திக்கும் அரசியல் நிலைப்பாட்டுக்கும் இடையே வ.உ.சி. தத்தளித்தார். மேற்கண்ட திலகர் பிறந்த நாள் விழாவில் அவர் குறிப்பிட்ட மற்றொரு விடயத்தை இதன் பின்னணியில் புரிந்துகொள்ளலாம்.

> நான் சிறையிலிருந்த நாட்களில் தேசத்திற்கு யாதேனும் பயனுண்டாயிற்றாவென்று யோசித்துப்பார்த்தேன். அதனால் எனக்கு மட்டும் கொஞ்சம் நல்லது உண்டாயிற்றென்றும், பொதுவில் தேசத்திற்கு யாதொரு நன்மையும் உண்டாகவில்லையென்றும் கண்டுகொண்டேன். வீண் வார்த்தையாடுவதைவிட பெஸண்டு முதலியவர்களுடன் கூடி உழைத்தால்

ஜெயிலுக்குப் போகாமல் தேசத்திற்கு உழைக்கலா மென்று தெரிகிறது. இந்தத் தத்துவத்தை உணர்ந்து கொண்டுதான் திராவிட கக்ஷிக்காரர்கள் பேசாமல் இருக்கிறார்கள்![15]

இது பெசண்ட் பற்றிய மறைமுகமான கண்டனம் என்று கொள்வதில் தவறில்லை. இக்கூட்டம் நிகழ்ந்த இரண்டொரு நாளுக்குள்ளேயே மீண்டுமொரு திலகர் பிறந்த நாள் கூட்டத்தில் வ.உ.சி. கலந்துகொண்டிருக்கிறார். கல்லிடைக்குறிச்சியில் சுயராஜ்ய சங்கத்தின் ஆதரவில் நடந்த கூட்டத்தில் பெசண்ட் எதிர்ப்பும் திலகரும் பற்றி நேரடியாகவே பேச வேண்டிய கட்டாயம் வ.உ.சி.க்கு ஏற்பட்டது.

> திலகர் எனக்குப் பின்வருமாறு எழுதியிருக்கிறார். அதைத் தங்களுக்குச் சொல்வதற்காகவே நான் இன்று மீட்டிங்கிற்கு முக்கியமாய் வந்திருக்கிறேன். அவர் சொல்வதாவது, 'கொஞ்ச நாளாய் மதராசில் சில ஜனங்கள் அனாவசியமாகவும் நியாயமில்லாமலும் தலைவர்களை (பெஸண்டை) நம்பாமலிருக்கிறார்கள். இதை நினைக்க என் மனம் மிகவும் வருந்துகிறது. இப்படி ஜனங்கள் நடப்பார்களாயின் நான் இத்தனை நாளாய் செய்த வேலைகளும் கொண்ட கொள்கை களும் பாழாய்ப்போய்விடும். ஆகையால் இனிமேல் அம்மாதிரி ஜனங்கள் தங்களின் நடத்தையாலோ, பேச்சாலோ, எழுத்தாலோ தலைவர் மனம் புண்படும்படி நடவாமல் தங்களாலியன்ற மட்டும் பார்த்துக்கொள்ள வேண்டியது'.[16]

இந்தச் சமயத்தில் பிரிட்டிஷ் அரசின் சார்பாக மாண் டேகு-செம்ஸ்போர்டு அறிக்கை வெளிவந்தது. இந்தியர்களுக்கு அரசியல் அதிகாரப் பகிர்வு சார்ந்து சில சலுகைகளை வழங்குவது இதன் சாரம். இதன் தொடர்பில் தேசியவாதிகள் என்ன நிலைப்பாடு எடுப்பது என்பது பற்றி வெவ்வேறு கருத்துகள் முன்மொழியப்பட்டன. மாண்டேகு-செம்ஸ்போர்டு சீர்திருத்த முன்மொழிவுகளை விவாதிப்பதற்குக் காங்கிரசின் சிறப்பு மாநாட்டை நடத்த வேண்டுமென்று முடிவு செய்யப்பட்டது. இம்மாநாட்டுக்குத் திலகரே தலைவராக வேண்டும் என்பது பலருடைய கருத்தாக இருக்கவும், மிதவாதிகள் முதலான சிலர் இதனை விரும்பவில்லை. இந்தப் பின்னணியில், சர் எஸ். சுப்பிரமணிய (மணி) ஐயர் என்ற பழம்பெரும் காங்கிரஸ் பிரமுகர் மாண்டேகுவால் இங்கிலாந்து நாடாளுமன்றத்தில் பழித்துப்பேசப்பட்டிருந்த நிலையில், அவரையே மாநாட்டுத்

தலைவராக்க வேண்டும் என்று சிலர் முயன்றனர். இதனைச் சுப்பிரமணிய ஐயரே விரும்பவில்லை என்பது வேறு. இந்தத் திட்டத்தை முறியடிக்க வேண்டுமென இராஜாஜி 'சுதேசமித்திரன்' முதலான இதழ்களில் 'சுப்பிரமணிய முனீந்திரரா? லோகமான்ய திலகரா?' என்றொரு அறிக்கையை வெளியிட்டு, திலகரே மாநாட்டுத் தலைமைக்கு உரியவர் என்று வாதாடினார்.[17] இதற்கு அடுத்து, இதே கருத்தை வலியுறுத்தி, 'இந்தியர்களுக்கு ஓர் அறிக்கை. லோகமான்ய திலகரே விசேஷ காங்கிரசில் அக்கிராசனம் வகிக்க வேண்டும்' என்றொரு அறிக்கையையும் அவர் தயாரித்து, பெரியார் ஈ.வெ.ரா., ஜார்ஜ் ஜோசப், வரதராசுலு நாயுடு முதலானோர் கையெழுத்தோடு வெளியிட்டார். இவ்வறிக்கையில் வ.உ.சி.யின் கைச்சாத்தும் உள்ளது.[18] 'Madras wants you preside special congress. Srinivasa Sastri working through Besant. Don't yield Besant. Andhras arranging sessions' என்றொரு தொலைவரியையும் அவர் திலகருக்கு அனுப்பியிருக்கிறார்.

மாண்டேகு-செம்ஸ்போர்டு சீர்திருத்தங்களைப் பொறுத்த வரை, கொள்கையை விட்டுக்கொடுக்காமல் எத்தனை மிதவாதிகளை வென்றெடுக்க முடியுமோ அந்த அளவுக்கு அவர்களை அணிசேர்க்க வேண்டும் என்பதே திலகரின் விருப்பம். மாண்டேகு திட்டத்தை முழுவதுமாகப் புறந்தள்ள வேண்டும் என்று திலகர் கருதினாலும், மீண்டுமொரு முறை காங்கிரசைப் பிளவுபடுத்த அவர் விரும்பவில்லை. எனவே காங்கிரஸ்-முஸ்லீம் லீகு திட்டத்திற்கு எந்த அளவுக்கு ஒத்திசைய முடியுமோ அந்த அளவுக்கு மாண்டேகு சீர்திருத்தங்களை மாற்றியமைக்க வேண்டும் என்று அவர் விரும்பினார். சிறப்புக் காங்கிரஸ் மாநாட்டு ஏற்பாட்டுக்குப் பொறுப்பு வகித்தவர்களுள் அவரும் ஒருவரானதால், விஷயாலோசனைக் குழுவில் தம் கருத்துக்கு ஆதரவாகப் பேசுமாறு சேலம் விஜயராகவாசாரிக்குத் திலகர் எழுதினர். இதற்கிசைய கடைசியில் ஒரு சமரசத்தை எட்டலாம் என்றும் அவர் கூறினார். இதற்கு மேல், 'என் நிலைப்பாட்டைத் திரு. இராஜகோபாலாசாரிக்கும் திரு. சிதம்பரம் பிள்ளைக்கும் முழுமையாக விளக்கியுள்ளேன். தேவையானால் மேலதிக விளக்கங்களை அவர்கள் அளிப்பார்கள்' (I have fully explained my position to Mr Rajagopalachari & Mr Chidambaram Pillai & they will be able to give you further explanations if necessary) என்று திலகர் தம் கடிதத்தை முடித்திருந்தார்.[19] தம் பார்வையைப் பிரதிபலிப்பவராக வ.உ.சி.யைத் திலகர் கருதினார் என்பதற்கு இக்கடிதம் எழுத்துப்பூர்வமான நேரடிச் சான்றாகும்.

பம்பாய் சிறப்புக் காங்கிரஸ் 1918 ஆகஸ்டு கடைசியில் நடைபெற்றது. காங்கிரஸ் – முஸ்லீம் லீகு திட்டத்தில்

அறிவிக்கப்பட்டதற்குக் குறைவான எந்தச் சீர்திருத்தங்களையும் ஏற்க முடியாது என்றும், பிரிட்டிஷ் பேரரசுக்குட்பட்ட சுயஆட்சியே இந்தியர்களின் நியாயமான விழைவுகளுக்குத் தீர்வாகும் என்றும் காங்கிரஸ் அறிவித்தது. 'எட்டணா சுயஆட்சியை நாம் கேட்டோம். (மாண்டேகு) அறிக்கை ஓரணா பொறுப்பாட்சியைக் கொடுத்துவிட்டு, இது எட்டணா சுயஆட்சியைவிட மதிப்புமிக்கது என்று நமக்குச் சொல்ல முற்படுகிறது' என்று திலகர் எள்ளலாகப் பேசினார். மொத்தத்தில் திலகரின் பார்வையினையே பம்பாய் சிறப்புக் காங்கிரஸ் மாநாடு பிரதிபலித்ததெனலாம்.

மாநாடு முடிந்த கையோடு திலகர் திடீரென முக்கியக் காங்கிரஸ் தலைவர்களைப் புனாவுக்கு அழைத்தார். மோதிலால் கோஷ், விபின் சந்திர பால், சித்தரஞ்சன் தாஸ் முதலான வங்காளத் தலைவர்களுடன் வ.உ.சி.யும் புனாவுக்கு அழைக்கப்பட்டார். இதிலிருந்து வ.உ.சி.யும் பம்பாய் காங்கிரஸ் சிறப்பு மாநாட்டுக்குச் சென்றார் என்று தெரிகிறது. இவர்கள் கலந்துகொண்ட கூட்டத்திற்குத் திலகர் தலைமையேற்க வேண்டும் என்று தீர்மானிக்கப்பட்டது. திலகர் உரையாற்ற அரசு தடை விதித்திருந்ததால் என்.சி. கேல்கர் தலைமையேற்றார். இச்சந்திப்பில் வ.உ.சி. பேச எழுந்தபொழுது கூடியிருந்தோர் பேராரவாரம் செய்தனர் என்று 'அமிர்த பஜார் பத்திரிகை' நாளேடு கூறுகிறது.[20] முக்கியக் காங்கிரஸ் பிரமுகர்கள் அடங்கிய அக்கூட்டத்தில் வ.உ.சி. பின்வருமாறு உரையாற்றினார்.

> இன்றைய சூழ்நிலை மிக முக்கியமானது. அமைதி மாநாட்டுக்கு இங்கிலாந்து தெளிந்த மனசாட்சியுடன் போக வேண்டும். (மாண்டேகு) திட்டத்தை இப்போதுள்ள வடிவில் நாம் ஏற்றால், தான் கொடுத்ததை இந்தியா ஏற்றுக் கொண்டுவிட்டது என்று இங்கிலாந்து வெளியுலகத்திற்கு வசதியாகச் சொல்வதற்கு ஏதுவாகும். காங்கிரஸ் கூறுகின்றவகையில் திட்டத்தை மாற்றி யமைத்தாலேயொழிய நாம் அதை ஏற்க மாட்டோம் என்று நாம் கூறினால் இங்கிலாந்து தெளிந்த மனசாட்சியுடன் அமைதி மாநாட்டுக்குச் செல்ல முடியாது. எனவே நமக்கு வேண்டியது கிடைக்கும்வரை நாம் போராடிக்கொண்டே இருக்க வேண்டும்.
>
> தங்களுக்கு எது நல்லதோ அதைத் தீர்மானிக்கும் உரிமை இந்திய மக்களுக்கு வேண்டும். இந்தியாவைத் திருப்திப்படுத்தாமல்

> அமைதி மாநாட்டுக்கு இங்கிலாந்து போக முடியாது. எனவே நாம் உருவாகியுள்ள சந்தர்ப் பத்தைப் பயன்படுத்திக்கொண்டு நியாயமான கோரிக்கைகளை வலியுறுத்த வேண்டும். ஏமாற்றுத் திட்டங்களால் திருப்தியடைந்துவிடக் கூடாது.[21]

இந்தச் சந்திப்பில் வேறொரு நெகிழ்வான நிகழ்ச்சி நடந்தது. 'அமிர்த பஜார் பத்திரிகை' என்ற கல்கத்தாவிலிருந்து வெளியாகும் புகழ்பெற்ற ஆங்கில நாளேட்டின் ஆசிரியர் மோதிலால் கோஷ் (1847–1922) இச்சந்திப்பிற்கு வந்திருந்தார். உடல்நலக் குறைவின் காரணமாக அவர் முதல் நாள் நடவடிக்கைகளில் கலந்துகொள்ளவில்லை. அடுத்த நாள் வந்தபொழுது, வ.உ.சி. அங்கிருந்த செய்தியை அறிந்து அவரைக் காண வேண்டும் என்ற தன் விருப்பத்தைத் தெரிவித்தார். 1908இல் வ.உ.சி.யின் வழக்கு விசாரணை விவரங்களை அன்றாடம் வெளியிட்ட இதழாகும் 'அம்ரித பஜார் பத்திரிகை'. மேலும் மோதிலால் கோஷின் அண்ணன் 1911இல் மறைந்தபொழுது வ.உ.சி. அவருக்குச் சிறையிலிருந்து இரங்கல் கடிதமும் எழுதியிருந்தார். சிறைவாசத்தின் துன்பத்திலும் பிறருக்காக இரங்கிய வ.உ.சி.யின் அன்பு மனத்தைப் பாராட்டி மோதிலால் கோஷ் அவருக்கு எழுதிய பதில் கடிதம் சிறையதிகாரியின் தணிக்கைக்குப் பிறகு வ.உ.சி.யின் கைக்கு எட்டியது.[22] இத்தருணத்தில் இந்நினைவுகள் இருவர் மனத்திலும் நிழலாடியிருக்கும். மோதிலால் கோஷின் விருப்பத்தை அறிந்த வ.உ.சி. அம்முதுபெரும் இதழாளரை நெருங்கினார். மோதிலால் கோஷ் அவரை அன்போடு நெஞ்சாரத் தழுவிக்கொண்டார். இந்நிகழ்ச்சியை அப்பொழுதே 'அம்ரித பஜார் பத்திரிகை' பதிவு செய்துள்ளது.[23] 1935இல் மோதிலால் கோஷின் பேரர் பரமானந்த தத் எழுதிய மோதிலால் கோஷ் நினைவுகள் நூலிலும் இந்நிகழ்ச்சி விவரிக்கப்பட்டுள்ளது.[24] (இதுவரை வெளியான வ.உ.சி. பற்றிய சில நூல்களில் மோதிலால் கோஷ் தவறாக அரவிந்த கோஷ் எனக் குறிக்கப்பட்டுள்ளார்!)

'புனாவில் நிகழ்ந்த சந்திப்புக்குப் பின்னர் சில வாரங் களிலேயே, 24 செப்டம்பர் 1918இல், திலகர் இங்கிலாந்துக்குப் பயணமானார். 'இந்தியக் குழப்பத்திற்குக் காரணவர்' என்று திலகரைப் பற்றி வாலண்ட்டைன் சிரோல் என்ற ஆங்கிலேயப் பத்திரிகையாளர் எழுதியதற்காக அவர்மீது அவதூறு வழக்குத் தொடர்வதற்காகவே திலகர் பயணமானாலும், இந்தியாவின் சுயஆட்சிக்காக இங்கிலாந்தில் பொதுக்கருத்தை உருவாக்கவும் அவர் திட்டமிட்டார். அவதூறு வழக்கில் அவர் வெற்றிபெற முடியாவிட்டாலும், அவரது பிரச்சாரம் பயனுடையவகையில் அமைந்தது. நவம்பர் 1919இல் திலகர் இந்தியா திரும்பினார்.

இங்கிலாந்தில் திலகர் செலவிட்ட பதினான்கு மாதங்கள் இந்திய விடுதலைப் போராட்டத்தில் திருப்புமுனையாக அமைந்த முக்கியக் காலகட்டமாகும். சட்டமேயல்லாத சட்ட மான ரௌலட் சட்டம் 1919 மார்ச்சில் நிறைவேற்றப்பட் டிருந்தது. ஜாலியன்வாலாபாக் படுகொலையும் (ஏப்ரல் 1919) நிகழ்ந்திருந்தது. திலகர் தொடங்கிவைத்த மக்களை அணிதிரட்டும் செயல்திட்டத்தை காந்தி அடுத்த கட்டத்திற்கு எடுத்துச்சென்று தேசிய இயக்கத்தை வெகுமக்கள் இயக்கமாக மாற்றிவிட்டிருந்தார். சத்தியாக்கிரகம் என்ற புதிய எதிர்ப்பு முறையை இந்திய தேசியப் போராட்டத்தில் நுழைத்ததோடு, 'ஹர்த்தால்' என்ற முழுக் கடையடைப்பு – வேலைநிறுத்தத்தையும் ஒரு போராட்டமுறையாக காந்தி அறிமுகப்படுத்தினார். இந்தியாவின் பல பகுதிகளில் திலகருக்குக் கணிசமான, இணையற்ற செல்வாக்கு இருந்தாலும், காந்தியின் வீச்சு திலகரின் வட்டத்தையும் தாண்டி, மொத்த தேசத்தையும் தழுவியதாக அமைந்தது. இந்திய தேசிய இயக்கத்தின் தலைமை, திலகர் இந்தியாவில் இல்லாத காலத்தில், காந்தியிடம் கைம்மாறிவிட்டது என்பதில் ஐயமில்லை. திலகர் வழியினருக்கு இது உவப்பளிக்கவில்லை என்பது வேறு. இந்த உரசல், காந்தியின் பெருந்தன்மையினை மீறியும் அவர்களிடம் தொடர்ந்தது.

இங்கிலாந்தில் திலகர் பரப்புரை செய்துவந்த இந்த இடைப்பட்ட காலத்தில் வ.உ.சி. அவரோடு தொடர்பு கொண்டிருந்திருக்க வாய்ப்பில்லை என்றே கருதலாம். ரௌலட் சட்டத்திற்கெதிரான போராட்டங்களில் வ.உ.சி. கலந்துகொண்டிருக்கிறார். 1919 மார்ச் மாதத் தொடக்கத்தில் சென்னை மாநிலக் கல்லூரிக்கெதிரிலுள்ள கடற்கரைக் கூட்டத்தில் பேசிய வ.உ.சி., ரௌலட் சட்டம் நிறைவேறவுள்ள சூழலில்,

> ஜனங்களனைவரும் தங்களுடைய சுதந்திரத்தின் பொருட்டு சகல தியாகங்களையும் செய்ய வேண்டுமென்றும், இந்தியா சுயஆட்சி பெறுவதற்கு இத்தேசத்திலும் இங்கிலாந்திலும் அரும்பெரும் வேலை செய்ய வேண்டியிருக்கிறதென்றும், எனவே இச்சமயத்தில் ஜனங்கள் தாராளமாய்ப் பணத்தாலும் சரீரத்தாலும் உதவி செய்ய வேண்டுமென்றும் வற்புறுத்தினார். ஸ்ரீயுத திலகர் தமது கேஸின்பொருட்டு இங்கிலாந்துக்குச் சென்றாராயினும், கேஸ் விஷயத்தை கவனிக்காமல் இந்தியா சுயாட்சி பெறுவதன் சம்பந்தமாய் இப்போது உழைத்துவருகின்றாரென்றும், இதுவரையில் பிரசார வேலையில் ஒரு லக்ஷ ரூபாய்க்கு அதிகமாய் திலகர்

பெருமான் இங்கிலாந்தில் செலவு செய்திருக்கிறா ரென்றும் சொன்னார்.[25]

இச்சொற்பொழிவின்பொழுது, 'மகாத்மா காந்தியின் தலைமையில் சாத்வீக எதிர்ப்பைக் கைக்கொள்ள இதுவே தக்க வாய்ப்பு. சாத்வீக எதிர்ப்பில் உறுதியுடன் நின்றால் அதுவே சுயஆட்சிக்கு இட்டுச் செல்லும்' என்றும் வ.உ.சி. கூறினார்.[26] இதற்கடுத்து 6 ஏப்ரல் 1919இல் சென்னையில் நடந்த, ரௌலட் சட்டங்களுக்கு எதிரான மாபெரும் சத்தியாக்கிரகக் கூட்டத்திலும் வ.உ.சி. கலந்துகொண்டு உரையாற்றியிருக்கிறார்.

ரௌலட் எதிர்ப்புச் சத்தியாக்கிரகப் போராட்டங்களில் ஈடுபட்ட அதே காலத்தில் திலகரின் இந்திய சுயஆட்சி சங்கத்தின் (Indian Home Rule League) சென்னை மாகாணப் பிரிவை வ.உ.சி. தோற்றுவித்தார். இதில் சுப்பிரமணிய சிவா அவரோடு கைகோத்திருக்கிறார்.[27] இச்சங்கத்தின் அமைப்பு விதிகளைத் தனியே அச்சிட்டும் வ.உ.சி. விநியோகித்திருக்கிறார்.[28]

திலகரின் 63ஆம் பிறந்த நாளைக் கொண்டாடும் ஏற்பாடுகளிலும் வ.உ.சி. ஆர்வத்துடன் ஈடுபட்டிருக்கிறார். மாகாணம் முழுவதும் திலகரின் பிறந்த நாளை விமரிசையாகக் கொண்டாடுவதற்கான ஒரு குழுவிலும் அவர் பங்குபற்றினார்.[29] இதையடுத்து, சென்னைக் கடற்கரையில் நடைபெற்ற மாபெரும் திலகர் பிறந்த நாள் விழாக் கொண்டாட்டத்தில் கலந்துகொண்டு வ.உ.சி. உரையாற்றினார்.

> ஸ்ரீமான் திலகரின் அருமை பெருமைகளைக் குறித்து நான் சொல்லப் புகுமுன், டாக்டர் சுப்பிரமணிய ஐயர் சொல்லியிருப்பதை வற்புறுத்த விரும்புகிறேன். டாக்டர் மணி ஐயர் என்ன சொல்லியிருக்கிறார்? லோகமான்ய பால கங்காதர திலக மகராஜனைப் போல், தேச மாதாவுக்காக அவ்வளவு ஸர்வ ஸங்கப் பரித்தியாகம் செய்தவர் வேறு யாருமில்லை என்பதை அனைவரும் கவனிக்க வேண்டும். சுயராஜ்யமே எனது பிறப்புரிமை என்றும், அதை அடைந்தே தீருவதென்றும் உறுதி கூறி பிரசித்தப்படுத்திய மகான் அவரேயன்றி யாவருளர்? நம்மிடம் அன்பில்லாதவரிடம் நாம் செல்லக்கூடாதென்று திருவள்ளுவ நாயனார் சொல்லியிருப்பதற்கிணங்க ஸ்ரீமான் திலகரோ நம்மிடம் அன்பிலாத அதிகாரி வர்க்கத்தினரை ஒருநாளும் அடுத்ததே கிடையாது. இது அவருடைய உத்தம லட்சணங்களில் ஒன்றாகும்.

> சென்ற 40 வருஷ காலமாக அவர் செய்துவரும் அபார ஊழியத்தை எடுத்துரைக்க எனக்கு ஆற்றல் இல்லையாயினும், சுதந்திர உணர்ச்சி யாவருக்கும் ஓங்கி வளரும்வண்ணம் செய்த பரம புருஷன் அவரே. இத்தகைய மகான் நெடுங்காலம் சுகஜீவியாய் இருந்து நமக்கு நலங் கிடைக்க முயல வேண்டுமென்று நாம் அனைவரும் கடவுளைத் துதிப்போமாக.[30]

இதற்கடுத்து, செப்டம்பர் 1919இன் தொடக்கத்தில் சென்னை வன்னிய தேனாம்பேட்டையில் திலகர் தமிழ் வாசகசாலையின் முதலாண்டு நிறைவு விழாவில் கலந்துகொண்டு வ.உ.சி. உரையாற்றியிருக்கிறார்.[31]

'அமிர்தசரஸ் காங்கிரஸ் போவதற்கு முன்னர் அவர் (திலகர்) வருகையைச் சென்னை நாடியது' என்கிறார் திரு.வி.க. இங்கிலாந்திலிருந்து தாயகம் மீண்ட ஒரு மாத காலத்திலேயே சென்னைக்கு வந்தார் திலகர். 17 டிசம்பர் 1919இல் பம்பாய் எக்ஸ்பிரஸ் பிரம்பூர் ரயில் நிலையத்தில் நின்றதும் வ.உ.சி.யுடன் திரு.வி.க.வும் சுப்பராய காமத்தும் திலகரை வரவேற்று, சென்ட்ரல் ரயில் நிலையம் வரை அவருடன் வந்தனர். அங்கு ஒரு மாபெரும் வரவேற்பு திலகருக்குக் காத்திருந்தது. அதன் பின்,

> சிதம்பரம் பிள்ளை, 'இது தொழிலாளர் காலம். தாங்கள் செல்வர் மாடியில் தங்கினால் ஏழை மக்கள் தங்களைக் காண இயலாது வருந்துவார்கள். ஆதலால் தாங்கள் எங்களில் ஒருவர் குடிலில் தங்குதற்கு உளங்கொள்ளல் வேண்டும்' என்று பெருந்தலைவரிடம் விண்ணப்பஞ் செய்தார். 'சிதம்பரம்! எனக்கா விண்ணப்பம்? எனக்கு எந்தக் குடிசையாயிருந்தாலென்ன?' என்று பதில் பிறந்தது.[32]

திரு.வி.க.வின் பதிவு திலகரிடம் வ.உ.சி.க்கிருந்த நெருக்கத்தையும் மதிப்பையும் காட்டுகிறது.

அன்று மாலை சென்னைக் கடற்கரையில் நடந்த பொதுக்கூட்டத்தில் திலகர் உரையாற்றினார். வ.உ.சி.யும் அதில் பங்குபற்றியிருக்கிறார்.[33] இந்திய சுயஆட்சிச் சங்கத்தின் தமிழகப் பிரிவின் சார்பாகத் திலகருக்கு ஒரு வரவேற்பிதழையும் அவர் வாசித்துக் கையளித்தார்.

திலகர் சென்னையில் உறைந்த மூன்று நாள்களில் 'முதல் நாள் இந்தியப் பெருந்தலைவருடன் சிதம்பரம் பிள்ளையும்

காமத்தும் யானுமே தனித்திருந்தோம்' என்கிறார் திரு.வி.க.[34] அதன் பிறகு நடந்த கலந்துரையாடல் முக்கியமானது. அன்னி பெசண்ட் இயக்கம் பற்றிய தம் எதிர்மறையான கருத்தைத் திலகரிடம் முன்வைத்து அவருடைய எதிர்வினையைப் பெற்றார் வ.உ.சி. இவற்றைப் பதிவு செய்யும் திரு.வி.க., வ.உ.சி. கருத்துகளின் கடுமையின் காரணமாகவோ என்னவோ, அவருடைய பெயரைக் குறிப்பிடாமல் 'தென்னாட்டுத் தலைவர் ஒருவர்' என்று மட்டும் சுட்டி இருவரின் உரையாடலையும் எழுத்தாக்கம் செய்கிறார்.

> 'நான் தங்களைத் தலைவராகக் கொண்டவன்; தங்கள் அடிச்சுவட்டைப் பற்றி நடந்தவன்; இப்பொழுது ஒதுங்கி வாளாகிடக்கிறேன். காரணம் தாங்கள் பெஸண்ட் அம்மையார் சுயஆட்சிக் கிளர்ச்சியில் தலைப்பட்டதேயாகும். அவ்வம்மையாரிடத்தில் எனக்கு நம்பிக்கை கிடையாது. யுத்த காலத்தில் நாட்டில் பெருங்கிளர்ச்சி எழுமென்று ஊகித்து, அதையொடுக்க வேண்டி, பெஸண்ட் அம்மையார் சுயஆட்சிக் கிளர்ச்சியில் தாமே வலிந்து புகுந்தார். நாடு ஏமாந்தது. மூன்று மாதக் காவல் என்பது வெறும் நடிப்பு. பெஸண்ட் அம்மையார் அரசாங்கச் சார்புடையவர். தாங்கள் அவ்வம்மையாருடன் கலந்ததைக் குறித்து யான் வருந்தியே நிற்கிறேன்' என்று முறையிட்டார். அவர்தம் முறையீடு வேறு சிலர் ஆதரவையும் பெற்றது. பாலகங்காதரர் புன்னகை புரிந்து, 'யான் தனிமனிதர் மீது கருத்துச் செலுத்துவதில்லை. என் தேச விடுதலைக்கு எவர் முயன்றாலும் அவர்தம் முயற்சிக்குத் துணைநிற்பது எனது கடனென உணர்கிறேன். மனிதர் எவராயினு மாக. அவர்தஞ் செயலால் நாட்டில் விடுதலை வேட்கை வளர்கிறதா தேய்கிறதா என்பதைக் கூர்ந்து நோக்குவேன்! வளர்வதாயின் துணைபோவேன்; தேய்வதாயின் துணைபோகேன். அன்னி பெஸண்ட் அம்மையார் உள்ளம் எத்தகையதோ அதை ஆண்டவன் அறிவன். அவ்வம்மையார் நிகழ்த்திவருங் கிளர்ச்சியால் நாட்டில் சுயராஜ்ய வேட்கை வளர்ந்திருப்பது கண்கூடு. யான் விரும்புவது அதுவே. அம்மையார் கிளர்ச்சியைப் போலி என்றும், காவல் வெறும் நடிப்பு என்றுங் கருதுகிறீர்கள். போலியும் வெறும் நடிப்பும் நாட்டில் இவ்வளவு எழுச்சியை யுண்டுபண்ணின எனில் நீங்கள் உண்மையில்

நின்று கிளர்ச்சி செய்தால் – சிறையில் புகுந்தால் – அவை எவ்வளவு எழுச்சியை உண்டுபண்ணுவன வாகும்? ஏன் ஒதுங்கி நிற்கிறீர்கள்? உண்மையை உளங்கொண்டு வாருங்கள்; வெளியே வாருங்கள்; கிளர்ச்சி செய்யுங்கள்; சிறை புகுங்கள். வீண் பேச்சு எற்றுக்கு? பெஸண்ட் அம்மையார் கிளர்ச்சியால் நலம் விளைகிறதா? தீமை விளைகிறதா? என்று பார்த்தேன்; நலம் விளைதல் கண்டேன்; துணை போகிறேன். நாளைத் தீமை விளைவதைக் கண்டால் அவர்தங் கிளர்ச்சிக்குத் துணைபோகேன்; அதை ஒரு நொடியில் சாய்க்க முயல்வேன்' என்று முழங்கினார்.[35]

திலகரின் வாதம் வ.உ.சி.க்கு நிறைவு தந்ததாகத் தெரியவில்லை. இதன் பின்னும் அவருடைய பெசண்ட் எதிர்ப்பு தொய்வின்றிக் கடுமையாகத் தொடர்ந்திருக்கிறது.

இதற்கடுத்த ஓரிரு வாரங்களில் அமிர்தசரஸ் நகரில் காங்கிரஸ் மாநாடு கூடியது. இதில் *'responsive cooperation'* என்ற வழிமுறையைத் திலகர் முன்வைத்தார். முழு ஒத்துழைப்பை காந்தி முன்வைத்தார். ஆனால் துருக்கிய ஒப்பந்தத்தைத் தொடர்ந்து கிலாபத்தை ஒழிப்பதென பிரிட்டன் முடிவெடுத்த சூழ்நிலையில், 'ஒத்துழையாமை' என்ற முடிவுக்கு காந்தி வந்துவிட்டார். இதன்மூலம் இந்திய தேசியப் போராட்டமே வேறு வடிவம் எடுத்துவிட்டது. மாண்டேகு சீர்திருத்தங்கள் பின்தள்ளப்பட்டு, ஏகாதிபத்திய எதிர்ப்பு வெகுசனப் போராட்டம் முன்வரிசைக்கு வந்தது. காந்தியின் ஒத்துழையாமைத் திட்டத்தைப் பற்றி விவாதித்து முடிவெடுப்பதற்காகக் காங்கிரசின் சிறப்பு மாநாட்டைக் கூட்ட வேண்டிய கட்டாயமும் ஏற்பட்டது. ஆனால் இதற்குக் காத்திராமலேயே தம் இயக்கத்தை நடத்தவும் தொடங்கிவிட்டார் காந்தி.

செப்டம்பர் 1920இல் கல்கத்தாவில் சிறப்புக் காங்கிரஸ் கூட்டம் கூடுவதற்குச் சில மாதங்களுக்கு முன்பே திலகரின் உடல்நலம் குன்றத் தொடங்கிவிட்டது. தீவாந்தர சிறைவாசத்தின் விளைவாகத் தீவிரமடைந்திருந்த நீரிழிவு நோயோடு மலேரியாவும் தாக்கியதில் அவர் நிலைகுலைந்தார். காய்ச்சலும் நெஞ்சு வலியும் ஏற்பட்டன. 1 ஆகஸ்டு 1920இல் திலகர் காலமானார். பம்பாய் நகரமே நிலைகுத்தியது. மாபெரும் ஊர்வலம் புறப்பட்டது. தாதாசாகிப் பால்கே அதனைப் படம் பிடித்தார்.

ஆயிரம் கிலோமீட்டருக்கு அப்பால் அவருடைய சீடரின் மனம் என்ன வேதனைப்பட்டிருக்கும் என்று அறிய எந்தச்

சான்றும் எஞ்சவில்லை. 'மராட்டா' இதழில் வெளிவந்த ஏராளமான இரங்கல் செய்திகளில் வ.உ.சி. அனுப்பியதாக எந்தப் பதிவும் கிடைக்கவில்லை. பலருடைய மறைவுக்குச் சரமகவி இயற்றிய வ.உ.சி., இக்கையறுநிலையில் எந்தப் பாடலும் இயற்றியதாகவும் தெரியவில்லை.

உயிரோடு இருந்திருந்தால் காங்கிரஸ் சிறப்பு மாநாட்டில் திலகர் என்ன செய்திருப்பார் என்று ஊகிக்க முடியவில்லை. ஒத்துழையாமைத் திட்டத்தை அவர் எதிர்த்திருப்பார் என்று வ.உ.சி. கருதினார். எவ்வளவு முனைப்புடன் சென்னை மாகாணப் பிரதிநிதிகளிடம் ஒத்துழையாமைத் தீர்மானத்தை எதிர்த்து வ.உ.சி. பிரசாரம் செய்தார் என்பதை நாமக்கல் கவிஞர் ராமலிங்கம் பிள்ளை பதிவுசெய்துள்ளார்.[36] ஆயினும் காந்தியின் தீர்மானம் நிறைவேறி, ஒத்துழையாமை காங்கிரசின் செயல்திட்டமாயிற்று. கல்கத்தாவிலிருந்து சென்னைக்குத் திரும்பிய வ.உ.சி., 'திலகர் சுயாட்சி சங்கத்தின் விசேஷக் கூட்டம் ஒன்றைக் கூட்டி, . . . விசேஷக் காங்கிரஸ் மகாநாட்டின் தீர்மானங்களை எல்லாம் கண்டித்துத் தீர்மானங்களை நிறைவேற்றிப் பத்திரிகைகளிற் பிரசுரித்துவிட்டு . . . காங்கிரஸினின்று விலகினார்.'[37]

திலகரின் மறைவும் காந்தியின் எழுச்சியும் திலகர் சீடர்களின் அரசியல் பாதையைப் பாரிய அளவில் பாதித்தன; கடுமையான நெருக்கடிக்குள் தள்ளின. காந்தியை 'எம்மான்' (தலைவன்) என்று விளித்துப் பஞ்சகம் பாடிய பாரதி, பாரத தேசத்தை வாழ்விக்க வந்த மகாத்மா என்று அவரை வாழ்த்தி வரவேற்றார். சுப்பிரமணிய சிவா 'ஸ்ரீ திலகர் காந்தி தரிசனம்' (1924) என்ற கற்பனை நாடகத்தின்வழியே தம் நெருக்கடிக்குத் தீர்வு கண்டார். மரணப் படுக்கையில் அரற்றிக்கொண்டிருக்கும் திலகர், இந்தியாவின் எதிர்காலத்தை காந்தியிடம் ஒப்படைத்துவிட்டுக் கண்மூடுவதாக ஒரு சிறு நாடகக் காட்சியை அதில் அமைத்திருக்கிறார் சிவா. வ.உ.சி., சுப்பிரமணிய சிவா ஆகியோரைப் போன்றே சுதேசி இயக்க காலத்தில் சிறை சென்ற கிருஷ்ணஸ்வாமி சர்மா தாம் எழுதிய திலகர் வரலாற்றில் 'திலகரும் காந்தியும்' என்றொரு தனி இயலை 18 பக்கத்திற்கு எழுதியிருக்கிறார். அதில் ஒரு பகுதி மேற்கோள் காட்டத்தக்கது.

> மகாத்மா காந்தியும் லோகமான்யரும் விசேஷ காங்கிரஸ் சபையில் ஒன்றாகக் கூடியிருந்தால் நாட்டின் நிலைமை வேறுவிதமாகப் போயிருக்கு மென்பதற்கு ஐயமேயில்லை. ஆனால் சகல கால சகல தேச வர்த்தமானங்களையும், நடக்கப் போகும் காரியங்களையும் அறியும் பகவான்

> லோகமான்யருடைய வேலை இந்தியாவில் முடிந்து விட்டது; இனி மகாத்மா காந்தியின் வேலை ஆரம்பம் என்று நினைத்தவராய்ப் பூர்வம் பரசுராமரிடமிருந்து ஸ்ரீராமபிரான் அவருடைய சக்தியைத் தாம் இழுத்துக் கொண்டவாறு மகாத்மா காந்தி லோகமான்யரின் சக்தியை ஆகர்ஷித்துக் கொண்டதற் கடையாளமாக லோகமான்யரை விசேஷ காங்கிரஸ் நடப்பதற்கு முன்னரே இம்மண்ணுலக வாழ்க்கையை விட்டு சாயுச்சிய பதவியை அடையும்படி பகவான் அழைத்துக்கொண்டார். ஒருவரை மற்றவரோடு ஒப்பிட்டு அவரைவிட இவர் பெரியவர் என்று கூற யார்க்கும் எளிதல்ல.

மேலும் திலகருக்கும் காந்திக்குமான வேறுபாடுகளையும் மிக நுட்பமாகப் பகுத்தாராய்ந்து, இந்துப் புராண உருவகங்களோடு விரிவாக முன்வைக்கிறார் கிருஷ்ணஸ்வாமி சர்மா.

பாரதியும் சிவாவும் கிருஷ்ணஸ்வாமி சர்மாவும் திலகர் பக்தியைக் கைவிடாமல் ஏதோ ஒருவகையில் காந்திய அரசியலை ஏற்றுக்கொண்டார்களென்றால், ஜி.எஸ். காப்பர்டே, பி.எஸ். மூஞ்சே முதலியோர் இந்து மகாசபை போன்ற இந்து மதவாத இயக்கங்களில் இணைந்தனர். வ.உ.சி.யின் அரசியல் வாழ்க்கை இவ்விரு போக்குகளிலிருந்தும் வேறுபட்டது. திலகரின் அரசியலில் இந்து மதவாதக் கூறுகள் தொடக்கம் முதலே இருந்தன என்பதை மறுப்பதற்கில்லை. பிள்ளையார் விழா, சிவாஜி கொண்டாட்டம் ஆகியவை முஸ்லிம்களை இந்திய தேசியத்திலிருந்து அயல் படுத்தியதும் உண்மை. ஆனால், வியப்புக்குரியவகையில், தொடக்கம் முதலே வ.உ.சி. தம் அரசியலிலிருந்து மதத்தை விலக்கியிருந்தார். சுதேச இயக்க காலத்தில், வங்காளம் முதல் தமிழகம்வரை பல அறிவாளர்களின் சொல்லாடலில் சமயவுணர்வு ததும்பி நின்றதாயினும், வ.உ.சி. அத்தகைய வழியைப் பின்பற்றவில்லை. திலகர் மறைவுக்குப் பின்னர் காங்கிரசிலிருந்து விலகினாலும் அவர் திலகரின் பிற சீடர்களைப் போல் மதவாத அரசியலில் இறங்கவில்லை. இவ்வகையில் வரதராசுலு நாயுடுவின் இந்து மகாசபை அரசியல் இடைக்காலம் உறழ்ந்து நோக்கத்தக்கது. முற்போக்கான உள்ளடக்கம் கொண்ட இயக்கங்களூடாகவே திலகருக்குப் பின்பான வ.உ.சி.யின் அரசியல் வாழ்க்கை தொடர்ந்தது.

1920இல் வ.உ.சி. கோவைக்குக் குடிமாறினார். அங்கும் தொழிலாளர் இயக்கத்தில் முன்னின்றார். ஒத்துழையாமையை ஏற்றுக்கொள்ளாவிட்டாலும் சட்டமறுப்பில் கலந்துகொண்ட

தற்காக அவர்மீது வழக்குத் தொடரப்பட்டது. 1920களில் வகுப்புவாரிப் பிரதிநிதித்துவம், பார்ப்பனரல்லாதார் நலன் முதலிய விவகாரங்களில் அவர் முனைப்புக் காட்டினார். பெரியாரின் சுயமரியாதை இயக்கத்தின் செல்வாக்கால் சமூக சீர்திருத்தக் கருத்துகளையும் ஊக்கத்துடன் வெளியிட்டார். கோவில்பட்டி வழக்கில் காங்கிரஸ் போராட்ட வீரர்களுக்காக இலவசமாக வாதாடினார். சைவ சமயத்துக்குள்ளும் சைவருக்குள்ளும் சீர்திருத்தங்கள் ஏற்பட உழைத்தார். 1920களின் கடைப்பகுதியில் அவர் ஆற்றிய உரைகள் அவரது சீர்திருத்தப் போக்குக்குச் சான்று பகரும். பலரும் கருதுவது போல் வ.உ.சி. பொது வாழ்க்கையிலிருந்து விலகிடவில்லை. தேசிய இயக்கம், தொழிலாளர் இயக்கம், பார்ப்பனரல்லாதார் இயக்கம், சமூக-சமய சீர்திருத்தம் எனப் பல தளங்களிலும் வ.உ.சி.யின் பணி திலகரின் மறைவுக்குப் பின்பும் தொடர்ந்தது.

திலகரின் மறைவுக்குப் பிந்திய, வ.உ.சி.யின் மறைவு வரையிலான பதினாறு ஆண்டுகளும் திலகரின் சீடர் என்ற பெயரே அவருக்கு மேலோங்கி இருந்தது. 1924–27ஆம் ஆண்டுகளில் திலகர் பற்றிய நினைவுரைகளைக் கேசரி மராட்டா அலுவலகம் தொகுத்து வெளியிட்டபொழுது வ.உ.சி.யிடமிருந்து கட்டுரை வாங்கி வெளியிட்டதும் இங்குக் குறிப்பிடத்தக்கது.

1933–34ஆம் ஆண்டில் கொழும்பு *வீரகேசரி* நாளேட்டின் ஞாயிறு வாரப் பதிப்பில் 'பாரத ஜோதி ஸ்ரீ திலக மகரிஷியின் ஜீவிய வரலாறு' என்ற தலைப்பில் பத்தொன்பது தவணைகளில் அமைந்த முற்றுப்பெறாத ஒரு வாழ்க்கை வரலாற்றை வ.உ.சி. எழுதி வெளியிட்டார்.

மொத்தத்தில், திலகரின் மராட்டிய சீடர்கள் மதவாத அரசியலிலும், தமிழகச் சீடர்கள் காந்திய அரசியலிலும் அமிழ்ந்துவிட்டனர். இப்போக்குகளுக்கு மாறாக நின்ற வ.உ.சி., காந்தியை மதித்த அதே வேளையில் அவருக்கு எதிரான ஒரு மனப்பாங்கையும் தொடர்ந்து வெளிப்படுத்திவந்திருப்பதை அவதானிக்க முடிகின்றது. தன்முனைப்பும் சுயநலமும் அமைப்பாற்றலும் மிக்கவர்கள் தேசிய இயக்கத்திலும் காங்கிரஸ் கட்சிக்குள்ளும் கோலோச்சத் தொடங்கிய பின்னரும் வ.உ.சி.யின் தியாக வாழ்வும் திலகரின் தொண்டர் என்ற பிம்பமும் நிலைத்தன, ஒளிர்ந்தன.

திரு.வி.க.வின் இரங்கலுரை இங்குச் சுட்டத்தகுந்தது. 'தென்னாட்டுத் தந்தை – தமிழ்த் திலகர் – வ.உ. சிதம்பரம் பிள்ளை இவ்வுலக வாழ்வு நீத்தார்' என்று தொடங்குகிறது 'நவசக்தி' தலையங்கம்.[38]

பல திற இடருக்கிடைத் திலகர் பெருமான் கொள்கை அன்பர் சிதம்பரம் பிள்ளையின் இடையறா உழைப்பால் விதைக்கப்பட்டது; வளர்க்கப்பட்டது . . .

காங்கிரஸைத் தங்கள் கோட்டையாக்க மிதவாதிகள் முயன்ற வேளையில் காங்கிரஸின் ஆண்டுக் கூட்டம் சூரத்தில் கூடிற்று. அதைத் தம் வழியில் திருப்பிக்கொள்ள அல்லது உடைத்தெறியத் திலகர் பெருமான் வீறுகொண்டெழுந்தார். அவருக்குத் துணை புரியச் சிதம்பரனார் தென்னாட்டினின்றும் படைகளைத் திரட்டிய காட்சி இன்னும் நம் கண்முன்னே நிலவுகிறது. சூரத் காங்கிரஸைத் திலகர் பெருமான் உடைத்தெறிந்த பெருமையில் நம் சிதம்பரனார்க்கும் பங்கு உண்டு . . .

தோழர் சிதம்பரம் பிள்ளை மீண்டும் தமது வக்கீல் தொழில் புரியப் புகுந்தார். இதற்குரிய காரணங்கள் பல. அவைகளுள் ஒன்று, காங்கிரஸில் திலகர் கொள்கை இடம்பெறா தொழிந்தமையேயாகும். சிதம்பரம் பிள்ளைக்குக் காந்தீயத்தில் சிறிதும் நம்பிக்கை கிடையாது. காந்தீயத்தால் நலன் விளையாது என்பது அவர்தம் நம்பிக்கை . . .

சிதம்பரம் பிள்ளை எளிதில் கொள்கையை மாற்றிக் கொள்பவரல்லர். காற்று எப்படி வீசுகிறதோ அப்படித் திரும்பும் நீர்மை பிள்ளையவர்களின் பிறவியில் அமையவில்லை. அவர் இறக்கும்வரையில் திலகர் நேயராகவே இருந்தார்.

~

சான்றுக் குறிப்புகள்

1. V.O. Chidambaram Pillai, *Reminiscences of Lokamanya Tilak,* vol. III, Kesari & Mahratta Office, Poona, 1927.
2. *சுதேசமித்திரன்,* 15.8.1898; மறுபதிப்பு: *குமரி மலர்,* மே 1981.
3. *பாரதி, எங்கள் காங்கிரஸ் யாத்திரை,* சென்னை, 1908.
4. *The Hindu,* 7.12.1907.
5. *பாரதி, எங்கள் காங்கிரஸ் யாத்திரை.*

6. *Bande Mataram* (Weekly), 5.1.1908; *The Hindu,* 27.12.1907; 30.12.1907.

7. *The Hindu,* 6.1.1908; Ambika Charan Mazumdar, *Indian National Evolution*, G.A. Natesan & Co., Madras, 1917 (II edition), Appendix.

8. பாரதி, *எங்கள் காங்கிரஸ் யாத்திரை.*

9. திருநெல்வேலி எழுச்சி பற்றிய விரிவான விவரணைக்கும் ஆய்வுக்கும் காண்க: ஆ. இரா. வேங்கடாசலபதி, *வ.உ.சி.யும் திருநெல்வேலி எழுச்சியும்,* மக்கள் வெளியீடு, சென்னை, 1986.

10. ரா. அ. பத்மநாபன் (ப-ர்), *பாரதியின் கடிதங்கள்,* காலச்சுவடு பதிப்பகம், நாகர்கோவில், 2005.

11. *The National Dharma : Life, Speeches and Writings of Dr P. Varadarajulu Naidu,* The Tamil Nadu Co. Ltd., Salem, 1948, p. 6.

12. *New India, 13.5.1918.*

13. *சுதேசமித்திரன், 15.6.1918.*

14. *சுதேசமித்திரன், 24.7.1918.*

15. *சுதேசமித்திரன், 24.7.1918.*

16. *சுதேசமித்திரன், 25.7.1918.*

17. *சுதேசமித்திரன், 27.6.1918.*

18. *சுதேசமித்திரன்,* 2.7.1918; மறுபதிப்பு : *குமரி மலர்,* ஆகஸ்டு 1967.

19. சேலம் சி. விஜயராகவாசாரிக்குத் திலகரின் 8.8.1918 நாளிட்ட கடிதம் (C. Vijayaraghavachari Papers, Nehru Memorial Museum & Library, New Delhi).

20. *Amrita Bazar Patrika,* 14.9.1918; *Mahratta,* 8.9.1918.

21. *Mahratta,* 8.9.1918; *Amrita Bazar Patrika,* 14.9.1918.

22. *சுடர்: வ.உ.சி. மலர்,* தில்லித் தமிழ்ச் சங்கம், *1961.*

23. *Amrita Bazar Patrika, 14.9.1918.*

24. Paramananda Dutt, *Memoirs of Motilal Ghose,* Amrita Bazar Patrika Office, Calcutta, *1935. p. 311.*

25. *சுதேசமித்திரன், 8.3.1919.*

26. *The Hindu, 10.3.1919.*
27. *Fortnightly Reports, Govt. of Madras, dated 5.3.1919.*
28. *Fortnightly Reports, dated 19.10.1919.*
29. *வைசியமித்திரன்*, 30.6.1919.
30. *சுதேசமித்திரன்*, 25.7.1919.
31. *சுதேசமித்திரன்*, 8.9.1919.
32. *திரு.வி.க. வாழ்க்கைக் குறிப்புக்கள்*, சைவ சித்தாந்த நூற்பதிப்புக் கழகம், திருநெல்வேலி, 1969, ப. 311.
33. *சுதேசமித்திரன்*, 18.9.1919.
34. *திரு.வி.க. வாழ்க்கைக் குறிப்புக்கள்*, ப. 312.
35. மேலது, ப. 312–13.
36. நாமக்கல் ராமலிங்கம் பிள்ளை, *கப்பலோட்டிய தமிழன்*, தமிழ்ப் பண்ணை, சென்னை, 1948.
37. வ.உ.சி., *எனது அரசியல் பெருஞ்சொல்* (ப–ர்: செ. திவான்), நஜாத் பதிப்பகம், பாளையங்கோட்டை, 1996, ப. 12.
38. *நவசக்தி*, 20.11.1936.

ஏ.கே. செட்டியார் (1911–1983)

படம், பயணம், பதிவு

1937 அக்டோபர் 2. நியூயார்க்கிலிருந்து டப்ளின் நகருக்கு அட்லாண்டிக் கடலில் பயணித்துக்கொண்டிருந்த *சமாரியா* கப்பலில் 26 வயதுகூட நிரம்பாத ஒரு தமிழ் இளைஞர் கனவொன்று கண்டார் – காந்தியின் வாழ்க்கையை ஓர் ஆவணப்படமாக எடுக்க வேண்டும் என்று. இரண்டரை ஆண்டுகள். இருமுறை உலகைச் சுற்றினார். கப்பலிலும் விமானத்திலும் இரயிலிலும் ஒரு லட்சம் மைல் பயணித்தார். முப்பது ஆண்டுகளில், நூறு காமிராகாரர்கள் படம் பிடித்த 50,000 அடி நீளப் படச் சுருள்களைக் கண்டெடுத்தார். 'மகாத்மா காந்தி: அவரது வாழ்க்கையின் சம்பவங்கள்' என்ற இரண்டு மணிநேரம் ஓடக்கூடிய படம் ஆகஸ்டு 1940இல் வெளிவந்தது. காந்தியைப் பற்றிய முதல் முழுநீளப் படம் என்ற பெருமை இதற்கு உண்டு. தமிழ் வடிவம் வெளிவந்த சில மாதங்களில் அப்படம் தெலுங்கு விவரணையுடன் வெளிவந்தது. 'வெள்ளையனே வெளியேறு' இயக்கம் சூடுபிடித்த வேளையில் சில ஆண்டுகள் அதன் படச்சுருள்கள் தலைமறைவாயின. சுதந்திரக் கொண்டாட்டம் கோலாகலமாக அரங்கேறிக்கொண்டிருந்த வேளையில் 14 ஆகஸ்டு 1947 இரவு புது தில்லியில் இப்படம் திரையிடப்பட்டது. காந்தியின் இறுதிக்கட்ட வாழ்க்கைவரையுள்ள நிகழ்ச்சிகளையும் சேர்த்து முழுமைப்படுத்தி அதனை 1950இல் இந்தியில் தயாரித்தார் அவ்விளைஞர். சில ஆண்டுகள் கழித்து, ஜோசப் மக்கார்த்தியின் கம்யூனிச எதிர்ப்பு வேட்டை ஹாலிவுட்டைப் பதம்

பார்த்துக்கொண்டிருந்த வேளையில் அப்படத்தை ஆங்கிலத்திலும் தயாரித்து, அமெரிக்காவிலும் வெளியிட்டார். இப்படி சாதனைக்கு மேல் சாதனை புரிந்த இளைஞர் ஏ.கே. செட்டியார்.

குடத்திலிட்ட விளக்குகளுக்குத் தமிழுலகில் பஞ்சமில்லை. அவர்களுள் ஒருவர் அ.ராம. அண்ணாமலை கருப்பன் செட்டியார் என்ற ஏ.கே. செட்டியார் (4.11.1911 – 10.9.1983). ('ஏ.கே. செட்டியார்' என்ற பெயரிலேயே தம் நூல்களை யெல்லாம் வெளியிட்டபோதும் பல இடங்களில் 'அ.க. செட்டியார்' எனவும் கையெழுத்திடும் வழக்கம் அவருக்கு இருந்துள்ளது.) தமிழ்ப் பண்பாட்டு வரலாற்றை – தம்மை முதன்மைப்படுத்திக் கொள்ளாமல் – ஆவணப்படுத்தியவர்களில் அவர் மிக முக்கிய மானவர்.

ஏ.கே. செட்டியாரின் அடக்கத்தின் காரணமாக அவர் பெருமை பரவலாக அறியப்படாமல் போய்விட்டது. தமிழக அரசு பாரதி நூற்றாண்டு விழா எடுத்தபோது பாரதியியலுக்கு அவர் ஆற்றிய பங்கைப் பாராட்டி ஒரு கேடயம் வழங்க முன்வந்தது. அதனைப் பெற்றுக்கொள்ள மறுத்த ஏ.கே. செட்டியார், விழா நாளன்று பனகல் பூங்காவில் அமர்ந்திருந்ததாகச் சொல்வார்கள். தமக்குப் பதிலாக விழா மேடையில் தமிழக அரசின் செய்தி – மக்கள் தொடர்புத் துறை இயக்குநர் சி.என். கிருஷ்ண பாரதி அக்கேடயத்தைப் பெற்றுக்கொண்டதற்கும் ஏ.கே. செட்டியார் கண்டனம் தெரிவித்தாராம். (மேற்கண்ட செய்தியைத் தெரிவிக்கும் சோமலெ, அந்தக் கேடயம் கோட்டையூர் முத்தையா அழகப்பா மேனிலைப் பள்ளியில் காட்சிக்கு வைக்கப்பட்டுள்ளதெனவும் குறிப்பிடுகிறார்.)

விளம்பரத்தை விழையாததால் ஏ.கே. செட்டியாரின் புகைப்படம் கிடைப்பதுகூட அரிதாக இருக்கிறது. 1930களின் கடைசியிலும் 1940களின் தொடக்கத்திலும் *சக்தி* போன்ற இதழ்களில் அவருடைய படங்கள் பலமுறை வெளிவந்தன. அவர் எழுதிய கட்டுரைகளோடு மட்டுமன்றி, *உலகம் சுற்றும் தமிழன்* நூல் விளம்பரத்திலும் அவர் படம் இடம்பெற்றது. *ஹனுமான்* 1938 ஆண்டு மலரில், அமெரிக்க நிலக்கரிச் சுரங்கத் தொழிலாளி ஒருவரோடு எடுத்துக்கொண்ட படம் வெளிவந்தது. 1937 *ஆனந்த விகட*னில் வெளிவந்த ஒரு படம் இப்போது பரவலாகப் பார்க்கக் கிடைக்கின்றது; கதரையே எப்போதும் உடுத்திய ஏ.கே. செட்டியார் இதில் முழு 'சூட்'டில் இருக்கிறார். இந்தப் படத்தின் முகத் தோற்றமே சக்தி வெளியீடான *அமெரிக்கா*

நூலின் ஓரத்தாளில் இடம்பெற்றுள்ளது. (இதே உடையில், ராம் பிரகாஷ் கோலி என்ற தம் நண்பருடன் எடுத்துக்கொண்ட படம் *ஹிந்துஸ்தான்*, 10 ஏப்ரல் 1938 இதழில் வெளிவந்தது.)

ஆனால், பின்னாளில், தம் புகைப்படம் வெளிவருவதை அவர் முற்றிலுமாகத் தவிர்த்திருக்கிறார். நண்பர்கள் தம்மைப் புகைப்படம் எடுக்கும்பொழுது அதனைப் பத்திரிகைகளுக்குத் தரக்கூடாது என்ற நிபந்தனையின் பேரிலேயே அதற்கு இணங்கியிருக்கிறார். *ஆனந்த விகடன்* பொன் விழா ஆண்டில், ஒவ்வோர் ஆண்டு இதழையும் தொகுத்து அறிமுகம் செய்யும் பொறுப்பு, பெயர் பெற்ற எழுத்தாளர்களுக்கு வழங்கப்பட்டு, அத்தொகுப்புகள் அவ்வவ் வெழுத்தாளரின் படத்தோடு வெளியிடப்பட்டன. 1959ஆம் ஆண்டுத் தொகுப்பை ஏ.கே. செட்டியார் தொகுத்தளித்தபோது 'திரு. ஏ.கே. செட்டியார் தமது புகைப்படத்தைப் பிரசுரிக்கக் கொடுப்பதில்லை என்ற கொள்கையுடையவராதலால் அவரது புகைப்படத்தைப் பிரசுரிக்க இயலவில்லை' என்ற விகடன் ஆசிரியக் குறிப்பு மட்டுமே இடம்பெற்றது. இந்நிலையில், கிடைக்கப்பெறும் படங்கள் அனைத்தையும் கூடுமானவரை நான் திரட்ட முயன்றுள்ளேன்.

ஏ.கே. செட்டியாரின் வாழ்க்கைக் குறிப்புகளை நிறைவாகத் தொகுக்க முடியாமலிருப்பதற்கும் அவருடைய அடக்கமே காரணம் என்று சொல்லலாம். ஏ.கே. செட்டியார் பற்றிய செய்திகளை எல்லாம் அவரோடு பழகிய நண்பர்களிடமிருந்தே கேட்டுப் பெறவேண்டியுள்ளது. அவர் மீது பேரன்பும் மதிப்பும் கொண்ட இந்த நண்பர்கள் தரும் செய்திகளும் குறைவே. உற்ற நண்பர்களிடம்கூடத் தம் வாழ்க்கைக் குறிப்புகளைப் பகிர்ந்துகொள்ளாத அவரது ஆளுமையைக் காட்டுவதாகவே இதைக் கொள்ள வேண்டியுள்ளது.

ஏ.கே. செட்டியார் மறைந்தபொழுது அவர் நினைவாக வெளியான *குமரி மலர்* இதழில்கூட (செப்டம்பர் 1983 என்று இலக்கமிட்டிருந்தாலும் நவம்பர் கடைசியில்தான் அது வெளிவந்தது.) அவருடைய வாழ்க்கைக் குறிப்பு சுருக்கமாகத்தான் இடம்பெற்றது. 'புண்ணியர்' என்ற தலைப்பில் 'நண்பன்' என்ற புனைபெயரில் நினைவுரை எழுதிய அவரது உற்ற நண்பர் எஸ். கோபாலன் சிற்சில குறிப்புகளையே வழங்கியிருக்கிறார். இக்கட்டுரையைத் தழுவியே சோமலெ (*செட்டி நாடும் செந்தமிழும்*, வானதி பதிப்பகம், 1984 & 1999), *நகரத்தார் கலைக்களஞ்சியம்* (மணிவாசகர் பதிப்பகம், 1998), சா. கந்தசாமி (*ஏ.கே. செட்டியார்*, சாகித்திய அக்காதெமி, 2000) ஆகியோர் தம் குறிப்புகளை அமைத்துள்ளனர். எஸ். ஆர். சுப்பிரமணியனின் *ஸ்ரீ சுப்பிரமணிய*

பாரதி கவிதா மண்டலம் (ஆவணி – புரட்டாசி 1983) இதழில் மூன்று படங்களுடன் சில புதிய செய்திகள் உள்ளன. இவ்விதழ் எவரின் கவனத்திற்கும் வந்ததாகத் தெரியவில்லை. அவர் மறைந்த ஓராண்டுக்குப் பின் வந்த *குமரி மலரிலும்* அதிகம் செய்திகள் இல்லை. சு. தியடோர் பாஸ்கரன் காந்தி படத்தைப் பற்றிப் பல இடங்களில், பல சமயங்களில் எழுதியிருக்கிறார்.

○

ஏ. கே. செட்டியார் பிறந்தது செட்டிநாட்டுக் கோட்டையூரில். பிறந்த நாள் 3. 11. 1911 என்று எஸ். கோபாலன் குறிப்பிடுகிறார். (ஆனால், ஏ.கே. செட்டியாரே தமது *அமெரிக்க நாட்டில்* நூலில் நவம்பர் 4, 1911 என்று தெளிவாகக் குறிப்பிட்டிருக்கிறார்.) லைப்ரரி ஆஃப் காங்கிரஸ் நூற்பட்டியிலிருந்து அவருடைய முதலெழுத்தின் விரிவு 'அண்ணாமலை' என்று அறிய முடிகிறது. ஆகவே இது அவருடைய தந்தையின் பெயராகும். தாயார் பெயரைக் கண்டறிய இயலவில்லை. 1937ஆம் ஆண்டு பிறந்தபொழுது அமெரிக்காவிலிருந்த ஏ.கே. செட்டியார் தம்முடைய தாயாருக்கு ஒரு கடிதம் எழுதி அதை அஞ்சலில் சேர்க்கச் சென்றிருக்கிறார். வழியில் ஓர் ஒலிப்பதிவுக் கம்பெனி தென்பட்டிருக்கிறது. ஒரு பக்கம் பதிய ஒன்றரை ரூபாதான் கட்டணம் என்பதால், 'அன்புள்ள அன்னையே, இப்புதிய ஆண்டின் உதயத்தில், பத்தாயிரம் மைல்களுக்கப்பாலுள்ள அமெரிக்க நாட்டிலிருந்து எனது வணக்கத்தைத் தெரிவிக்கிறேன்' என்று தொடங்கி ஒரு செய்தியை ஒலித்தட்டில் பதிவுசெய்திருக்கிறார்! பெற்றோரைப் பற்றிய பிற செய்திகளையும் அறிய முடியவில்லை.

திருவண்ணாமலையில் அவர் படித்திருக்கிறார். எட்டாண்டுகள் பள்ளியிலும், 24 நாள்கள் சிறையிலுமாகத் திருவண்ணாமலையில் கழித்ததாக அவரே குறிப்பிட்டுள்ளார். தேசிய இயக்கத்தில் ஈடுபட்டுச் சிறை சென்றார் என்பதற்கு மேல் வேறு செய்தி அறிய இயலவில்லை. தம் பதினாறாம் வயதில் சொந்த ஊரான கோட்டையூருக்குத் திரும்பியிருக்கிறார்.

ஏ.கே. செட்டியாருக்குத் திருமணம் நடந்திருக்கிறது; ஆனால் அவர் மனைவியின் பெயர்தானும் தெரியவில்லை. திருமணம் நிகழ்ந்த காலமும் தெரியவில்லை; அறியவரும் செவிவழிச் செய்திகள் வள்ளலாரின் இல்லற வாழ்க்கையை நினைவூட்டுகின்றன.

இளம் வயதிலேயே பத்திரிகை படிக்கும் ஆர்வம் அவருக்கு மிகுந்திருந்தது. அவரின் பெரியப்பா சந்தா கட்டி வரவழைத்த *சுதேசமித்திரனையும்*, அக்காலத்தில் செட்டி நாட்டில்

கோலோச்சிய *குமரன்* (சுயமரியாதை இயக்க இதழ்; ஆசிரியர்: சொ. முருகப்பா), *ஊழியன்* (இந்திய தேசிய இயக்க இதழ்; ஆசிரியர்: ராய. சொக்கலிங்கன்) ஆகியவற்றையும் படித்துவந்திருக்கிறார். *நவசக்தி, தமிழ்நாடு, ஆனந்த போதினி, லக்ஷ்மி* ஆகிய இதழ்களையும் நண்பர்களிடமிருந்து வாங்கிப் படித்திருக்கிறார். எம்.எஸ். காமத் நடத்திய To-day, Doodle ஆகிய இதழ்களுக்கும் உறுப்பினர் கட்டணம் கட்டி, அவற்றை வரவழைத்திருக்கிறார். இந்தப் பத்திரிகை ஆர்வத்தின் காரணமாக, ஆனந்த விகடனை நிறுவிய விகடகவி பூதூர் வைத்தியநாதையருடன் தொடர்பு ஏற்பட்டிருக்கிறது. *ஆனந்த விகடனை* எஸ்.எஸ். வாசனுக்கு விற்றுவிட்டு, *ஆனந்த விஜய விகடனைத்* தொடங்கியிருந்த பூதூர் வைத்தியநாதையர் சந்தா சேர்ப்பதற்காகச் செட்டிநாடு வந்தபொழுது சில நாள்கள் ஏ.கே. செட்டியாரோடு தங்கியிருந்திருக்கிறார்.

1928ஆம் ஆண்டு ஆனந்த விகடனில் 'சாரதாம்பாள் – சிறு தமாஷ்' என்ற (ஒரே) கதை கோட்டையூர் ஏ.கே. செட்டியார் என்ற பெயரில் வெளிவந்திருக்கிறது. அப்பொழுது அவருக்கு வயது பதினேழு.

5 அக்டோபர் 1930இல் செட்டிநாட்டில் பெரும்புயலைக் கிளப்பிய, பெரியார் முன்னின்று நடத்திய, நீலாவதி – இராமசுப்பிரமணியம் ஆகியோரின் சீர்திருத்தக் கலப்புத் திருமணத்தில் ஏ.கே. செட்டியார் கலந்துகொண்டிருக்கிறார்.

1930ஆம் ஆண்டின் கடைப்பகுதியில் *தனவணிகன்* என்ற மாத இதழுக்கு நிர்வாக ஆசிரியராக அவர் அமர்ந்தார். கோட்டையூரிலிருந்து வெளியான இவ்விதழின் ஆசிரியர் குழுவில் வி.ஆர்.எம். செட்டியார், அரு. சோமசுந்தரம் முதலான ஐந்து இளைஞர்கள் இருந்திருக்கின்றனர். 1931 ஜூலை வரை எட்டு இதழ்கள் (இவற்றில் ஓர் இதழ் மட்டும் இணைப்பு இதழ்) வெளியாயின. பின்பு 1932 நவம்பரில் ஒரு சிறப்பிதழும் வெளியாகியுள்ளது. அதற்குப் பின் கோட்டையூர் *தனவணிகன்* வெளியானதாகத் தெரியவில்லை. *தனவணிகனில்* டாக்டர் எஸ். முத்துலட்சுமி ரெட்டி, சொ. பனையப்ப செட்டியார், பண்டிதமணி மு. கதிரேசன் செட்டியார், கா.சு. பிள்ளை முதலானோர் எழுதியுள்ளனர். காந்தியின் தீண்டாமை ஒழிப்பு இயக்கம் போன்றவை பற்றிய குறிப்புகள் இடம்பெற்றிருந்தாலும், *தனவணிகன்* பொது இதழாகவே வெளிவந்திருக்கிறது. 'உலகெங்கும் ஒலிக்கும் பெயர்' என்று காந்தி பற்றிய ஒரு (மொழிபெயர்ப்புக்?) கட்டுரையும் வெளியிடப்பட்டுள்ளது. இத்தலைப்பைப் பின்பொருமுறை ஏ.கே. செட்டியார் தம் கட்டுரையொன்றுக்கும் பயன்படுத்தியிருக்கிறார். அக்காலப்

பகுதியில் செட்டிநாட்டில் வலுப்பெற்றிருந்த சமூக – அரசியல் இயக்கங்களால் ஏற்பட்ட பிணக்குகளைக் கண்டித்தும் அதில் ஏ.கே. செட்டியார் எழுதியிருக்கிறார். அனுபவக் குறைவினாலும், பொருள் இழப்பினாலும் இதழ் வெளியாவது தடைப்படுவதாகவும் தனவணிகன் ஆசிரியக் குறிப்பு கூறுகிறது.

அதன் பின்பு, ஏ.கே. செட்டியார் பர்மா சென்றிருக்கிறார். இது 1933 இறுதியாக இருக்கலாம். பர்மா நாட்டுக்கோட்டை நகரத்தார் சங்கம் நடத்திய தனவணிகன் இதழுக்கு ஆசிரியராக அவர் சென்றதாகச் சோமலெ குறிப்பிடுகிறார். இந்த இதழை வரவேற்று எழுதிய குறிப்பு, கோட்டையூர் தனவணிகனிலேயே வெளிவந்திருக்கிறது. எனவே, பின்னர்தான் ஏ.கே. செட்டியார் பர்மா இதழுக்குப் பொறுப்பேற்றிருக்க வேண்டும்.

எனக்குப் பார்க்கக் கிடைத்த 1934, 1936 பர்மா தனவணிகன் பொங்கல் மலர்களில், ஆசிரியர் A. Rm. A. Karuppan Chettiar (அ. ராம. அ. கருப்பன் செட்டியார்) எனக் குறிப்பிடப்பட்டுள்ளது. 1937 பொங்கல் மலர் ஏ.கே. பூங்காவனம் என்பவரை ஆசிரியராகக் குறிப்பிடுகிறது. எனவே 1933 கடைசியிலிருந்து 1936 இடைப்பகுதி வரை பர்மா தனவணிகன் ஆசிரியராக ஏ.கே. செட்டியார் விளங்கினார் எனக் கொள்ளலாம். 1936 பொங்கல் மலரில் 'அ. கரு.' என்ற பெயரில் எழுதிய 'ஜப்பானில் பத்திரிகைகள்' என்ற கட்டுரை, 1936இல், ரங்கூனிலிருந்து வெளியிட்ட அவருடைய முதல் நூலுக்கு (ஜப்பான், அ. ராம. அ. கருப்பன் செட்டியார், ஆசிரியர்: 'தனவணிகன்') அடிப்படையாக விளங்கியது. (இரண்டாம் உலகப் போரின்பொழுது எதிரி நாட்டைப் பற்றிய இந்நூல் தடைசெய்யப்பட்டது.)

பர்மாவிலிருந்த காலத்தில், உ.வே. சாமிநாதையரின் எண்பதாமாண்டு நிறைவுக் (1935) கொண்டாட்டத்துக்காக ஒரு குழுவினை அமைத்து, வெ. சாமிநாத சர்மாவுடன் தாமும் அதற்கு ஒரு செயலாளராக விளங்கி, ஒரு சிறப்புக் கூட்டம் நடத்தியதோடு 500 ரூபாவும் திரட்டி உ.வே. சாமிநாதையருக்கு அனுப்பிவைத்திருக்கிறார்.

1936–37ஆம் ஆண்டுகளில், படமெடுக்கும் தொழில் நுட்பத்தில் ஜப்பானிலும் அமெரிக்காவிலும் முறையான பயிற்சி பெற்றார் ஏ.கே. செட்டியார். இதற்கான உந்துதலையும் பணத்தையும் அவர் எங்கிருந்து பெற்றார் என அறிய முடியவில்லை. டோக்கியோவின் பேரரசப் புகைப்படக் கல்லூரியில் (Imperial College of Photography) படித்தபோது டோக்கியோ அசாஹியின் உருத்துலக்கும் துறையில் பயின்றார். அக்காலத்தில் அரைகுறையாக ஜப்பானிய மொழியில் பேசக் கற்றுக்கொண்டிருக்கிறார். நியூயார்க் புகைப்பட

நிறுவனத்தில் (*New York Institute of Photography*) படித்தபோது பதே செய்தி நிறுவனத்தில் பயின்றார். நியூயார்க்கில் உடன்பயின்ற மாணவர்கள் பலர் காந்தி படத் தயாரிப்புத் தொடர்பான அவருடைய அயல் பயணங்களில் துணைநின்றிருக்கின்றனர். இதற்குப் பிறகு, 1937ஆம் ஆண்டின் பிற்பகுதியில் பெர்லினுக்குச் சென்று, நாஜி பரப்புரை வாரியத்தின் காரல் வாஸ் என்பவரிடமும் பயிற்சி பெற்றிருக்கிறார். இருப்பினும் அவர் நாஜிக்களையும், நாஜிக்களின் யூத வெறுப்பையும் கடுமையாகவும் கேலியாகவும் பலமுறை கண்டித்திருக்கிறார். இந்தச் சமயத்தில்தான் – டிசம்பர் 1937இல் – அவர் ஆஸ்திரியாவிலுள்ள பாட்காஸ்டீனுக்குச் சென்று நேதாஜி சுபாஷ் சந்திர போஸைச் சந்தித்து அவரைப் படமும் பிடித்திருக்கிறார்.

டி.வி.எஸ்., டி.டி.கே., ஏ.பி.டி. பார்சல், ஏசியன் டிராவல்ஸ் போன்ற தொழில் குழுமங்களின் ஆதரவைப் பெற்றே ஏ.கே. செட்டியார் பின்னாளில் தம் முயற்சிகளை மேற்கொண்டிருக்கிறார். தம் தகுதிக்கும் தன்மானத்துக்கும் எந்த வகையிலும் குறைவு வராமலேயே இப்புரவலர்களின் ஆதரவைப் பெற்றார் என்று எல்லாரும் சொல்கிறார்கள். குமரி மலர் அச்சகம் என்று ஒரு அச்சகத்தையும் அவர் பல காலம் நடத்தியிருக்கிறார். இவ்வச்சகம், சென்னை ஆழ்வார்ப்பேட்டையில் இப்போதுள்ள நாரத கான சபாவுக்கு அடுத்து இருந்திருக்கிறது. கடைசிப் பத்தாண்டுகளில் *குமரி மலர்* மூவேந்தர் அச்சகத்தில் அச்சிடப்பட்டிருக்கிறது.

கொண்ட கொள்கையில் பிடிவாதம் என்று கூறுமளவுக்கு உறுதி கொண்டவர் ஏ.கே. செட்டியார். காலம் தவறாமையும், நடந்தே எங்கும் செல்வதும் இவர் வழக்கம். *குமரி மலர்* குறிப்பிட்ட படிகளே (ஏறத்தாழ ஐந்நூறு) அச்சிடுவார் என்றும், ஒரு சந்தாதாரர் நீங்கும்வரை இன்னொரு சந்தாவைச் சேர்க்கமாட்டார் என்றும் அறிய முடிகின்றது.

○

பயண நூல்கள் பல எழுதியவர் என்று இன்றளவும் பரவலாக அறியப்படும் ஏ.கே. செட்டியாருக்கு, அவர் எழுதிய *உலகம் சுற்றும் தமிழன்* என்ற நூற்பெயரே அடைமொழியாகவும் சிறப்புப் பெயராகவும் அமைந்துவிட்டது. ஏ.கே. செட்டியாரின் பயண நூல்களைப் பற்றிக் குறிப்பிடும்பொழுது அவர் மேற்கொண்ட உலகச் சுற்றுப் பயணங்கள் மூன்றில் இரண்டு பயணங்கள் காந்தி படத் தயாரிப்புக்காகவே செய்யப்பட்டவை என்பதை மறந்துவிடக் கூடாது. உலகின் பல நாடுகளைச் சுற்றிப் பார்த்து அவர் எழுதிய பயணக் கட்டுரைகளும் நூல்களும், அயல்

நாடுகளையும் பண்பாடுகளையும் அறிமுகப்படுத்துவதை மட்டுமே நோக்கமாகக் கொள்ளாமல், உறழ்ந்து நோக்கும் பார்வையில் நம் நாட்டையும் பண்பாட்டையும் உணர்ந்தும் அறிந்தும் கொள்வதற்கான வழிமுறையாகவே அமைந்துள்ளன. 'ஒரு நாட்டைப் பற்றி எழுதுவதென்றால் அந்நாட்டில் குறைந்தது இரண்டு ஆண்டுகள் தங்கி, அந்நாட்டு மொழியை நன்கு பயின்று, அந்நாட்டு மக்களோடு நெருங்கிப் பழகுதல் வேண்டும்' என்ற கருத்துடையவர் ஏ.கே. செட்டியார். 1930களின் பிற்பகுதியிலிருந்து ஏறத்தாழப் பத்துப் பதினைந்து ஆண்டுகளில் *சக்தி, ஆனந்த விகடன், தினமணி* (ஆண்டு மலர்) *ஹனுமான், ஜோதி, ஹிந்துஸ்தான்* என அவருடைய பயணக் கட்டுரைகள் வெளிவராத சீரிய இதழ்களே இல்லை என்று சொல்லலாம். இவருடைய முக்கியமான பயண நூல்கள்: *ஜப்பான்; பிரயாண நினைவுகள்; மலேயா முதல் கானடா வரை, அமெரிக்கா; அமெரிக்க நாட்டில்* (இவை இரண்டும் வேறுவேறு நூல்கள்); *கரிபியன் கடலும் கயானாவும்; குடகு.* (பயண நூல்கள் விரைவில் காலாவதியாகிவிடும் என்று கருதிய ஏ.கே. செட்டியார், ஒரு குறிப்பிட்ட காலத்திற்குப் பிறகு அவற்றை மறுபதிப்பிட அனுமதிக்கவில்லை.)

அறிஞர்களின் பொன்மொழிகளைத் தொகுப்பதில் ஏ.கே. செட்டியாருக்குப் பேரார்வம் இருந்துள்ளது. *குமரி மலரின்* ஒவ்வொரு இதழிலும் பொன்மொழித் திரட்டு 'கொய்த மலர்கள்' என்ற தலைப்பில் இடம்பெறும். பின்பு இவற்றையெல்லாம் பொருள் வாரியாகத் தொகுத்து ஒரு பென்னம்பெரிய நூலாக அதே பெயரில் வெளியிட்டிருக்கிறார். இந்நூலைப் புரவலர் உதவியுடன் ஆயிரக்கணக்கில் அச்சிட்டு, கல்வி நிறுவனங்களுக்கு இலவசமாக வழங்கியிருக்கிறார். இவ்வகையில் அவர் தொகுத்த *பண்பு, உணவு* ஆகிய நூல்களும் குறிப்பிடத் தகுந்தன. பொன்மொழித் தொகுப்புகளால் விளையும் பெரும் பயன் என்னவென்று அறிய முடியவில்லை; ஏ.கே. செட்டியாரின் பிற சாதனைகளோடு ஒப்பிட இப்பணி அவ்வளவு முக்கியத்துவமுடையதல்ல என்றாலும் இதில் அவர் செலுத்திய ஆர்வமும் உழைப்பும் குறிப்பிடத் தகுந்தன.

அவர் நாற்பதாண்டுக் காலம் நடத்திய *குமரி மலர்* என்ற மாத இதழைத் தமிழ்ப் பண்பாட்டு வரலாற்றை ஆவணப்படுத்துவதற்கு முக்கியக் கருவியாகக் கைக்கொண்டார். இரண்டாம் உலகப் போரையொட்டிக் கடுமையான காகிதப் பஞ்சம் நிலவியதால் புதிய இதழ்களை வெளியிட அரசு அனுமதியளிக்காத சூழ்நிலை இருந்தது. 'காகிதப் பஞ்சத்தை எவ்விதமாகவாவது சமாளித்து, நாட்டில் அறிவுப் பஞ்சம் உண்டாகாமல் தடுக்க வேண்டுமென்ற ஆவலில்' அப்பொழுது இங்கிலாந்திலிருந்து வெளிவந்துகொண்டிருந்த *Penguin New Writing* என்ற தொடர்

வெளியீட்டை முன்மாதிரியாகக் கொண்டு, மாதம் ஒரு புத்தகமாக 1943இல் தொடங்கிய *குமரி மலர்*, ஏ.கே. செட்டியார் மறையும்வரை ஒரு சிறு இடைவெளி நீங்கலாக மாதந்தவறாமல் வெளிவந்தது. அதன் பிறகும்கூட, ஜனவரி 1985 வரை, எஸ். கோபாலன் அப்பணியைத் தொடர்ந்தார். (1944 – 46ஆம் ஆண்டுகளில் ஏ.கே. செட்டியார் வெளிநாடு சென்றிருந்தபொழுது, 20 முதல் 33ஆம் இதழ் வரை ஏறத்தாழ இரண்டாண்டுகள் வெ. சாமிநாத சர்மா *குமரி மல*ருக்கு ஆசிரியராகப் பணியாற்றியிருக்கிறார். பர்மாவிலிருந்த காலத்தில் ஏ.கே. செட்டியாரோடு வெ. சாமிநாத சர்மாவுக்குப் பழக்கம் ஏற்பட்டுள்ளது.)

முதற் கட்டத்தில் – ஏறத்தாழ முதல் பத்துப் பதினைந்து ஆண்டுகள் – பலர் சுயமாக எழுதிய கட்டுரைகளைக் *குமரி மலர்* தாங்கி வந்தது. ச. வையாபுரிப் பிள்ளை, க.அ. நீலகண்ட சாஸ்திரி, தி.நா. சுப்பிரமணியன், கி. ஸ்வாமிநாதன், அ. முத்தையா போன்ற அறிஞர்களும், டி.எஸ். சொக்கலிங்கம், ராய. சொக்கலிங்கன், 'சக்தி' வை. கோவிந்தன், ஏ.என். சிவராமன், ஏ.ஜி. வேங்கடாச்சாரி போன்ற இதழாளர்களும், பாரதிதாசன், டி.கே.சி., வ.ரா., தி.ஜ.ர., கல்கி, க.நா. சுப்ரமண்யம், த.நா. குமாரசாமி, ந. பிச்சமூர்த்தி, கு.ப. ராஜகோபாலன், கு. அழகிரிசாமி போன்ற இலக்கியவாணர்களும் *குமரி மலரில்* எழுதியிருக்கின்றனர். (புதுமைப்பித்தன் ஒரு விதிவிலக்கு. வெளியிடுவதற்கு ஒரு கதை கேட்டு, புதுமைப்பித்தன் கொடுக்க மறுத்ததாகச் சூசகமான ஒரு குறிப்பு ரகுநாதனின் புதுமைப்பித்தன் வரலாற்றில் உண்டு. எப்படியிருப்பினும், புதுமைப்பித்தன் *குமரி மல*ரைக் 'கிழவி நரை' என்று ஓர் இடத்தில் கேலியாகக் குறிப்பிட்டிருக்கிறார்.)

அதன் இரண்டாம் கட்டத்திலிருந்து பழம் இதழ்களிலிருந்தும் நூல்களிலிருந்தும் தமிழ்ச் சமூகம், அரசியல், பண்பாடு ஆகியவை பற்றிய முக்கியமான கட்டுரைகளையும் குறிப்புகளையும் மறுபதிப்பிடுவதே *குமரி மல*ரின் தலையாய பணியாக மாறியது. தமிழகத்திலும் அதற்கு வெளியிலும் ஏ.கே. செட்டியார் தேடித்தேடிக் கண்டெடுத்த ஆவணங்களை வாசகர்கள் அறிந்துகொள்ளும்வண்ணம் வெளியிட்டுவந்தார். (அவர் தேடியெடுத்த பழம் நூல்களையும் இதழ்களையும் மறைமலையடிகள் நூல்நிலையம், அவருடைய அண்டை வீட்டுக்காரரான கோட்டையூர் ரோஜா முத்தையா, புதுக்கோட்டை பா. கிருஷ்ணமூர்த்தி முதலானோரோடும் பகிர்ந்துகொண்டார்.)

ஏ.கே. செட்டியார் மறுபதிப்பிட்ட ஆவணங்களை இந்திய தேசிய இயக்கத்தில் தமிழரின் பங்கு, தமிழ்ச் சமூக – பண்பாட்டு

மாற்றங்கள் என்ற இரு பெரும் பிரிவுகளில் அடக்கலாம். காந்தியின் மீது அவருக்கு மாளாத ஈடுபாடு. காந்தியைப் பற்றிய புதுச் செய்திகளையும் குறிப்புகளையும் அவர் இடையறாது தேடிக் கண்டெடுத்து வெளியிட்டு வந்தார். காந்தி 1915இல் இந்தியாவிற்குத் திரும்பி, 'மகாத்மா' என்று பெயர் பெறுவதற்கு முன்பே, அவரது தென்னாப்பிரிக்க வாழ்க்கையின்போதே தமிழ் இதழ்களில் அவரைப் பற்றிய பல குறிப்புகள் வெளிவந்திருக்கின்றன. அவற்றையெல்லாம் தொகுத்துப் *புண்ணியவான் காந்தி* (1969) என்ற நூலை ஏ.கே. செட்டியார் வெளியிட்டார். (மேலும் இரண்டு தொகுப்புகளை இதே பொருளில் அவர் தயாரித்து வைத்திருந்தார் என்று அதன் முன்னுரையில் *சுதேசமித்திரன்* ஆசிரியர் ஸி.எஸ். நரஸிம்மன் குறிப்பிட்டுள்ளார். இச்செய்தியை எஸ். கோபாலன் தம் இரங்கலுரையில் வழிமொழிந்துள்ளார். ஆனால் அவை என்னவாயின என்று தெரியவில்லை.)

பாரதியிடம் ஆழ்ந்த ஈடுபாடு கொண்டிருந்த ஏ.கே. செட்டியார், அவருடைய தொகுக்கப்படாத படைப்புகளைக் கண்டெடுத்து வெளியிடுவதில் பெரும்பங்காற்றினார். ரா.அ. பத்மநாபன் 'பாரதி புதையல்' பலவற்றை முதலில் குமரி மலரிலேயே வெளியிட்டார் என்பதும் குறிப்பிடத்தகுந்தது. பாரதியின் *இந்தியா, சக்கரவர்த்தினி, கர்மயோகி* மற்றும் சில *சுதேசமித்திரன்* கட்டுரைகளை முதலில் வெளியிட்டதில் *குமரி மலருக்கு* முக்கியப் பங்குண்டு. பாரதியின் பயணக் கட்டுரைகளையும் அவர் தனியே சிறு நூலாகத் தொகுத்து வெளியிட்டிருக்கிறார்.

ராஜாஜியின் மீது அவர் கொண்ட பெரும்பற்றும் *குமரி மலரில்* வெளிப்படுகின்றது. வ.உ.சி., திரு.வி.க., வ.வே.சு. ஐயர், சுப்பிரமணிய சிவா முதலானோரின் எழுத்துகளையும் அவர்களைப் பற்றிய செய்திகளையும் பெருமளவில் அவர் தொகுத்து வெளியிட்டார். தேசிய இயக்கத் தலைவர்கள் பற்றி அவர்கள் புகழ் பெறுவதற்கு முன்பே வெளியான பத்திரிகைக் குறிப்புகளை வெளியிடுவதில் அவருக்குப் பெருவிருப்பம் இருந்திருக்கிறது.

தமிழ் இதழியல் வரலாற்றைத் துலக்கமுறக் காட்டும் பெரும் பணியையும் ஏ.கே. செட்டியார் செய்தார். *சுதேசமித்திரன்* நிறுவனர் ஜி. சுப்பிரமணிய ஐயர் பற்றிய சிறப்பிதழ், பழந் தமிழ் இதழ்களின் முதல் இதழ்களின் ஆசிரியவுரைகளை மறுபதிப்பிட்ட 'முதல் தலையங்கம்' என்ற தொடர், எஸ்.ஜி. இராமாநுஜலு நாயுடுவின் கட்டுரைகள், ரா.அ. பத்மநாபன் எழுதிய இதழியல் வரலாற்றுத் தொடர் போன்றவை தனியே குறிக்கப்பட வேண்டியவை.

காந்தியம் சார்ந்த சமூகச் சீர்திருத்தம் தொடர்பான செய்திகளுக்கும் ஏ.கே. செட்டியார் முதன்மை அளித்தார். கதர், கள் ஒழிப்பு, தீண்டாமை ஒழிப்பு, கோயில் நுழைவு முதலானவை பற்றிய அரிய ஆவணங்களைக் *குமரி மலரில்* பரக்கக் காணலாம்.

தமிழ்ப் பண்பாட்டு மாற்றங்களின் நுட்பமான பதிவுகளையும் ஏ.கே. செட்டியாரிடம் காண முடியும். புதிய வாகனங்களின் வருகை (முக்கியமாக ரயில் வண்டி, பேருந்து, மின்சாரக் கருவிகளின் நுழைவு), சென்னையில் பால்காரர்கள் கலப்படம் செய்வது, பிளேக், காலரா நோய்களின் பரவல் எனத் தமிழ்ச் சமூக மாற்றங்களைப் பழம் ஏடுகளிலிருந்து அவர் பதிவு செய்திருக்கிறார். 'பஸ் பிராயணம்' என்ற தலைப்பில் அவர் தொகுத்த குறிப்புகள் மிகச் சுவையானவை, செய்திகள் நிரம்பியவை. *தமிழ்நாடு: பயணக் கட்டுரைகள்* (1968) என்ற தலைப்பில் பத்தொன்பதாம் நூற்றாண்டின் இறுதியிலிருந்து 'நூறு ஆண்டுகளில் தமிழர் எழுதிய சுமார் நூற்றுநாற்பது பயணக் குறிப்புகளையும் கட்டுரைகளையும் பாடல்களையும்' அவர் தொகுத்த நூல், பயண இலக்கிய வரலாறு என்பதற்கு மேலாகத் தமிழ்ப் பண்பாட்டு வரலாற்றுப் பலகணியாகவே விளங்குகின்றது.

இந்திய தேசியத்திற்கு மாறான பார்வைகளை முற்றிலும் புறக்கணித்ததை ஏ.கே. செட்டியாருடைய ஆவணப்படுத்தல் முயற்சிகளின் முக்கியக் குறைபாடு என்று சொல்லலாம். திராவிட இயக்கம் சார்ந்த எந்தப் பதிவையும் அவரிடம் காண முடிவதில்லை. அரசியல், சமூகச் சீர்திருத்தம், இதழியல் என்ற பொருள்களில் திராவிட இயக்கம் பற்றிய பதிவுகள் இடம்பெற எவ்வளவோ வாய்ப்புகள் இருக்க, அவை இடம் பெறாமல்போனது தற்செயல் அல்ல. சுயமரியாதை இயக்கத்தில் நாட்டுக்கோட்டைச் செட்டியார்கள் முக்கியப் பங்காற்றியதுகூட அவரைப் பாதித்ததாகத் தெரியவில்லை. எடுத்துக்காட்டாக மு. சின்னையா செட்டியார், சொ. முருகப்பா, வயி. சு. சண்முகம் செட்டியார் போன்றோரின் சுயமரியாதை இயக்கக் காலச் செயல்பாடுகள் பற்றி எதுவும் *குமரி மலரில்* இல்லை. பெரியார், அயோத்திதாச பண்டிதர், அத்திப்பாக்கம் வெங்கடாசல நாயகர், இரட்டைமலை சீனிவாசன் போன்ற பெயர்களைக்கூடக் *குமரி மலரில்* காண்பது அரிது.

அதே சமயம் பாரதிதாசன்மீது ஏ.கே. செட்டியாருக்கு இருந்த ஈடுபாட்டையும் இங்குச் சுட்ட வேண்டும். பாரதிதாசனைப் புதுச்சேரியில் அவர் சந்தித்தது, ஒரு சுவையான பேட்டிக் கட்டுரையாக *சக்தியில்* (டிசம்பர் 1942) வெளிவந்தது. 'விசேஷ நிருபர்' என்ற பெயரில் வெளியிடப்பட்ட அக்கட்டுரை, சில

ஆண்டுகளுக்குப் பின்பு (1946), முல்லை முத்தையா தொகுத்த புரட்சிக் கவிஞர் நூலில் இடம்பெற்றது. மேலும் குமரி மலர் முதல் இதழில் 'சிற்றூர்' கவிதையும், மூன்றாம் இதழில் 'பட்டணம்' கவிதையும் இடம்பெற்றன. பின்னர் *அழகின் சிரிப்பில்* இவையிரண்டும் தொகுக்கப்பட்டன. பாரதிதாசனின் அரசியல் நிலைப்பாடுகள் ஏ. கே. செட்டியாருக்கு உவப்பளிக்கவில்லை என்பது பேட்டிக் கட்டுரை மற்றும் கவிதைத் தேர்வுவழித் தெரிகிறது.

○

ஏ.கே. செட்டியார் காந்தி ஆவணப்படத்தைச் 'செய்திப் படச் சம்பிரதாய'த்தில் (newsreel) தயாரிக்கப்பட்ட படமாகக் கருதினார். 'ஒரு தனிப்பட்ட மனிதரின் வாழ்க்கையை, அவரது வாழ்க்கையின் மூலமாகச் சித்தரிக்கும் ஒரு முழு நீளமுள்ள சரித்திரப் படம் முதன்முதலாகத் தயாரிக்கப்படுவது இதுதான் முதல்முறை' என்றும் அவர் நம்பினார்.

காந்தி படம் ஒரு கப்பல் பயணத்தில் கருக்கொண்டது. உடன் பயணித்த ஒரு நண்பருடன் விவாதித்துக் குறித்துக் கொண்ட தாளே திட்டத்திற்கான வரைபடமாக அமைந்தது. 'உலக முழுமையும்... அலைவேன். ஒவ்வொரு செய்திப்படக் கம்பெனிக்கும் செல்வேன். உலகத்தில் பல்வேறு பாகங்களிலுள்ள படக் குவியல்களில் தேடுவேன். சினிமாப் பட லைப்ரரிகள் ஒன்று தவறாமல் பார்ப்பேன். எப்படியும் சேகரிப்பேன்' என்று ஏ.கே. செட்டியார் உறுதி பூண்டார். அவருடைய திட்டத்தைக் கேட்டுப் பட முதலாளிகள் நகைத்தனர். பலரால் அவருடைய கருத்தாக்கத்தைப் புரிந்துகொள்ளத்தானும் முடியவில்லை. வெறும் மனக்கோட்டை கட்டும் இளைஞர் என்றும், வெளிநாட்டுக்குச் சென்றுவந்ததால் நடைமுறைக்கு ஒவ்வாத திட்டங்களைப் போடுகிறார் என்றும் பலர் ஏகடியம் பேசினர். அயல்நாட்டில் படத்தொழில் பயின்றவர் என்ற முறையில் கொழுத்த சம்பளம் தருவதாகச் சில பட முதலாளிகள் ஆசைகாட்டினர். காரியப் பித்துப் பிடித்திருந்த ஏ.கே. செட்டியார் இதற்கு மசியவில்லை.

ஏறத்தாழ ஓராண்டு முயற்சிக்குப் பிறகு 1938இல் 'டாக்குமெண்டரி பிலிம்ஸ் லிமிடெட்' என்ற பிரைவேட் லிமிடெட் குழுமத்தை ஏ.கே. செட்டியார் நிறுவினார். அதன் அலுவலக முகவரி: 77, லாயிட்ஸ் சாலை, இராயப்பேட்டை, சென்னை. கம்பெனியின் ஐம்பது பங்குதாரர்களில் நாற்பத்தாறு பேர் நாட்டுக்கோட்டைச் செட்டியார்களாவர்.

ஏ.கே. செட்டியாரும் கொத்தமங்கலம் என்ற ஊரைச் சேர்ந்த லெ. நடேசன் என்பாரும் நிர்வாக இயக்குநர்கள். காந்தி படம் வெளியான சமயத்தில் இருவரும் சேர்ந்திருக்கும் படம் பத்திரிகைகளில் வெளிவந்தது. 'மகாத்மா காந்தி பட சரித்திரத்தில் ஸ்ரீமான்களான லெ. நடேசன், மு.அழ. அழகப்ப செட்டியார், க.சா.அ.அ. சம்பந்தம் செட்டியார், குண்டூர் நரசிம்ம ராவ், பி.வி. பதி, பி. சுப்பிரமணியம், சு.வீர. வீரப்ப செட்டியார் பேர்கள் முக்கிய இடம்பெறும்' என்று 1943இல் பதிவு செய்திருக்கிறார் ஏ.கே. செட்டியார். 1953இல் ஹாலிவுட்டில் தயாரிக்கப்பட்ட ஆங்கில வடிவத்திலும் இப்பெயர்களே நன்றியுடன் குறிப்பிடப்படுகின்றன. லெ. நடேசன் பட நிறுவனத்தின் நிர்வாக இயக்குநர்களில் ஒருவர். பி.வி. பதியும் பி. சுப்பிரமணியமும் படத் தயாரிப்பில் பங்குபெற்ற தொழில் நுட்பக் கலைஞர்கள். பிறர் பட நிறுவனத்தின் பங்குதாரரர்கள் போலும்.

முதலில் இந்தியாவில் காந்தி பற்றிய படப் பதிவுகளைத் திரட்டிய ஏ.கே. செட்டியார் பிறகு வெளிநாடுகளில் தம் தேடலைத் தொடர்ந்தார். இரண்டாண்டுகளில் மூன்று கண்டங்களில் ஒரு லட்சம் மைல்களைக் கப்பலிலும் விமானத்திலும் ரயிலிலும் கடந்தார். இரண்டாம் உலகப்போர் வெடிக்கவிருந்த நெருக்கடியான தருணம் இது என்பதை இங்கு நினைவில் கொள்ள வேண்டும். தென்னாப்பிரிக்காவில் படப்பிடிப்பிலிருந்த பொழுது உலகப் போர் வெடித்தது. எப்படியோ கப்பலேறித் தப்பிவந்தார் ஏ.கே. செட்டியார். தென்னாப்பிரிக்காவில் மட்டுமல்லாமல் ஐரோப்பாவிலும் அமெரிக்காவிலும் அவர் நிறவெறியை எதிர்கொள்ள வேண்டியிருந்தது. விடுதிகளில் அறை கொடுக்க மறுத்த முதலாளிகள்; பயணச்சீட்டு விற்க மறுத்த கப்பல், ரயில், விமான முகவர்கள்; அவமானப்படுத்திய பணியாளர்கள் – இவர்களைப் புறங்கண்டே ஏ.கே. செட்டியார் தம் பணியை மேற்கொள்ள வேண்டியிருந்தது.

அமெரிக்காவிலும் ஐரோப்பாவிலும் முப்பதுக்கும் மேற்பட்ட செய்திப்பட நிறுவனங்களை அவர் நாடினார்: சினிசிட்டா (ரோம்); எக்ளர் டிராஸ் (பாரீஸ்); நார்மன் பிலிம் லைப்ரரி (லண்டன்); பிரிட்டிஷ் பாரமவுண்ட் நியூஸ் (லண்டன்); பதே நியூஸ் (அமெரிக்கா). பாஸிஸ்டு ஆட்சி நடந்துவந்த இத்தாலிக்கும், சர்வதேச சபையின் தலைநகரமான ஜெனிவாவுக்கும்கூட அவர் பயணம் செய்தார். சார்ல்ஸ் மாட்டீன் உட்பட நூறு காமிராகாரர்கள் படம்பிடித்திருந்த சுருள்களை ஏ.கே. செட்டியார் சேகரித்தார்.

காகிநாடா (1923) தொடங்கி காங்கிரஸ் மாநாடுகளைப் படம் பிடிப்பதில் பலர் ஆர்வம் காட்டியதை ஏ.கே. செட்டியாரே

குறிப்பிட்டுள்ளார். தண்டி யாத்திரை உலகம் முழுவதிலுமிருந்து வந்த செய்திப்பட நிறுவனங்களால் படம் பிடிக்கப்பட்டிருக்கிறது. இப்படி வளமான செய்திப்படக் கடலில்தான் ஏ.கே. செட்டியார் வலை வீசினார்.

படச் சுருள்களைச் சேகரிப்பதற்கு உழைப்பும் பணமும் மட்டும் போதுமானவையல்ல; சாமர்த்தியமும் தேவை. படங்களைத் தேடி வெளிநாடுகளுக்குச் செல்லும்பொழுது பணத்தைப் பற்றிக் கவலைப்படாமல் பெரிய விடுதிகளிலேயே ஏ.கே. செட்டியார் முதலில் தங்குவார்; காரியம் முடிந்ததும் மலிவான விடுதிக்கு இடம்மாறிவிடுவார். லண்டனில் ஒரு பட நிறுவனம் முதலில் அடாத விலை கூறியிருக்கிறது. அப்படியும் வாங்க முன்வந்தபோது பிரிட்டனுக்கு எதிராகப் பயன்படுத்தப்படலாம் என்று கூறி விற்க மறுத்துள்ளது. பின்னர் அப்படங்களை அமெரிக்காவிலிருந்தே ஏ.கே. செட்டியார் பெற வேண்டியிருந்தது. இத்தாலிக்குச் சென்றபொழுது காந்தியின் இத்தாலி பயணம் தொடர்பான சுருள்களை வாங்குமுன்னர் சாதுரியமாக முசோலினி பற்றிய சில நறுக்குகளையும் வாங்கிய ஏ.கே. செட்டியார், ஊர் திரும்பியதும் அவற்றைக் கடாசிவிட்டார்!

குறைந்த நிதி ஆதாரத்தைக் கொண்டு காந்தி படத்தை உருவாக்கிய ஏ.கே. செட்டியார், செலவினங்களில் கறாரான சிக்கனத்தையும் நேர்மையையும் கடைப்பிடித்திருக்கிறார். செலவழிந்த ஒவ்வொரு காசுக்கும் அன்றன்றே கணக்கெழுதி யிருக்கிறார். ஹாலிவுட்டில் படத்தைத் தயாரித்து, உலகப் பிரமுகர்களுக்கு அரங்கேற்றக் காட்சியைத் திரையிட்டுவிட்டு நியூயார்க் புறப்படு முன்னர் வாஷிங்டன் விமான நிலையத்தில் படுத்துறங்கியிருக்கிறார்!

படச் சுருள்களை இனங்காண்பதும், அவற்றைச் சாமர்த்திய மாக வாங்குவதும் மட்டுமல்லாமல் பல தொழில்நுட்பச் சிக்கல் களையும் ஏ.கே.செட்டியார் எதிர்கொள்ள வேண்டியிருந்தது. காந்தி தொடர்பான முதல் சலனப் படம் கோபாலகிருஷ்ண கோகலேயின் 1912ஆம் ஆண்டு தென்னாப்பிரிக்க வருகையின்பொழுது எடுக்கப்பட்டது. ஒரு துருப்பிடித்த படப்பெட்டியிலிருந்து காந்தியின் தென்னாப்பிரிக்க நண்பர் எச்.எஸ்.எல். போலக் எடுத்துக் கொடுத்த 400 அடிப் படச் சுருள் ஏராளமான முறை திரையிடப்பட்டதில் அதன் ஓரத் துளைகள் பெரிதாகி, மீண்டும் படியெடுத்தாலோ திரையிட்டாலோ நாசமாகிவிடும் பேராபத்து இருந்தது. அதை ஒரு வல்லுநரிடம் காட்டியதில் அவர் அதற்கு ஒரு வழி சொன்னார். துளைகளின் மேற்பகுதி மட்டுமே விரிந்திருந்ததால் படச் சுருளைத் தலைகீழாக ஓட்டி அதைப்

பிரதி செய்து பிறகு நேராக்கிக் கொண்டார். இப்படித்தான் அந்த அரிய காட்சி மீட்டுருவாக்கம் பெற்றது.

தொடக்க காலப் படங்கள் நொடிக்குப் பதினாறு காட்சிகளாக ஓடும். புதிய தொழில்நுட்பமோ நொடிக்கு இருபத்து நான்காக ஓடும். இந்த வேகத்தில் ஓட்டினால் பழைய படங்களை இயல்பான ஓட்டத்தில் காண முடியாமல் நகைச்சுவையாக இருக்கும். இச்சிக்கலையும் சாதுரியமான முறையில் தீர்த்தார் ஏ.கே. செட்டியார். படியெடுக்கும்போது ஒரு நுட்பத்தைக் கையாண்டார். முதல் படச் சட்டத்தை ஒரு முறையும், இரண்டாம் படச் சட்டத்தை இரண்டு முறையும், மூன்றாவதை ஒரு முறையும், நான்காவதை இரண்டு முறையுமாக மாற்றிமாற்றிப் படச் சுருள் முழுவதையும் படியெடுத்தார். இதன்மூலமாகப் படம் ஏறத்தாழ இயல்பாகக் காட்சிதரும்வண்ணம் அமைந்தது. இவ்வாறு திடீர்திடீரென எழுந்த புதுப்புதுச் சிக்கல்களைச் சூழலுக்கு ஏற்பத் தீர்க்க வேண்டியிருந்தது.

நியூயார்க்கிலும் டோக்கியோவிலும் உயர்நிலைப் படப் பிடிப்புத் தொழில்நுட்பத்தைக் கற்றவராயினும் ஏ.கே. செட்டியார் படப்பிடிப்பைத் தாமே நடத்தவில்லை. மிகச் சிறப்பாகப் படப்பிடிப்பு அமைய வேண்டும் என்பதில் உறுதியாக இருந்த அவர், தேர்ந்த வல்லுநர்களை மட்டுமே பயன்படுத்தினார். ஆனால் தேவையானபொழுது தாமே படம் பிடிக்கவும் அவர் தயங்கவில்லை. ஹரிபுரா காங்கிரஸ் மாநாட்டை (1938) சுபாஷ் சந்திர போஸின் அனுமதியோடு தாமே படம்பிடித்தார்.

ஒருமுறை 35 எம்எம் வண்ணப்படத்தில் காந்தியைப் படம்பிடிக்க முயன்றிருக்கிறார். ஆனால் முயற்சி தோல்வியுற்றதால் அதைக் கைவிட்டார்.

காந்தி ஆவணப்படத்தை உருவாக்குவதற்கு வல்லமையுள்ள பலரை ஒன்றிணைத்தார். திரைப்படத் தொழில்நுட்பமும் தயாரிப்பும் குழவிப் பருவத்தில் இருந்த ஒரு காலத்தில் ஆற்றலுள்ள பலர் திரைத் தொழில் தொடர்பான முன்னநுபவமும் இல்லாமலிருந்தார்கள் என்பதையும் இங்கே கருத்தில் கொள்ள வேண்டும்.

ஏ. கே. செட்டியாரின் குழுவில் முதன்மை வகித்த பி.வி. பதி என்ற டாக்டர் பித்தமண்டலம் வெங்கடாசலபதி (1906–1961) இவர்களில் விதிவிலக்கு. ஏனெனில் இவர் திரைப்படத் தொழில்நுட்பத்தில் உயர் பயிற்சி பெற்றவர். காந்தி ஆவணப் படத்தின் டைட்டில் அட்டைகளில் ‘டெக்னிக்கல் டைரக்டர்’ என்றே இவர் பெயர் இடம்பெற்றது. இவருடைய வாழ்க்கை

பல கோலங்கள் கொண்டது. சென்னையில் வளர்ந்த இவருக்குத் தமிழைத் தவிர ஆங்கிலம், பிரெஞ்சு, சமஸ்கிருதம், தெலுங்கு, இந்தி ஆகிய மொழிகளில் பயிற்சி உண்டு. சென்னையில் இயந்திரப் பொறிகளின் விற்பனையாளராக இருந்த இவருடைய தந்தை 1920களில் ஒரு திரையரங்கத்தையும் விலைக்கு வாங்கிவிட்டார். இதன்மூலமாகத் திரைப்படத் தொழிலில் இவருக்கு அனுபவம் கிடைத்திருக்கும் என நம்பலாம். 1929இல் இவர் மேல்படிப்புக்காகப் பாரீசில் உலகப் புகழ்பெற்ற சொர்போன் பல்கலைக்கழகம் சென்றார். புகழ்மிக்க சமஸ்கிருதப் பேராசிரியர்களான ஸில்வியன் லெவி, லூயி ரெனோ ஆகியோரின் செல்வாக்குக்கு ஆளானார். 'ஆந்திர மக்களின் சமகால நாடக அரங்கு' என்ற தலைப்பிலான ஆய்வேட்டிற்காகப் பிஎச்.டி. பட்டம் பெற்றார். (இவரை எப்பொழுதும் டாக்டர் பதி என்றே ஏ.கே. செட்டியார் சுட்டுவார்.) தம் உடன் பயின்ற ஃபானி அலான்பேடி என்பவரைத் திருமணம் செய்துகொண்ட பதி 1935இல் இந்தியா திரும்பிய பொழுது மனைவியிடமிருந்து விலகினார். பாரீசிலிருந்த காலத்தில் அவருக்குத் திரைத்துறையில் ஆர்வம் மேலிட்டு, பாரீசின் புகைப்பட மற்றும் திரைப் படப்பிடிப்புத் தொழில்நுட்பப் பள்ளியில் (ETPC) பயின்றார். சிலகாலம் லண்டன் பல்கலைக் கழகத்தில் புற மாணவராகவும் இருந்திருக்கிறார். இந்தியாவில் முகிழ்த்துவந்த ஆவணப்பட இயக்கத்தில் 1935 முதல் 1939 வரை முனைப்பாகச் செயல்பட்டு இந்திய ஆவணப்படத் தயாரிப்பாளர் *(Indian Documentary Producers Association)* சங்கத்தையும் தோற்றுவித்தார். இந்தியாவின் முதல் செய்திப் படக் கம்பெனியான *B.P.S Newsreel*ஐத் தோற்றுவித்தவரும் இவரே. செய்திப்படங்களைப் படம்பிடிப்பவராகத் தம் திரைத்துறை வாழ்க்கையைத் தொடங்கிய பி.வி. பதி பிரிட்டிஷ் பாரமவுண்ட் நியூஸ், யூனிவர்சல் நியூஸ் ஆகியவற்றுக்குப் பணியாற்றினார். குவெட்டா நிலநடுக்கம் (1934), ஹரிபுரா (1938), ஜெய்பூர் (1948) காங்கிரஸ் மாநாடுகளையும் படம்பிடித்த பி.வி. பதி இரண்டாம் உலகப் போரின்பொழுது பிரிட்டிஷ் அரசாங்கத்திற்காகவும் பல படங்களை எடுத்தார். காவிரியைப் பற்றி இவர் தயாரித்த *The Golden River* (1954) புகழ்பெற்றது. ஹரிபுரா காங்கிரஸ் மாநாட்டிற்குப் பிறகு ஏ.கே. செட்டியார் இவரை காந்தி படத் தயாரிப்புக்காகப் பணிக்கமர்த்தினார். திருப்பூரில் நூற்றுக்கணக்கான பெண்கள் இராட்டை சுற்றும் பிரமிக்கத்தக்க பல காட்சிகளைச் சாதாரணக் கருவிகளைக் கொண்டு இவர் பதிவாக்கியதைப் பெருமை பொங்கக் குறிப்பிடுகிறார் ஏ.கே. செட்டியார். இந்தக் காட்சி பலமுறை வெவ்வேறு ஆவணப்படங்களில் பிறகு இடம் பெற்றதையும் இங்குக் குறிப்பிட வேண்டும்.

‘டாக்குமெண்டரி காமிராமென், பின்னணி சங்கீதம் மேற்பார்வை: பி. சுப்பிரமணியம்’, ‘ஆப்பரேடிவ் காமிராமென்: ஆர். ரகுபீர் சிங்’, ‘ஒலிப்பதிவு: பெஹ்ராம் பரூச்சா, வாடியா மூவிடோன், பம்பாய்’ ஆகியோரைப் பற்றி மேலதிக விவரங்களை அறிய முடியவில்லை.

பின்னணி விளக்கவுரையை அளிக்க ஏ.கே. செட்டியார் நால்வரைப் பயன்படுத்தினார்: முதலாமவர் அன்றைய திரை நட்சத்திரமாகக் கோலோச்சிய செருகளத்தூர் சாமா; வயலின் கலைஞர் டி.கே. ஜயராமய்யர்; நூற்றுக்கும் மேற்பட்ட நாவல்களை எழுதிய வை.மு. கோதைநாயகி; நகரத்தார் பிரமுகரும் தேசியவாதியுமான காரைக்குடி சா. கணேசன். விளக்கவுரை அளிப்பவர்களின் குரல்வளம் பற்றிய வல்லுநர் கருத்தை அகில இந்திய வானொலியின் பி.வி. ஆசார்யாவிடம் பெற்றார் ஏ.கே. செட்டியார். இதற்குரிய குரல்வளம் இல்லாத சா. கணேசனைக் கட்டாயம் பயன்படுத்த வேண்டியிருந்த நெருக்கடியை எப்படி சமாளித்தார் என்பதையும் ஏ.கே. செட்டியார் சுவையாகப் பதிவு செய்துள்ளார்.

‘ஆடு ராட்டே’, ‘கத்தியின்றி ரத்தமின்றி’ ஆகிய பாடல்களைப் பயன்படுத்திக்கொள்ள நாமக்கல் ராமலிங்கம் பிள்ளையிடமிருந்து உரிமை பெற்றிருந்தாலும் ‘ஆடு ராட்டே’ மட்டுமே படத்தில் இடம்பெற்றது. இந்தப் பாடலை டி.கே. பட்டம்மாள் பாடினார். தெலுங்குப் பாடல்களைச் சென்னை மாநிலத்தின் பிரதமராகப் பின்னாளில் இருந்த தங்குட்டூரி பிரகாசத்தின் அண்ணன் மகளான த. சூர்யகுமாரி, புகழ்பெற்ற தெலுங்கு நடிகர் சித்தூர் வி. நாகையா, பெஜவாடா குமாரி ராஜரத்தினம் ஆகியோர் பாடினர். பாடல்களின் இசைத்தட்டுகளைத் தயாரித்தவர்கள் ஓடியன் கம்பெனி.

‘ஸ்டேட்ஸ்மன்’ நாளிதழில் பணியாற்றிய அனுபவமிக்க பத்திரிகையாளர் எஸ்.வி. சாரியைக் கொண்டு காந்தியின் வாழ்க்கை வரலாற்று நிகழ்ச்சிகளின் கால வரிசையைத் தயாரித்துக் கொண்டார் ஏ.கே. செட்டியார். எழுத்தாளரும், பங்கிம் சந்திரர், தாகூர், சரத் சந்திரர் முதலான வங்காள எழுத்தாளர்களைத் தமிழாக்கியவருமான த.நா. குமாரஸ்வாமியைக் (1907–1982) கொண்டு விளக்கவுரையை எழுதுவித்தார்.

இப்படம் தயாரிக்கப்பட்ட இரண்டரை ஆண்டுக் காலத்தில் காந்தியைச் சந்திப்பதை மிகக் கவனமாகத் தவிர்த்தார் ஏ.கே. செட்டியார். இதற்கொரு முக்கியக் காரணமிருந்தது. என்ன செய்துகொண்டிருக்கிறீர்கள் என்று காந்தி கேட்டால் உண்மையைச் சொல்ல வேண்டியிருக்கும். என்னைப் பற்றிப் படம்

தயாரிப்பதைவிட நாட்டுக்குப் பயனுள்ள வேறு காரியத்தைச் செய்யுங்கள் என்று அவர் சொல்லிவிட்டால்? தேசத் தந்தையின் வார்த்தையைத் தட்ட முடியாதல்லவா? படம் வெளியான பிறகு, அதை காந்தி பார்க்க விரும்பினார் என்று அறியப் பெருமகிழ்ச்சி அடைந்தார் ஏ.கே. செட்டியார். ஆனால் காந்தி தம்மைப் பற்றிய படத்தைப் பார்த்தாரா என்று அறியக்கூடவில்லை.

இந்தப் படத் தயாரிப்புக்காக ஏ.கே. செட்டியார் சேகரித்த படச் சுருள்களின் அளவு (ஏறத்தாழ 50,000 அடி) மலைக்க வைக்கிறதென்றால், அவற்றின் பண்பு முக்கியத்துவத்தை என்ன சொல்ல? 1920இல் மறைந்த பாலகங்காதர திலகரின் இறுதிப் பயணத்தையும், அவருடைய பூதவுடலையும் முகத்தையும் நெருக்கக் காட்சிகளாகக் காட்டும் பதிவுகளையும் அவர் கண்டெடுத்தார். இவற்றைப் படம்பிடித்தவர் இந்தியத் திரைப்படத்தின் தந்தை எனப் போற்றப்படும் தாதாசாகேப் பால்கே என்பது கூடுதல் முக்கியத்துவமுடைய செய்தி. கோகலேவின் 1912ஆம் ஆண்டு தென்னாப்பிரிக்க வருகை பற்றிய பதிவு முன்னரே குறிக்கப்பட்டது. காந்தியின் தொடக்ககால வாழ்க்கை வரலாற்றாசிரியர் என்ற பெருமைக்கு உரியவர் பிரெஞ்சுக்காரரான ரொமெய்ன் ரொலாந்து. மேற்குலகில் காந்திக்கு ஆதரவைப் பெருக்கிய நூல் இது. காடாறு மாதம் வெஸிலே என்ற கிராமத்தில் கழித்த அவரைக் கண்டறிந்து அவரைப் படம் பிடித்தார் ஏ.கே. செட்டியார். ரொலாந்துக்கு ஆங்கிலம் பேச வராது. அவரது மனைவி வழியாகவே செய்திப் பரிமாற்றம் நிகழ வேண்டியிருந்தது. திரைக்கேற்ற முகப் பொலிவு தமக்கு இல்லை என்று காமிராவின் முன் தோன்ற மறுத்த அவரை எப்படியோ பேசி இணங்க வைக்க வேண்டியவரானார் ஏ.கே. செட்டியார். உலகப் புகழ் பெற்ற கல்வியாளரான மாண்டிசோரி அம்மையார் இரண்டாம் உலகப் போர்க் காலத்தில், பகைநாட்டவர் என்ற முறையில் சென்னைக்குள் இருக்கக் கட்டாயப்படுத்தப்பட்டிருந்தார். பிரம்மஞான சபையின் அனைத்துலகத் தலைமையிடமான அடையாற்றில் அவரைப் படம் பிடித்தார் ஏ.கே. செட்டியார்.

இந்தியாவில் சேலம் சி. விஜயராகவாச்சாரியார், பண்டித மதன் மோகன் மாளவியா, சர்வபள்ளி ராதாகிருஷ்ணன், ஆசார்ய கிருபளானி முதலானோரை இந்த ஆவணப் படத்திற்காகப் படம் பிடித்தார் ஏ.கே. செட்டியார். சி.எஃப். ஆண்ட்ரூசைப் படம் பிடிக்கும் வாய்ப்பு மயிரிழையில் தவறியது. அலகாபாத் ஆனந்த பவனத்தில் ஜவகர்லால் நேருவைப் படம் பிடிக்கச் சென்றது ஏ.கே. செட்டியாரின் படக்குழு. எப்படி போஸ் தர வேண்டும் என்று நேரு கேட்டதற்கு, உங்கள் விருப்பம் போல் தரலாம் என்று பி.வி. பதி சொல்ல, திரும்பி நின்று முதுகைக் காட்டியிருக்கிறார்

நேரு! பிறகே காமிராவைப் பார்த்து முறுவலித்திருக்கிறார். அந்த முறுவல் படத்தில் இடம் பெற்றது. படத்திற்காக ராட்டை சுற்ற மறுத்த நேரு, தாம் நூற்கும்போது படம் பிடித்துக்கொள்ளலாம் என்று சொல்லியிருக்கிறார். அவர் நூற்கும்போது நூல் அடிக்கடி அறுந்துபோனது கண்டு நேரு முகம் சுளித்தார். பி.வி. பதி இதை நன்கு படம் பிடித்தார். பார்வையாளர்களின் பேராதரவைப் பெற்ற காட்சிகளில் இது ஒன்று.

இனவாதம் கோலோச்சிய தென்னாப்பிரிக்காவுக்கும் ஏ.கே. செட்டியார் சென்றார். காந்தி ஏற்படுத்திய பீனிக்ஸ் குடியிருப்பையும் டால்ஸ்டாய் பண்ணையையும் படம்பிடித்தார்.

படப்பிடிப்பு முடிந்து, தொகுப்பு வேலை நிறைவுறும் தருணத்தில் அதிர்ச்சி தரும் செய்தி ஒன்று ஏ.கே. செட்டியாரின் காதை எட்டியது. அரசாங்கம் படத்தைக் கைப்பற்றி அதை அழிக்க முடிவு செய்திருப்பதாக அவர் அறிய வந்தார். அப்போது பம்பாயிலிருந்த ஏ.கே. செட்டியார் உடனே படத்திற்கு ஆறு மூலப் படிகளைத் (master copies) தயாரித்து அவற்றை ஒளித்துவைக்க ஏற்பாடு செய்தார். ஆறு படிகளையும் சென்னைக்கு அனுப்பி அவற்றை வெவ்வேறு இடங்களில் மறைவாக வைக்கச் சொன்னார். மறைவிடங்களைத் தமக்கு அறிவிக்கக் கூடாது என்றும் கண்டிப்பாக அறிவுறுத்தினார். இரண்டாம் உலகப் போர் முடிந்த பிறகே மூலப் படிகள் ஒளித்துவைக்கப்பட்ட இடங்கள் எவையெவையென அவர் அறிந்துகொண்டார். ஒரு படி ஒரு சுதேச சமஸ்தானத்தின் அரண்மனையிலும், ஒரு படி ஒரு ஆதீன மடத்திலும், பிற படிகள் வெவ்வேறு தனிநபர்களிடமும் கரந்துறைந்திருந்தன. காலனிய போலீசின் கண்காணிப்பிலிருந்து தப்பிய இந்தப் படம் தமிழரின் அக்கறையின்மையை வெல்ல முடியாமல் காணாதொழிந்ததை என்னவென்று சொல்ல!

23 ஆகஸ்டு 1940இல் காந்தி ஆவணப்படம் சென்னையில் ராக்ஸி அரங்கில் வெளியிடப்பட்டது. அதே நாளில் மதுரை சிந்தாமணி, கோயம்புத்தூர் நியூகர்னாடிக், காரைக்குடி நடராஜா, திருநெல்வேலி ராயல் ஆகிய திரையரங்கங்களிலும் திரையிடப்பட்டது. சில மாதங்கள் கழித்து, தெலுங்கு விளக்கவுரை யுடன் வெளியானது.

பிரீமியர் அட்வர்டைசிங் ஏஜென்ஸி என்ற விளம்பர முகவாண்மையை அமர்த்தி இப்படத்திற்குத் தகுந்த விளம்பரம் செய்தார் ஏ.கே. செட்டியார். காந்தி முகத்தைக் கொண்ட இரண்டு லட்சம் விளம்பர அஞ்சல் தலைகள் பள்ளிக் குழந்தைகளுக்கு விநியோகிக்கப்பட்டன. காந்தி படத்தைக் கொண்ட இருவண்ண நாட்காட்டியை அச்சிட்டுப் பல்வேறு கடைகளுக்கு இலவசமாக

வழங்கினார். பல ஆண்டுகள் கழித்தும் பல கடைகளில் அது சட்டம் போட்டுத் தொங்கவிடப்பட்டிருந்ததைக் கண்டு ஏ.கே. செட்டியார் மகிழ்ந்தார். பெரிய பத்திரிகைகளில் விளம்பரங்களையும் சிறப்பு இணைப்புகளையும் வெளியிடவும் ஏற்பாடு செய்தார். காந்தி ஆவணப்படம் பெரும் வெற்றி பெற்றது.

படம் வெளியான நாளில் வேண்டுமென்றே ஏ.கே. செட்டியார் சென்னையில் இல்லை. 'நண்பர்கள் பாராட்டு எனக்கு மிகவும் பிடிக்கும். ஆனால் நேரே பாராட்டினால் எனக்கு மிகக் கூச்சமாக இருக்கும். அதைத் தவிர்ப்பதற்காகவே கோயம்புத்தூர் சென்றேன்' என்று அவர் காரணம் கூறினார்.

1941 மே மாதக் கடைசியில் மலேயா அரங்கேற்றக் காட்சி சிங்கப்பூரில் அல்ஹம்ப்ரா அரங்கில் நிகழ்ந்தது. 1942 ஆகஸ்டு கிளர்ச்சியையொட்டி காந்தி கைது செய்யப் பட்டதைத் தொடர்ந்து புதுவை சர்வோதய இயக்கத் தலைவர் எஸ்.ஆர். சுப்பிரமணியன் புதுச்சேரியில் பத்து நாள்கள் பலமுறை காந்தி படத்தைத் திரையிட்டிருக்கிறார். பறிமுதல் செய்யப்படலாம் என்ற அச்சம் இருந்தாலும் எஸ்.ஆர்.எஸ்ஸை நம்பிப் படப்பெட்டியை அவரிடம் கொடுத்திருக்கிறார் ஏ.கே. செட்டியார்.

இந்தியா விடுதலை பெற்ற இரவு புது தில்லியின் கன்னாட் பிளேசிலுள்ள ரீகல் அரங்கில் படத்தைத் திரையிட ஏ.கே. செட்டியார் ஏற்பாடு செய்தார். அரசியல் நிர்ணய அவையின் தலைவர் இராஜேந்திர பிரசாத் உள்ளிட்ட பல முக்கியப் பிரமுகர்கள் பார்வையாளர் வரிசையில் அமர்ந்தனர்.

இந்தப் படத்தை அனைத்துலகுக்கும் எடுத்துச்செல்ல விழைந்திருக்கிறார் ஏ.கே. செட்டியார். இதற்காக 1952இல் அமெரிக்கா சென்று ஓராண்டு அங்கிருந்து இதற்காக உழைத்தார். மெக்கார்த்தின் கம்யூனிச எதிர்ப்பு வேட்டை ஹாலிவுட்டின் கழுத்தை நெரித்துக்கொண்டிருந்த காலப் பகுதியில் தம் முயற்சியை மேற்கொண்டு வெற்றியும் கண்டார். சான் பிரான்ஸிஸ்கோவின் அமெரிக்கன் அக்காதெமி ஆஃப் ஆசியன் ஸ்டடீஸ் என்ற அமைப்பின் லூயிஸ் கெய்ன்ஸ்பரோவிடம் இதற்காக ஓர் ஒப்பந்தம் செய்துகொண்டார். 81 நிமிடப் படமாக 10 பிப்ரவரி 1953இல் *Mahatma Gandhi: Twentieth Century Prophet* என்ற படத்தின் முதல் காட்சி வாஷிங்டனில் அரங்கேறியது. அமெரிக்க அதிபர் ஐசன்ஹோவர் தொடங்கி ஐ.நா.வின் தலைவரும் உலக நாடுகளின் தூதுவர்களும் இதில் கலந்துகொண்டனர்.

இந்த வெற்றிக் கதையின் எழுத்து வடிவம்தான் *அண்ணல் அடிச்சுவட்டில்* என்ற தலைப்பில் அவர் *குமரிமலரில்* எழுதிய தொடர்.

புகைப்படம் எடுப்பதிலும் திரைக் கலையிலும் தேர்ச்சி பெற்று, காந்தி ஆவணப்படத்தை வெற்றிகரமாக எடுத்து முடித்த ஏ.கே. செட்டியார் தம் வாழ்நாளில் வேறு எந்தப் படத்தையும் எடுக்கவில்லை!

❍

வரலாற்றை ஆவணப்படுத்தும் ஏ.கே. செட்டியாரின் வாழ்நாள் பணியின் ஒரு பகுதியாகவே அவர் எடுத்த 'மகாத்மா காந்தி' படத்தையும், அதன் உருவாக்கம் பற்றிய *அண்ணல் அடிச்சுவட்டில்* கட்டுரைத் தொடரையும் நாம் பார்க்க வேண்டும்.

படம் பிடிப்பதில் முறையான பயிற்சியை ஜப்பானிலும் அமெரிக்காவிலும் இளமையிலேயே பெற்றிருந்த ஏ.கே. செட்டியாருக்கு, 1937 அக்டோபர் 2ஆம் நாள், நியூயார்க்கிலிருந்து டப்ளினுக்குக் கப்பலில் பயணம் செய்துகொண்டிருந்தபோது காந்தி பற்றிய 'டாக்குமெண்டரி' படத்தைத் தயாரிக்க வேண்டும் என்ற எண்ணம் ஏற்பட்டது. அதற்கடுத்த இரண்டரை ஆண்டுகளில் இதற்கான முயற்சிகளில் ஈடுபட்டு ஏறத்தாழ நூறு காமிராகாரர்கள் முப்பது ஆண்டுகளில் படம் பிடித்த 50,000 அடி நீளமுள்ள படங்களை, உலகம் முழுவதும் ஒரு லட்சம் மைல் பயணம் செய்து தேடியெடுத்து, 12,000 அடி நீளமுள்ள படமாகத் தொகுத்து 1940இல் வெளியிட்டபோது அவருக்கு வயது 29. இதை ஒரு சாதனை என்று சொல்வது குறைவு நவிற்சியாகவே இருக்க முடியும். இதனைத் தமிழரல்லாதவர் ஒருவர் செய்திருந்தால் இந்தியாவே கொண்டாடியிருக்கும் என்ற எண்ணத்தைத் தவிர்க்க முடியவில்லை.

காந்தி படம் வெளிவந்த பிறகு அங்கொன்றும் இங்கொன்று மாக காந்தி பட உருவாக்கம் பற்றிச் சில குறிப்புகளையும் கட்டுரைகளையும் ஏ.கே. செட்டியார் எழுதியிருந்தார் என்றாலும், 1978–79இல்தான் இவ்வனுபவங்களை *அண்ணல் அடிச்சுவட்டில்* கட்டுரைத் தொடரில் கோவையாக வெளியிட்டார். இந்தக் கால இடைவெளிக்கு அவரது தன்னடக்கமே தலையாய காரண மாகலாம்.

'காந்தி' படச்சுருள் 'அங்கே இருக்கிறது! இங்கே இருக்கிறது!' என்று சிலரால் சொல்லப்படுகிறது; சோமலெவும் சா. கந்தசாமியும் அது இந்திய அரசிடம் உள்ளது என்று குறிப்பிடுகின்றனர். காந்தி படத்தை 1960களில் ஒரு முறை திரையிட்டுக் காட்டியபோது பார்த்த இரா. முத்துக்குமாரசாமி, பின்பு அதனைப் புனே திரைப்பட ஆவணக் காப்பகத்திற்கு ஏ.கே. செட்டியார் அளித்துவிட்டதாகவே தாம் நினைத்திருந்ததாகக் குறிப்பிடுகிறார். 35 எம்எம் வடிவிலான

படத்தைப் புனேவிற்குக் கொடுத்துவிட்டு, 16 எம்எம் படப் பெட்டியைத் தம் கட்டிலுக்கு அடியிலேயே வைத்திருந்ததாக ஏ.கே. செட்டியாரின் உற்ற நண்பர் மெ. தெய்வராயனின் மைந்தர் தெ. மெய்யப்பன் கூறுகிறார். இப்படத்தைப் புனே ஆவணக் காப்பகத்தில் தேடிச்சென்ற முன்னோடித் திரைப்பட வரலாற்றாசிரியர் சு. தியடோர் பாஸ்கரன், அங்கு அப்படம் இல்லை என்று கூறுகிறார். உண்மையில் அது இருக்கும் இடம் இதுவரை கண்டுபிடிக்கப்படவில்லை. 'காந்தி நினைவு நிதி'யின் சார்பாக 1950களின் தொடக்கத்தில் காந்தியைப் பற்றிய சலனப் படங்களையெல்லாம் தொகுத்த தேவதாஸ் காந்தி, ஏ.கே. செட்டியாரின் தயாரிப்பைப் பெற்றுப் பாதுகாக்க முயன்றதாகத் தெரியவில்லை. இந்நிலையில், ஏ.கே. செட்டியார் தம் படத்தில் சேர்க்காத பிற 38,000 அடி பிலிம் பற்றி என்ன சொல்வது!

ஏ.கே. செட்டியார் எடுத்த காந்தி படம் கிடைக்காத நிலையில், அதில் என்ன இருக்கிறது என்பதைத் தெரிந்து கொள்ள நமக்கிருக்கும் முதன்மையான வழி *அண்ணல் அடிச்சுவட்டில்*தான். காந்தி படம் காந்தியினுடைய பொது வாழ்க்கையின் நேர்ப்பதிவுகளின் ஆவணத் தொகுப்பு என்றால், *அண்ணல் அடிச்சுவட்டில்* அதன் உருவாக்கம் பற்றிய ஆவணவாக்கமாகும். காந்தி படங்களைத் தேடித் தாம் செய்த பயணங்களையும் பெற்ற பட்டறிவுகளையும் ஏ.கே. செட்டியார் விரிவாகவே பதிவுசெய்துள்ளார். தம்மை முன்னிறுத்திக்கொள்ளாமல், முதன்மை என்று தாம் கருதியதை அவர் மிக நேர்மையாக விவரித்துள்ளார். அவருடைய நடை ஆரவார நடையல்ல; மிகையும் அலங்காரமும் கூடியது அல்ல; சொல்லவந்ததை எளிய சொற்களில் நேரிடையாக நுவல்வதே ஏ.கே. செட்டியாரின் சொல்முறை. குழப்பமில்லாத எளிய வாக்கியங்களைக் கையாண்டு, தாராளமாகக் காற்புள்ளிகளையும் அவர் பயன்படுத்துகிறார். சிறுசிறு பத்திகளாக எழுதுவது அவருடைய உத்தி. *(அறிவியல் பூர்வமான பதிப்பு முறை அல்ல என்றாலும் இதே உத்தியைக் குமரி மலரில் ஆவணங்களை மறுபதிப்பிடும்போதும் அவர் கையாண்டார். ஓர் ஆராய்ச்சி 'மணி' இவற்றை அவரே கண்டெடுத்தது போல் பயன்படுத்தியபோது இதைக் கொண்டு அவரது முறையற்ற செயலை ஏ.கே. செட்டியார் கண்டுபிடித்து, அவரைக் கடிந்துகொண்டார்.)* ஒற்றை வரிப் பத்திகளும் சிறுசிறு பத்திகளுமாக அமைந்த ஏ.கே. செட்டியாரின் நடை, நிகழ்ச்சிக் கோவையாக அமைந்த அவருடைய அனுபவப் பதிவுக்குத் தோதாக விளங்குகின்றது. 'வாழ்க நீ எம்மான்' என்ற பாரதியின் தொடரை ஒவ்வொரு பிரிவின் இறுதியிலும் பல்லவியைப் போல் கையாள்வது நூலுக்கு ஓர் ஊடுசரட்டையும் கட்டுக்கோப்பையும் தருகிறது. *(எழுத்தில் காணும் அதே எளிய எழில் ஏ.கே. செட்டியார்*

வெளியிட்ட நூல்களின் வடிவமைப்பிலும் அச்சாக்கத்திலும் முகப்பட்டைகளிலும் உண்டு.)

ஒளிவுமறைவு இல்லாமலேயே தம் பதிவுகளை அவர் செய்துள்ளார். ராஜாஜிமீது கொண்டிருந்த பெரும் பற்று, 'செட்டியார்கள் சினிமா தொழிலில் புகுந்துள்ளீர்கள். மற்ற படங்களில் லாபமில்லை என்று இப்போது காந்தி படம் எடுக்க ஆரம்பித்திருக்கிறீர்களா?' என்று மனம் புண்படும்படியாக ராஜாஜி கேள்வி கேட்டதைப் பதிவு செய்வதற்குத் தடையாக இருக்கவில்லை. படம் வெளியான பின் அதே ராஜாஜி அதைப் பாராட்டியதையும் ஏ.கே. செட்டியார் விவரித்துள்ளார். படத்தின் விளக்கவுரையைப் படிக்க தேசபக்தர் சத்தியமூர்த்தி ஆயிரம் ரூபாய் கேட்டதையும், காந்தி படப்பெட்டி என்று அறிந்ததும் கூலி வாங்க மறுத்த ரயில் நிலையப் போர்ட்டரையும் மிகையின்றிப் பதிவு செய்கிறார் ஏ.கே. செட்டியார். காந்தியின் மீதும் காந்தியத்தின் மீதும் தீவிரப்பற்று கொண்டவராயினும் காந்திய நிறுவனங்களின் நிர்வாகிகளை விமர்சிப்பதை அவர் தவிர்க்கவில்லை.

எளிய நடைக்குப் பின்னேயும் உரிய இடத்தில் ஓர் அழுத்தத்தைத் தருவது ஏ.கே. செட்டியாரின் பாணி. இங்கிலாந்திலிருந்து தென்னாப்பிரிக்காவிற்குப் பயணம் செய்தபோது, 200 பேர் அமரக்கூடிய உணவுக்கூடத்தில் 60 பயணிகளுக்கு ஓரிடத்திலும் இவருக்கு மட்டும் தனியாகவும் உணவு பரிமாறப்பட்டது. 'அந்தத் தனித்த இடம் எனக்குக் கௌரவம் அல்ல. அது ஒரு அவமதிப்பு!' என்று ஒற்றை வரியில் குறிப்பிடுவது நிறவெறி பற்றிய ஒரு நெடும் சொற்பொழிவைவிட அழுத்தமுடையதாகும்.

நுட்பமான நகைச்சுவையும் ஏ.கே.செட்டியார் ஆளுமையின் ஒரு கூறு. ('நேரு நூல் நூற்றால், அந்த நூலிலிருந்து வேஷ்டி நெய்ய முடியாது; ஜமக்காளம்தான் நெய்யலாம்.')

ஏ.கே. செட்டியார் தம் மனங்கவர்ந்த நாயகர்களையெல்லாம் நேரில் கண்டு, படம் பிடித்ததை விவரிக்கும்போது மிகையழுத்தம் இல்லாதபோதும் அவ்வனுபவங்களின் தூய்மையும் உணர்வுப் பெருக்கும் நேரிடையாக வாசகரைச் சென்றடைகின்றன.

ஏ.கே. செட்டியாரின் எழுத்து மட்டுமல்ல கையெழுத்தும் அழகாக இருக்கும். இமயமலையடிவாரத்தில் இரவில் உலர்த்திய துணியில் மழை பெய்து, நீர்த்துளிகள் உறைவதால் முத்துக்கோத்ததுபோல் இருப்பதை அவருடைய கையெழுத்துக்கு உவமைகாட்டுகிறார் தி.சா. ராஜு.

மேடைப் பேச்சை விரும்பியவரல்லர் ஏ.கே. செட்டியார். எப்போதாவது மேடை ஏறினால் சுவையாகப் பேசுவார் என்பதற்கு ரசிகமணி டி.கே. சிதம்பரநாத முதலியார் 20.2.1942இல் நீலாவதி இராமசுப்பிரமணியத்துக்கு எழுதிய கடிதம் ஓர் ஆதாரம்.

நேற்று இரவு கிறிஸ்தவ கலாசாலையில் நண்பர் ஏ.கே. செட்டியாரவர்கள் 'உலகச் சுற்றுப் பிரயாணி' என்பதைப் பற்றிப் பேசினார்கள். இதுவரை கேளாத முறையில் இருந்தது. எத்தனையோ விஷயங்களை நன்றாக அனுபவித்திருக்கிறார்கள் என்பது தெரிய வந்தது. அனுபவித்தது மாத்திரம் அல்ல. நல்ல சுகமான தமிழில், கேட்பவர்கள் ரசித்துக்கொண்டே இருக்கும்படி பேசினார்கள்.

ஆங்கிலத்தில் எத்தனையோ பேரைக் (பிரயாணிகள்) கேட்டுத்தான் இருக்கிறேன். ஆனாலும் செட்டியார் அவர்கள் பிரசங்கம் ரொம்ப மேலாகவே இருந்தது. அவர்கள் என்னையும் (தலைவர்), மற்ற சபையோரையும் சிங்கப்பூர், ஜப்பான், அமெரிக்கா, ஜெர்மனி, தென்னாப்பிரிக்கா முதலிய இடங்களுக்கெல்லாம் **உடன்** அழைத்துச் சென்றார்கள். எங்களுக்குச் **செலவே இல்லை**. கஷ்டமும் கிடையாது.

சமூகத்திற்குப் பயன்தரத்தக்கப் பெருஞ்சாதனைகளை அமைதியாகவும் அடக்கமாகவும் அழுத்தமாகவும் செய்து காட்டிய ஏ.கே. செட்டியார் என்ற ஆளுமையைப் பெருமளவில் பிரதிநிதித்துவப்படுத்தும் பிரதி *அண்ணல் அடிச்சுவட்டில்* என்பதில் ஐயமிருக்க முடியாது.

காந்தி ஆவணப் படத்தைத் தேடியெடுத்து மீட்பதே ஏ.கே. செட்டியாருக்குச் செய்யும் சிறந்த அஞ்சலியாக இருக்க முடியும்.

~ ~

ரா.அ. பத்மநாபன் (1917–2014)

பாரதிக்குத் தொண்டு செய்வோன் சாவதில்லை

'பாஞ்சாலி சபதம்', 'குயில்', 'கண்ணன் பாட்டு' ஆகியவற்றைப் பாரதியின் முப்பெரும் பாடல்கள் என்று சுட்டுவதுண்டு. பாரதியின் வாழ்நாளில் இவற்றுள் ஒன்று மட்டும்தான் முழுமையாக நூலாக்கம் பெற்றது என்ற செய்தி பாரதியின் அகால மரணத்தின்பொழுது பாரதி கருவூலம் எவ்வளவு அபூரணமாக இருந்தது என்பதற்குச் சான்றாகும். பாரதியின் வாழ்நாளில் அவனுடைய ஒரு புகைப்படமும் வெளிவந்ததில்லை. இன்று ஐந்து படங்கள் தமிழுலகில் உலவுகின்றன. பாரதி என்ற பேராளுமையின் சித்திரம் பெருமளவு பொலிந்துள்ளதென்றால் ரா.அ. பத்மநாபன் என்ற தனிமனிதரின் பேருழைப்பு அதன் அடித்தளத்தில் அமைந்துள்ளது.

1917இல் பிறந்த ரா.அ.ப.வின் இயற்பெயர் வங்கிபுரம் புளியஞ்சேரி ராமஸ்வாமி அனந்த பத்மநாபன். வங்கிபுரம் என்பது குடும்பப் பெயர். புளியஞ்சேரி கும்பகோணத்திற்கு அருகிலுள்ள ஊர். ரா.அ.ப.வின் தந்தை பி.எஸ். ராமஸ்வாமி அய்யங்கார் கேரளாவின் சாலக்குடியில் தென்னாட்டின் முதல் 'வின்ச்'சை அமைத்தபோது ஓவர்சீயராக உழைத்தவர். 'குண்டூசி' கோபால் என்று அறியப்படும் பி.ஆர். சீனிவாச கோபாலன் இவருக்கு உடன்பிறந்த அண்ணன். அவிநாசியிலும் கோவையிலும் படித்து எஸ்.எஸ்.எல்.சியில் தேறினார் ரா.அ.ப.

ஆ. இரா. வேங்கடாசலபதி

அப்பொழுதே எழுத்தார்வம் முகிழ்த்துவிட்டது. துணுக்குகளையும் சிறுசித்திரங்களையும் எழுதி அனுப்ப, அவை *ஆனந்த விகட*னில் வெளியாயின. பெரிய குடும்பம். கல்கியின் அழைப்பின்பேரில் பதினாறு வயதிலேயே (1933) *ஆனந்த விகட*னில் உதவி ஆசிரியராக அமர்ந்துவிட்டார். கல்கியின் கீழ் பணியாற்றியதில் ரா.அ.ப.வுக்கு நியாயமான பெருமிதம் உண்டு.

தேசிய விழிப்பின் பேரலையான சட்டமறுப்பு இயக்கத்தின்போது காலணா பத்திரிகைகளின் வரவால் தமிழ் இதழியல் உலகம் விரிவுபெற்ற காலத்தில் ரா.அ.ப.வின் பத்திரிகையுலக நுழைவு அமைந்தது. அடுத்தடுத்துத் தமிழின் முன்னணி இதழ்களில் அவர் பணியாற்றினார். டைபாய்டு காய்ச்சலால் பணிக்குச் செல்ல முடியாததால் *விகட*னில் வேலையை இழந்த ரா.அ.ப., *ஜெயபாரதி* (1936–37), *ஹநுமான்* (1937), *ஹிந்துஸ்தான்* (1938–39) என்று பல தேசிய இயக்க இதழ்களில் பணியாற்றினார். 'மணிக்கொடி' மனப்பான்மைக்கு மாறானவராயினும் வ.ரா., பி.எஸ். ராமையா முதலானோருடன் அவருக்கு நல்ல பழக்கமிருந்தது. 1939இல் திருச்சி வானொலி நிலைய வேலைக்கான நேர்காணலுக்காக ரயிலில் பயணித்தபொழுது புதுமைப்பித்தனின் அரட்டையைப் பற்றி ஆர்வம் பொங்க அவர் என்னிடம் நினைவுகூர்ந்திருக்கிறார். அகில இந்திய வானொலியின் திருச்சி நிலையத்தில் பணிக்கமர்ந்து பின்னர் அதன் அயல் சேவைப் பிரிவில் பணியாற்ற 1944இல் தில்லி சென்றார். அலகாபாதில் காந்தி அஸ்தி கரைப்பின்போது வானொலியின் தமிழ் வருணனை இவருடையது.

1951இல் அமெரிக்கத் தூதரகத்தின் செய்திப் பிரிவில் பத்தாண்டுகளுக்குப் பணி. தமிழ்ப் பிரிவின் தலைவராக இருந்து, பின் வெளியீட்டுப் பிரிவின் இயக்குநராகவும் இருந்தார் ரா.அ.ப. 1954இல், ஒரு தமிழ் எழுத்தாளர், செய்தியாளர் நினைத்தும் பார்த்திராத மேலைநாட்டுப் பயணம் அவருக்கு அமைந்தது. அமெரிக்காவில் தோசை சுட்டதைப் பற்றி அவர் ஒரு கட்டுரை எழுதியிருக்கிறார்!

1962இல் *இந்து* ஆங்கில நாளிதழின் ஆரம்பகால ஆசிரியர்களின் வரலாற்றை எழுதுவதற்காக அங்குச் சிறப்பு அலுவலராக நியமிக்கப்பட்டார் ரா.அ.ப. அந்த நூல்கள் வேறொருவர் பெயரில் வெளிவந்தன.

தமிழ் எழுத்தாளர் சங்கம் வெளியிட்ட *பாரதி* என்ற மாத இதழுக்கு 1955இல் ரா.அ.ப. பொறுப்பாசிரியராக இருந்திருக்கிறார்.

இப்பணி முடிந்ததும் இந்தியன் எக்ஸ்பிரஸ் நிறுவனத்தில் சேர்ந்தார். *தினமணி கதி*ரின் ஆசிரியராகப் (1965–66) பணியாற்றிய

பிறகு ஒன்றரை ஆண்டுகள் ராம்நாத் கோயங்காவின் தனிச் செயலராக இருந்தார். கோயங்காவின் வாழ்க்கை வரலாற்றின் சில பகுதிகளை இவர் ஆங்கிலத்தில் எழுதினார். ஆனால் வரலாறு எழுதி முடிக்கப்பெறவில்லை. 1969இல் ஓய்வு பெற்றார்.

1960களில் ஏ.கே. செட்டியாரின் *குமரி மலரில்* ஏராளமாக எழுதினார் ரா.அ.ப. தமிழ்ப் பத்திரிகையுலகில் ஒரு செய்தியாளராக மட்டுமல்லாமல் அதன் வரலாற்றாளராகவும் அவர் செயல்பட்டிருக்கிறார். *சுதேசமித்திரன்* தொடங்கி *தினமணி* வரை அவர் தமிழிலும் (*குமரி மலர்*) ஆங்கிலத்திலும் (*தி இந்தியன் ரெவியு*) எழுதிய கட்டுரைகள் முக்கிய வரலாற்றுப் பதிவுகளாகும்.

அமெரிக்கத் தூதரகத்தில் பணிபுரிந்ததற்காக வருமான வரி கட்டுமளவுக்கு ஓய்வூதியம் பெற்றிருக்கிறார். குடும்பம், குழந்தைகள், வேலை என்று பத்திரிகையுலகத்திலேயே ரா.அ.ப. நிறைவு கொண்டிருந்திருக்கலாம். கொண்டிருந்திருந்தால் 'பாரதி அறிஞர்' என்று போற்றப்பட்டிருக்கமாட்டார்.

○

பத்திரிகையுலகில் ரா.அ.ப. நுழைந்த காலத்தில் பாரதி மகாகவி என்ற அறிந்தேற்பைப் பெற்றிருக்கவில்லை. 1928இல் பாரதி பாடல் நூல்கள் பறிமுதல் செய்யப்பட்டு அதன் மூலமாக அவர் புகழ் பரவத் தொடங்கியது. சட்ட மறுப்பு இயக்கத்தின்பொழுது பாரதி பாடல்கள் வெகுமக்களின் அணிதிரட்டலுக்குப் பயன்பட்டன. பாரதியைப் பற்றிய முதல் வரலாற்றுச் சித்திரம் எனத்தக்க வ.ரா.வின் 'மகாகவி பாரதி' 1933இல்தான் 'காந்தி'யில் தொடராக வெளிவந்துகொண்டிருந்தது. பாரதி படைப்புகள் பாரதியின் தம்பி சி. விஸ்வநாதனின் முயற்சியால் பாரதி பிரசுராலய வெளியீடுகளாக 1920கள், 1930களில் ஒவ்வொன்றாக வந்துகொண்டிருந்தன.

1934இல்தான் பாரதியின் புகைப்படத்தை ரா.அ.ப. முதன்முதலில் பார்க்கிறார். பாரதிதாசனின் இளம் நண்பர் புதுச்சேரி எஸ்.ஆர். சுப்பிரமணியம் (பின்னாளில் சர்வோதய இயக்கத் தலைவர்) மூலமாக ஒரு படம் கல்கிக்குக் கிடைக்க அதைப் படியெடுக்கும் வேலை அவருக்கு. படித்த பாடல்களையும் முகத்தையும் இணைத்துப்பார்க்கிறார் ரா.அ.ப.

பாரதியின் *இந்தியாவில்* மாற்று ஆசிரியராகப் பணியாற்றிய வேங்கட ஆர்யா (பாஷ்யம் என்கிற ஓவியர் ஆர்யா அல்லர்) *ஜெயபாரதி* நாளிதழில் ரா.அ.ப.வோடு சில காலம் பணியாற்றியிருக்கிறார். அவரிடம் *இந்தியாவின்* புதுவைப் பதிப்பு ஏறத்தாழ முழுமையாக இருந்துள்ளது. ரா.அ.ப.வுக்குக் கிடைத்த முதல் பாரதி ஆவணம் இது.

அடுத்து எம்.எஸ். சுப்பராய காமத் நடத்திவந்த *ஹிந்துஸ்தான்* வார இதழில் ரா.அ.ப. பணியாற்றலானார். பாரதி நாளில் சிறப்பு மலர் வெளியிடும் வழக்கம் அக்காலத்தில் ஓங்கிவந்தது. பாரதி மறைந்து பதினேழு ஆண்டுகளே ஆகியிருந்த நிலையில் புதுச்சேரிக்குச் சென்றால் பல செய்திகளைச் சேகரிக்க முடியும் என்ற ரா.அ.ப.வின் திட்டத்தைக் காமத் ஏற்றுக்கொண்டார். யூ.என். சிங் என்ற புகைப்படக்காரருடன் ரா.அ.ப. புதுவைக்கு அனுப்பப்பட்டார். முன்ஜாக்கிரதையாகத் தாமும் ஒரு காமிராவை எடுத்துக்கொண்டார் இருபத்தொரு வயதான ரா.அ.ப. அன்று தொடங்கிய ரா.அ.ப.வின் பாரதி தேடல் பாரதி நூற்றாண்டு வரை, ஏறத்தாழ ஓர் அரை நூற்றாண்டுக்குத் தொடர்ந்தது.

பாரதி தேட்டம் கொஞ்சம் பிந்தியிருந்தாலும் மேலும் பல இழப்புகள் ஏற்பட்டிருக்கும். காலத்தால் செய்த பணி என்ற நிலையிலும் ரா.அ.ப.வின் தேடல் முக்கியத்துவம் பெறுகிறது.

ரா.அ.ப.வின் பாரதி தேட்டம் இரு வழிகளில் அமைந்தது. பாரதி வாழ்ந்த இடங்கள், பழகிய நண்பர்கள், அவர்களுடைய நினைவுரைகள் என்று ஒருபுறம் தேடிய ரா.அ.ப., மறுபுறம் சிதறியும், கண்ணிற்படாமலும், காணாமலும் போயிருந்த பாரதியின் எழுத்துகளைத் – கையெழுத்துப்படிகள், அச்சு நறுக்குகள், பத்திரிகைகள் – தொகுக்கலானார். *ஹிந்துஸ்தான்* பாரதி ஆண்டு மலர்கள் (1938, 1939) இவர் மேற்பார்வையில் வந்தன. திலகருக்குப் பாரதி எழுதிய கடிதம், 'சந்திரிகையின் கதை'யின் முற்றுப்பெறாத கடைசி அத்தியாயங்களின் மேற்பாதி, ஸ்ரீநிவாசவரதனுக்கு எழுதிய கடிதங்கள், '*The Political Evolution in the Madras Presidency*' முதலான கையெழுத்துப்பிரதிகள், 'புதிய கட்சியின் கோட்பாடுகள்', 'எங்கள் காங்கிரஸ் யாத்திரை', '*The Fox with the Golden Tail*' முதலான அச்சு நூல்கள், *இந்தியா*வின் புதுவைப் பதிப்பு தவிர 1908இல் சென்னையிலிருந்து வெளியான 'இந்தியா'வின் இன்று கிடைக்கப்பெறும் ஐந்தே ஐந்து இதழ்கள்; நீலகண்ட பிரம்மச்சாரி, குவளைக் கண்ணன், மண்டயம் ஸ்ரீநிவாஸாச்சாரி, வயி.சு. சண்முகம் முதலானோரின் நினைவுரைகள்; பாரதியோடு பழகிய எட்டயபுர மன்னர்கள், அம்மாக்கண்ணு, வேணுகோபால் நாயக்கர், பேராசிரியர் என். சுப்பிரமணிய ஐயர் என்ற பிரம்மராய ஐயர் முதலானோரின் படங்கள்; பாரதி வாழ்ந்த காலத்தையொட்டிய புதுவை, கடயம், நெல்லை, எட்டயபுரப் படங்கள்; இன்று கிடைக்கும் பாரதி படங்களில் நான்கை இனங்கண்டது – இப்படி ரா.அ.ப.வின் பணியைப் பட்டியலிட்டுக்கொண்டே செல்லலாம்.

இன்று கிடைக்கும் பாரதியின் ஐந்து படங்களில் மூன்றினை எடுத்தவர்களின் பெயரையும் பதிவுசெய்தவர் ரா.அ.ப.தான். பாரதி

நாமம் போட்டிருக்கும் இரு படங்களை 1917இல் தம் புதுவை ஸ்டூடியோவில் எடுத்தவர் விழுப்புரம் சி. கிருஷ்ண ராஜு; முறுக்கிய மீசையும் முண்டாசுமான திருவுருவை எடுத்தவர் சென்னை பிராடுவே ரத்னா கம்பெனியின் வி.எஸ். சர்மா.

இவ்வாறு தேடித்தொகுத்த ஆவணங்களையெல்லாம் 'பாரதி புதையல்' என்ற பெயரில் மூன்று தொகுப்புகளை (1958, 1959, 1976) அமுத நிலையம் மூலம் வெளியிட்டார் ரா.அ.ப. இவற்றுக்கு மணிமகுடமாக அமைந்தது *சித்திர பாரதி* (1957). பாரதியின் வரலாறு ஆவண அடிப்படையில் இருநூற்றுக்கும் மேற்பட்ட படங்களுடன் அமைந்தது இந்நூல். 1950களில் ரா.அ.ப. நடத்திய பாரதி கண்காட்சிகளே இதற்கு அடிப்படை. தமிழ் நூல் வெளியீட்டு வரலாற்றில் ஒரு மைல்கல் என்று இதனைத் தயக்கமின்றிக் கூறலாம். அச்செழுத்துகளைக் கோத்து அச்சான சாதாரண தாளில் அமைந்த பக்கங்களும், ஆஃப்டோன் பட அச்சுக்கட்டைகளைக் கொண்டு அச்சான ஆர்ட் தாள் பக்கங்களுமாக மாறிமாறி அமைந்திருந்த பெரிய அளவு நூல் இது. நூலைக் கட்டுவோருக்குத் தலைவலி தரும் இந்த முறை ஒரு தொழில்நுட்பச் சாதனையுமாகும். இதற்குத் துணைநின்ற அமுத நிலைய மேலாளர் ரா. ஸ்ரீகண்டனை ஐம்பதாண்டுகளுக்குப் பிறகும் ரா.அ.ப. மறக்கவில்லை.

பாரதி தேடலினூடாக வ.உ.சி., வ.வே.சு. ஐயர், சுப்பிரமணிய சிவா, நீலகண்ட பிரம்மச்சாரி முதலான தேசிய இயக்க ஆளுமைகள் பற்றியும் ஆங்கிலத்திலும் தமிழிலுமாகத் தகுதிவாய்ந்த பல நூல்களை ரா.அ.ப. எழுதினார். வி.கே. நரசிம்மன் பெயரில் வெளியான 'இந்து' கஸ்தூரிரங்க அய்யங்காரின் வரலாற்றையும் இப்பட்டியலில் சேர்த்துக்கொள்ளலாம். அடிக்குறிப்புகளையும் ஆதாரக்குறிப்புகளையும் தரும் எழுத்துமுறை அவருடையதல்லவென்றாலும் அவை முதல்நிலை சான்றுகளின் அடிப்படையில் அமைந்திருப்பது பாம்பின் கால் அறிந்தவர்களுக்குத் தெரியும். ஆஷ் கொலை வழக்கில் தண்டனை பெற்ற நீலகண்ட பிரம்மச்சாரி சுவாமி ஓங்கார் என்ற பெயரில் துறவுபூண்டு மைசூர் அருகே வாழ்ந்துவந்தபோது ரா.அ.ப. அவருடன் நெருங்கிப் பழகினார்.

தமது பாரதி பணியைப் புதுப்பித்துக்கொள்ள ரா.அ.ப.வுக்குப் பாரதி நூற்றாண்டு நல்வாய்ப்பாக அமைந்தது. நல்ல வரவேற்பைப் பெற்று விற்றுத் தீர்ந்திருந்தாலும் ரா.அ.ப.வின் பாரதி நூல்கள் ஏறத்தாழ இருபதாண்டுகள் மறுபதிப்பாகாமல் இருந்தன. பாரதி நூற்றாண்டுச் சூழலில் வானதி பதிப்பகம் அவற்றை அடுத்தடுத்து வெளியிட்டது. 'பாரதி புதையல்' தொகுப்புகளிலிருந்து பாரதி

எழுத்துகளைப் பிரித்தெடுத்துப் *பாரதி புதையல் பெருந்திரட்டு* என்ற பெருந்தொகுதியாக்கினார் ரா.அ.ப. நினைவுரைகள் *பாரதி பற்றி நண்பர்கள்* என்ற தனி நூலாயின. பாரதியின் காலத்தையொட்டி வெளியான திறனாய்வுக் கட்டுரைகள் *பாரதி கவிநயம்* என்ற பெயரில் வெளிவந்தன. பாரதி எழுதிய இருபத்துமூன்று கடிதங்களைத் திரட்டி *பாரதியின் கடிதங்கள்* என்று ஒரு புதுநூலையும் ரா.அ.ப. வெளியிட்டார்.

சித்திர பாரதி கால் நூற்றாண்டுக்குப் பிறகு மறுபதிப்பானது. நா. மகாலிங்கம் ஆதரவில் பாரதியார் சங்கம் அதனை வெளியிட்டது (விற்பனை உரிமை: வானதி பதிப்பகம்.) காலப்போக்கில் கிடைத்த சில புதிய செய்திகளைப் பிற்பகுதியில் சேர்த்திருந்தாலும் இது முதற்பதிப்பின் மறுஅச்சே. நிழற்படப் பதிப்பாக புதுத் தொழில்நுட்பத்தில் அமைந்திருந்தாலும் அச்சு சிறக்கவில்லை.

ஆவண அடிப்படையில் அமைந்த இப்பெருநூல்களோடு தேசியப் புத்தக நிறுவனத்திற்காக (என்.பி.டி.) பாரதி பற்றிய ஒரு தொடக்க நிலை நூலையும் கோபுலுவின் ஓவியங்களோடும் படங்களோடும் ரா.அ.ப. எழுதினார்.

❍

பாரதி நூற்றாண்டோடு தம் பாரதி பணியை ரா.அ.ப. முடித்துக்கொண்டுவிட்டார் என்று சொல்லலாம். *இந்து* நாளிதழில் இடையிடையே எழுதிய மதிப்புரைகளைத் தவிர வேறு எதையும் அவர் பின்னர் எழுதவில்லை. *'I am tired of it!'* என்று எங்கள் முதல் சந்திப்பில் (1985) அவர் கூறியது நினைவிருக்கிறது.

பாரதி நூற்றாண்டையொட்டித் தம்மிடமிருந்த பாரதி ஆவணங்களை ('இந்தியா' இதழ்கள் உட்பட) புதுச்சேரி அரசின் பாரதி அருங்காட்சியகத்திற்கு அவர் கொடுத்துவிட்டார். அதற்கு முன்பே தம்மிடமிருந்த *இந்தியா* இதழ்களின் மிகைப்படிகளை ஏ.கே. செட்டியார் மூலமாக மறைமலையடிகள் நூலகத்திற்கு அவர் கொடுத்திருந்தார். ஒரு பழம்பொருள் ஆர்வலர் எந்த விலைக்கும் அவற்றை வாங்கத் தயாராக இருந்தபொழுதும் ஒரு பொது அமைப்புக்குக் கொடுக்க வேண்டுமென்பதில் அவர் உறுதியாக இருந்தார். அந்தவகையிலும் அவருக்கடுத்த பாரதி ஆராய்ச்சிகள் பெரிதும் அவருடைய உழைப்பில் கால்கொண்டுள்ளன என்று சொல்ல முடியும்.

இக்காலப் பகுதியில்தான் சீனி. விசுவநாதனின் பாரதி பதிப்புப் பணிகள் முனைப்புப் பெற்றன. 1980இல் வானவில்

பிரசுரமாக வெளிவந்த பாரதி கவிதைகள் பதிப்பு முதன்முறையாகப் பாடவேறுபாடுகளில் குவிமையம் கொண்டது. மூல ஆவணங்கள் சார்ந்த பாரதி ஆய்வின் அடுத்த தலைமுறை இதனோடு தொடங்கியதெனலாம். பாரதி ஆவணங்களை அழிவிலிருந்து காப்பதில் முனைந்திருந்த முதல் தலைமுறை ஆய்வாளரான ரா.அ.ப.வுக்குத் திருத்தமான பாடம், பாட வேறுபாடு, யாப்பமைதி முதலான கூறுகளில் அதிக ஈடுபாடு இல்லை. விளைவு ஒரு தலைமுறை மோதல். ரா.அ.ப.வுக்கும் சீனி. விசுவநாதனுக்குமான சர்ச்சையாக இது முற்றியது. விவாதத்தின் உட்கிடையினையும் நுட்பத்தையும் உணராத 'தாய்' போன்ற வெகுசன இதழ்களில் இவ்விவாதம் நிகழ்ந்தது பாரதியியலுக்குப் பேரிழப்பாகும். இந்த மோதலில் வெளிச்சத்தைவிட வெப்பமே அதிகமும் வெளிப்பட்டது என்று சொல்லலாம்.

○

பாரதி நூற்றாண்டின்பொழுது என்னுள் பெரும் மனவெழுச்சியைக் கிளர்த்திய நூல்களில் ஒன்று ரா.அ.ப. தொகுத்த *பாரதியின் கடிதங்கள்*. அக்கடிதங்களில் பொதிந்திருந்த உண்மையொளியும் வெளிப்பட்ட இலட்சிய வேகமும் பெரும் மனக்கிளர்ச்சியை ஏற்படுத்தின. 'மண்ணெண்ணெய் தீப்பெட்டிகளைக் காட்டிலும் அதிக ஸாதாரணமாக'த் தன் நூல்கள் விலைப்படும் என்ற பாரதியின் நம்பிக்கையை வெளிப்படுத்தும் உவமை மறக்க முடியாதது.

பாரதி நூற்றாண்டு முழுவதும் குமரி அனந்தன் சென்னை இராமகிருஷ்ணா மேல்நிலைப் பள்ளியில் சனிக்கிழமைகளில் ஒரு பாரதி கூட்டத்தை நடத்திவந்தார். 'பாரதி வாழ்வில் நெல்லையும் காசியும்' என்ற தலைப்பில் 20 நவம்பர் 1982இல் ரா.அ.ப. உரையாற்றியபோது அதனை அங்காந்து கேட்டேன்.

அப்போது வ.உ.சி. வழியாக ஆய்வுலகில் தப்படிகள் எடுத்துவைத்துக்கொண்டிருந்த பதினைந்து வயதினன் நான். நல்ல அறிஞர்களை ஆதர்சமாகக் கொள்ளும் அறிவுடைமை எப்படியோ வாய்த்திருந்தது. 1984இல் *வ.உ.சி. கடிதங்கள்* என் தொகுப்பில் வெளியானது. தொடர்ந்த வ.உ.சி. தேடலில் பாரதியின் *இந்தியா* இதழ்களைப் பார்வையிடுவதன் இன்றியமையாமை புலப்பட்டது. எட்டயபுரத்தில் இளசை மணியனிடமிருந்த 1906–07 தொகுப்பையும், ஸி.எஸ். சுப்பிரமணியத்திடமிருந்த 1908–09 தொகுப்பையும் பார்த்த பின்பு ரா.அ.ப.வின் ஒத்துழைப்பை நாடிக் கடிதம் எழுதினேன். *வ.உ.சி. கடிதங்கள்* நூல் வழி என்னை அறிமுகப்படுத்திக்கொண்டேன். இப்படிப்பட்ட ஆக்கபூர்வமான

முயற்சிதான் தேவை என்று உற்சாகப்படுத்திய ரா.அ.ப. தம் இல்லம் வருமாறு அழைத்தார்.

40ஏ, சந்தான பஜனை கோயில் தெரு, விழுப்புரம் 605602 என்பது ஒரு தலைமுறை பாரதி அன்பர்களுக்கு மனப்பாடமான முகவரி. 1970 தொடங்கி ஒரு கால் நூற்றாண்டுக்குச் சற்றுக் குறைய அவர் அங்கு வசித்துவந்தார். 1985 ஆகஸ்ட் மாதத் தொடக்கத்தில் ஒரு சனிக்கிழமை விழுப்புரம் சென்றேன்; அவர் வீட்டிலேயே தங்கவும் செய்தேன். தம்மிடமிருந்த ஆவணங்களையெல்லாம் ஒவ்வொன்றாக ஆர்வத்துடன் எடுத்துக்காட்டினார். தம் வாழ்க்கை அனுபவங்களைப் பகிர்ந்துகொண்டார். 1983 சாதிக் கலவரம் நிகழ்ந்த இடத்தை மாலை நேர நடையின்பொழுது காண்பித்தார். வால்ட் விட்மன் கவிதைப் பதிப்பு ஒன்றை எடுத்துக் காண்பித்ததும் நினைவுக்கு வருகிறது. தம் பணிகளுக்குரிய முன்மாதிரிகளை அவரே தேடிக்கொண்டதை உணரமுடிந்தது. புலமைச் சாதனைகள் மிகுந்த வாழ்வில் நிறைவு கொண்ட ஒரு மனம் ரா.அ.ப.விடம் தொழிற்பட்டுக்கொண்டிருந்தது.

ரா.அ.ப.வை முதலில் சந்தித்தபொழுது அவருக்கு 68 அகவை. முப்பதாண்டுகளுக்கு எங்கள் உறவு தொடரும் என்றோ, அவருடைய நூற்பதிப்புகளுக்கு நான் கைகொடுக்கக்கூடுமென்றோ அன்று நினைக்க முகாந்திரமில்லை.

1994இல் *பாரதியின் கருத்துப்படங்கள்* நூலை வெளியிட்டேன். சென்னை பெசண்ட் நகர் வண்ணாந்துறைக்குக் குடிபெயர்ந்திருந்த ரா.அ.ப.வின் வீட்டுக்கு நேரில் சென்று நூற்படியைக் கொடுத்தேன். என்னை ஆரத்தழுவி, *சித்திர பாரதி* முதலில் வெளிவந்தபொழுது மண்டயம் ஸ்ரீநிவாஸாச்சாரியார் அவருக்கு அளித்த துவராடையை எனக்குப் போர்த்தினார். அழுக்காறில்லாத பேருள்ளம் ரா.அ.ப.வினுடையது.

புத்தாயிரத்தில் புதுமைப்பித்தன் தேடலின்நிமித்தம் ரா.அ.ப.வை மீண்டும் சந்தித்தேன். பல நினைவுகளைப் பகிர்ந்துகொண்டாலும் காமிராவின்முன் தம் நினைவுகளைப் பதிய ஏனோ அவர் இணங்கவில்லை.

*குமரிமலரி*ல் ரா.அ.ப. எழுதிய இதழியல் வரலாறு பற்றிய கட்டுரைகளை நூலாக்க வேண்டும் என்பது என் நெடுநாள் ஆசை. 2003இல் காலச்சுவடு பதிப்பகம் மூலம் அதை வெளியிட்டபோது ரா.அ.ப.வின் மொத்தக் குடும்பமுமே அந்நூலின் தயாரிப்பு நேர்த்தியைப் பார்த்து மலைத்தது. பாரதி நூற்றாண்டின்பொழுது வெளியான ரா.அ.ப. நூல்களின் அச்சமைப்பு சிறக்கவில்லை என்ற ஆதங்கம் அகன்றது. அடுத்து ஒவ்வொன்றாக அவருடைய

பாரதி நூல்களை வெளியிட முயன்றேன். *பாரதி கடிதங்கள்* 2005 தொடக்கத்தில் வெளியானது. தன்னுடைய நூல்கள் விற்பனையாகவில்லை என்ற பதிப்பாளர்களின் வழக்கமான முனகலால் ரா.அ.ப.வுக்கு ஏற்பட்டிருந்த சலிப்பு காலச்சுவடு மூலம் நீங்கியது.

சித்திர பாரதி மறுபதிப்பு வெளிவர வேண்டும் என்ற நெடுநாள் ஆவலைப் பூர்த்தி செய்யத் தலைப்பட்டேன். தமிழுக்குப் புரவலர்கள் எளிதில் கிடைப்பதில்லை. கிடைத்தாலும் பெரும்பாலும் அவர்கள் நல்ல காரியங்களை ஆதரிப்பதில்லை. இந்த ஆற்றாமையைச் சொல்லிக் கவிஞர் தேவேந்திர பூபதியின் ஆதரவைப் பெற்றேன். 'சித்திர பாரதி'யைக் காலச்சுவடு – கடவு இணை வெளியீடாகக் கொண்டுவருவதென முடிவு செய்யப்பட்டது. 2006 டிசம்பரில் நிகழ்ந்த 'பாரதி 125, புதுமைப்பித்தன் 100; சுந்தர ராமசாமி 75' விழா இதற்கேற்ற தருணமாயிற்று.

*சித்திர பாரதி*யின் 1982 பதிப்பின் அச்சமைப்புப் பக்கங்களை மீண்டும் பயன்படுத்தும் பேச்சுக்கே இடமிருக்கவில்லை. அச்சுப் பக்கங்களை மீண்டும் கணினியில் உள்ளீடு செய்தோம். கிரவுன் 1x4 வடிவம் தோதுப்படாது என்பது விரைவில் புலப்பட்டது. டெமி 1x4 என்று மேலும் பெரிய அளவுக்கு மாற்றினோம். படப் பக்கங்கள் மட்டுமல்லாமல் நூல் முழுவதையுமே ஆர்ட் தாளில் அச்சிடுவதென முடிவுசெய்தோம். தன்மை பன்மையில் எழுதினாலும் சூழலுக்கேற்ப நான் எடுத்த முடிவுகளுக்குக் கண்ணன் உடன்பட்டுவந்தார் என்பதே உண்மை!

சித்திர பாரதி அச்சாக்கத்தின்பொழுது ரா.அ.ப.வின் மற்றொரு பண்பு நன்கு வெளிப்பட்டது. 1957இல் வெளியான முதல் பதிப்புக்குப் பயன்படுத்திய படங்களை அவர் பத்திரமாக ஒரு கோப்பில் கட்டிவைத்திருந்தார். படங்களை மீண்டும் அலகீடு செய்தோம். புத்தகம் சிறக்க வேண்டும் என்ற ஆர்வத்தில் காலச்சுவடு வடிவமைப்பாளர் கீழ்வேளூர் பா. ராமநாதன் இரண்டு இரவு கண்விழித்து அவற்றைக் கணினியில் மெருகேற்றினார். இருபத்தைந்தாண்டுகளுக்கு ஒருமுறை பூக்கும் அதிசய மலராகச் *சித்திர பாரதி* மூன்றாம் பதிப்பு வெளிவந்தது. மட்டுமல்லாமல் அப்துல் கலாம் கையால் வெளியீடு நிகழ்ந்ததும் ரா.அ.ப.வுக்குப் பெருமகிழ்ச்சி. அவ்விழாவில் பாரதி விருது பெறுவதற்காக ரா.அ.ப.வும் சீனி. விசுவநாதனும் அடுத்தடுத்து அமர்ந்து சில சொற்கள் பேசிக்கொண்டதும் எனக்கு மனநிறைவு தந்தது.

ரா.அ.ப.வுக்குக் காலப்போக்கில் செவித்திறன் குறைந்து வந்தது. இருப்பினும் என்னோடு செழுமையான கருத்தாடல்

வைத்துக்கெண்டார். சிக்கலான செய்திகளை எழுதிக் காண்பித்துக்கொள்வோம். மெய்ப்புத் தாள்களில் என் திருத்தங்களை மேற்பார்த்து, பெரும்பாலும் ஏற்றுக்கொள்வார். சிலவேளைகளில் காரணம்கூறி மறுப்பார். செய்வதனைத்தையும் திருந்தச் செய்வார். எதிலும் ஒரு நேர்த்தி இருக்கும். தமிழில் மட்டுமல்லாமல் ஆங்கிலத்திலும் அவர் கையெழுத்து அழகும் தெளிவும் கூடியதாக இருக்கும். குத்துப்புள்ளிகளைச் சுழிக்கும் பாங்கு பாரதியின் கையெழுத்தை நினைவுபடுத்தும். வரும் கடிதங்கள் அனைத்தையும் கோப்பில் வைப்பார். ஒரு முறை சில தாள்களை ஸ்டேபிள் செய்யும்பொழுது ஸ்டேபிளர் கருவியைக் காண்பித்து என்ன அற்புதமான கண்டுபிடிப்பு என்று கண்கள் விரியச் சொன்னார். செய்யும் காரியம் எதிலும் ஒரு தீர்மானமும் உறுதியும் இருக்கும். பிடிவாதம் என்றுகூடச் சொல்லலாம். இப்பண்புதான் அவரை இயக்கி, அவர் நிறைவாழ்வுக்குக் காரணமாகியது எனலாம். மிக நலிவுற்றிருந்த கடைசி ஆண்டுவரை *இந்து* நாளேட்டை அவர் படிக்காமல் இருந்ததில்லை.

பாரதியின் பெயர் இருக்கும்வரை ரா.அ. பத்மநாபனை நினைக்கின்றவர்கள் இருப்பார்கள்.

~ ~

ஸி.எஸ். சுப்பிரமணியம் (1910–2011)

பொதுவுடைமைப் பதிவாளர்

தோழர் ஸி.எஸ். என்று அறியப்படும் கோமல் சுந்தரம் சுப்பிரமணியம் தமது நூற்றியோராவது வயதில் காலமானார். அகால மரணம் அல்லது மிக நீண்ட வாழ்க்கை என்பதையே இந்தியக் கம்யூனிஸ்டு இயக்கத் தலைவர்களுக்கு ஊழ் விதித்துள்ளது போலும். நூற்றியொரு வயது நிறைவாழ்வு வாழ்ந்தவரைப் பற்றி மனக்குறை இருப்பதற்கு முகாந்திரம் இல்லை. ஆனால் இருக்கிறது. அதுதான் தமிழ்ச் சூழல்.

ஸி.எஸ். மறைந்து ஓராண்டாகிய பிறகும் அவரைப் பற்றிய முழுப் பதிவு இல்லை. சில ஆண்டுகளுக்கு முன்பு வெளியான *ப. ஜீவானந்தம் காலத்து ஜனசக்தி தலையங்கங்கள்* என்ற பெயரில் வெளிவந்த இரு பெருந்தொகுதிகளின் பதிப்புரையின் முதல் வாக்கியத்திலேயே அவருடைய முதலெழுத்து தவறாகக் குறிப்பிடப்பட்டுள்ளது! *உங்கள் நூலகம், புதிய புத்தகம் பேசுது* ஆகிய இதழ்களில் வெளியானவை சம்பிரதாயமான இரங்கலுரைகளாகவே அமைந்திருந்தன. ஆனால் இதற்காக யாரையும் குறை சொல்வதில் நியாயமல்ல. பொதுவுடைமை இயக்கத்தில் தனிமனிதர்களுக்கு முதன்மை வழங்க வேண்டியதில்லை என்று உறுதியாக நம்பியவர் ஸி.எஸ். இதை ஸ்டாலின் ஆராதனையின்

எதிர்விளைவு என்று கருதலாம். தன்னைப் பற்றிப் பேசுவதைப் பிடிவாதமாகத் தவிர்த்தவர் அவர். 1980களில் வரலாற்றுப் பேராசிரியர் பிபன் சந்திரா தம் ஆய்வுத் திட்டத்தின் ஒரு பகுதியாக ஸி.எஸ். அவர்களோடு விரிவானதொரு நேர்காணலைச் செய்ய விரும்பியபோது அவர் இணங்க மறுத்தார். கவிதா முரளிதரனைக் கொண்டு 2000ஆம் ஆண்டுகளின் முற்பகுதியில் அவரோடு ஒரு நேர்காணலைச் செய்ய முயன்றேன். அதற்கும் அவர் இசையவில்லை. புகழ் மறுப்பில் ஏ.கே. செட்டியாரை நினைவூட்டக்கூடியவர் ஸி.எஸ். இதனால் செயலூக்கம் மிக்க அவருடைய ஆரம்ப கால வாழ்க்கையைப் பற்றி அதிகம் அறிய முடியவில்லை.

1984ஆம் ஆண்டில் தமிழ்நாடு ஆவணக்காப்பகத்திற்குள் வ.உ.சி. ஆய்வுக்காக முதன்முறையாக நுழைந்தேன். அதன் ஆய்வுக்கூடம் ஆராய்ச்சியாளர்களால் நிரம்பி வழிந்த காலம் அது. வெளியே தேநீர்க் கூடத்திலும் உற்சாகம் பொங்கும். ஆய்வு செய்வதும் விவாதிப்பதுமாகக் காலம் பயனுடனும் மகிழ்ச்சியுடனும் கழிந்துகொண்டிருந்தது. ஒவ்வொரு வார நாளிலும் முற்பகல் 11:30 மணி அளவில் ஒற்றை நாடி உருவம் ஒன்று ஆய்வுக்கூடத்திற்குள் நுழையும். சிவந்த மேனி. பழுப்பேறிய கதர் வேட்டி, சட்டை, மேல்துண்டு. நெற்றியில் துலக்கமாக ஒரு புடைப்பு இருக்கும் – இப்படி ஒரு அடையாளத்தை வைத்துக்கொண்டு எப்படித் தலைமறைவு வாழ்க்கையில் போலீசின் பிடியிலிருந்து அவர் தப்பினாரோ! வெளுத்து மடித்த உடையணிந்து அவரைப் பார்த்ததில்லை. ஆவணக்காப்பக ஊழியர்கள் எல்லாம் சுதந்திரப் போராட்டத் தியாகி என்று மரியாதை யுடன் நடந்துகொள்வார்கள். அவர்தாம் தோழர் ஸி.எஸ்.

ஸி.எஸ். சுப்பிரமணியம் என்றதும் எனக்குப் *பாரதி தரிசனம்* இரண்டு தொகுதிகளும் உடனே நினைவுக்கு வரும். ஒரு வசங்கெட்ட குக்கிராமத்தில் இருந்துகொண்டு, கல்கத்தா தேசிய நூலகத்திலிருந்த பாரதியின் *இந்தியா* இதழின் முதல் தொகுதியின் நுண்படச் சுருளை 1970களின் தொடக்கத்திலேயே வரவழைத்து, எப்படியோ அதிலுள்ள கட்டுரைகளைப் படியெடுத்திருந்தார் இளசை மணியன். அக்கட்டுரைகளை வகைதொகைப்படுத்தி, குறிப்புகள் எழுதிப் பதிப்பித்தவர் ஸி.எஸ்.தான். பாரதி எழுத்துகளின் பதிப்பியலில் ஒரு முக்கிய மைல்கல் *பாரதி தரிசனம்*. ரா.அ. பத்மநாபனின் பதிப்பு முயற்சிகள் ஏறக்குறைய ஓய்ந்து, சீனி. விசுவநாதனின் தேடல்கள் கால்கொள்ளாத ஓர் இடைக்காலத்தில் *பாரதி தரிசனம்* தொகுதிகள் வெளிவந்திருந்தன (நியூ செஞ்சுரி புக் ஹவுஸ், 1975, 1976). இதையொட்டி, *மிதவாதிகளுக்கு டால்ஸ்டாயின் கடிதம்: பாரதியின் ஒப்புநோக்கு* (1978) என்றொரு

கம்யூனிஸ்ட் கட்சி மாநிலக் குழு உறுப்பினர்கள் (செப்டம்பர் 1942)
நிற்பவர்கள் இ–வ: பீட்டர் கென்மன், எம்.ஆர். வெங்கட்ராமன், பி.சி. ஜோஷி, சீனிவாச ராவ், பி. ராமமூர்த்தி
அமர்ந்திருப்போர்: ஸி.எஸ். சுப்பிரமணியம், மோகன் குமாரமங்கலம், சுந்தரய்யா

சிறுநூலையும் ஸி. எஸ். பதிப்பித்திருந்தார். எந்தவொரு பிரதியையும் சூழலில் பொருத்திப்பார்த்துப் பொருளுரைப்பது மார்க்சியத்தின் அடிப்படை. அதன் துலக்கமான ஒரு தமிழ் எடுத்துக்காட்டாக முதலில் நான் அறிந்தது இச்சிறு நூலே.

நியூ செஞ்சுரி புத்தக நிறுவனத்தில் சில காலம் பணியாற்றிய புலவர் த. கோவேந்தன் வழியாக ஸி.எஸ். பற்றிய பின்னணித் தகவல்கள் சிலவற்றை அறிந்துகொண்டேன். ஆய்வுக்கூடத்தில் பேசுவதை ஸி.எஸ். விரும்பமாட்டார். உரையாடுவதென்றால் வெளியேதான் வரவேண்டும். சுருக்கமாகப் பேச்சை முடித்துக்கொள்வார். அப்போது என்.சி.பி.எச். மற்றும் கட்சியின் மூலமாகத் தென்னிந்திய ஆய்வு நிறுவனம் என்றொரு அமைப்பை அவர் நடத்தி வந்தார். அண்ணா, எல்லிஸ், வாலாஜா சாலைகள் சந்திக்கும் இடத்தில் 6, நல்லதம்பி தெரு முதல் மாடியில் இந்நிறுவனம் செயல்பட்டுவந்தது. தீபம் அலுவலகம் என்றால் தமிழ் ஆர்வலர்களுக்குத் தெரியும் – அது கீழ்த்தளத்தில். தீபம் திருமலை இருப்பார். சில சமயங்களில் நா. பார்த்தசாரதி நுழைவதையும் பார்த்திருக்கிறேன்.

பெயர்தான் நிறுவனம். பெரும்பாலும் மாலை நேரங்களில் ஸி.எஸ். வரும்போதுதான் அதைத் திறப்பார்கள். ஓர் அறையில் நூலகமும் உண்டு. கட்சியின் பழைய பிரசுரங்களும் தேசிய இயக்கம் தொடர்பான நூல்களுமாக ஓராயிரம் நூல்களுக்கு மேல் அடுக்கப்பட்டிருக்கும். ஏ.கே. செட்டியார் பதிப்பித்த *புண்ணியவான் காந்தி* முதல் தொகுப்பை அங்கேதான் முதன்முதலில் பார்த்தேன்.

தன்னைப் பற்றி அதிகம் பேசாதவராயினும் என் வயதின் காரணமாகவும் (17 அகவை) ஆர்வத்தின் காரணமாகவும் இங்கிதமற்ற அறியாமை காரணமாகவும் அவரிடமிருந்து எப்படியோ பல செய்திகளைக் கொக்கிப்போட்டு இழுத்து விடுவேன். நான் பதிப்பித்து வெளியிட்டிருந்த *வ. உ. சி. கடிதங்கள்* நூல் அவருக்கு என்மீது அன்பையும் எதிர்பார்ப்பையும் ஏற்படுத்தியிருந்தது.

1985 ஏப்ரல் மாதக் கடைசி நாள். ஸி.எஸ். வருகைக்காக நிறுவன வாசலில் நான் காத்துக்கிடந்தேன். இரவு எட்டு மணியாகியும் அவர் வரவில்லை. மறுநாள் ஆவணக்காப்பகத்தில் அவரைப் பார்த்தபோது, தம் மனைவியின் ஆறாம் நினைவு நாளானதால் முன்தினம் தாம் வரவில்லை என்று கூறினார். நான் பழகிய ஒரு பத்தாண்டுக் காலத்தில் அவர் கண்களில் நெகிழ்ச்சியைப் பார்த்தது அந்தத் தருணத்தில்தான். மன அழுத்தம் அவரை ஆட்கொண்டிருந்திருக்கலாம் என இன்று தோன்றுகிறது.

டாக்டர் சுகுணாபாயுடனான திருமணம்தான் ஸி.எஸ். வாழ்க்கையின் திருப்புமுனை. ஸி.எஸ்ஸின் சொந்த ஊர் மாயவரம் அருகேயுள்ள கோமல். தந்தையார் கல்வித் துறை அதிகாரி. வேலூர் ஊரிஸ் பள்ளியில் படித்த பின்னர் மாநிலக் கல்லூரியில் பயின்றார் ஸி.எஸ். மேற்படிப்புக்காகவும் ஐ.சி.எஸ். (ஐ.ஏ.எஸ்ஸின் பூர்வாசிரமம்) தேர்வு எழுதவும் 1930ஆம் ஆண்டளவில் இங்கிலாந்து சென்றார். (இவருடைய உடன்பிறந்த தம்பி ஸி.எஸ். இராமசந்திரன் ஐ.சி.எஸ். அதிகாரியானார்.) பிரிட்டிஷ் மார்க்சிய வரலாற்றாசிரியர்கள் பெரும்பாலும் கேம்பிரிட்ஜில் படித்தார்கள். இந்தியாவில் பணியாற்றிய உயர் வெள்ளையதிகாரிகள் அதிகமும் படித்த ஆக்ஸ்போர்டு பல்கலைக்கழகத்தின் பாலியோல் கல்லூரியில் படித்து பி.ஏ. பட்டம் பெற்றார் ஸி.எஸ். இரண்டு உலகப் போர்களுக்கு இடைப்பட்ட காலத்தில் இளைஞர்களிடையே இடதுசாரிச் சிந்தனைகள் கோலோச்சின. கம்யூனிஸ்டு மாணவர்களின் அக்டோபர் க்ளப்பில் ஸி.எஸ். தம்மை இணைத்துக்கொண்டார். 1931இன் பிற்பகுதியில், இரண்டாம் வட்ட மேசை மாநாடு நடைபெற்றுவந்த காலப்பகுதியில் பிரிட்டிஷ் கம்யூனிஸ்டு கட்சியின் *டெய்லி வொர்க்கர்* ஏட்டிலும் அவர் பணியாற்றினார். ரஜனி பாமி தத் முதலான பிரிட்டிஷ் கம்யூனிஸ்டு கட்சித் தலைவர்களுடன் தொடர்பு ஏற்பட்டு, ஐ.சி.எஸ். தேர்வு எழுதாமல் திரும்பினார் ஸி.எஸ். கிறிஸ்டோபர் காட்வல் தனக்கு இளையவர் என்று அவர் ஒருமுறை கூறியது நினைவிலிருக்கிறது. ஒருமுறை C.M. Bowra எழுதிய *The Romantic Imagination* நூலை என் கையில் பார்த்தபோது, ஆக்ஸ்போர்டில் பௌராவின் விரிவுரைகளைக் கேட்டதை அவர் நினைவுகூர்ந்தார்.

1930களின் தொடக்கத்தில் ஸி. எஸ். இந்தியா திரும்பியபோது தமிழகத்தில் கம்யூனிஸ்டு கட்சி முளைவிட்டிருக்கவில்லை. அப்போது பொதுவுடைமைப் பிரச்சாரத்தில் ஈடுபட்டிருந்த ஒரே அமைப்பு பெரியாரின் சுயமரியாதை இயக்கம்தான். முதலில் தேசிய அரசியலில் ஈடுபட்ட ஸி.எஸ்., காங்கிரஸ் சோசலிஸ்ட் கட்சி தமிழகத்தில் உருவானதில் பங்குவகித்தார். 1934இல் கம்யூனிஸ்டு கட்சி தடைசெய்யப்பட்டபோது தமிழகக் கம்யூனிஸ்டு தலைவர்களின் முதல் தலைமுறையில் ஒருவராக விளங்கியிருக்கிறார். ஜனசக்தி வார இதழாகத் தொடங்கப்பட்ட காலத்திலிருந்து அதன் ஆசிரியக் குழுவில் முக்கியப் பங்காற்றியதோடு அச்சக நிர்வாகப் பொறுப்புகளையும் மேற்கொண்டார். பொதுவுடைமைக் கட்சி தமிழ் மண்ணில் ஊன்றிய காலத்திலிருந்து அதன் இணைகோடாக ஸி. எஸ்ஸின் வாழ்க்கை அமைந்திருந்திருக்கிறது.

1940ஆம் ஆண்டின் இறுதியில் பி. ராமமூர்த்தி, மோகன் குமாரமங்கலம், ஸி.எஸ். முதலானோர்மீது 'சென்னை கம்யூனிஸ்டு சதி வழக்கு' என்றறியப்படும் வழக்கு தொடரப்பட்டது. சில காலம் ஸி.எஸ். தலைமறைவானார். 'லுக் அவுட் நோட்டீஸ்' ஒன்றைப் போலீசார் வெளியிட்டனர். இந்தியப் பாதுகாப்புச் சட்டத்தின் கீழ் ஸி.எஸ். பதினெட்டு மாதக் கடுங்காவல் தண்டனை பெற்றார்.

இரண்டாம் உலகப் போரில் நேச நாடுகளுடன் சோவியத் ஒன்றியம் கைகோத்ததும் கம்யூனிஸ்டு கட்சிமீதான தடை நீக்கப்பட்டது. ஜூலை 1942இல் ஸி.எஸ். முதலான கட்சித் தலைவர்கள் விடுவிக்கப்பட்டனர். ஏகாதிபத்திய எதிர்ப்புப் போராட்டத்தில் அதுவரை மிக உக்கிரமாகப் போராடி வந்த கட்சி, காங்கிரஸ் அறிவித்த ஆகஸ்டு போராட்டத்தை எதிர்க்க வேண்டிய இக்கட்டான சூழ்நிலை. இது பற்றி மத்தியக் குழுக் கூட்டத்தில் விவாதம் நடந்தபோது பி. சீனிவாச ராவ், பி. ராமமூர்த்தி, ஸி.எஸ். ஆகியோர் காங்கிரஸ் போராட்டத்திற்கு எதிரான ஒரு நிலைப்பாட்டைக் கட்சி எடுப்பதை ஆதரிக்கவில்லை என்பதை இங்குக் குறிப்பிட வேண்டும்.

கட்சியின் செயல்பாடுகளில் தொடர்ந்து முன்னின்றிருக்கிறார் ஸி.எஸ். களப்போராளி என்பதினும் கட்சியின் நிர்வாக மற்றும் அறிவுசார் பணிகளில் அவர் அதிகம் கவனம் செலுத்தியிருப்பதாகத் தெரிகிறது. 1948 கல்கத்தாவில் நடந்த கட்சியின் காங்கிரசில், இந்திய அரசை ஆயுதந்தாங்கிய போராட்டத்தின் மூலமாகக் கைப்பற்றுவது என்ற பி.டி. ரணதிவே நிலைப்பாடு மேற்கொள்ளப்பட்டதை யொட்டிக் கட்சி தடைசெய்யப்பட்டது. தலைவர்கள் பலர் தலைமறைவாயினர். இந்தக் காலகட்டத்தில், கட்சித் தோழரின் கையில் இல்லற வன்முறைக்கு ஆளாகியிருந்த சுகுணாபாய் என்ற மங்களூரைப் பூர்விகமாகக் கொண்ட மருத்துவரைக் காதலித்துத் திருமணம் செய்துகொண்டார் ஸி.எஸ். ஒழுக்கமீறல்கள் என்று கருதியவற்றைக் கடுமையாகக் கடியும் வழமையைக் கொண்ட கம்யூனிஸ்டு கட்சி அவரைக் கட்சியிலிருந்து நீக்கியது. பொதுவுடைமை இயக்கத்தையே தம் வாழ்க்கையாகக் கொண்ட ஸி.எஸ்ஸுக்கு இது பேரிடியாக அமைந்தது. 1952இல் அவர் மனைவியோடு கோபிசெட்டிப்பாளையத்திற்குக் குடிபெயர்ந்தார். ஒரு கால் நூற்றாண்டுக்காலம் அங்கேயே வாழ்ந்தார்.

கட்சிதான் ஸி.எஸ்ஸை நீக்கியதேயொழிய ஸி.எஸ். எப்போதும் கட்சியைவிட்டு நீங்கியதில்லை. 1980களின் பிற்பகுதியில் கோர்பச்சேவ் காலத்து 'க்ளாஸ்நாஸ்ட்' கொள்கை கட்சி அமைப்பில் சில நீக்குபோக்குகள் ஏற்படுத்தியதைத் தொடர்ந்து, ஸி.எஸ்ஸை மீண்டும் கட்சியில் சேர்த்துக்கொள்வதற்காக ஒரு கடிதம் தருமாறு அவர் கேட்டுக்கொள்ளப்பட்டார். கட்சியிலிருந்து

தம்மை நீக்கிய தீர்மானத்தை விலக்கிக்கொள்வதே போதுமானது; தனியே கடிதம் எதுவும் தேவையில்லை என்று தோழர் ஆர். நல்லகண்ணுவுக்கு ஸி.எஸ். பதில் சொல்லிவிட்டார்! உறுதி என்றும் சொல்லலாம், பிடிவாதம் என்றும் சொல்லலாம். அதுதான் ஸி.எஸ்.

1950களிலும் 1960களிலும் ஸி.எஸ்.என்ன செய்துகொண்டிருந்தார் என்பது புலப்படவில்லை. இந்தியப் பொதுவுடைமை இயக்கத்தில் 1956 எந்தச் சலனத்தையும் ஏற்படுத்தவில்லை; எனவே ஸி.எஸ்ஸின் நிலைப்பாடு என்ன என்ற கேள்வி எழவில்லை. 1964இல் கம்யூனிஸ்டு கட்சி பிளவுண்டபோது அவர் தாய்க் கட்சியைச் சார்ந்திருந்ததும் எதிர்பார்க்கக்கூடியதே.

1960களின் கடைசியில் கம்யூனிஸ்டு கட்சியின் வரலாற்று ஆவணங்களைத் தொகுத்துப் பதிப்பிக்கும் பணியை ஜி. அதிகாரி மேற்கொண்டார். அவரோடு ஸி.எஸ்ஸுக்குக் கட்சியின் ஆரம்ப நாளிலிருந்தே நல்ல தொடர்பு இருந்திருக்கிறது. பி.சி. ஜோஷியின் உந்துதலின் பேரில் நா. வானமாமலைக்கு நாட்டார் இலக்கியத்தில் ஈடுபாடு ஏற்பட்டதுபோல ஜி. அதிகாரியின் தூண்டுதல் கம்யூனிஸ்டு கட்சியின் வரலாற்றை ஸி.எஸ். ஆராய்வதற்கும் காரணமாயிருந்திருக்கிறது. ஜி. அதிகாரியின் பணிக்கு ஸி.எஸ். நிறைய உதவி இருப்பதாகத் தெரிகிறது. சிங்காரவேலு செட்டியார் தொடர்பான ஏராளமான ஆவணங்கள் கம்யூனிஸ்டு கட்சி வரலாற்று ஆவணத் தொகுப்புகளில் இருப்பது இதற்கொரு ஆதாரம். தமிழ்நாட்டில் கம்யூனிஸ்டு இயக்கம்/கட்சியின் வரலாற்றை எழுதுவதே தம்முடைய வாழ்நாள் பணியாக மாறும் என்று ஸி.எஸ். எதிர்பார்த்திருக்கமாட்டார்.

1975இல், கம்யூனிஸ்டு கட்சியின் பொன்விழாவையொட்டி ஸி.எஸ். பல வெளியீடுகளைக் கொண்டுவந்தார். பல்லாண்டு உழைப்பில் வெளிவந்த *Singaravelu:First Communist of South India* இன்றளவும் முக்கியமானதொரு நூலாகும். சிங்காரவேலர் வாழ்க்கையை எழுதுவதில் தொடங்கிய கம்யூனிஸ்டு கட்சி வரலாற்றை எழுதும் பணி, சிபிஐயின் 17ஆம் காங்கிரஸ் சென்னையில் 1998இல் நடைபெற்றபோது அவர் எழுதிய *Our Party's Growth in Tamilnadu: A Brief Sketch* என்ற குறுநூலுடன் முற்றுப்பெறுவதாகக் கொள்ளலாம். ஸி.எஸ். முடிக்காமல் விட்டுச் சென்ற பணியை இனி யார் தொடர்வார்களோ!

ஹிந்து, சுதேசமித்திரன் முதலான நாளிதழ்களை அவர் சிங்காரவேலர் பற்றிய நூலுக்காகப் பார்வையிட்டார். அந்நூலின் இணையாசிரியர் சிங்காரவேலரை நேரில் அறிந்தவர் என்பதும் குறிப்பிடத்தகுந்தது. பிரிட்டிஷ் நாடாளுமன்றத்தின் ஒரே இந்தியக்

கம்யூனிஸ்டு உறுப்பினராக விளங்கிய சக்லத்வாலா, தமிழகத்தில் கம்யூனிஸ்டு கட்சியை அமைத்தவர்களில் ஒருவராகிய எஸ்.வி. காட்டே ஆகியோரைப் பற்றியும் இரு சிறு நூல்களை இச்சமயத்தில் அவர் எழுதினார்.

அமைப்புச் சார்ந்த கம்யூனிஸ்டு இயக்கத்திற்காகச் சிங்காரவேலரை மீட்டெடுத்துக்கொடுத்தவர் ஸி.எஸ்தான் என்று சொல்ல முடியும். 1924இல் கம்யூனிஸ்டு தலைவர்கள்மீது சுமத்தப்பட்ட கான்பூர் சதி வழக்கில் சிங்காரவேலர் விடுவிக்கப்பட்டதற்கு அவர் மன்னிப்புக் கேட்டுக்கொண்டதே காரணம் என்ற அவதூறை அரசு ஆவணங்களைக் கொண்டே ஆணித்தரமாக முறியடித்தவர் ஸி.எஸ். *புது உலகம்* முதலான இதழ்களில் புதையுண்டுகிடந்த சிங்காரவேலர் எழுத்துகளைத் திரட்டியதோடு, *பொதுவுடைமை விளக்கம்* என்ற கையெழுத்துப்படிக்கும் நூல்வடிவம் கொடுத்தவர் ஸி.எஸ்.

சுயமரியாதை இயக்கத்திலிருந்து விலகல் ஏற்பட்ட காலப் பகுதியில் சிங்காரவேலர் நெருங்கிய தொடர்புகொண்டிருந்த மாத இதழ் *புது உலகம்*. இதைத் தேடித் துறைமுகத் தொழிலாளர் சங்கத்திற்கு 1982 வாக்கில் நான் சென்றிருக்கிறேன்; தோழர் கே. முருகேசன் அவர்களைக் காண முடியவில்லை. அதைத் தொடர்ந்து தோழர் வைகறையைத் தேடி, தியாகராய நகர் 15 சாரி தெருவிலிருந்த கார்க்கி நூலகத்திற்குச் சென்றேன். கடைசியில் கே. முருகேசனையும் *புது உலகத்தையும்* ஸி.எஸ். நிறுவனத்தில்தான் பார்க்க முடிந்தது.

மாலை நேரங்களில் சில நாள் கே. முருகேசன் நிறுவனத்திற்கு வருவார். சுயமரியாதை இயக்கத்தின் வழியே பொதுவுடைமை இயக்கத்திற்கு வந்தவர் முருகேசன். 1930களிலிருந்து இருவரும் நண்பர்கள். ஸி.எஸ். – முருகேசன் உறவு விந்தையானது. பழுத்த பழங்கள் இரண்டு ஒருவரையொருவர் 'நீ, நீ' என்று ஒருமையில் பேசிக்கொள்வது வேடிக்கையாக இருக்கும். நான் பார்த்த வேளையிலெல்லாம் ஏதாவது காரணம் பற்றி முருகேசனைக் கடிந்துகொண்டிருப்பார் ஸி.எஸ். கடிதலுக்குள் ஆழ்ந்த அன்பு பொதிந்திருக்கும். *புது உலகம்* தொகுப்பை எவரிடமோ இரவல் கொடுத்துவிட்ட பொறுப்பில்லாத்தனத்திற்கு ஒருமுறை அவரை ஸி.எஸ். 'வைது'கொண்டிருந்தார். அமைதியாக, தலைகுனிந்து முருகேசன் 'வசவு'களைக் கேட்டுக்கொண்டிருந்தார். முருகேசன் வரும் நாள்களில் கட்டாயம் தேநீர் வரவழைப்பார் ஸி.எஸ். ஒரு நாள் தேநீர் குடித்த பிறகு, 'சரி, சரி' என்று ஒரு புத்தகத்தை 'நம்முடையது' என்று சொல்லி அவரிடம் நீட்டினார் ஸி.எஸ். 'கே. முருகேசன் – ஸி.எஸ். சுப்பிரமணியம்' இணையாசிரியர்கள்

என்றோ இணைப் பதிப்பாசிரியர்கள் என்றோ அச்சிட்ட முகப்புப் பக்கத்தைக் கொண்ட புது வெளியீடு அது. கே. முருகேசன் பெயர்தான் எல்லா நூல்களிலும் முதலில் இருக்கும். புத்தகம் அவர் அறியாத ஆங்கில மொழியில் வெளியாகியிருந்தாலும் அப்படித்தான். அப்படி ஒரு புத்தகம் வெளிவருவதுதானும் அவருக்குத் தெரிந்திருக்காது. அதுதான் ஸி.எஸ்.

நான் ஸி.எஸ்ஸைச் சந்தித்த காலத்தில் எம்.பி.டி. ஆசாரியாவைப் பற்றி அவர் ஆய்வுசெய்துகொண்டிருந்தார். பாரதியை ஆதரித்த மண்டயம் குடும்பத்தைச் சேர்ந்தவர் மண்டயம் பிரதிவாதி திருமலை ஆசாரியா. பாரதி புதுவையில் தஞ்சமடைந்தபோது *இந்தியா* இதழை அங்கு நிறுவியவர். அப்போது அவருக்குப் பதினெட்டு வயது. சிறிது காலத்தில் அவர் இலண்டனுக்குச் சென்று சாவர்க்கர், வ.வே.சு. ஐயர் முதலான புரட்சிகர பயங்கரவாதிகளுடன் தொடர்புகொண்டிருந்தார். லார்டு கர்சன் வைலியை மதன்லால் திங்கரா சுட்டுக் கொன்றதைத் தொடர்ந்து இக்குழு சிதறியது. பின்பு அவர் துருக்கி, பிரான்சு, அமெரிக்கா சென்றார். 1919இல் லெனினை நேரில் சந்தித்தார். 1920இல் தாஷ்கண்ட்டில் இந்தியக் கம்யூனிஸ்டு கட்சியை எம்.என். ராய், முஸாபர் அகமது, அபானி முகர்ஜி முதலானவர்களோடு இணைந்து தோற்றுவித்தார். எம்.என். ராயுடன் ஏற்பட்ட கசப்பின் விளைவாகக் கம்யூனிஸ்டு இயக்கத்திலிருந்து விலகி, அனார்க்கோ—ஸிண்டிகலிஸ்டாக ஜெர்மனியில் பல்லாண்டுகள் வாழ்ந்தார். 1934இல் இந்தியா திரும்பிய எம்.பி.டி. ஆசாரியா வறுமையில் வாடி 1953இல் பம்பாயில் காலமானார். கம்யூனிஸ்டு கட்சியின் தோற்றுநர்களில் ஒருவர் என்ற முறையிலேயே அவர்மீது ஸி.எஸ்ஸுக்கு ஈடுபாடு என்று சொல்ல வேண்டியதில்லை. ஜி. அதிகாரி தொகுத்த கம்யூனிஸ்டு கட்சி வரலாற்று ஆவணத் தொகுப்புகளில் எம். பி. டி. ஆசாரியா பற்றிப் பல குறிப்புகளைக் காணலாம். இந்திய சமூக அறிவியல் ஆய்வுப் பேரவையிலிருந்து (ICSSR) பெற்ற ஒரு சிறு நல்கையைக் கொண்டு ஸி.எஸ். ஆய்வு செய்துவந்தார். தமிழ்நாடு ஆவணக் காப்பகம் மட்டுமல்லாமல், பூனாவில் கேசரி மராட்டா நூலகத்திலும், புது தில்லி தேசிய ஆவணக்காப்பகத்திலும் நேரு நினைவு நூலகத்திலும் ஆராய்ந்து பல செய்திகளைச் சேகரித்தார். சிவராம காரந்துக்கு எம்.பி.டி. ஆசாரியா எழுதிய ஒரு கடிதத்தையும் அவர் கண்டெடுத்தார். இந்த ஆராய்ச்சியின்போதுதான் மண்டயம் குடும்பத்தாரிடமிருந்து மண்டயம் ஸ்ரீநிவாஸாசாரியார் எழுதிய நினைவுக் குறிப்புகளின் கைப்படியைத் தேடியெடுத்தார். இவ்வாறு தேடியெடுத்த பல ஆவணங்களை என்னோடு அவர் பகிர்ந்துகொண்டார்.

நானும் ஆ. சிவசுப்பிரமணியனும் இணைந்து எழுதிய *பின்னி ஆலை வேலைநிறுத்தம், 1921* என்ற நூலுக்கு ஒரு விரிவான பின்னுரையையும் ஸி.எஸ். எழுதிக் கொடுத்தார்.

எம்.பி.டி. ஆசாரியா பற்றி ஸி.எஸ். எழுதிய ஆய்வுரையின் தட்டச்சுப் படியை நான் படித்திருக்கிறேன். பின்புலத்தை விளக்கும் முதல் இயல் ரஜினி பாமி தத் எழுதிய *இன்றைய இந்தியா* நூலைப் பெரிதும் தழுவி அமைந்திருக்கும். ஸி.எஸ்ஸின் கோட்பாட்டுப் புரிதலை இது ஒருவாறு சுட்டுவதாகக் கொள்ளலாம். பல்வேறு தாமதங்களுக்குப் பிறகு 1996இல்தான் இவ்வாய்வுரை நூலாக்கம் பெற்றது. ஸி.எஸ். தாம் எழுதும் ஆங்கில எழுத்துகளை எல்லாம் சென்னைப் பல்கலைக்கழக அரசியல் அறிவியல் துறையில் சிலகாலம் பணியாற்றிய பேராசிரியர் ஆர். பாலசந்திரன் மேற்பார்த்த பின்புதான் அச்சுக்குக் கொடுப்பார். தம் பெயரை வெளியிடக்கூடாது என்ற முன்னிபந்தனையை அவர் விதிப்பார்.

ஸி.எஸ். கையெழுத்து – தமிழானாலும் ஆங்கிலமானாலும் – எளிதில் புரியாது. தட்டச்சிடுவோரும் அச்சுக்கோப்பவரும் படும் அவதி சொல்ல முடியாது. மெய்ப்புத் தாளிலும் ஏராளமான திருத்தங்கள் போடுவார். மூத்த தோழர் என்று அனைவரும் அவரை மதிப்பார்கள். ஒருமுறை கே. இராதாகிருஷ்ணமூர்த்தியை (முதிய தோழர் என்பதல்லாமல் அவர் என்.சி.பி.எச். செயலாளருமாவார்) அவர் கடிந்துகொண்டதைப் பார்த்திருக்கிறேன். ஆனால் வேலை நடக்காது. அதுவும் போட்டோ டைப்செட்டிங் முறையில் அச்சுக்கோத்ததால் திருத்தங்கள் செய்வது செலவு பிடிக்கும் காரியம். ஆறேழு ஆண்டு தாமதத்திற்குப் பிறகு 1996 தொடக்கத்தில் பாலன் இல்லம் விரிவாக்கிக் கட்டடப்பட்டதைக் குறிக்கும் விழாவில், இதன் வெளியீடு நடந்தது. 'அன்றைய நிகழ்ச்சிக்கெனச் சில பிரதிகளை மட்டும் தயாரித்துத் தந்தனர் அச்சகத்தார். இப்போதைய நிலையில் cost அதிகமாயிருப்பதாலும் இது போன்ற நூலை ஒருசிலர் மட்டும் வாங்கக்கூடும் என்பதாலும் 700 பிரதிகளே தயாரிப்பதாக முடிவு. அதில் 100 பிரதிகள் மட்டும் அச்சகத்தார் தந்துள்ளனர்' என்று ஸி.எஸ். எனக்குக் கடிதம் (10 மார்ச் 1996) எழுதினார். பின்னர் எனக்கொரு பிரதியும் அனுப்பிக்கொடுத்தார்.

தாம் தயாரிக்கும் நூல்களை என்.சி.பி.எச். விரைந்து வெளியிடாததால் அவரே சில முயற்சிகளையும் மேற்கொண்டார். வ.வே.சு. ஐயர் பற்றிய ஓர் ஆய்வுக் கட்டுரைத் தொகுப்பை ஆங்கிலத்தில் வெளியிட முனைந்தார். பம்பாய் பல்கலைக்கழக அரசியல் அறிவியல் துறைப் பேராசிரியர் ஆர். சீனிவாசன் வ.வே.சு. ஐயரைப் பற்றி ஓர் அருமையான மதிப்பீட்டை

எழுதி இருந்தார். வ.வே.சு. ஐயரின் தேசியச் சிந்தனைகளின் மத அடிப்படை, வலதுசாரித் தன்மை முதலானவற்றை ஒரு வீச்சான ஆங்கிலத்தில் எழுதிய அக்கட்டுரையைத் தட்டச்சாகப் படிக்கக் கொடுத்தார் ஸி.எஸ். இன்றளவும் என் மனங்கவர்ந்த கட்டுரை அது. சென்னைப் பல்கலைக்கழகப் பேராசிரியர் ஆர். சண்முகசாமி சேரன்மாதேவி குருகுலம் பற்றி ஒரு கட்டுரை எழுதினார். விரிவான ஆதாரங்களின் அடிப்படையில் தவறான முடிவை அடைந்தாலும் அது முக்கியமான கட்டுரை. ஸி.எஸ். எழுதிய கட்டுரை சற்றுப் பலவீனமானது. சென்னைத் தொழிலாளர் வர்க்கப் போராட்டங்களைப் பற்றி ஆராய்ந்துவந்த தே. வீரராகவன், ஈ.எல். ஐயர் தொழிலாளர்களுக்கென்றே நடத்திய முதல் ஆங்கில வார ஏடான *சுதர்மா*வை அப்போது கண்டெடுத்திருந்தார். அதில் வெளியாகியிருந்த வ.வே.சு. ஐயர் எழுதிய ஒரு கதையையும், சேரன்மாதேவி குருகுலம் பற்றிய ஓர் அறிக்கையையும் வ.வே.சு. ஐயரைப் பற்றிய அந்நூலில் சேர்த்தார் ஸி.எஸ். பாரதிதாசன், நாமக்கல் கவிஞர் ஆகியோர் வ.வே.சு. ஐயருக்கு இயற்றிய இரங்கற்பாக்களை நான் ஆங்கிலத்தில் மொழியாக்கினேன். அவையும் பிற்சேர்க்கையில் இடம்பெற்றன. மே.து. ராசுகுமாரின் மக்கள் அச்சகத்தில் அச்சிடப்பட்டு *V.V.S. Aiyar: Criticial Studies* நூல் 1986இல் வெளிவந்தது.

ஸி.எஸ். செய்துவந்த ஆராய்ச்சிகளின் வழியாக, புதுவைப் பொதுவுடைமை இயக்கத் தலைவர் வ. சுப்பையாவின் தொடர்பின்வழி, புதுவை அரவிந்த ஆசிரமத்திலிருந்த மூத்த எழுத்தாளர் ப. கோதண்டராமனிடமிருந்து பாரதி நடத்திய *இந்தியா*வின் 1908–09ஆம் ஆண்டு தொகுப்பு ஸி.எஸ்ஸுக்குக் கிடைத்தது. இத்தொகுப்பிலுள்ளவற்றைப் *பாரதி தரிசனம்* வரிசையில் வெளியிட வேண்டுமென்று ஸி.எஸ். விரும்பினார். இதற்கு முன்னோட்டமாக, விற்றுத் தீர்ந்துவிட்ட *பாரதி தரிசனம்* முதலிரு தொகுதிகளின் (1906–07) மறுபதிப்பை வெளியிட விரும்பினார். விரிவாக்கப்பட்ட பதிப்பாக இது அமைய வேண்டும் என்பது அவர் விருப்பம். முதல் தொகுதியின் மறுபதிப்பு தாமதமாக வந்தது. விடுபட்ட சில கட்டுரைகளை நானும் சேர்த்துக் கொடுத்திருந்தேன். அவற்றைப் பயன்படுத்திக்கொண்டு அவர் நூலில் நன்றி பாராட்டியிருந்தது எனக்கு மகிழ்ச்சியைத் தந்தது. இரண்டாம் தொகுதி மறுபதிப்பாகவில்லை. இடைப்பட்ட 1907–08ஆம் ஆண்டுக்கான *இந்தியா* தொகுப்பு இதுவரை கிடைக்கவில்லை. இந்த இடைவெளியை நிரப்ப ஸி.எஸ். ஒரு திட்டம் வகுத்தார். அரசாங்கத்தின் ரகசிய போலீஸ் துறை சுதேசிகள் நடத்திய பத்திரிகைகளை எல்லாம் கவனித்து வந்ததோடு, முக்கியக் கட்டுரைகளை ஆங்கிலத்தில் மொழிபெயர்த்து அரசாங்கத்தின்

பார்வைக்குக் கொண்டுவந்தது. இவை அறிக்கைகளாக அச்சிடப்பட்டு, கமுக்கமாகப் பேணவும் பட்டன. பாரதியின் *இந்தியா* பத்திரிகை அரசின் சிறப்பான கவனத்தைப் பெற்றதில் வியப்பில்லை. கிடைக்கப்பெறாத *இந்தியா* இதழ்களின் இவ்வாறு மொழிபெயர்க்கப்பட்ட கட்டுரைகளை மீண்டும் தமிழாக்கி வெளியிடலாம் என ஸி.எஸ். திட்டமிட்டார். மூல இதழ்கள் கிடைக்காத நிலையில் இந்த மறு மொழிபெயர்ப்புகளேனும் ஆராய்ச்சிக்குப் பயன்படட்டுமே என்பது எண்ணம். அவ்வாறு மொழிபெயர்க்கும் வேலையை எனக்களித்தார். கூடுமானவரை அக்கால நடையில், பாரதியின் பாணியிலேயே நான் மொழிபெயர்த்தது ஸி.எஸ்ஸுக்குப் பேருவகை அளித்தது; மனமாரப் பாராட்டினார். துரதிருஷ்டவசமாக இத்தொகுப்பும் வெளிவரவில்லை. கையெழுத்துப்படியும் என்னவாயிற்றென்று தெரியவில்லை.

இப்பணியினூடாக எனக்கு வேறு சில பயன்களும் ஏற்பட்டன. பாரதி பற்றி ஸி.எஸ். அவர்களோடு பலமுறை விவாதித்து வளம்பெற்றேன். ரகுநாதன் எழுதிய *பாரதி: சில பார்வைகள், பாரதி: காலமும் கருத்தும்* ஆகிய நூல்கள் என்னை ஆட்கொண்டிருந்த நேரம் அது. பாரதி படைப்புகள் ஒவ்வொன்றின் பின்னணியையும் கண்டறிந்து, விவாதப்போக்கில் ரகுநாதன் எழுதிய கட்டுரைகள் என்னை மிகவும் ஈர்த்தன. *புதுமைப்பித்தன் வரலாறு* உண்டாக்கியிருந்த போதை வேறு. கள்ளுண்ட குரங்கைத் தேளும் கடித்தால்? ஸி.எஸ்ஸினுடைய பார்வை வேறாக இருந்தது. ரகுநாதன் ஆய்வுகளுக்குப் போதுமான ஆவண அடிப்படையில்லை என்பதையும், வாதத்திறனின் அடிப்படையில் அமைவதல்ல வரலாற்று உண்மைகள் என்பதையும் ஸி.எஸ். அவருக்கே உரிய முறையில் குறிப்புணர்த்தினார். ரகுநாதனைக் கடந்து செல்ல ஸி.எஸ். எனக்கு மிக உதவினார் என்றே சொல்ல வேண்டும்.

ப. கோதண்டராமன் கொடுத்துதவிய *இந்தியா* தொகுப்பு கட்டுக்கோப்பானது. அதை ஸி.எஸ். பெரும் பொருட்செலவில் நுண்படச் சுருளாகவும் படியெடுத்திருந்தார். இத்தொகுப்பைப் பார்க்கும்போதெல்லாம் பாரதியின் கருத்துப்படங்கள் அனைத்தையும் முறையாகத் தொகுத்து, படியெடுத்து, தக்க முன்னுரைகளுடன் நூலாக்க வேண்டும் என்று கனவு காண ஆரம்பித்தேன். அதை அவரிடம் வெளியிட்டபோது மிகுந்த மகிழ்ச்சியுடன் ஆமோதித்தார். பல ஆண்டுகள் கழித்து, 1994இல் இப்பணியில் நான் வெற்றிபெற்றபோது, முழு ஒத்துழைப்பு தந்ததோடு, தாமாக முன்வந்து ஆயிரம் ரூபாய் நன்கொடையும் கொடுத்தார். 23.02.1995இல் கோபிசெட்டிப்பாளையத்திலிருந்து

அவர் எழுதிய அஞ்சலட்டையின் முதல் வரி: 'பாராட்டு. நல்வாழ்த்து. இன்று பதிவு அஞ்சலில் உனது "பாரதியின் கருத்துப் படங்கள்" நூலின் பிரதிகள் இரண்டு கிடைத்தன. எடுத்த காரியத்தை முடித்துள்ளதற்கு எனது பாராட்டுகள்.'

தமிழ்நாட்டில் கம்யூனிஸ்டு கட்சியின் வரலாற்றைப் பதிவுசெய்வதிலும் ஸி.எஸ். தொடர்ந்து கவனம் செலுத்தினார். 1931இலிருந்து சில ஆண்டுகள் சென்னையிலிருந்தவாறு கட்சியை ஊன்ற முயன்றவர் அமீர் ஹைதர் கான். இதற்காகக் கட்சித் தலைமையகமே அவரை இங்கு அனுப்பியிருந்தது. தலைமறைவாக இருந்து கட்சியை வளர்க்க முயன்ற அமீர் ஹைதர் கான் கைதுசெய்யப்பட்டுச் சிறையிலடைக்கப்பட்டார். தமிழகத்தில் கட்சிப் பணியாற்றியது தொடர்பான நினைவுக் குறிப்புகளை அவர் ஆங்கிலத்தில் எழுதிவைத்திருந்தார். அதை ஜி. அதிகாரியிடமிருந்து பெற்று, வெளியிட ஸி.எஸ். பெரிதும் முயன்றார். நான் அவரை முதலில் சந்தித்த காலத்தில் அப்பணியிலும் முனைப்புடன் ஈடுபட்டிருந்தார். அந்நூலும் மிகத் தாமதப்பட்டு, *தென்னிந்தியாவைக் கண்டேன்* என்ற தலைப்பில் 1989இல் என்.சி.பி.எச். வெளியீடாக வந்தது. ஏராளமான பின்னணித் தகவல்களை முன்னுரையாகவும் அடிக்குறிப்புகளாகவும் பின்குறிப்புகளாகவும் தருவது ஸி.எஸ்ஸின் வழக்கம். அதை அந்நூலிலும் பார்க்கலாம்.

1987 முதல் 1990 வரை மறைமலையடிகள் நூலகத்தில் நான் பணியாற்றினேன். அக்காலத்தில் அவரைச் சந்திக்கும் வாய்ப்புகள் குறைந்தன. இருப்பினும் அவ்வப்போது சந்தித்துக்கொள்வோம். எம். கல்யாணசுந்தரம் காலமானபோது (1998) *ஜனசக்தி* அலுவலகத்தில் அவருக்கு அஞ்சலி செலுத்திவிட்டு மண்ணடியிலிருந்த மறைமலையடிகள் நூலகத்திற்கு என்னைக் காண வந்தார். அவரிடம் மனக்கலக்கம் தென்பட்டது. அம்பையின் வற்புறுத்தலின் பேரில், பாரதி நடத்திய *சக்கரவர்த்தினி*யின் சிதிலமடைந்த ஓரிதழை ஒளிப்படி எடுப்பதற்காகவும் இரண்டொருமுறை வந்தார்.

தமிழ்நாட்டில் காலனியாதிக்கம் என்பது பற்றி ஒரு தொகுப்பு நூலை வெளியிடுவதற்காக ஓர் ஆலோசனைக் கூட்டத்தை ஒழுங்கு செய்தேன். அது ஸி.எஸ்ஸின் நிறுவனத்தில் ஒரு ஞாயிறு மாலை நிகழ்ந்தது. பழ. அதியமான், எம்.எஸ். எஸ். பாண்டியன், நா. இராஜேந்திரன், ஞா. ஸ்டீபன், மா. மதியழகன், தே. வீரராகவன், வி.ஆர். முரளிதரன் முதலானவர்கள் கலந்துகொண்டார்கள். கடைசியில் அது ஆண்டிகள் கட்டிய மடமாகப்போனது. தமிழ்நாட்டுத் தொழிலாளர் போராட்டங்கள் பற்றி ஆராய்ந்துவந்த வீரராகவன்

மீது அவருக்கு அன்பு அதிகம் என்பதையும் இங்கே பதிய வேண்டும். ஸி.எஸ். செய்துவந்த ஆய்வுப் பணிகளில் என் பங்காகச் சில உதவிகளைச் செய்துவந்தேன். புது தில்லிக்குச் சென்றபோது (1985, 1988) அவருக்குத் தேவையான சில ஆவணங்களைத் தேடி எடுத்துக்கொடுத்தேன். *சிங்காரவேலு: தென்னிந்தியாவின் முதல் கம்யூனிஸ்ட்* நூலின் விரிவான தமிழ்ப் பதிப்பு வெளிவந்தபோது அதன் முன்னுரையில் பின்வருமாறு அவர் குறிப்பிட்டிருந்தார்: 'பாரதிதாசன் கவிதையின் தமிழ் மூலப் பிரதி ('புது உலகம்' வாழ்த்துப் பாடல்) தந்துதவிய, கல்லூரிப் படிப்பு நாட்களில் வ.உ.சி. பற்றிய ஆராய்ச்சி செய்யத் துவங்கி ஆராய்ச்சித் துறையில் சொந்த முயற்சியினால் அனுபவம் பெற்றவரும், மறைமலையடிகள் நூலக உதவி நூலகராயிருந்து தற்சமயம் டெல்லி ஜவஹர்லால் நேரு பல்கலைக்கழகத்தில் தொடர்ந்து ஆராய்ச்சி மேல் படிப்பில் ஈடுபட்டுள்ள திரு A.R. வேங்கடாசலபதிக்கு எங்கள் நன்றியைத் தெரிவித்துக்கொள்கிறோம்.'

இந்த வாக்கியத்தைப் படிக்கும்போது அவரோடு நடத்திய விவாதங்கள் நினைவுக்கு வருகின்றன. ஸி.எஸ்ஸின் மொழிநடை தொடக்க கால கம்யூனிஸ்டு இயக்கத்தில் ஊறியது. பிரிட்டிஷ் மார்க்சிய வரலாற்றாசிரியர்கள் நடைச் சிறப்புக்குப் பெயர்பெற்றவர்கள். தமிழ்நாட்டுக்கு அந்தப் பேறு வாய்க்கவில்லை.

நான் ஜவஹர்லால் நேரு பல்கலைக்கழகம் சென்ற புதிதில் அவர் எழுதிய கடிதம் (18.9.1990) வருமாறு: 'தமிழில் எழுதலாமா அல்லது ஆங்கிலத்தில் எழுதுவதா என்று சற்றே தயங்கினேன். என்னுடைய தமிழ் தமிழ்தானா என்று உங்கள் தலைமுறை நினைக்குமல்லவா? எனினும் வடக்கே இருக்கும் நம்மவர்களுக்கு நம் மொழியின் ஒலியோ, எழுத்தோ கொஞ்சம் மனமகிழ்ச்சியைத் தருமல்லவா?' 20.8.1994இல் கோபிசெட்டிப்பாளையத்திலிருந்து எழுதிய கடிதத்திலும் பின்வருமாறு எழுதியிருந்தார். 'நான் எழுதும் தமிழ் தமிழ்தானா என்று நீ நினைக்கக் கூடும். என்றாலும் இந்த ஊரில் இருப்பதால் இப்போது தமிழில் பேசுவது வழக்கமாகி வருகின்றது.'

என்னோடு பேசும்போது பெரிதும் ஆங்கிலத்தில் பேசுவார். தமிழில் பேசும்போது மிக இயல்பாக ஒருமையில் பேசுவார்.

சென்னையில் அவர் நுங்கம்பாக்கம் ஜோசியர் தெருவில் வாழ்ந்துவந்தார். பெரிய வீடு. பழுது பார்க்க வேண்டிய நிலையிலேயே எப்பொழுதும் இருக்கும். அவருடைய தமக்கையும் அவ்வீட்டில் இருந்தார். மிக ஆசாரமானவர் என்பதைப் பார்த்தாலே சொல்லிவிடலாம். ஸி.எஸ். பூணூல் அணியாதவர். 1930களிலேயே கழற்றி எறிந்திருப்பார் என்று அனுமானம்.

கட்சித் தொடர்புகள், திருமணம் இவற்றின் காரணமாக அவர் விலக்கிவைக்கப்பட்டுமிருந்தார் என்று நினைக்கிறேன். எப்போதும் சொந்தச் சமையல்தான். பிறப்பு வளர்ப்பின் காரணமாகச் சாதி சார்ந்த சில புறவியல்புகள் அவர்மீது படிந்திருக்கலாம். மற்றபடி அவருடைய செயல்பாடுகளில் சாதியத்தின் நிழலையும் உணர்ந்ததில்லை. (ஸி.எஸ்ஸின் சொந்த ஊரினரான கோமல் சுவாமிநாதன் கடைசிவரை பூணூல் அணிந்தவர்; ஸஷ்டியப்தபூர்த்தியை வைதிக முறைப்படி கொண்டாடியவர்!)

சாதி என்பது சமூகத்தின் மேற்கட்டுமானத்தின் ஒரு பகுதி என்று அவர் கருதியிருப்பார். வர்க்கப் போராட்டத்தின் வழியாக உருப்பெறும் சோசலிச சமுதாயத்தில் சாதி தானாக மறைந்துபோகும்; அதுவரை அது ஒரு போலி பிரக்ஞை (*false consciousness*) என்றும் அவர் கருதியிருப்பார். கோட்பாடு சார்ந்த விவாதங்களில் அவர் ஆர்வம் செலுத்தியதில்லை. எல்லாக் கேள்விகளுக்குமான விடைகளையும் 1930களிலேயே அவர் கண்டடைந்திருப்பார் என்றே எண்ணுகிறேன்.

பிரிட்டிஷ் மார்க்சியர்களுக்கும் இந்தியக் கம்யூனிஸ்டுகளுக்கும் ஒரு பெரிய வேறுபாடு உண்டு. ஹாப்ஸ்பாமின் சுயசரிதையைப் படித்தால் வாழ்க்கையின் இன்பம் எதையும் அவர் துறந்ததாகத் தெரியாது. *Vote with the Left, Dine with the Right* என்று பிரிட்டிஷ் இடதுசாரிகளைப் பற்றிக் கிண்டலாகச் சொல்வார்கள். பிரிட்டிஷ் கம்யூனிஸ்டு தலைவர் ஹாரி பொலிட் இந்தியக் கம்யூனிஸ்டு தலைவர்களின் புலன்மறுப்பைக் கண்டு மலைத்துவிட்டாராம். காந்தியோடு எவ்வளவோ முரண்பட்டாலும் இந்தியக் கம்யூனிஸ்டு தலைவர்கள் அவருடைய வாழ்முறையில் ஒழுகியிருக்கிறார்கள். ஐந்து முறை சட்டமன்ற உறுப்பினராக இருந்த கம்யூனிஸ்டு தலைவர் ஒருவர் வீட்டில் அமர்வதற்குச் சரியான நாற்காலிகூட இல்லாததைப் பார்த்து அதிர்ந்த அனுபவம் எனக்குண்டு. பாரதியிடம் ஆழ்ந்த ஈடுபாடு கொண்டிருந்த ஸி.எஸ். 'எத்தனை கோடி இன்பம் வைத்தாய், இறைவா' என்ற பாடலை அனுபவித்திருப்பார் என்று நம்பக் காரணங்களில்லை.

புது தில்லி சென்ற பிறகும், திருநெல்வேலி மனோன்மணியம் சுந்தரனார் பல்கலைக்கழகம் (1995–2000) சென்ற பிறகும் எங்கள் உறவில் இடைவெளி ஏற்பட்டது. ஸி.எஸ். மீண்டும் கோபிக்கே சென்றுவிட்டார். அதன்பின் சில கடிதங்களைப் பரிமாறிக்கொண்டதோடு சரி. 10.3.1996இல் அவர் பின்வருமாறு எழுதினார்: 'இப்போது பல்கலைக்கழகத்தில் உள்ள நிலையை அறிந்து ஓரளவேனும் உன்னுடைய பணியில் திருப்தி ஏற்பட்டுள்ளதா? உடனுள்ளவர்கள், விரிவுரைகளைக்

கேட்கும் மாணவர்கள் எப்படி இருக்கின்றனர்? வரலாற்றுப் பிரச்சினைகளையும் சமுதாய வளர்ச்சிப் பிரச்சினைகளையும் பற்றி விரும்பித் தேடும் பணி தொடர்ந்து செய்வதற்கு முடிகின்றதா? விஷயங்களைப் பற்றிப் பயனுள்ள வகையில் கலந்து பேச நண்பர்கள் கிடைத்துள்ளனரா?' 2001ஆம் ஆண்டளவில் சென்னை அசோக் நகரில் ஒருமுறையும் பாலன் இல்லத்தில் ஒருமுறையும் அவரை நேரில் சந்தித்தேன்.

தென்னிந்திய ஆய்வு நிறுவனம் உருவாக்கப்பட்ட நோக்கங்களுக்குப் புறம்பான நூல்கள் அதன்வழி வெளிவருவது பற்றி அவருக்கு மனக்குறை இருந்தது. 1996ஆம் ஆண்டளவில் நல்லதம்பி தெருவிலிருந்து நிறுவனம் காலி செய்யப்பட்டது. அங்கிருந்த அரிய நூல்களும் கோப்புகளும் ஆவணங்களும் அம்பத்தூர் என்.சி.பி.எச். அலுவலகத்தில் குப்பையாகப் போடப்பட்டதாகக் கேள்விப்பட்டுப் பதறினேன். பாரதியின் *இந்தியா* தொகுப்பு பற்றி மிகவும் கவலைப்பட்டேன். இதைப் பற்றிக் கவலைப்படும் நிலையில் ஸி.எஸ். இல்லை. தோழர்கள் சி. மகேந்திரன், மே.து. ராசுகுமார், ஆ. சிவசுப்பிரமணியன் ஆகியோரோடும் இது பற்றிப் பேசினேன். பயனில்லை. 2009இல் தே. வீரராகவன் காலமானபோது அத்தகவலை மிகச் சிரமப்பட்டே ஸி.எஸ்ஸுக்குத் தெரிவிக்க முடிந்தது.

2011–2012 கல்வியாண்டில் நான் சிங்கப்பூரில் வசிக்கநேர்ந்தது. இதனால் தோழர் ஸி.எஸ். அவர்களுடைய மறைவு எனக்கு ஓராண்டுக்குப் பிறகுதான் தெரியவந்தது! காலந்தாழ்த்திய இந்த அஞ்சலியைச் செலுத்தும் வேளையில் ஒரு கேள்வி மனதுக்குள் ஒலித்துக்கொண்டே இருக்கிறது. ஸி.எஸ். போன்ற தன்னலமற்ற எண்ணற்ற உறுப்பினர்களையும் தலைவர்களையும் கொண்ட ஓர் இயக்கம் ஏன் வெற்றிபெறவில்லை?

~~

எரிக் ஹாப்ஸ்பாம் (1917–2012)

காலக் கிழவன்

1913ஆம் ஆண்டின் கோடைக் காலத்தில், ஆஸ்திரிய–ஹங்கேரிப் பேரரசின் தலைநகரான வியன்னாவில் ஓர் இளம்பெண் உயர் நிலைப்பள்ளியில் தேறினாள். அக்கால மத்திய ஐரோப்பாவில் பெண்கள் இவ்வாறு தேர்ச்சி பெறுவது அரிதானதால், இதைக் கொண்டாடுவதற்காக அவளுடைய பெற்றோர் அவளை வெளிநாட்டுச் செலவுக்கு அனுப்ப முற்பட்டனர். கௌரவமான குடும்பத்தைச் சேர்ந்த பதினெட்டு வயதுப் பெண்ணைத் தனியே அனுப்ப இயலுமா? உதவிக்குப் பொருத்தமான துணையைத் தேடினர். அதிர்ஷ்டவசமாக, போலந்திலிருந்தும் ஹங்கேரியிலிருந்தும் அதற்கு முந்தைய தலைமுறையில் மேற்கு நோக்கிக் குடிபெயர்ந்து, செல்வமும் கல்வியும் ஈட்டிய பல உறவுக்காரக் குடும்பங்கள் இருந்தன. அவற்றுள் ஒன்று சிறந்த செல்வவளம் பெற்றிருந்தது. கான்ஸ்டான்டிநோபிள், ஸ்மிர்னா, அலெப்போ, அலெக்ஸாண்ட்ரியா என்று பல நகரங்களில் ஆல்பர்ட் மாமா தன் கடையின் கிளைகளை நிறுவியிருந்தார். 20ஆம் நூற்றாண்டின்

தொடக்கத்தில், ஆட்டமன் பேரரசிலும் மத்தியக் கிழக்கிலும் வணிக வாய்ப்புகள் ஏராளம்; மத்திய ஐரோப்பாவின் கிழக்குப் பக்கத்திற்கு வணிகச் சாளரமாக விளங்கியது ஆஸ்திரியா. எகிப்து, ஒருவர் தன்னைப் பண்பாட்டு மேம்பாட்டுக்குத் தகுதிப்படுத்திக்கொள்ளும் வாய்ப்புகளை அளித்த வாழும் அருங்காட்சியகமாக விளங்கிய அதே வேளையில் பரந்த உலக நோக்கு கொண்ட ஓர் ஐரோப்பிய நடுத்தர வர்க்கத்தையும் கொண்டிருந்தது. பிரஸ்ஸல்ஸ் அருகே இருந்த உறைவிடப் பள்ளியில் இளம் பெண்ணும் அவள் சகோதரிகளும் கற்றுத் தேர்ந்த பிரெஞ்சு மொழி இந்த நடுத்தர வர்க்கத்துடன் தொடர்புகொள்வதை எளிதாக்கியது. இங்கே அரபு மக்களும் இருந்தனர் என்பதைச் சொல்ல வேண்டியதில்லை. ஹாப்ஸ்பர்க் பேரரசின் முதன்மையான துறைமுகமான டிரியெஸ்டவிலிருந்து (இத்தாலி) – ஜேம்ஸ் ஜாய்ஸ் அப்போது இங்கேதான் வசித்துவந்தார் – லாயிட் டிரிஸ்டினோ கம்பெனியின் நீராவிக் கப்பலில் புறப்பட்டுவந்த தன் உறவுக்கார இளம்பெண்ணை வரவேற்பதில் ஆல்பர்ட் மாமாவுக்கு மகிழ்ச்சி. அந்த இளம்பெண்தான் இந்நூலாசிரியரின் தாய்.

இதற்குச் சில ஆண்டுகளுக்கு முன்பு, ஓர் இளைஞனும் – ஆனால் இலண்டனிலிருந்து – எகிப்துக்கு வந்திறங்கியிருந்தான். அவனுடைய குடும்பப் பின்னணி ஒப்பீட்டளவில் மிகச் சராசரியானது. ருஷ்யப் பேரரசின் பகுதியாக இருந்த போலந்திலிருந்து 1870களில் பிரிட்டனுக்குக் குடி பெயர்ந்த அவனுடைய தந்தை ஒரு மரத்தச்சர். கிழக்கு இலண்டனிலும் மான்செஸ்டரிலும் தொழில் செய்து, தம் முதல் மனைவிவழிப் பிறந்த மகளையும் இரண்டாம் திருமணம் மூலமாகப் பிறந்த எட்டு மகன்களையும் ஒருவாறு வளர்த்துவந்தார். அவருடைய மகன்களில் ஒருவனுக்கு மட்டுமே பள்ளி செல்லும் வாய்ப்பு கிட்டியது. அப்போது பிரிட்டிஷ் பேரரசின் அறிவிக்கப்படாத ஒரு பகுதியாக இருந்த தென் அமெரிக்காவில் அவன் சுரங்கப் பொறியாளனானான். ஆனால் சகோதரர்கள் அனைவருமே ஆங்கில மொழியையும் பண்பாட்டையும் ஆர்வத்துடன் கற்று, ஆங்கிலவாக்கம்

எய்தினர். ஒருவன் நடிகனானான். ஒருவன் குடும்பத் தொழில் செய்தான். ஒருவன் தொடக்கப்பள்ளி ஆசிரியனானான். அக்காலத்தில் விரிவடைந்துவந்த அரசுத் துறைகளில் ஒன்றான அஞ்சல் துறையில் இரு மகன்கள் சேர்ந்தனர். அண்மையில்தான் (1882) இங்கிலாந்து எகிப்தைக் கைப்பற்றியிருந்தது. இதன் விளைவாக ஒரு சகோதரன் பிரிட்டிஷ் பேரரசைப் பிரதிநிதித்துவப்படுத்தும்வகையில் எகிப்து அஞ்சல் துறையில் பணியாற்றினான். தன்னுடைய தம்பியருள் ஒருவனுக்கு எகிப்து ஏற்ற இடமாக இருக்கும் என அவன் கருதினான். இத்தம்பி கூர்த்த மதி, இணக்கமாகப் பழகும் பாங்கு, இசைப் பயிற்சி, விளையாட்டுத் திறன், குத்துச்சண்டைப் பயிற்சி ஆகியவற்றை உடையவன். சுருங்கச் சொல்வதானால் காலனிகளின் கப்பல் போக்குவரத்துத் துறையில் பணியாற்றுவதற்கேற்ற மிகப் பொருத்தமான ஆங்கில இளைஞன்.

இந்த இளைஞன்தான் இந்நூலாசிரியரின் தந்தை. பேரரசின் காலத்தில் – 1875–1914 – பொருளாதாரமும் அரசியலும் சமூக வரலாறும் இணையும் ஓரிடத்தில் தன் எதிர்கால மனைவியைச் சந்தித்தான். இந்தப் புத்தகம் விவரிக்கும் காலப் பகுதியைத் தவிர வேறு ஒரு காலத்தில், இத்தகைய ஓர் இடத்தில் இவர்களைப் போன்ற இருவரின் சந்திப்பு நிகழ்ந்து அது திருமணத்தில் முடிந்திருக்காது என்று சொல்லலாம்.

❍

எரிக் ஹாப்ஸ்பாம் எழுதிய நவீன உலக வரலாற்றின் மூன்றாம் பகுதியாக அமைந்த *The Age of Empires*, 1875–1914 என்ற நூல் மேற்கண்டவாறு தொடங்குகிறது. இரண்டு பத்திகளில் ஹாப்ஸ்பாம் ஒரு வாணவேடிக்கைக்காரனைப் போல் வெடித்துக்காட்டும் தேர்ந்த தகவல்களின் தெறிப்பு, அதன் மூலம் திரளும் கருதுகோள், கடந்த காலமும் நிகழ்காலமும் இணையும் விந்தை, தனிமனித வரலாற்றை ஊடறுத்துச் செல்லும் பாரிய சமூக வரலாற்றுப் போக்குகளின் அசைவியக்கம் ஆகிய அனைத்தும் இணைந்து ஆர்வமுள்ள வாசகனைக் கொக்கிப் போட்டு ஈர்க்கும் ஒரு மொழிநடை: ஒரு முக்கால் நூற்றாண்டுக் காலம் வரலாற்றியல் வானில் வடமீனாக ஒளிர்ந்த ஹாப்ஸ்பாமின் எண்ணற்ற படைப்புகளில் இத்தன்மைகளுக்கு என்றுமே பஞ்சமிருந்ததில்லை.

ஹாப்ஸ்பாம் பிறந்தது யூதக் குடும்பத்தில். இத்தகவல் அவரைப் புரிந்துகொள்வதற்கு இன்றியமையாதது. தீவிர மாற்றங்களை எதிர்கொள்ளவும் வரவேற்கவும் விழைந்த மரபில் வந்தவர் ஹாப்ஸ்பாம். 1917இல் எகிப்திய நகரான அலெக்ஸாண்ட்ரியாவில் பிறந்த ஹாப்ஸ்பாமின் குடும்பம் விரைவிலேயே ஆஸ்திரியாவின் வியன்னாவிற்கும் பிறகு ஜெர்மனியின் பெர்லினுக்கும் குடிபெயர்ந்தது. ஹிட்லர் ஜெர்மனியின் அதிபராக ஆட்சியைக் கைப்பற்றிய செய்தியை நாளேடுகளின் சுவரொட்டியாகத் தெருவில் வாசித்தவர் பதினைந்து வயது ஹாப்ஸ்பாம். அவருடைய எழுத்துகளில் மீண்டும் மீண்டும் தோன்றும் படிமம் இது. நல்லவேளையாக அவருடைய குடும்பம் இங்கிலாந்திற்குக் குடிபெயர முடிவெடுத்தது. ஹிட்லரின் வதைமுகாமிலிருந்து ஒரு பெரும் வரலாற்றாசிரியராவது தப்பினார். கேம்பிரிட்ஜ் பல்கலைக்கழகத்தில் பயின்றபோது மார்க்சியச் சிந்தனைகளின் தாக்கம் ஏற்பட்டுக் கம்யூனிஸ்டு கட்சியின் ஆர்வமிக்க உறுப்பினரானார். மோகன் குமாரமங்கலம் கிங்ஸ் கல்லூரியில் இவருடைய ஒருசாலை மாணாக்கர். கலப்படமற்ற ஓர் இலட்சியத்திற்கு உதாரணமாக ஸ்பானிய உள்நாட்டுப் போரைச் சொல்வார் ஹாப்ஸ்பாம். இரண்டாம் உலகப் போரில் பங்கேற்ற பிறகு மீண்டும் கேம்பிரிட்ஜ் பல்கலைக்கழகத்திற்குத் திரும்பினார்.

இக்காலப் பகுதியில்தான் கம்யூனிஸ்டு கட்சி வரலாற்றாளர் குழு *(Communist Party Historians' Group)* பிரிட்டிஷ் கம்யூனிஸ்டு கட்சிக்குள் உருவானது. வரலாற்றியலின் போக்கில் பெரும் தாக்கம் செலுத்திய இத்தனை வரலாற்றாசிரியர்கள் ஒரே சமயத்தில் கூடிப் பணியாற்றியது அபூர்வம் என்று சொல்லலாம். மாரிஸ் டாப், கிறிஸ்டபர் ஹில், விக்டர் கியர்னன், ராட்னி ஹில்ட்டன், இ.பி. தாம்சன், ஜார்ஜ் ரூடே, ஜான் ஸாவில், டாரதி தாம்சன் . . . என்று நீளும் அக்குழுவின் பட்டியல் மார்க்சிய வரலாற்றியல் என்ற புது மரபைத் தோற்றுவித்தது. இவர்களுடைய நூல்கள் பல இன்றளவும் பொருட்படுத்தத்தக்கனவாக இருப்பது அவர்களுடைய அரசியலின் முக்கியத்துவத்திற்கு மட்டுமல்லாமல் வரலாற்றுப் புலமைக்கும் சான்றாக விளங்குகின்றது. 1956 இக்குழுவிற்குச் சோதனைக் காலம். ஸ்டாலின் காலக் கொடுமைகள் பற்றிய குருஷேவின் அறிக்கையும் ஹங்கேரியின் சனநாயக எழுச்சியை சோவியத் படைகள் கொடூரமாக ஒடுக்கியதும் பிரிட்டிஷ் கம்யூனிஸ்டு கட்சியை உலுக்கின. மூன்றில் ஒரு பிரிவினர் கட்சியைவிட்டு விலகினர். இவ்வாறு விலகிக் கட்சியின் நிலைப்பாடுகளைக் கேள்விக்குள்ளாக்கியவர்களில் வரலாற்றுக் குழுவைச் சேர்ந்தவர்கள் முன்னின்றனர். தாம்சன், ஹில், ஹில்ட்டன் முதலானோர் கட்சியிலிருந்து விலகினர்.

இதற்கான அனைத்துக் காரணங்களுடனும் உடன்பட்ட ஹாப்ஸ்பாம் 'அமைப்புரீதியான ஒரு கட்சி இன்றியமையாதது' என்று கருதியதால் கட்சியிலிருந்து விலகவில்லை. இருப்பினும் விலகிய வரலாற்றாசிரியர்களுடனான தொடர்பும் அவர்களின் படைப்புகள் மீதான மதிப்பும் தொடர்ந்தன. மார்க்சிய அரசியலுக்குள் நின்று எழுதிய ஹாப்ஸ்பாமின் படைப்புகள் வரலாற்றியல் நெறிகளில் சமரசம் செய்துகொண்டதில்லை. அவருடைய ஆய்வுரைகள் இடதுசாரியல்லாத, கல்விப் புல ஆசிரியர்களால் மட்டுமல்லாது பொது வாசகர்களாலும் ஈடுபாட்டுடன் படிக்கப்படுவதற்கு இதுவும் ஒரு காரணம்.

பனிப்போர் உக்கிரமடைந்துவந்த காலம். கட்சி உறுப்பினர் என்பதால் ஆக்ஸ்போர்டு, கேம்பிரிட்ஜ் பல்கலைக்கழகங்கள் ஹாப்ஸ்பாமைப் பணியில் அமர்த்தவில்லை. தொழிலாளர்கள் மாலை நேரத்தில் படிக்கும் பிர்க்பெக் கல்லூரியில்தான் அவர் வாழ்நாள் முழுவதும் பணியாற்றினார். அமெரிக்கா சென்றபோதெல்லாம் விசா படிவத்தில் தாம் ஒரு கம்யூனிஸ்டு என்பதை அறிவிக்க வேண்டிய கட்டாயமும் அவருக்கிருந்தது.

சோவியத் ஒன்றியம் உடைந்து, பிரிட்டிஷ் கம்யூனிஸ்டு கட்சி கலைக்கப்படும் தருணம்வரை ஹாப்ஸ்பாம் அதன் உறுப்பினர். சோவியத் ஒன்றியத்திற்காக ஒற்றாடியதாக 1950களில் கண்டுபிடிக்கப்பட்ட கேம்பிரிட்ஜ் முன்னாள் மாணவர்கள் பற்றிப் பின்னாளில் குறிப்பிட்டபோது, பணிக்கப்பட்டிருந்தால் நானும் வேவு பார்த்திருப்பேன் என்று கூறும் துணிவு ஹாப்ஸ்பாமிற்கு இருந்தது. இப்படிப்பட்ட ஹாப்ஸ்பாமின் நூல்கள், உலகின் பல்வேறு மொழிகளில் வெற்றிகரமாக மொழிபெயர்க்கப்பட்டிருந்தாலும் சோவியத் ஒன்றியத்தில் வெளியிடப்பட்டதே இல்லை என்பதை அவருடைய வரலாற்றுத் திறத்திற்குக் கிடைத்த வெற்றியாகவே கருத வேண்டும்.

1940களின் கடைசியில் எழுதத் தொடங்கிய ஹாப்ஸ்பாமின் கடைசி நூல் – நான் அறிந்தவரை! (அவர் மறைந்த பிறகும் ஒரு நூல் வெளிவந்துள்ளது: *Fractured Times: Culture and Society in the 20th Century.*) அறுபதாண்டுகளுக்கு மேற்பட்ட காலத்தில் அவர் படைத்த நூல்களை ஒரு நெட்டோட்டமாக அறிமுகப்படுத்துவதுகூட சவாலான வினையாகும். வரலாற்றுத் துறையில் ஒவ்வொருவரும் ஒரு குறிப்பிட்ட காலப்பகுதியில் மட்டுமே வல்லமையும் தேர்ச்சியும் பெறுவது வழமை. பத்தொன்பதாம் நூற்றாண்டு பற்றிக் கற்றுத் துறைபோனவர் என்று பொதுவாக ஹாப்ஸ்பாமைப் பற்றிக் குறிப்பிடுவார்கள். பதினேழாம் நூற்றாண்டின் இங்கிலாந்துப் புரட்சியைப் பற்றித் தம் வாழ்நாளெல்லாம் ஆராய்ந்து அதில் தன்னேரிலாத புலமை

பெற்ற கிறிஸ்டபர் ஹில் தம்முடைய நூல் ஒன்றைப் பின்வரும் முறையில் காணிக்கையாக்கி இருந்தார்: 'பதினேழாம் நூற்றாண்டு உட்பட அனைத்தையும் அறிந்த ஹாப்ஸ்பாமிற்கு'! தமிழின் எழுவாய் பயனிலைத் தொடரமைப்பைவிட ஆங்கில மூலத்தில் இக்காணிக்கையுரை இன்னும் பொருத்தமாக அமைந்திருக்கும்.

ஹாப்ஸ்பாமின் தொடக்ககால வரலாற்று ஆய்வுகள் பாட்டாளி வர்க்கத்தைப் பற்றியவை. அவருடைய முனைவர் பட்ட ஆய்வேடு ஃபேபியன் சங்கத்தின் சோசலிசச் சிந்தனைகள் பற்றியது. இது நூலாக்கம் பெறவில்லை. பிரிட்டனின் பாட்டாளி வர்க்கப் போராட்டங்கள் மற்றும் இயக்கம் பற்றிய இவருடைய கட்டுரைகள் இத்துறையில் விவாதத்திற்கு வழிவகுத்தன. அதுவரையான வரலாற்று ஆய்வுகள் பெரிதும் தொழிற்சங்க நடவடிக்கைகள், தலைவர்களின் செயல்பாடுகள், தொழிற்சட்டங்களின் உருவாக்கம் முதலானவற்றைப் பற்றியே மையங்கொண்டிருந்தன. இதிலிருந்து பாட்டாளி வர்க்கம் பற்றிய ஆய்வுகளை மீட்டெடுத்து வேறு ஒரு தளத்திற்கு அவற்றை உயர்த்தியதில் ஹாப்ஸ்பாமின் பங்கு முதன்மையானது. தொழிற்புரட்சியின் விளைவாக பிரிட்டிஷ் பாட்டாளி வர்க்கத்தின் வாழ்க்கைத் தரம் உயர்ந்ததா, பத்தொன்பதாம் நூற்றாண்டில் பாட்டாளி வர்க்கப் புரட்சி ஏற்படுவதற்கான சாத்தியம் என்ன, பாட்டாளி வர்க்கத்திற்குள்ளேயே ஒரு மேட்டுக்குடி உருவானதா முதலான விவாதங்களை முன்னெடுத்ததில் ஹாப்ஸ்பாம் முக்கியப் பங்காற்றினார்.

1960களின் இடைப்பகுதியில் ஹாப்ஸ்பாம் நகர்ப்புறப் பாட்டாளி வர்க்கப் போராட்டங்களிலிருந்து நாட்டுப்புற உழைக்கும் வர்க்கங்களைப் பற்றித் தன் ஆய்வுப் பார்வையைத் திருப்பினார். 1963இல் இ.பி. தாம்சனின் 'இங்கிலாந்து தொழிலாளர் வர்க்கத்தின் உருவாக்கம்' வெளியாகி, மார்க்சிய வரலாற்றியலில் மட்டுமல்லாமல், சமூகவியல், வரலாறு உள்ளிட்ட அனைத்துச் சமூக அறிவியல் புலங்களையுமே புரட்டிப் போட்டுவிடுகிறது. அடித்தளத்திற்கும் மேற்கட்டுமானத்திற்குமான இயந்திர முறையிலான உறவைக் கேள்விக்கு உள்ளாக்கிய இ.பி. தாம்சன் தன்னியலான, ஓர்மைமிக்க போராட்டங்களின் வழியே தொழிலாளர் வர்க்கம் உருவாவதை ஏராளமான தகவல்களின் அடிப்படையில் மட்டுமல்லாமல் உணர்ச்சி சான்ற நடையாலும் மார்க்சியச் சொல்லாடலில் ஓர் உடைவை ஏற்படுத்துகிறார்.

தற்செயலாகவோ என்னவோ, ஹாப்ஸ்பாம் இத்தருணத்தில் வேறு ஓர் ஆய்வுக் களத்தைத் தேர்கிறார். அதுவரையான மார்க்சிய, இடதுசாரி ஆய்வுகள், நிலப்பிரபுத்துவ காலத்தில் விவசாய

எழுச்சிகள் பற்றியும் தொழிற்புரட்சி ஏற்பட்டு முதலாளியம் மேலோங்கும் காலத்தில் நகர்சார்ந்த பாட்டாளிகளின் போராட்டங்கள் பற்றியுமே கவனம் செலுத்தின. முதலாளியம் எழுச்சிபெறும்போது, தொழில்மயமாக்கத்துக்கு முற்பட்ட வர்க்கங்கள் எவ்வாறு அதற்கு முகங்கொடுக்கின்றன? மரபுவழி மார்க்சியம் வரலாற்றின் முன்னேற்றத்திற்குத் தரப்பட வேண்டிய தவிர்க்க முடியாத விலையாகவே ('பலி' என்று சொல்வது பொருத்தமாக இருக்கும்) இவ்வர்க்கங்களின் அழிவைப் பார்க்கின்றன. இந்தியாவின் நவீனவாக்கத்திற்கு பிரிட்டிஷ் காலனியாதிக்கம் இன்றியமையாத பங்காற்றியது என்பதே மார்க்சின் வாதம். இந்தியாவின் வளர்ச்சிக்குக் கூடங்குளம் மக்கள் தம் வாழ்வையும் உயிரையும் பணயம் வைக்க வேண்டும் என்பது இந்தத் தர்க்கத்தின் நீட்சி. தொழில்மயமாக்கத்திற்கு முற்பட்ட வர்க்கங்களின் வாழ்வனுபவத்தையும் போராட்டங்களையும் ஆய்வுப்பொருளாக முதன்முதலில் மாற்றியவர் ஹாப்ஸ்பாம்.

இங்குப் பிற பிரிட்டிஷ் மார்க்சிய வரலாற்றாளர்களுக்கும் ஹாப்ஸ்பாமிற்குமான மற்றொரு வேறுபாட்டையும் சுட்ட வேண்டும். விக்டர் கியர்னன் (இவர் சிபிஎம் தலைவர் பிரகாஷ் காரத்தின் ஆசிரியர்) நீங்கலாகப் பிறர் பிரிட்டனின் வரலாறு பற்றியே பெரிதும் அக்கறை செலுத்திவந்தனர். ஹாப்ஸ்பாம் அடிப்படையில் ஐரோப்பிய அறிவாளர். ஜெர்மனி, பிரான்ஸ், இத்தாலி, ஸ்பெயின் முதலான நாடுகளின் இடதுசாரி இயக்கங்களோடும் அறிவு மரபுகளோடும் தொடர்ந்த உரையாடல்களை மேற்கொண்டவர். அது மட்டுமல்லாமல் இலத்தீன் அமெரிக்கச் சமூகங்களைப் பற்றி ஆழ்ந்த அக்கறையும் கவனமும் செலுத்தியவர். இலத்தீன் அமெரிக்காவில் அவருக்குப் பெரிய ரசிகர் குழாமே உண்டு. இவற்றின் பின்னணியில், உலக முழுவதிலுமுள்ள விவசாயச் சமூகங்களில் கிளர்ந்த எதிர்ப்பியக்கங்களை இவர் ஆராய்ந்தார். தலைமை இல்லாத எதிர்ப்பு இயக்கங்களைப் புறமொதுக்குவது மரபுரீதியான மார்க்சியம். ராபின் ஹுட் பாணியிலான கொள்ளையர், விவசாய எழுச்சிகள், தொழில்மயமாக்கத்திற்கு முந்தைய நகர்ப்புற 'கும்பல்' நடவடிக்கைகள், சமய வடிவெடுக்கும் பொற்காலத்தை விழையும் இயக்கங்கள், இத்தாலிய 'மாஃபியா' முதலான நிகழ்வுப்போக்குகளை, 'ஆதிவடிவக் கிளர்ச்சி' *(primitive rebellion)* என்று சுட்டினாலும், அரசியல் நடவடிக்கைகளாகவே ஹாப்ஸ்பாம் பார்க்கிறார். 1950களுக்குப் பிறகு உலகின் பல பகுதிகளில் கிளர்ந்த விவசாய எழுச்சிகளைப் புரிந்துகொள்வதற்கு ஹாப்ஸ்பாம் வழிசமைத்தார். இதன் தொடர்ச்சியாக *Bandits* என்றொரு நூலை, கொள்ளையர்களை மட்டுமே ஆய்வுப் பொருளாகக் கொண்டு, எழுதினார். இதன் பின்னுரையில் நம்

ஜம்புலிங்க நாடாரைப் பற்றியும் ஒரு குறிப்பிருக்கும். அரசாங்க ஆவணங்கள், காவல் துறைக் குறிப்புகள் மட்டுமல்லாமல் கொள்ளையர்களைப் பற்றிய கதைப்பாடல்கள், செவிவழிச் செய்திகள் ஆகியவற்றையும் ஹாப்ஸ்பாம் பயன்படுத்தி இருப்பார்.

ஜார்ஜ் ரூடேவுடன் இணைந்து அவர் எழுதிய *Captain Swing* என்ற நூல் மிக முக்கியமானது. 1830களில் பிரிட்டனின் நாட்டுப்புறமெங்கும் விவசாயத் தொழிலாளர்கள் தங்கள் வாழ்வாதாரத்தைக் குலைக்கும் வகையில் நுழைந்த இயந்திரங்களை உடைத்தும் நிலக்கிழார்களின் உடைமைகளைத் தீயிட்டும் 'தளபதி ஸ்விங்' என்று கையெழுத்திட்ட மிரட்டல் கடிதங்கள், அறிக்கைகளை வெளியிட்டும் பெரும் போராட்டத்தில் ஈடுபட்டனர். தோல்வியில் முடிந்ததாக வழமையான வரலாற்று ஆய்வுரைகள் முடிவுரைத்ததற்கு மாறாக இப்போராட்டத்திற்கு ஹாப்ஸ்பாமும் ரூடேவும் புது விளக்கம் அளித்தனர். பெருவாரியான உழைக்கும் மக்கள் பரந்துபட்ட அளவில் முதன்முறையாக அணி திரண்டதற்கு உதாரணமாக இப்போராட்டங்களைக் கண்டதோடு, 1860கள் வரை இவை நீடித்ததையும் நிறுவினர்.

சபால்டர்ன் ஆய்வுக் குழுவை நிருமித்த ரணஜித் குஹா (இவரும் 1956இல் கம்யூனிஸ்டு கட்சியை விட்டு வெளியேறியவரே) எழுதிய *The Elementary Aspects of Peasant Insurgency in Colonial India* 1983இல் வெளிவரும்வரை ஹாப்ஸ்பாமின் விவசாயச் சமூகக் கிளர்ச்சிகள் பற்றிய ஆய்வுரைகள் கோலோச்சின என்று சொல்லலாம்.

1970களில் ஹாப்ஸ்பாமின் ஆய்வுகள் வேறொரு பாதையில் பயணித்தன. முதலாளியத்தின் விளைவாக உருவான நவீன உலகம் தோன்றி வளர்ந்துள்ள முறையை ஹாப்ஸ்பாம் விளக்க முற்பட்டார். அதுவரையான அவருடைய ஆய்வுகளை – எந்த ஓர் இடதுசாரி அறிவாளரையும் போலவே – ஓரளவு கல்வித் தேர்ச்சி பெற்ற எந்தவொரு வாசகரும் புரிந்துகொள்ள வேண்டும் என்ற ஆசையில் எழுதினாலும் அடிப்படையில் அவை கல்விப் புலம் சார்ந்தனவாகவே இருந்தன. 1970களில் அவர் எழுதிய நூல்கள் பொது வாசகர்களை நோக்கியனவாக அமைந்தன. இதனால் கல்விப் புல நெறிகளை அவர் மீறிவிட்டார் என்பதல்ல.

'பத்தொன்பதாம் நூற்றாண்டு 1789இல் தொடங்கி 1914இல் முடிகின்றது' என்பது அவருடைய புகழ்பெற்ற வாசகம். நம் கல்விப்புல வாத்தியார்களுக்கு இது புரியுமா என்று சொல்ல முடியவில்லை. இந்த 'நீண்ட பத்தொன்பதாம் நூற்றாண்டை'ப் புரட்சியின் காலம், 1789–1848; மூலதனத்தின் காலம், 1848–1875;

பேரரசின் காலம், 1875–1914 என வகுத்துக்கொண்டு அவர் எழுதிய வரலாற்று நூல்களை இப்போது படித்தாலும் மலைப்பு உண்டாகின்றது. வெறும் அரசியல் வரலாறாகவோ சமூக வரலாறாகவோ பொருளாதார வரலாறாகவோ நின்றுவிடாமல் ஒரு 'முழுமை'யின் வரலாற்றைத் தீட்டிக்காட்ட முற்படுகிறார் ஹாப்ஸ்பாம்.

இதன் தொடர்ச்சியாக அவர் எழுதிய இருபதாம் நூற்றாண்டின் வரலாறான, 'அதீதங்களின் காலம்' என்ற நூல் முதல் உலகப் போர் முதல் சோவியத் ஒன்றிய உடைவுவரை பேசும் ஒரு சமகால வரலாறாகும். உலகைப் புரட்சிகரமாக மாற்றியமைக்க முடியும் என்ற அறிவொளிக்கால – மார்க்சிய நம்பிக்கையைக் கைவிடாமலேயே எவ்வாறு முதலாளிய உலகத்தின் வரலாற்றை நேர்மையாக எழுத முடியும் என்பதற்கு இந்நூல் உதாரணமாகும். கம்யூனிசம் எவ்வாறு முதலாளியம் தன்னைத் தகவமைத்துக்கொள்ள உதவியது; சோவியத் பொருளாதார அமைப்பு எவ்வாறு நீட்டிக்க முடியாததாயிருந்தது என்பன பற்றிய ஹாப்ஸ்பாமின் பகுப்பாய்வுகள் நேர்மையான சுயவிமர்சனத்தின் விளைவானவை.

2002இல் அவர் எழுதிய Interesting Times என்ற சுயசரிதையை இதன் மறுபுடையாகப் பார்க்கலாம். வாழ்நாள் முழுவதும் ஆற்றலுடன் ஒருவர் பங்களித்த இயக்கம் தோல்வி அடையும்போது அதை நேராக எதிர்கொள்ளும் துணிவு அனைவர்க்கும் வாய்ப்பதில்லை.

இதுவரை சுருக்கமாகச் சுட்டிய ஹாப்ஸ்பாமின் படைப்புகளின் பட்டியல் எந்த வகையிலும் முழுமையானதல்ல. மார்க்சியத்தின் வரலாற்றில் அவருக்குப் பெரும் ஈடுபாடு இருந்தது. சமகால அரசியலில் நேரடிப் பங்காற்றி, கம்யூனிஸ்டு கட்சியிலும் தொழிலாளர் கட்சியிலும் தம் இடையீடுகள் மூலமாகப் பல விவாதங்களை அவர் கிளப்பினார்.

காலத்திற்கும் வரலாற்றாளனுக்குமான உறவு நேரடி யானது. காலத்தைப் புரிந்துகொள்வதன் மூலம் அதை அவன் வெற்றிகொள்ள முயல்கிறான். ஹாப்ஸ்பாம் என்ற வரலாற்றாசிரியனின் புரிதலுக்குக் கட்டுப்பட்டிருந்த காலம், காலன் என்ற உருவெடுத்து அவரைக் கடைசியில் காவுகொண்டுவிட்டது.

~ ~

தே. வீரராகவன் (7.10.1958–5.2.2009)

கண்ணுடையவர் என்பவர்...

இந்தியாவின் முதல் தொழிற்சங்கம் 1918இல் தோன்றிய சென்னைத் தொழிலாளர் சங்கம். இச்செய்தி இடம்பெறாத வரலாற்று நூல்கள் இருக்காது. ஆனால் இதற்குமேல் சென்னைத் தொழிலாளர் வர்க்கத்தின் உருவாக்கம், அதன் போராட்டங்கள் பற்றிய நம்பகமான வரலாறு பல காலம் இல்லாமலிருந்தது. அக்குறையைப் போக்கியது தே. வீரராகவனின் 'சென்னைப் பெருநகர(த்) தொழிற்சங்க வரலாறு' (அலைகள் வெளியீட்டகம், 2003). இந்நூல் வீரராகவனின் முனைவர் பட்ட ஆய்வேட்டின் தமிழ் வடிவம்.

அக்காலத்து அரசாங்க ஆவணங்கள், அறிக்கைகள், காவல்துறைக் குறிப்புகள் மட்டு மல்லாமல் *தேசபக்தன், நவசக்தி, ஜனசக்தி, நியூ இந்தியா, ஹிந்து* முதலான இதழ்களும் இந்த ஆய்வுக்கு ஆதாரமாக அமைந்திருந்தன. தொழிலாளர் இயக்கத்துக்கென்றே தோற்றுவிக்கப்பட்ட, ஈ.எல். ஐயரை ஆசிரியராகக்கொண்ட, *சுதர்மா* என்ற ஆங்கில இதழை இந்த ஆராய்ச்சியின்பொழுது வீரராகவன் கண்டெடுத்தார். இவற்றோடு நில்லாமல் சென்னைத் தொழிலாளர் இயக்கத்தின் மூலவர் எனத்தக்க கோ. செல்வபதி செட்டியார் முதல் ஸி.எஸ். சுப்பிரமணியம், பி. ராமமூர்த்தி, கே. முருகேசன், ஏ.எஸ்.கே. ஐயங்கார், கஜபதி முதலான இயக்கத் தலைவர்களையும் நேரில் கண்டு தகவல்கள் திரட்டினார். பி.ஆர்.கே. சர்மா, ஈ. எல். ஐயர் போன்ற

தலைவர்களின் குடும்பங்களைச் சந்தித்துப் பல ஆவணங்களைப் பெற்றார். இந்த ஆராய்ச்சிக்காகச் சென்னையிலுள்ள நூலகங்கள் மட்டுமல்லாமல் புது தில்லியிலிருக்கும் நேரு நினைவு நூலகம், தேசிய ஆவணக்காப்பகம், பி.சி. ஜோஷி ஆவணக்காப்பகம் போன்றவற்றையும் வீரராகவன் பயன்கொண்டார்.

ஆதாரங்களை – அரைகுறையாகவோ முழுமையாகவோ – திரட்டுவதே ஆராய்ச்சி என்னும் பாமரத்தனமான கருத்து தமிழுலகில் நிலவுகிறது. தரவுகளைத் திரட்டுவது மட்டுமல்ல, அவற்றை விரிவான பின்புலத்தில், வரலாற்றியல் கோட்பாடுகளின் புரிதலோடு ஒரு வாதத்தை முன்வைப்பதே வரலாறாகும். மார்க்சிய வரலாற்று நெறியில் நன்கு பயற்சி பெற்றிருந்த வீரராகவன் அதுவரை உலக அளவில் நடந்தேறியிருந்த தொழிலாளர் வரலாற்று ஆய்வுப் (labour history) பின்புலத்தில் தன் ஆய்வை அமைத்திருந்தார்.

சென்னை நகரத்தில் ஏற்பட்ட தொழில் வளர்ச்சியோடு தொழிலாளர் வர்க்கம் உருவானதையும் தொழிற்சங்கங்கள் தோன்றும் முன்னர் நடந்த போராட்டங்களையும் விரிவாக முன்வைத்த வீரராகவனின் ஆய்வு, முதல் உலகப் போர் முடிந்த காலத்தில் தொழிற்சங்கங்கள் தோன்றியதையும் காட்டுகிறது. இக்காலகட்டத்தில் தேசிய இயக்கத்தோடு தொழிற்சங்கங்கள் கொண்ட ஊடாட்டத்தையும் பகுத்தாய்ந்தார் வீரராகவன். வீறார்ந்த போராட்டங்கள் நடந்த பின் ஒரு பத்தாண்டு கால இடைவெளியும் விழுகிறது. 1930இல் தொடங்கிய உலகப் பொருளாதாரப் பெருமந்தத்தைத் தொடர்ந்து தொழிலாளர் போராட்டங்கள் மீண்டும் தலையெடுக்கின்றன. இடதுசாரி சக்திகளும் தொழிற்சங்கங்களில் தலைமையேற்கத் தொடங்குகின்றன. பெருநம்பிக்கையைத் தொடக்கத்தில் கொடுத்த முதல் காங்கிரஸ் அமைச்சரவையின் (1937–1939) தொழிலாளர் விரோத நிலைப்பாடுகள் ஏமாற்றம் தந்து, இரண்டாம் உலகப் போர் வெடிக்கும் தருணத்தில் வீரராகவனின் நூல் முடிகிறது.

அடர்த்தியான செய்திகளோடு செறிவாக எழுதப்பட்ட இந்த ஆய்வை ஓர் ஆளுமைச் சித்திரத்தில் சுருக்குதல் இயலாது. தமிழுலகத்தின் அளவுகோல்களின்படி 'சென்னைப் பெருநகர(த்) தொழிற்சங்க வரலாறு' ஒரு பெரிய சாதனை என அடித்துச் சொல்லலாம். தே. வீரராகவன் எழுதியிருக்கக்கூடிய ஆய்வுகளைக் கருதும்பொழுது அப்படிச் சொல்ல முடியாது.

வீரராகவன் மிகக் குறைவாக எழுதினார். 24 வயதில் எழுதியதென்றாலும் எம்.பில். பட்டத்திற்காக இராஜாஜியின் 'குலக் கல்வித் திட்ட'த்தைப் (1952–1954) பற்றி வரைந்த

ஆய்வேடு மிகவும் முதிர்ச்சியைக் காட்டுகிறது. கல்விமுறை பற்றிய இந்திய தேசியக் கருத்தாடல்கள், காங்கிரஸ் அமைப்பின் உட்கட்சி அரசியல், மொழிவாரி மாநிலப் பிரிவினை, திராவிட இயக்கங்களின் செயல்பாடு, இராஜாஜியின் வாழ்க்கையும் கருத்தியலும் ஆகியவற்றின் பின்னணியில் இராஜாஜியின் கல்வித் திட்டத்தை வீரராகவன் விமரிசனப்பூர்வமாக ஆராய்ந்திருப்பார். நூலாக்கம் பெற வேண்டிய ஆய்வு இது.

இதைத் தவிர வேறு இரண்டொரு ஆய்வுக் கட்டுரைகளை மட்டுமே வீரராகவன் வெளியிட்டார். சென்னைத் தொழிலாளர் இயக்கம் பற்றி அவருடைய ஆய்வு நெறியாளரின் பெயரில் Indo–British Review என்ற ஆய்விதழில் வெளிவந்த கட்டுரையினையும் இதில் சேர்த்துக்கொள்ளலாம்.

வீரராகவனின் அறிமுகம் எனக்குக் கிடைத்தது காரல் மார்க்ஸ் நூலகத் தோழர் ச.சீ. கண்ணன் வழியாக. 1984இல் தமிழ்நாடு ஆவணக்காப்பகத்தில் முதல்முறையாக நுழைந்தபொழுது ஆய்வுக்கூடத்தின் ஒரு மூலையில் வீரராகவன் அரசு ஆவணங்களுக்குள் மூழ்கியிருந்தார். அது ஓர் உற்சாகமான காலகட்டம். காலனிய ஆவணங்களைப் படிப்பதில் ஏற்பட்ட கிளர்ச்சிக்குச் சமமாக ஆய்வுக்கூடத்திற்கு வெளியே தேநீர் பருகியவாறு நடத்திய விவாதங்களின் உந்துதலும் இருக்கும். எழுபத்தைந்து வயதில் எம்.பி.டி. ஆசாரியா (இந்தியக் கம்யூனிஸ்டு கட்சியை தாஷ்கண்ட்டில் தோற்றுவித்தவர்களில் ஒருவர்) பற்றி ஆராய்ந்துவந்த கம்யூனிஸ்டு கட்சியின் தொடக்க காலத் தலைவர் ஸி.எஸ். சுப்பிரமணியம் முதல் பல பேராசிரியர்களும் மாணவர்களுமாக ஆவணக்காப்பகம் களைகட்டியிருக்கும். மாணவர்களில் முக்கியமான ஒரு பகுதி சென்னை ஐ.ஐ.டியின் வாழ்வியல், சமூக அறிவியல் துறையைச் சேர்ந்தவர்கள். அனைவரும் இரு உலகப் போர்களுக்கு இடைப்பட்ட காலத் (1918–1939) தமிழகம் பற்றியே ஆராய்ந்துவந்தது வியப்பாக இருந்தது. ஓர் இருபதாண்டுக் காலம் இங்கிலாந்திலும் ஆஸ்திரேலியாவிலும் பணியாற்றிவிட்டு ஐ.ஐ.டியில் பேராசிரியராக அமர்ந்திருந்த அம்பிராஜன் இதன் பின்னணியில் இருந்தார். அப்பொழுது பல மேலை ஆய்வாளர்களின் கவனம் இரு உலகப் போர்களுக்கும் இடைப்பட்ட காலத்தில் குவிந்திருந்தது. அவர்களின் பார்வை ஏகாதிபத்தியச் சார்பாக இருந்தது என்று கருதிய அம்பிராஜன் தம் துறை மாணவர்களைக் கொண்டு ஒரு மாற்றை முன்வைக்க விழைந்தார்.

ஆய்வுக்கூடத்துக்கு வெளியே நடக்கும் தேநீர் விவாதங்களில் வீரராகவன் கலந்துகொள்ளமாட்டார். ஆவணங்களையும்

நூல்களையும் வாசித்துக்காட்டவும் குறிப்பெடுக்கவும் அவர் ஓர் உதவியாளரை அமர்த்தியிருந்தார். சம்பளம் கொடுத்து அமர்த்தியிருந்த உதவியாளர் உடனிருக்கும்போது வெளியே வந்து விவாதிப்பது வீண் என்று அவர் கருதியதில் நியாயமில்லாமலில்லை. வீரராகவனுக்குக் கண் பார்வை கிடையாது.

தமிழ்நாட்டில் பிஎச். டி. பட்டம் பெற்ற முதல் பார்வையற்ற மாணவர் வீரராகவன். இது வெறும் தகவல் மட்டுமே. உடற்குறையை முன்னிட்ட சலுகைகளை அவர் கடுமையாக மறுத்தார். (உரிமைகளுக்கான போராட்டங்களில் முன்நின்றது வேறு.) வீரராகவனின் செயல்பாடுகளை மதிப்பிடும்போது எந்தச் சலுகையும் காட்ட வேண்டியதேயில்லை. எந்த அளவுகோலாலும் அவரைக் குறைத்து மதிப்பிட முடியாது.

வீரராகவனின் வாசிப்பு மிக விரிவானது. தமிழகக் கல்லூரி, பல்கலைக்கழக வரலாற்றுப் பேராசிரியர்கள் அனைவரும் சேர்ந்து படித்ததைவிட இவர் அதிகம் படித்தார் என்று சொல்வது அவரது வாசிப்பைக் குறைத்துச் சொல்வதாகாது.

1958இல் கும்பகோணத்தில் ஒரு வடகலை வைணவக் குடும்பத்தில் பிறந்தவர் வீரராகவன். மிக நெருங்கிய உறவில் மணம் புரிந்துகொள்வதால் பிறக்கும் குழந்தைகளுக்கு உண்டாகும் *retinitis pigmentosa* என்னும் பார்வை இழப்பு நோயின் அறிகுறிகள் சிறுவயதில் தென்பட்டன. மருந்தில்லா நோய் இது. மெல்லமெல்ல மங்கிய பார்வை, பள்ளி இறுதியாண்டில் முழுவதுமாகப் போய்விட்டது. நெய்வேலியில் இடை, மேல்நிலைப் பள்ளிக் கல்வியைப் பெற்ற வீரராகவன் சென்னை விவேகானந்தர் கல்லூரியில் புகுமுக வகுப்பும் இளங்கலையும் (வரலாறு) படித்தார். பின்னர் மாநிலக் கல்லூரியில் முதுகலைப் பட்டமும் பச்சையப்பன் கல்லூரியில் எம்.பில். பட்டமும் பெற்றார். 1982– 1987இல் ஐ.ஐ.டியில் முனைவர் பட்ட ஆய்வு மேற்கொண்டார். 1988 முதல் அவர் ஆய்வுசெய்த துறையிலேயே ஆசிரியராகப் பணியாற்றலானார்.

கல்லூரியில் படிக்கும்பொழுது சி.பி.எம். கட்சியோடு தொடர்பு ஏற்பட்டது. கட்சியின் அன்றைய, இன்றைய மூத்த தலைவர்களின் அன்புக்குரியவராகவும் வீரராகவன் இருந்தார். வி.பி. சிந்தன், பி. ராமமூர்த்தி முதல் பிரகாஷ் காரட்வரை இவருக்குத் தொடர்பிருந்தது. மார்க்சியத் தத்துவ நூல்களை ஆழமாகவும் விரிவாகவும் அவர் கற்றிருந்தார். பிரிட்டிஷ் மார்க்சிய வரலாற்றியல் கோட்பாடுகளும் எழுத்தாக்கங்களும் மார்க்சியத்தின் வளமான பகுதிகளாகும். இவற்றை வீரராகவன் தளபாடமாகக் கற்றிருந்தார். இருப்பினும் தம் ஆய்வுக்குப் பிரெஞ்சு

கம்யூனிஸ்டு கட்சியின் உறுப்பினரும் சீனத் தொழிலாளர் மற்றும் விவசாயிகளின் கிளர்ச்சிகளை ஆராய்ந்தவருமான ழான் செஸ்நோவையே முன்மாதிரியாகக் கொண்டார். வீரராகவனிடம் ஸ்டாலினியம் ஆழக் குடிகொண்டிருந்தது. எங்கள் இருவருக்குமான உரையாடல்கள் பெரிதும் விவாதங்களாகவே அமைந்தன.

திராவிட இயக்கம் பற்றிய இடதுசாரிகளின் எதிர்மறைக் கண்ணோட்டத்தையே வீரராகவனும் கொண்டிருந்தார். சோவியத் ஒன்றிய உடைவு, மண்டல் – மஸ்ஜித் ஆகியவற்றின் விளைவாகக் கம்யூனிஸ்ட் கட்சிகள் திராவிட இயக்கம் பற்றிய பார்வையைத் தந்திரோபாயமாக மாற்றிக்கொண்டது இவருக்கு உவப்பளிக்கவில்லை.

புது தில்லி ஜவகர்லால் நேரு பல்கலைக்கழகத்தில்– அங்கு சென்று நான் மேற்படிப்புப் பெற வேண்டும் என்று வற்புறுத்தியவர்களில் வீரராகவனும் ஒருவர் – நான் படித்தபொழுது, அறிவுஜீவிகளை சி.பி.எம். கட்சி வாலாயமாகக் கவர்வது தமிழகத்திலிருந்து சென்ற எனக்குப் பெரிய வியப்பாக இருந்தது. (இந்த வட்டாரம் வீரராகவனுக்கு மிகப் பரிச்சயமானது. 1964இல் கட்சி பிளவுண்டபொழுது தமிழகத்தின் இடதுசாரி அறிவாளர்களெல்லாம் சி.பி.ஐ. பக்கம் சென்றுவிட்டனர். நா. வானமாமலை உருவாக்கிய நெல்லை ஆய்வுக் குழுவையொத்த ஓர் அறிவாளர் குழு சி.பி.எம்முக்கு அமையவில்லை. திண்டுக்கல் லியோனி போன்றவர்களையே ஈர்க்கக்கூடிய ஒரு வெகுசன முன்னணி அமைப்பாக நின்றுவிட்டது தமிழ்நாடு முற்போக்கு எழுத்தாளர்கள் கலைஞர்கள் சங்கம். காத்திரமான ஒரு கட்சி அமைப்பு வீரராகவனை முழுவதுமாகப் பயன்படுத்திக்கொண்டிருக்க முடியும். அதன்வழி அவரும் முழு மலர்ச்சி பெற்றிருக்கலாம்.

தமிழ்நாடு அறிவியல் இயக்கத்திலும் வீரராகவன் பங்கு பற்றினார். சூழலியல் பற்றி அவர் கட்சியிடம் வேறுபாடு கொண்டிருந்தார் எனவும், இதன் விளைவாகக் கட்சியிடமிருந்து விலகல் ஏற்பட்டதாகவும் தெரிகிறது. ஐ.ஐ.டியில் பயிலும் தொழில்நுட்ப மாணவர்கள் பொதுவாகச் சமூக அறிவியல் துறை ஆசிரியர்களை அதிகம் மதிக்கமாட்டார்கள். வீரராகவன் அவர்களின் நன்மதிப்பை எளிதில் பெற்றார். இவர் தொடர்பால் தம் வாழ்க்கைப்போக்கை மாற்றிக்கொண்டவர்களும் பலர் உண்டு. பி.டெக். படித்து அயல்நாடு சென்று பொருளீட்டிய மாணவர்கள் இவர்வழி ஏராளமான கல்வி நன்கொடை வழங்கினார்கள். சென்ற பத்துப் பதினைந்து ஆண்டுகளில் இது ஒரு கோடி ரூபாய் அளவுக்கு இருந்திருக்கலாம் எனத் தெரிகிறது.

வீரராகவன் என்றதும் ச.சீ. கண்ணன் நினைவுக்கு வருவார். அவரோடு கொண்ட தொடர்பு வீரராகவனின் வளர்ச்சிக்குத் தூணாக இருந்தது. காரல் மார்க்ஸ் நூலகத்தின் கணிசமான பகுதி வீரராகவன் படிப்பதற்கென்றே வாங்கிச் சேர்க்கப்பட்டது. இத்தொகுப்பால் பயன்பெற்றவன் என்ற முறையில் அதன் வளத்துக்கு நான் சாட்சி. வீரராகவனுக்கு எல்லாவகையிலும் துணை நின்றவர் ச.சீ. கண்ணன். வீரராகவனின் ஆய்வேடு களில் அவருடைய பங்கு ஆணிவேர் போன்றது. தமிழகத் தொழிலாளர் இயக்க வரலாறு வீரராகவன் மூலம் முழுமையாக எழுதப்பெறும் என்னும் பெருங்கனவை அவர் கொண்டிருந்தார். வீரராகவனின் ஆய்வேட்டை 1989ஆம் ஆண்டளவிலேயே தமிழில் மொழிபெயர்த்து வெளியிட அவர் முயன்று முதல் மூன்று இயல்களை மொழிபெயர்த்தும்விட்டார். அப்பொழுது முதல் இயலை நான் மேற்பார்த்துக் கொடுத்தேன். ச.சீ. கண்ணனின் மூப்பு காரணமாகப் பணி தடைப்பட்டது. பின்னர் புதுவை ஞானம் எஞ்சிய பகுதியை மொழிபெயர்த்து, 2003இல் நூல் வெளிவந்தது. தமிழாக்கத்தில் ஆதாரக் குறிப்புகள், சான்றுப் பட்டியல் முதலானவை இல்லை. ஆங்கில மூலத்தின் நடைச்சிறப்பும் தமிழாக்கத்தில் காணப்படவில்லை. மூல ஆங்கில நூலை சி.பி.எம். கட்சி சார்ந்த ‘லெஃப்ட்வர்ட் புக்ஸ்’ 2013இல் வெளியிட்டது.

வீரராகவனின் ஆய்வேடு 1939இல் நிற்கிறது. 1940கள் தொடர்பான எல்லா ஆவணங்களையும் வீரராகவன் திரட்டிவைத்திருந்தார். அவற்றின் அடிப்படையில் அடுத்த பகுதி வரலாறு எழுதப்படவில்லையே என்ற ஆறாத குறை தோழர் ச.சீ. கண்ணனுக்கு.

கர்நாடக இசையில் வீரராகவனுக்கு ஆழ்ந்த ஈடுபாடு உண்டு. (வீரராகவன் ஒரு தேர்ந்த வரலாற்றாசிரியர் என்பது இசையுலகில் பலருக்குத் தெரியாது என்று ஒருமுறை இசை வரலாற்றாளர் வெ. ஸ்ரீராம் கூறியது இங்கு நினைவுக்கு வருகிறது.) கர்நாடக இசையின் சமூக வரலாற்றை எழுத வேண்டும் எனப் பலமுறை அவரிடம் வற்புறுத்தியிருக்கிறேன்.

இளமையிலேயே அவருக்கு மூட்டுநோய் (rheumatoid arthritis) வந்துவிட்டது. ஏற்கெனவே பூஞ்சையான உடம்பு. அடிக்கடி தாக்கும் நோய்கள். சரியாகச் சாப்பிடும் பழக்கம் இல்லை. கூடவே உறக்கமின்மையும். இந்தியப் பொதுவுடைமை இயக்கத்தினரிடம் துறவறத்தை இயல்பாகவோ இலக்காகவோ கொண்ட ஒரு மரபிழை உண்டு. வீரராகவன் அதில் சேர்த்தி. வேண்டுமென்றே உடலை வருத்திக்கொள்கிறாரோ என்று தோன்றும் அளவுக்குப் பல சமயங்களில் அவருடைய நடவடிக்கைகள் இருக்கும். கார்

வைத்துக்கொள்ளும் அளவுக்கு வருமானமும் குடும்பச் சூழலும் இருந்தாலும் விடாப்பிடியாக 5–E பேருந்தில் பயணிப்பார். ஒருமுறை அவரை மாடு முட்டிவிட்டது. உடம்பார் அழியின் உயிரார் அழிவர். கடைசியில் குலை நோயுற்றது. பெருங்குடலில் காசநோய் என்ற மருத்துவர்கள், பிறகு புற்று நோய் என்று தம் முடிவை மாற்றிக்கொண்டார்கள். புற்றுநோய்க்கான வன்மருந்துகளைத் தாங்கும் ஆற்றல் வீரராகவனின் உடலுக்கு இருக்கவில்லை. கடைசி மாதங்களில் உணவும் நீரும் செல்லவில்லை.

வீரராகவனைப் பற்றிய இரங்கலுரை பேராசிரியர் வி.ஆர். முரளிதரன் பற்றிக் குறிப்பிடாமல் நிறைவுபெறாது. இருபத்தாறு ஆண்டுகள் – ஒருசாலை மாணாக்கராகத் தொடங்கி, சக ஆசிரியரென – உற்ற துணைவராக விளங்கியவர் முரளி. செக்கும் சிவலிங்கமுமாக இருந்த இருவரையும் இணைத்த கண்ணி எது என்று எனக்குப் புலப்பட்டதேயில்லை. கடைசியில் ஊழ் வென்றது; ஆனால் அன்பு தோற்கவில்லை.

~ ~

முன்வெளியீட்டுக் குறிப்புகள்

இந்நூல் கட்டுரைகளின் முந்தைய வடிவங்கள் கீழ்க்காணும் இதழ்களிலும் நூல்களிலும் வெளிவந்தன.

1. ஆஷ்

காலச்சுவடு (இதழ் 118), அக்டோபர் 2009. இதன் சற்று வேறுபட்ட வடிவம் ஆ. சிவசுப்பிரமணியனின் *ஆஷ் கொலையும் இந்தியப் புரட்சி இயக்கமும்* (காலச்சுவடு பதிப்பகம் 2009) நூலின் பின்னுரையாக வெளியானது.

இதன் விரிவான ஆங்கில வடிவம், 'In Search of Ashe' என்ற தலைப்பில் *Economic and Political Weekly*, 9–15 ஜனவரி 2010 இதழில் வெளிவந்தது. இதன் சுருக்க வடிவம் 'An Irish Link' என்ற தலைப்பில் *Frontline*, 12–25 செப்டம்பர் 2009 இதழில் வெளிவந்தது.

2. எல்லிஸ்

தாமஸ் டிரவுட்மன், *திராவிடச் சான்று* (தமிழில்: இராம. சுந்தரம்), காலச்சுவடு பதிப்பகம் மற்றும் சென்னை வளர்ச்சி ஆராய்ச்சி நிறுவனம், 2007 நூலுக்கான முன்னுரை

3. ஜி.யு. போப்

குமுதம், 28 நவம்பர் 2007.

4. உ.வே. சாமிநாதையர்

காலச்சுவடு (இதழ் 63) மார்ச் 2005 இதழிலும் பெருமாள்முருகன் (ப-ர்), *உ.வே.சா.: பன்முக ஆளுமையின் பேருருவம்* (காலச்சுவடு பதிப்பகம் 2005) என்ற நூலிலும் இக்கட்டுரையின் முற்பகுதி

வெளியானது. இந்நூலில் இடம்பெறும் விரிவான கட்டுரை ப. சரவணன் பதிப்பித்துக் காலச்சுவடு பதிப்பகம் வழியாக வெளிவரும் உ.வே. சாமிநாதையரின் மொத்தக் கட்டுரைகளின் ஐந்து தொகுதிகளிலும் அணிந்துரையாக இடம்பெறுகிறது.

5. ம.வீ. இராமானுஜாசாரியர்

காலச்சுவடு (இதழ் 73), ஜனவரி 2006.

6. டி.வி. சாம்பசிவம் பிள்ளை

காலச்சுவடு (இதழ் 85), ஜனவரி 2007.

7. எஸ்.ஜி. இராமானுஜலு நாயுடு

நான் பதிப்பித்த எஸ்.ஜி. இராமானுஜலு நாயுடு, சென்று போன நாட்கள் (காலச்சுவடு பதிப்பகம், 2015) நூலுக்கான முன்னுரை.

8. வ.உ.சி.யும் திலகரும்

நான் பதிப்பித்த வ.உ.சி., திலக மகரிஷி (காலச்சுவடு பதிப்பகம், 2010) நூலுக்கான முன்னுரை.

9. ஏ.கே. செட்டியார்

இக்கட்டுரையின் முந்தைய வடிவம் நான் தொகுத்த ஏ.கே. செட்டியார், அண்ணல் அடிச்சுவட்டில் (காலச்சுவடு பதிப்பகம், 2003) நூலின் முதல் பதிப்பிலும், விரிவான வடிவம் அதன் இரண்டாம் பதிப்பிலும் (2016) இடம் பெற்றது.

10. ரா.அ. பத்மநாபன்

காலச்சுவடு (இதழ் 171), மார்ச் 2014 இதழில் இடம்பெற்ற இரங்கலுரை.

11. ஸி.எஸ். சுப்பிரமணியம்

காலச்சுவடு (இதழ் 155), நவம்பர் 2012 இதழில் இடம்பெற்ற இரங்கலுரை. (இது ஜனசக்தி நாளேட்டில் மறுவெளியீடு செய்யப்பட்டதாக அறிய முடிகிறது.) இதன் ஆங்கில வடிவம் 'C.S. Subramanyam: Communist Chronicler' என்ற தலைப்பில் Economic and Political Weekly, (19 ஜனவரி 2013) இதழில் வெளிவந்தது.

12. எரிக் ஹாப்ஸ்பாம்

காலச்சுவடு (இதழ் 155), நவம்பர் 2012 இதழில் இடம்பெற்ற அஞ்சலி.

13. தே. வீரராகவன்

   காலச்சுவடு (இதழ் 111), மார்ச் 2009 இதழில் இடம்பெற்ற அஞ்சலி. இதன் ஆங்கில வடிவம் D. Veeraraghavan, *The Making of the Madras Working Class* (Left Word Books, 2013) நூலின் முன்னுரையாக அமைந்தது.

~ ~

ஆசிரியரின் காலச்சுவடு வெளியீடுகள்

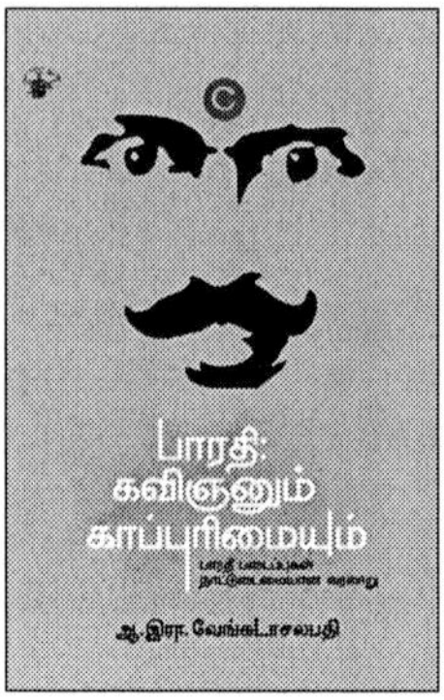

பாரதி: கவிஞனும் காப்புரிமையும்

ரூ. 190

‘வையகத்தீர், புதுமை காணீர்’ என்று பாடினான் பாரதி. 12 மார்ச் 1949இல் தமிழகச் சட்டமன்றத்தில் கல்வி அமைச்சர் தி.சு. அவினாசிலிங்கம் செட்டியார், பாரதி படைப்புகளின் பதிப்புரிமை அரசுடைமை ஆக்கப்படும் என்று அறிவித்த பொழுது உண்மையிலேயே வையகம் அதுவரை காணாததொரு புதுமையைக் கண்டது. ஓர் எழுத்தாளனின் பதிப்புரிமையை அரசாங்கமே வாங்கி அதை மக்களின் பொதுவுடைமை ஆக்கியதை உலகம் அதுவரை கண்டதில்லை. பாரதி கனவு கண்டது போலவே ‘மண்ணெண்ணெய் தீப்பெட்டிகளைக் காட்டிலும் அதிக ஸாதாரணமாகவும், அதிக விரைவாகவும்’ அவனுடைய நூல்கள் தமிழ் மக்களிடையே பரவியதற்கு அடிப்படையாக அமைந்த பாரதி படைப்புகளினுடைய பதிப்புரிமை நாட்டுடைமையான வரலாறு இதுவரை முழுமையாக எழுதப்படவில்லை. இந்நிலையில், இதுவரை பயன் கொள்ளப்படாத பல முதன்மை ஆதாரங்களின் – (முக்கியமாக அரசு ஆவணங்கள்) – அடிப்படையில் இந்நூல் எழுதப்பட்டுள்ளது. பாரதி இயலுக்குச் சீரியதொரு பங்களிப்பாக அமையும் இந்நூல், தமிழ்ச் சூழலில் எழுத்தாளரின் காப்புரிமை பற்றி அண்மைக் காலங்களில் ஏற்பட்டுவரும் புதிய விழிப்புக்கும் ஊட்டம் தரும்.

அந்தக் காலத்தில் காப்பி இல்லை

முதலான ஆய்வுக் கட்டுரைகள்

ரூ. 240

நவீனத் தமிழக உருவாக்கத்தின் பின்புலத்தில் சமூகப் பண்பாட்டு மாற்றங்களை ஆராயும் கட்டுரைகள் இவை. தற்காலத்தைப் புரிந்து கொள்வதற்குக் கடந்தகாலத்தை விமர்சன நோக்கோடு பார்க்கவேண்டும் என்பதை வற்புறுத்தும் பார்வை இவற்றின் ஊடுசரடு. காப்பியும் புகையிலையும் தமிழ்ச் சமூகத்தில் எதிர்கொள்ளப்பட்ட முறை; திராவிட இயக்கத்தின் மொழிசார்ந்த அரசியல்; பாரதியின் எழுத்து வாழ்க்கை பற்றிய சமூகவியல் நோக்கு; கருத்துப் படங்கள், பகடி ஆகிய கலை வடிவங்கள் தமிழ் மரபில் பெறும் இடம் முதலானவை இந்நூலில் ஆராயப்படுகின்றன. ஆய்வுக் கட்டுரை என்றால் சாரமற்றிருக்கும் என்ற நினைப்பை முறியடித்து, சுவையும் விறுவிறுப்பும் மிக்க நடையில் இவை எழுதப்பட்டிருக்கின்றன. ஆய்வுலகத்தைத் தாண்டிப் பரவலான வாசக கவனத்தைப் பெற்ற நூலின் புதிய பதிப்பு இது

அண்ணல் அடிச்சுவட்டில்

மகாத்மா காந்தி ஆவணப்படம் உருவான கதை

ரூ. 250

1937 அக்டோபர் 2. நியூயார்க்கிலிருந்து டப்ளின் செல்லும் கப்பலில் ஒரு தமிழ் இளைஞர் கனவொன்று கண்டார் – மகாத்மா காந்தியின் வாழ்க்கையை 'டாகுமெண்டரி' படமாக எடுக்க வேண்டுமென்று. இரண்டரை ஆண்டுகள். இருமுறை உலகை வலம் வந்தார். ஒரு லட்சம் மைல் பயணம். முப்பது ஆண்டுகளில், நூறு காமிராகாரர்கள் படம்பிடித்த 50,000 அடி நீளப் படச் சுருள்களைத் திரட்டினார். 1940இல் படம் வெளிவந்தது. பிறகு தெலுங்கு, இந்தி விளக்கவுரையுடன் அதை வெளியிட்டார். 1953இல் ஹாலிவுட்டில் அதன் ஆங்கில வடிவத்தைத் தயாரித்தார்.

அவர்தான் ஏ. கே. செட்டியார். தமிழில் பயண இலக்கியத்தின் முன்னோடி. குமரி மலர் ஆசிரியர். தமிழ்ச் சமூக வரலாற்றை ஆவணப்படுத்தியவர்.

காந்தி பட உருவாக்கத்தைப் பற்றி ஏ.கே. செட்டியார் எளிய நடையில், சுவையாகவும் சிறுசிறு நிகழ்ச்சிக் குறிப்புகளாகவும் எழுதிய பதிவு இந்நூல்.

அரிய பல பிற்சேர்க்கைகளோடு இந்நூலைப் பதிப்பித்துள்ள ஆ. இரா. வேங்கடாசலபதி, ஏ.கே. செட்டியாரின் வாழ்வையும் பணியையும் அறிமுகப்படுத்தும் ஒரு விரிவான முன்னுரையினை வழங்கியுள்ளார். விரிவாக்கப்பட்ட பதிப்பில் மேலும் பல புதிய செய்திகள் அடங்கியுள்ளன.

புதுமைப்பித்தன் வரலாறு

தொ.மு.சி. ரகுநாதன்

பதிப்பாசிரியர்

ஆ. இரா. வேங்கடாசலபதி

ரூ. 295

இருபதாம் நூற்றாண்டுத் தமிழ் இலக்கியத்தின் முக்கியப் படைப்பாளர்களுள் ஒருவரான புதுமைப்பித்தனின் வாழ்க்கைக் கதை இது. ஒரு நாவலுக்குரிய விறுவிறுப்பும் சுவையும் கொண்ட இந்த வரலாற்றைப் படித்த வாசகர்கள் புதுமைப்பித்தனின் ஆவி ரகுநாதனிடம் குடிகொண்டுவிட்டது என்று நம்பிவிட்டனர் என்று பாராட்டியிருக்கிறார் சுந்தர ராமசாமி.

1951இல் முதலில் வெளியான இந்நூலுக்கு விரிவான முன்னுரை, ஆய்வுக் குறிப்புகள், படங்களுடன் மறுபதிப்பைத் தயாரித்திருக்கிறார் புதுமைப்பித்தன் படைப்புகளுக்குச் செம்பதிப்புகளை உருவாக்கியுள்ள ஆ.இரா. வேங்கடாசலபதி.